செயல் தலைவர்

(குடும்பத் தலைவி - வணிக நிறுவனத்தின்
தலைவியான வெற்றிக் கதை)

ஹேமா ஹட்டங்காடி
ஆஷிஷ் ஸென்

ஆங்கிலத்திலிருந்து தமிழில்
ஜா. ராஜகோபாலன்

தடாகம்

தடாகம்

செயல் தலைவர் (குடும்பத் தலைவி - வணிக நிறுவனத்தின் தலைவியான கதை)

- ***ஆசிரியர்கள்: ஹேமா ஹட்டங்காடி, ஆஷிஷ் சென்***
- ***முதற்பதிப்பு: ஜூன் 2022***
- ***தமிழில்: ஜா. ராஜகோபாலன்***
- ***பக்க வடிவமைப்பு: கி. ஆஷா***
- ***அட்டை வடிவமைப்பு:* M Creative**

English Book Name & Authors Name: *Lift Off* - an autobiography by *Hema Hattangady, Ashish Sen.*

Tamil Book Name & Translator Name: *Seyal Thalaivar (Kudumpat Thalaivi - Vanika Niruvanathin Thalaiviyana kathai) - J. Rajagopalan*

Tamil Translation © Hema Hattangady

Published by:

THADAGAM
No.112, First Floor, Thiruvalluvar Salai
Thiruvanmiyur, Chennai 600041
Mob: +91-98400-70870
www.thadagam.com | info@thadagam.com

ISBN: 978-93-93361-03-5

Published on June 2022

Price: ₹ 320

பொருளடக்கம்

முன்னுரை 7

பின்குறிப்பு 15

பகுதி 1

1. துவக்கம் 19

2. எனது இளமைப் பருவ நாட்கள் 34

3. தார்வார்டிலிருந்து ஹார்வார்டுக்கு 44

4. பணத்தைவிட மேலானவை 58

5. தொழிலைப் புதிதாக மாற்றியமைத்தல் 2003இலிருந்து 2008 வரை 79

6. ஒருங்கிணைப்பு 98

பகுதி 2

7. வணிகத்தில் நெறிமுறைகள் 110

8. அறிவுசார் முதலீட்டு தரவரிசை 125

9. படைப்பாற்றல் திறன், வடிவமைப்பு, புதுமைச் செயல்பாடுகள் 131

10. தயாரிப்பு 154

11. வணிகப் பெயரைக் கட்டியெழுப்புதல் 166

12. விநியோகம் 193

13. நீடித்து நிலைக்கும் நிறுவனமாக உருவாக்குதல் 200

14. நிறுவனத்தின் கலாச்சாரம் 212

15. மனித வள முதலீட்டை உருவாக்குதல் 228

பகுதி 3

16. சிந்தனைத் தலைமைப்பண்பு	*253*
17. கான்செர்வைத் தாண்டி…	*272*
முடிவுரை	*285*

பின்னிணைப்புகள்

பின்னிணைப்பு 1	*288*
பின்னிணைப்பு 2	*292*
பின்னிணைப்பு 3	*299*
பின்னிணைப்பு 4	*301*
பின்னிணைப்பு 5	*305*
பின்னிணைப்பு 6	*307*
பின்னிணைப்பு 7	*310*
ஆளுமைத் தகுதிகள்	*315*
குறிப்புகள்	*318*

முன்னுரை

2015ஆம் ஆண்டின் மத்தியில் என் மனைவியிடமிருந்து எனக்கு 'கட்டாயம் வாசிக்க வேண்டும்' என்ற குறிப்புடன் ஒரு மின்னஞ்சல் இணைப்பு வந்தது. 'கேரட், புத்தம் புதிய கேரட்' என்ற தலைப்பிடப்பட்ட சிறிய கதை (இணைப்பு 7இல்). தொடங்கினால் வாசித்து முடிக்காமல் வைக்க முடியாத கதை அது. பெங்களூரு நகர வீதிகளில் காய்கறி விற்கும் ஒருவரது ஒரு நாளைப் பற்றிய கதையை, அவரே சொல்வதுபோல அக்கதை எழுதப்பட்டிருந்தது. ஒரு திறன் வளர்ச்சிப் பயிற்றுனராக, மனித நடத்தைகளைக் குறித்த நுட்பங்களை அந்த எழுத்தாளர் சொல்லியிருந்த விதத்தாலும், நமது சமுதாயம் சந்தித்து வரும் முரண்பாடான பிளவுகளை மிக இயல்பாக அந்த எழுத்து பேசிய விதம் குறித்தும் நான் வியப்படைந்தேன். ஒரு நாடகத்துறை சார் ஆளாக, மானுட நாடகத்தின் சாராம்சத்தை இரு பக்கங்களுக்குள் விளக்கிவிட முடிந்த அந்த எழுத்தாளரின் திறமையால் கவரப்பட்டேன். அதிலுள்ள செயல்கள், உரசல்கள், சமரசங்கள் (அல்லது சமரசமின்மை) ஆகியவை சிந்தனைக்கு விருந்தாக அமைந்திருந்தன. "இரு தரப்பையும் இப்போது" என்பதைப் பார்க்கும் திறனை மட்டும் அக்கதை வெளிப்படுத்தவில்லை, கூடவே சமுதாயத்தைக் குறித்த ஆழமான அக்கறையையும் அழுத்தமாக முன்வைத்தது. இது வளர்ச்சித் துறை அறிஞரான ராபர்ட் சேம்பர்ஸ் பேசும் 'கடைசியில் இருப்பதை முதலில் வைத்துப் பார்த்தல்' எனும் கருத்தை ஒட்டியதாக இருக்கிறது. 'Whose Reality Counts' என்ற தலைப்பில் பங்கேற்புடன் வளர்ச்சி என்பதைக் குறித்த மிக முக்கியமான ஆக்கத்தை எழுதிய ராபர்ட் சேம்பர்ஸ் அதில் ஏழைகளை வளர்ச்சியின் மையமாக வைத்து யோசிக்க வேண்டுமேயன்றி வளர்ச்சியின் விளிம்பில் வைத்து அல்ல என வலுவாக அடிக்கோடிட்டுப் பேசுகிறார்.[1] வளர்ச்சி குறித்த விஷயங்களைக் கண்டறிவது, அவற்றைக் கையாளுவது, அவற்றில் ஏற்படும் முரண்களைக் களைவது ஆகியவற்றில் ஏழைகளது குரல் கண்டிப்பாகக் கேட்கப்பட வேண்டும் என்கிறார். "கேரட், புத்தம் புதிய கேரட்" எனும் அக்கதையும் அதைத்தான் செய்தது.

அக்கதையை எழுதியவர் ஹேமா ஹட்டங்காடியாக இருப்பார் என நான் எதிர்பார்த்திருக்கவில்லை. 1996-97இல் சிறு குடும்ப நிறுவனமாக இருந்த கான்செர்வ் நிறுவனத்தை, 2009இல் ஷ்நீய்டர் எலெக்ட்ரிக் இந்தியா லமிடட் வாங்கும் வரை,* ஆற்றல் மேலாண் மைத் துறையில் இந்தியாவின் வெற்றிகரமான முன்னணி நிறுவன மாகக் கொண்டுவந்ததில் முதன்மையாகச் செயல்பட்ட பெருநிறு வனத் தலைவராகத்தான் ஹேமா ஹட்டங்காடியை என் மனைவி எனக்கு அறிமுகம் செய்திருந்தார். ஆகவே புறவயமாக மாறுபட்ட இரு வேறு செயல்களும் அவர் ஒருவரிடமிருந்தே வெளிப்பட்டன என்பதை ஏற்றுக்கொள்வதில் எனக்கு சிரமமாகத்தான் இருந்தது. சட்டென எழுந்த ஒரு உந்துதலால் அவரை அழைத்தேன். பெங்களூரு கிறிஸ்ட் பல்கலைக்கழகத்தின் நாடகவியல் மற்றும் சமூக வளர்ச்சித் துறையின் இளங்கலை மாணவர்களுக்கு ஒரு வகுப்பெடுக்க முடியுமா என அவரைக் கேட்டேன். அவரும் ஒப்புக்கொண்டார். அந்த நிகழ்ச்சி மிகச் சிறப்பாக அமைந்தது. நிகழ்வில் கலந்துகொண்டோரிடம் பேசுகையில் அதைக் குறித்த கருத்துகள் எதிர்பார்ப்பை மிஞ்சும் விதத்தில் இருந்தன. அவரது கேரட் கதைக்கு பல மாணவர்கள் வெவ்வேறு மாற்று முடிவுகளைத் தொடர்ந்து எழுதி அனுப்பியதோடு மட்டுமன்றி மேலும் பல மாணவர்கள் சமுதாயத்தில் பின்தங்கிய மக்களுக்காக ஹேமா செய்துவரும் பணியில் தங்களையும் ஈடு படுத்திக் கொள்ள முன்வந்தனர்.

அன்றைய இரவு உணவிற்குப் பின் என் மனைவி முனிராவிடம் அந்த நிகழ்ச்சி குறித்துப் பேசிக்கொண்டிருந்தேன். அவருக்கு அந்த விஷயம் வியப்பளிக்கக் கூடியதாக இல்லை. என் மனைவி ஒரு பன்னாட்டு தலைமைப்பண்பு வளர்ச்சி நிறுவனத்திற்காக இந்திய அளவில் நிகழ்வுகளை பொது நோக்கில் நடத்தி வரும் பொறுப்பில் இருக்கிறார். அந்த நிறுவனத்தின் மைய நிகழ்ச்சியான "Passion and Resonance"ன் ஒரு முக்கியப் பகுதியாக கான்செர்வ் நிறுவனத்திற்கு சென்று பார்ப்பதும், ஹேமா அவர்களுடனான ஆழமான உரை யாடலும் இருந்தன.

கான்செர்வ் நிறுவனம் ஷ்நீய்டருக்கு விற்கப்பட்ட பின்பு, ஹேமாவை அவரது கதையை ஒரு புத்தக வடிவில் கொண்டுவருமாறு முனிரா தொடர்ந்து கேட்டுக்கொண்டிருந்தார்.

ஆனால் "என் கதையை எவர் விரும்பிப் படிக்கப்போகிறார்கள்?" என்ற பதிலே ஹேமாவிடமிருந்து ஒவ்வொரு முறையும் வந்தது.

இந்த "கேரட்" கதை நிகழ்ச்சி முடிந்த சில வாரங்களுக்குப் பின்னர் நடந்த ஒரு உரையாடல் இவ்வாறாகப் போனது:–

"உங்களது கேரட் கதையை ஒருமுறை கேட்டவர்கள் இன்னொரு வரிடம் பகிர்ந்துகொள்ளாமல் இருப்பது மிகக் கடினம். அனை வருக்குமாக சொல்லப்படுவதற்கு இக்கதையைப் பெண்களுக்கும், தொழில் முனைவோருக்கும் கொண்டுசேர்க்க வேண்டியது உங்களது கடமை என்றே சொல்வேன்" என்றார் முனிரா.

ஹேமாவின் கவலையோ "ஆனால் அதை யார் எழுதுவது? நானே எப்படி என் கதையை எழுதுவது?" என்பதாக இருந்தது.

"இதைப் பற்றி ஆஷிஷிடம் பேசி எப்படிப் போகிறது எனப் பார்க்கலாமே?" என்றார் முனிரா.

அடுத்த சில நாட்களில் தனது கதையைக் குறித்துப் பேசுவதற்காக ஹேமா என்னை அழைத்து ஒரு சந்திப்பை ஒருங்கிணைத்தார். அந்த சந்திப்பில் ஹேமா தன் நிறுவனத்தைப் பற்றி பேசப் பேச "பெருநிறுவனம்", "தொழில்", "வளர்ச்சி" போன்ற கச்சிதமான, வரை யறுக்கப்பட்ட எந்த விளக்கத்திற்குள்ளும் அடங்காத ஒரு நிறுவனம் துலங்கி வந்தது. சொல்லப்போனால் கான்செர்வ் எனும் சமூகம் அனைத்து எல்லைகளையும் சிறிதாக்கியபடியே வளர்ந்து சென்றது. அதன் உறுதியான உள்ளுறை மையமாக சுய மதிப்பும், தன் மக்களது நலன்கள் மீதான அக்கறையுமே இருப்பதை உணர முடிந்தது. ஒரு நிறுவனத்தை மதிப்பிடப் பயன்படுத்தப்படும் அலகுகளான ஒருங் கிணைவு, சமத்துவம், நெறி மாறா நடத்தைகள் என ஒவ்வொரு அலகிலும் உயர் விழுமியங்களின் அடிப்படையில் கட்டப்பட்ட ஒரு நிறுவனத்தை லட்சியமாகக் கொண்ட ஒவ்வொருவரையும் ஈர்க்கும் அம்சங்களோடு இருந்தது கான்செர்வ்.

அத்தனை அர்ப்பணிப்பான உழைப்பினைக் கொட்டி கட்டமைத்து, உருவாக்கிய நிறுவனத்தை ஷ்நீய்டருக்கு விற்க ஹேமாவும், அஷோக்கும் எப்படி முடிவெடுத்தார்கள் என்பதைத் தெரிந்துகொள் வதிலும் எனக்கு தாங்கமுடியாத ஆர்வம் இருந்தது. சொல்லப்போனால், ஹாவர்ட் தொழிற்பள்ளியின் சிறப்பு மேலாண்மை நிகழ்ச்சியில் ஆய்வுக்குரிய பாடத் திட்டமாக வைக்கப்பட வேண்டிய விஷயம் அது.

அந்த முதல் சுற்று உரையாடலின் முடிவில் ஹேமா என்னிடம் கேட்டார் : "சொல்லத் தகுந்த கதைதான் இது என நினைக்கிறீர்களா?"

நான் உறுதியாக "ஆமாம், நிச்சயமாக" என்றேன்.

ஆக இவ்வாறாகத்தான் கான்செர்வின் உலகிற்குள் என் பயணம் தொடங்கியது...

கிட்டத்தட்ட ஒன்றரை ஆண்டுகாலமாகப் பல இடங்களுக்குப் பயணித்து, நூற்றுக்கும் மேற்பட்ட கான்செர்வியர்களிடம் (பெரும் பாலானோர் இன்னும் ஷ்நீய்டர் நிறுவனத்தில் உலகெங்கும் பரவ லாகப் பணிபுரிகிறார்கள்) பேசி, அவ்வாறே தொழிற்துறை சிந்தனை யாளர்கள், நிபுணர்களிடம் உரையாடிய பின்பு நான் இன்னும் தீர்மானமாக ஒரு விஷயத்தை உணர்ந்துகொண்டேன் – ஒரு பெரு நிறுவனத்தின் அல்லது ஒரு தொழிலின் வெற்றிக் கதை என்ற சட்டகத்தின் வழியே மட்டும் கான்செர்வின் கதையைப் பார்ப்பது தவறாகத்தான் இருக்கும். கான்செர்வ் நிறுவனத்தின் பெருமிதம் நிலைத்திருப்பது அதன் உறுதியான தொலைநோக்குப் பார்வையோடு கூடிய குறிக்கோள்களை அடைவதில் ஒத்திசைவோடு இயங்கும் திறனை பண்பாடாகக் கொண்டிருப்பதே ஆகும்.

பொருளாதார சிக்கலால் விளிம்பு நிலையில் தள்ளாடிக்கொண் டிருந்த ஒரு சிறிய குடும்ப நிறுவனம் எனும் இடத்திலிருந்து இந்தியாவின் மிகப்பெரிய ஆற்றல் மேலாண்மை நிறுவனமாகவும், இந்திய நாட்டின் ஆற்றல் மேலாண்மையில் பெரும் பங்களிப்பு செய்த நிறுவனமாகவும் கான்செர்வ் வளர்ந்து பெற்ற வெற்றி அசாதாரண மானது. தகவல் தொழில்நுட்ப நிறுவனங்களின் வெற்றியே பெரு நிறுவனங்களின் வெற்றிக்கதைகளாகப் பேசப்பட்டுக்கொண்டிருந்த காலத்தில்தான் கான்செர்வ் தனது உலகத்தரத்திலான வடிவமைப்பு, பொறியியல் திறன்கள், தயாரிப்புத் திறன்கள் ஆகியவற்றின் மூலம் தான் ஈட்டிய உறுதியான வணிக நற்பெயரையும், வாடிக்கையாளர் தம்மிடம் வைத்திருந்த மாறா நம்பிக்கையையும் வெளிப்படுத்தி தனித்து நின்றது.

அதன் சாதனைகள் இதோடு முடியவில்லை. ஹாவர்ட் தொழிற் பள்ளியின் முன்மாதிரி ஆய்வுக்காக வைக்கப்பட்டிருக்கும் கட்டுரையில்[2] குறிப்பிடப்பட்ட வகையில் கான்செர்வின் வருவாய் அதிகரிப்பு கூட்டு வளர்ச்சி விகிதமாக ஆண்டுக்கு 35 சதவீதத்தை எட்டியதோடு, புதிய விதத்திலான தயாரிப்புகள், உறுதியான நெறிமுறைகள், தொழில் முறையில் செயல்படும் அணியினர் ஆகியவற்றின் மூலம் தொழில் அரங்கில் பெரும் மரியாதையையும் ஈட்டியிருந்தனர். பெருமளவு ஆணாதிக்கம் இருக்கும் பொதுச் சூழலில், கான்செர்வின்

தலைமை பெண்களின் பங்கேற்போடு கூடிய வளர்ச்சியையும், பால் சமத்துவத்தையும் உறுதியாக வளர்த்தெடுத்துள்ளது. இந்திய நாட்டின் ஆற்றல் மேலாண்மைத்துறையில் பெரும் மாற்றத்தை உருவாக்கிய "அனலாக் முறையிலிருந்து டிஜிட்டல் முறை" எனும் பெரும் தொழில்நுட்ப பாய்ச்சலுக்கான பாதையை அமைத்தது மட்டுமன்றி ஆற்றல் திறன் மிக்க இந்தியா எனும் நோக்கில் "ஆற்றல் திறன் மிகு பொருளாதாரத்திற்கான கூட்டு செயல்பாடு" என்ற செயலியக்கத்தை உருவாக்கியதிலும் தவிர்க்க இயலா மிக முக்கியமான பங்கினை கான்செர்வ் வழங்கியது.

ஒட்டுமொத்தமாக கான்செர்வ் ஒரு வெற்றிகரமான முன்னணி நிறுவனம் மட்டுமல்லாமல் வித்தியாசமான நிறுவனமாக இருப்பதையும் ஹட்டங்காடியாக்கள் உறுதிப்படுத்தினர். மிகக் கடினமான விதிமுறைகளாலும், அலுப்பூட்டும் அரசாங்க நடைமுறைகளாலும் தொடர்ந்து கடிவாளமிடப்பட்டு பின்னிழுக்கப்பட்ட சூழலிலும் கான்செர்வின் இவ்வெற்றிக்கதை மாறவில்லை என்பது நிரூபிக்கப்பட்ட உண்மை.

"ஒரு தொழிலை எளிமையாகச் செய்தல்" என்பது எவ்வகையிலும் தமது முதன்மைக் குறிக்கோளாக இல்லாத சட்ட உருவாக்குநர்களால் நிறைந்த 1980களின், தொடக்க கால 1990களின் இந்தியா. இவற்றுக் கிடையே ஏற்றுமதியில் விதிக்கப்பட்டிருந்த கூடுதல் விதிமுறைகள் (அன்றைய அந்நியச் செலாவணிக் கையிருப்பு சூழலைக் கணக்கில் கொண்டு). புதிய தயாரிப்புகள் முழுமை பெற அவசியமான இண்டகரேட்டட் சர்க்யுட்கள் போன்ற துணைக்கருவிகளின் இறக்கு மதிக்கான அனுமதியைப் பெற எண்ணற்ற முறைகள் தாம் புது டெல்லிக்கு எப்படி அலைய வேண்டியிருந்தது என ஹேமா நினைவு கூர்ந்தார். இறக்குமதிக்குத் தேவையான "அத்தியாவசிய தேவைச் சான்றிதழ்" வழங்க வேண்டிய சிறுதொழில் வளர்ச்சித்துறை ஆணையர் அதனை நிறைவேற்ற நீண்ட சான்றளிப்புப் பட்டியல் ஒன்றை அதனுடன் இணைத்தார். இத்தகைய காரணங்களால் தாமதமான காலத்திற்கு உற்பத்திச் செலவுகள் அதிகரிப்பதோடு, அந்தத் தாமதத்தால் வாடிக்கையாளர்களின் அதிருப்தியையும் எதிர்கொள்ள நேரிட்டது. அதீதமாக விதிக்கப்பட்ட இறக்குமதி வரிகள், கடும் நெருக் கடியை உருவாக்கும் தொழிலாளர் சட்டங்கள், உற்பத்தி முதல் விற்பனை வரை சிடுக்குகள் மிக்க வகையில் கையாளப்படும் வரி விதிப்பு மற்றும் வரிசேகரிப்பு முறைகள் இவற்றுடன் ஒரு பைசாகூட லஞ்சமாக கொடுக்கக் கூடாது என்ற நிறுவனத்தின் கொள்கையையும்

சேர்த்து யோசித்தால்தான் நம்மால் கான்செர்வ் நிறுவனம் அடைந்த வெற்றிகளின் முக்கியத்துவத்தை உணர முடியும்.

நிறுவனத்தை வாங்கிக்கொள்ளும் யோசனையுடன் 2008இல் ஷ்நீய்டர் நிறுவனம் அணுகும்போது, கான்செர்வ் வேகமாக வளர்ந்து வரும் இந்திய நிறுவனமாகப் பல நாடுகளிலும் விற்பனைப் பிரிவு களையும், கிளை அலுவலகங்களையும் கொண்டிருந்தது. வெகு பாடு பட்டு கடும் உழைப்பின் விளைவாக ஆரம்ப நாட்களிலிருந்து முயற்சித்த விஷயம் சாத்தியமாகியிருந்த தருணம். பணியாளர்கள் பணிக்குச் சேர்வதும் போவதுமாக இருந்த நிலைமை தொடர்ச்சியான செயல்முறைமைகள் மற்றும் திறன் ஊக்குவிப்பு முறைமைகள் மூலமாக மாற்றி அமைக்கப்பட்டு, பொறியாளர்கள் விரும்பி பணியில் சேர்ந்து தொடர்ந்து இயங்கும் நிறுவனமாக கான்செர்வ் விளங்கிய காலம்.

இந்த அனைத்து வெற்றிகளுக்கும் அடிநாதமாக எல்லாவற்றையும் விடப் பெரிய வெற்றியாக அமைந்த, வேறெப்போதையும்விட இன்று துலக்கமாகத் தெரியும் பெரும் வெற்றி – அதன் தலைமை. புகழ்பெற்ற வார்டன் தொழிற் பள்ளிப் பேராசிரியரும், நியூயார்க் டைம்ஸ்ஸின் விற்பனைச் சிறப்பு மிக்க “Give and Take and Option B” போன்ற நூல்களின் ஆசிரியருமான ஆடம் க்ராண்ட் இவ்விஷயத்தை கச்சிதமாக இப்படி விளக்குகிறார்:-

“இன்றைய சிறந்த தலைவர்கள் எவ்வாறு பிறரிடமிருந்து வேறு பட்டு நிற்கிறார்கள் என்பதைக் குறித்து நான் சிந்திக்கும்போது பல காரணங்கள் இருந்தாலும் ஒரு விஷயம் எனக்கு தனித்துத் தெரிகிறது - சிறந்த தலைவர்கள் வெற்றி பெறுவதை மைய லட்சியமாக வைத் திருப்பது அபூர்வமாகத்தான் இருக்கிறது. அவர்கள் தம் பிற லட்சியங் களை சாதிப்பதன் துணை விளைவாகவே வெற்றி என்பது இருக்கிறது. அவர்களைப் பொறுத்தவரை வெற்றி என்பதன் பொருள் பிறரை வெற்றி அடையச் செய்வது, தன்னைவிடப் பெரிய யோசனைகளை, இன்னும் அதிக மக்களைச் சென்றடையும் ஒரு யோசனையைத் தொலைநோக்காகக் கொண்டு அதைத் துரிதப்படுத்துவது ஆகியவை. உங்கள் குறிக்கோள் மிகப் பெரியதாக இருக்கையில், பிற அனைவரின் நலம் நோக்கிய செயல்பாடுகளில் கவனம் குவிக்கையில் அதைச் செய்து முடிக்கும்போது அது உங்களுக்குமான வெற்றியையும் உள் ளடக்கியதாகவே இருக்கும்.”

உண்மையாகவே ஹேமா சொல்லும் இந்த விஷயம் ஆடம் க்ராண்ட் சொல்வதன் எதிரொலியாகவே இருக்கிறது – ‘நிறுவனத்தின் 26 சதவீதப் பங்குகளுடன் நிறுவனத்தின் உச்சப் பதவிகளான தலைமைச் செயல் அதிகாரி மற்றும் தலைமை தொழில்நுட்ப அதிகாரி ஆகிய பதவிகளில் நானும், அஷோக்கும் இருக்கும்போதும் எங்களுடன் பணிபுரியும், முன்பு பணி செய்த நண்பர்கள் சொல்வதுண்டு – நாங்கள் வழக்கமான “நிறுவனத்தைத் தொடங்கி நடத்தும் முதலாளியின்” குணாம்சங்களுடன் (இந்தியாவில் பாதகமாகவே விமர்சிக்கப்படும் விஷயம்) இருப்பதே இல்லை என. அப்போது அவர்கள் எண்ணத்தில் நிறைந்திருக்கும் ஒற்றை விஷயமாக இருப்பது சக மனிதர்கள்மீது கொண்டிருக்கும் அன்பையும், நம்பிக்கையையும் அடிப்படையாகக் கொண்ட தொழில்முறைமையையும், செயலூக்க தூண்டுதலையும், இறுதி இலக்கை நோக்கிய கவனக் குவிப்பையுமே பண்பாடாகக் கொண்ட நிறுவனம் இது என்பதுதான்.”

“செம்மையாக இருப்பது” மற்றும் “பிரம்மாண்டமாக வளர்வது” ஆகியவற்றையே கான்செர்வின் பண்பாடு மையமாகக் கொண்டுள்ளது. இப்பண்பாடு கான்செர்வியன்கள் மற்றும் அவர்களது குடும்பத்தார் மட்டுமன்றி பெரும் திரளான கான்செர்வ் உடன் தொழில் ரீதியில் தொடர்புடைய அனைவர் மீதும் தான் செல்வாக்கைச் செலுத்தியிருக்கிறது. உயிர்துடிப்புள்ள விழுமியங்கள், நெறிமுறைகளைக் கொண்டு கட்டப்பட்ட கான்செர்வின் பண்பாடு மாற்றத்தை உருவாக்குதல் என்பதில் புதிய பரிமாணத்தை ஏற்படுத்தியுள்ளது. மாற்றத்தைக் கொணர்வது என்பது நீங்கள் உருவாக்கும் மாற்றம் மட்டுமல்ல, மனப்பாங்கில் மாற்றத்தைக் கொணர்வதையும் அது குறிக்கிறது. பிறர் மனதில் சிந்தனையை விதைத்து அவர்களால் ஒரு மாற்றத்தை சாதிக்க முடிவதை சாத்தியமாக்குவதைக் குறிக்கிறது. கான்செர்வியன்கள் எங்கிருந்தாலும் அங்கு ஒரு மாற்றத்தைக் கொண்டு வர அவர்களால் முடியும். ஆகவேதான் தடுமாற்றங்களாலும், நிச்சயமற்ற தன்மைகளாலும் சிதறியிருக்கும் இன்றைய உலகிற்கு கான்செர்வ்வின் கதையைச் சொல்லவேண்டியது தவிர்க்க முடியாத அவசியமாகிறது.

ஆஷிஷ் ஸென்

பின்குறிப்பு

ஹேமா ஹட்டங்காடி உடனான பல உரையாடல்களிலிருந்து அவரது பயிற்சிக்கான படிமமாக எனக்கு மனதில் பட்டது நட்சத்திர மீன் கதை (ஜோயல் ஆர்தர் எழுதிய பவர் ஆஃப் விஷன் எனும் புத்தகத்தில் உள்ளது). அது எந்த அளவுக்கு உண்மையாக முடியும் என்பதை அப்போது நான் உணரவில்லை. அக்கதை மறுபடி ஒரு முறை சொல்லத்தகுந்ததுதான்:

மாலைநேரச் சூரியன் மறையும் வேளையில் ஒருவர் கடற்கரையில் நடந்துகொண்டிருந்தார். காற்று வீசும் ஒலியும், அவரது காலடியின் ஓசையும் மட்டுமே காதில் விழுந்த சப்தங்கள். அப்போதுதான் அவர் கடற்கரை மணலெங்கும் நட்சத்திர மீன்கள் சிதறிக் கிடப்பதைக் கண்டார். கரை முழுவதும் அலை அடித்துக்கொண்டுவந்து போட்ட ஆயிரக்கணக்கான நட்சத்திர மீன்கள். தரையில் அதிக நேரம் அவற்றால் தாக்குபிடிக்க முடியாது என்பதால் அவை மெல்லமெல்ல இறப்பை நோக்கிப் போய்க்கொண்டிருந்தன. சற்று தொலைவில் ஒரு சிறுவன் கரைக்கும், கடலுக்குமாகப் பரபரப்பாக மாறிமாறி ஓடு வதைப் பார்த்தார் அவர். அருகில் நெருங்கிப் போய் பார்த்தால் அந்தச் சிறுவன் நட்சத்திர மீன்களை எடுத்துக் கொண்டுபோய் கடலில் விட்டுக் கொண்டிருந்தான். விடாமல் மீண்டும், மீண்டும் ஓடிப்போய் உயிருக்குப் போராடும் மீன்களை ஒன்றும், இரண்டுமாக அள்ளி எடுத்து மீண்டும் கடலில் சேர்த்துக்கொண்டிருந்தான்.

இவர் அவனிடம் உரத்தக் குரலில் கேட்கும்வரைகூட அவன் இவர் வருவதைப் பார்க்கவேயில்லை. "சிறுவனே, நீ என்ன செய்து கொண்டிருக்கிறாய்?" என்று கேட்டார்.

பையன் வேலையை நிறுத்தாமல் பதிலளித்தான்:-- "பார்த்துக் கொண்டிருக்கிறீர்கள்தானே, நான் நட்சத்திர மீன்களைக் காப்பாற்றிக் கொண்டிருக்கிறேன்."

"இதென்ன கிறுக்குத்தனம்? ஆயிரக்கணக்கில் சிதறிக் கிடக்கின்றன மீன்கள். நீ எடுத்துக் கொண்டுபோய் நீரில் சிலவற்றை விடுவதால் என்ன ஆகிவிடப் போகிறது?" என்றார்.

அந்தச் சிறுவன் அக்கேள்வியால் ஒரு நிமிடம் தயங்கியது போல இருந்தது. ஆனால், அவன் திரும்பி கரையில் துடித்துக் கிடந்த ஒரு நட்சத்திர மீனை கவனத்துடன் தன் கைகளால் எடுத்துச் சென்று கடலில் விட்டுவிட்டு அவரிடம் சொன்னான்:- "எனக்கு எதுவும் மாற்றமும் வரப்போவதில்லை. ஆனால் இதோ இந்த நட்சத்திர மீனின் வாழ்க்கையில் பெரிய மாற்றம் வந்துவிட்டதில்லையா இப்போது?"

கேள்வியைக் கேட்டவர், விழி விரிய மூச்சடைத்து அப்படியே நின்றார்.

31 டிசம்பர் 2016 அன்று இந்த நட்சத்திர மீன் கதை சற்றும் எதிர்பாராத விசித்திரமான விதத்தில் உண்மையாக நடந்தது.

நாங்கள் அந்த ஆண்டின் கடைசி நாளின் மாலை நேரத்தில் தெற்கு கோவாவின் தல்போனா கடற்கரையில் குடும்பமாக நடந்துகொண் டிருந்தோம். சட்டென அலைவிளிம்பில் கரையில் வரிசையாக நட்சத்திர மீன்கள் அலையால் ஒதுக்கப்பட்டு கிடந்ததைப் பார்த்தேன். எந்த முயற்சியும் செய்யாமல் தன்னிச்சையாகவே குனிந்து ஒவ்வொன்றாக எடுத்து மீண்டும் கடலுக்குள் விட ஆரம்பித்தேன். என் மனைவியும், மகனும் சற்றும் குழப்பமாகி என்ன செய்கிறீர்கள் என்று கேட்டனர். ஆனால், நான் பதில் சொல்லி முடிக்குமுன்னரே அவர்களும் என்னுடன் சேர்ந்து மீன்களை எடுத்து கடலில் விட ஆரம்பித்துவிட் டார்கள். ஆம், கான்செர்வின் கலாச்சாரம் என் வீட்டையும் பாதித் திருக்கிறது.

பகுதி 1

அத்தியாயம் 1

துவக்கம்

கான்செர்வின் கதையை உங்களுக்குச் சொல்ல நான் நிறு வனத்தின் கடைசி சில நாட்களிலிருந்துதான் தொடங்க வேண்டும். நாங்கள் நிறுவனத்திலிருந்து இயல்பாக வெளியேறக் காரணமான தொடர்ச்சியான சில சம்பவங்களிலிருந்து சொன்னால்தான் சரியாக இருக்கும். கான்செர்வ் நிறுவனம் ஒரு பிரியமான குழந்தையைப் போல எங்களிடமிருந்து பெற்றுக்கொண்டும், எங்களுக்குக் கொடுத்தும் வளர்ந்த நிறுவனம். குழந்தையைப் போலவே எங்களுக்கு மகிழ்ச் சியை அளித்தும், எங்கள் உழைப்பை எடுத்துக்கொண்டும் வளர்ந்த நிறுவனம்.

2003ஆம் ஆண்டின் ஜனவரி மாதத்தில் என் நாற்பதாவது பிறந்த நாள். அன்று காலை பத்து மணிக்கு என் மேஜையிலிருந்த தொலைபேசி ஒலித்தது. கான்செர்வ் நிறுவனத்தின் தலைவரும், நிறுவனத்தின் முதன்மையான முதலீட்டாளருமாகிய டி.தாமஸ் (சுருக்கமாக டிடி) அழைத்தார். தற்போது ஹிந்துஸ்தான் யூனிலீவர் என்றழைக்கப்படும் நிறுவனம் ஹிந்துஸ்தான் லீவர் லிமிடட் என்றழைக்கப்பட்டபோது அதன் தலைமைப் பொறுப்பில் இருந்தவர் தாமஸ். இப்போதும் அந்த நிறுவனத்தின் தாய் நிறுவனமான யுனிலீவரின் இயக்குநர் குழுவில் ஒருவர்.

"இன்றிலிருந்து 40 வயது ஆரம்பிக்கிறது. இனி வரும் வாழ்க் கையில் என்ன செய்யலாமென இருக்கிறீர்கள்" என்று கேட்டார் டிடி.

எனக்கே ஆச்சரியம் தரும் விதத்தில் பதில் சொன்னேன்:- "எனக்கு விருப்பமில்லாதவற்றை செய்ய மாட்டேன் என எனக்குத் தெரியும். இப்போது என்ன செய்துகொண்டிருக்கிறேனோ அதையே தொடர்ந்து செய்வேன்."

சிறிய மௌனத்திற்குப் பின்னர் தாமஸ் மிகச் சரியாக சொன்னார், "வேறென்ன செய்வீர்கள் நீங்கள்? கான்செர்வ்தான் உங்களுக்கு வாழ்க்கையே."

சொல்லப்போனால், எனக்கும் என் கணவர் அஷோக்குக்கும் கான் செர்வ்தான் வாழ்க்கையாக இருந்தது. நான் கான்செர்வின் துணைத் தலைவராகவும், தலைமைச் செயல் அதிகாரியாகவும் இருந்தேன். அந்த இடத்தை அடைவது அவ்வளவு எளிதான விஷயமாக இருக்க வில்லை. முறையான இஞ்சினியரிங் படிப்பைப் படிக்காமலும், பெண் ணாக இருந்துகொண்டும் ஒரு உயர் தொழில்நுட்ப நிறுவனத்தின் தலைமைப் பொறுப்பில் என்பது மட்டுமல்ல, தொழில்நுட்ப இயக்கு னராகவும், ஆராய்ச்சிப் பிரிவுத் தலைவராகவும் இருந்த என் கணவர் அஷோக் என் தலைமையின் கீழ் பணிபுரிந்ததும் குறிப்பிடப்பட வேண்டிய விஷயங்கள். ஆற்றல் மேலாண்மைத் தயாரிப்புகளை மட்டுமன்றி அது குறித்த தகவல்களையும் சேர்த்தே சந்தைப்படுத்தி விற்க வேண்டிய கடினமான பணியில் இருந்தோம். அதுவும் இத்துறை குறித்து பெரிதாக யாரும் ஆர்வம் காட்டாத சூழலில் இவற்றைச் செய்ய வேண்டியிருந்தது.

தாமஸின் தொலைபேசி அழைப்பு வந்த 2003ஆம் ஆண்டு ஜனவரி மாதத்தில் நிறுவனத்தின் நிலை சிறப்பாகவே இருந்தது. கடந்த ஐந்தாண்டுகளில் நிறுவனத்தின் விற்பனையும், லாபமும் ஆண்டு வளர்ச்சி விகிதம் 35 சதவீதத்துக்குக் கூடுதலாக இருந்து வந்தது. 1997இல் 1 மில்லியனாக இருந்த வருவாய் தற்போது 6 மில்லியனாக உயர்ந்திருந்தது. மேலும் அடுத்த 4 ஆண்டுகளில் வருவாயை 25 மில்லிய னாக அதிகரிப்பதற்கான செயல்திட்டங்களும் கைவசம் இருந்தன. நிகர லாப சதவிகிதம் 15 சதவீத அளவில் இருந்தது (கடும் வணிகப் போட்டிகளும், விலையில் அதிக கவனமும் கொண்ட துறையில் இந்த நிகர லாப சதவிகிதம் அதிகப்படியான ஒன்று). சிறப்பான செயல்திறன் கொண்ட நிறுவனமான கான்செர்வ் பரிவுடன் கூடிய கலாச்சாரத்தையும் கொண்டிருந்தது. மிக முக்கியமாக லஞ்சம் மற்றும் ஊழல் விஷயங் களில் கான்செர்வ் 0% சகிப்புத்தன்மையைக் கொள்கையாகக் கொண் டிருந்தது. ஆற்றலுக்கான அளவைக் கணக்கிடும் டிஜிட்டல் மீட்டர்கள் தயாரிப்பில் கான்செர்வ் 38% சந்தைப் பங்கைக் கொண்டிருந்தது.

அந்த ஆண்டிலேயே நாங்கள் பெங்களூரின் எலக்ட்ரானிக் சிட்டியில் உள்ள முக்கியமான தொழிற்பேட்டைக்கு எங்கள் நிறுவனத்தை மாற்றி னோம். ஆறு ஏக்கர் பரப்பளவில் விரிவான வசதிகளுடன் எங்களது நிறுவனத்தின் உற்பத்திப்பிரிவும் அங்கேயே செயல்பட்டது. பசுமை யான புல்வெளிகள், பராமரிக்கப்படும் பூச்செடிகள் என ஒரு அருமை யான ஓய்வுவிடுதியைப் போல எங்களது தொழிற்சாலை வளாகம் அமைக்கப்பட்டிருந்தது. தொழிற்சாலையை வடிவமைத்தவர்களிடம்

நாங்கள் சுருக்கமாகச் சொல்லியிருந்தது இதைத்தான் – "இந்த இடம் ஒரு மீட்டர் தயாரிக்கும் தொழிற்சாலையைப் போல இருக்கக் கூடாது; அவ்வளவுதான்". வடிவமைப்பாளர்களும் அந்த எதிர்பார்ப்பை சரியாக நிறைவேற்றினார்கள். எங்கள் தொழிற்சாலைக்கு இந்தியாவிலிருந்தும், வெளிநாடுகளிலிருந்தும் வருபவர்களுக்கு இவ்வளவு அழகான இடத்திலிருந்துதான் மீட்டர்கள் தயாரிக்கப்படுகின்றன என நம்புவதற்கு கடினமாக இருந்தது. இவ்வளவும் தெரிந்த ஒருவருக்கு நாங்கள் இந்த நிறுவனத்தை எப்போதும் கையில் வைத்துக்கொண்டு இன்னும் அதிக லாபத்தையும், வளர்ச்சியையுமே அடைந்து கொண்டிருப்போம் என்றுதான் மனதில் தோன்றும்.

ஆனால் டிடி உடனான அந்தச் சிறு தொலைபேசி உரையாடலுக்குப் பின் நான் என்னையே கேட்டுக்கொண்டேன் – "கான்செர்வைத் தாண்டியும் எனக்கு வாழ்க்கை இருக்கிறதா? இன்னும் அதிகம் செல்ல வேண்டிய விருப்பம் இருக்கிறதா?"

அப்போது கடந்த ஆண்டின் உஷ்ணமான, வறண்ட ஏப்ரல் மாதத்தில் நடந்த நிகழ்ச்சி ஒன்று நினைவில் எழுந்தது. செகண்ட் கிரேடில் படிக்கும் என் மகனின் பள்ளியில் நடந்த பெற்றோர் ஆசிரியர் சந்திப்பு நிகழ்வில் அமர்ந்திருந்தேன். இந்த சந்திப்பிற்காவது வர முடிந்தது குறித்து எனக்கு மகிழ்ச்சியாக இருந்தது. மகனுடைய ரிப்போர்ட் கார்ட் திருப்திகரமாக இருந்தது. நாங்கள் அவ்வளவு மோசமான பெற்றோர்கள் இல்லைதான் என மகிழ்வுடன் நினைத்துக் கொண்டேன். அவனுக்கு மூன்று வயதாக இருக்கையில் அவனது மாண்டிஸோரி பள்ளியிலிருந்த நல்ல ஆசிரியை ஒருவர் ரிப்போர்ட் கார்டில் ஒரு குறிப்பு எழுதியிருந்தார் – "கற்பதில் ஆர்வமுள்ள துடிப்பான குழந்தை; ஆனால். அம்மா வேலைக்குப் போவதால் வீட்டிற்குப் போனால் பணிப்பெண் உடன் இருப்பதால் பாதுகாப்புணர்வின்றி இருக்கிறான்."

ஒரு அம்மாவாக நான் என்னுடைய தாய்மையின் முதல் தேர்வில் தோற்றுவிட்டதாகவே அந்தக் குறிப்பைப் பார்க்கையில் நினைத்தேன். அதன்பின் ஒவ்வொரு பெற்றோர் ஆசிரியர் சந்திப்பின்போதும் "மோசமான அம்மா" பற்றிய குறிப்பு இருக்கிறதா என அதீதப் பதற்றத்துடன் காத்திருப்பேன். யோசித்துப் பார்த்தால், நான்தான் பாதுகாப்புணர்வில்லாமல் ஆகிவிட்டதைப் போலிருந்தது. அதற்குப் பின் அவன் உயர்நிலைப் பள்ளி படிப்பைப் படிக்கும்போதெல்லாம் சீக்கிரம் வரும் ஒரு நாளிலிருந்து பள்ளியிலிருந்து வரும் அவனை நான் வீட்டிலிருந்து வரவேற்க வேண்டும் என நினைத்துக் கொள்வேன்.

அவன் படிப்பை முடித்து பணிக்காக வெளியூர் செல்வதற்குள் இதை செய்தால்தான் பிற்காலத்தில் நான் வருத்தப்படாமல் இருக்க முடியும் எனவும் நினைத்துக் கொள்வேன்.

இன்டெல் நிறுவனத்தின் புகழ்பெற்ற சி.இ.ஓ.வான ஆண்டி க்ரோவ் இப்படிச் சொல்கிறார்:- "நாம் குழந்தைகளுக்காக நேரம் ஒதுக்குவது மட்டுமே போதாது. குழந்தைகளின் வாழ்க்கையில் வரும் முக்கியமான கட்டங்களில் அவர்கள் விரும்பும்போது நாம் அவர்களுடன் இருக்க வேண்டும்."[3]

இதைச் செய்ய வேண்டுமென நான் மிகவும் விரும்பினேன். நான் பாஸ்டனில் பணியாற்றிக் கொண்டிருந்தபோது நள்ளிரவு 3 மணிக்கு எழுந்து அவனை அழைத்துப் பேசியிருக்கிறேன். ஏனென்றால் இந்திய நேரப்படி அப்போதுதான் அவன் பள்ளி முடிந்து சிட்டாகப் பறந்து பள்ளியின் வாசலைத் தாண்டி வருவான். அந்த நிமிடத்தில் அவனிடம் சொல்வதற்கு நிறைய விஷயங்கள் பொங்கிக்கொண்டிருக்கும். ஒரு வேளை ஒரு மணி நேரம் அல்லது 2 மணி நேரம் தாமதமாக நான் அழைத்தால் அவன் வீட்டில் ஒரு புத்தகத்திலோ, விளையாட்டுப் பொருளிலோ மூழ்கியிருப்பான். அப்போது அவனிடம் பேசினால் ஒன்றிரண்டு வார்த்தைகளில்தான் பதில் கிடைக்கும்.

"இன்னைக்கு ஸ்கூலில் என்னல்லாம் நடந்தது கண்ணா?"

"சொல்ற மாதிரி ஒண்ணுமில்ல அம்மா."

பழைய நினைவுகளிலிருந்து என்னை நானே மீட்டு நிகழ்காலத்திற்கு வந்தேன். சந்திப்பவர்களிடமெல்லாம் என்னுடனும், அஷோக் குடனும் பணிபுரிவதன் மகிழ்ச்சியைச் சொல்லும் என் வழிகாட்டியாகவும், நலம் விரும்பியாகவும் இருந்த டி.தாமஸ், உலகத்தரத்திலான பொருட்களைக் கடினமான வாடிக்கையாளர்களுக்குச் சிறப்பாக வடிவமைத்து ஏற்றுமதி செய்வதில் பதினைந்து ஆண்டுகால அனுபவம் மிக்க அஷோக், எல்லாவற்றுக்கும் மேலாக ஒரு குடும்பமாக ஆகிவிட்ட 340 கான்செர்வியன்கள் ஆகிய அனைவருக்கும் நான் நிறுவனத்திலிருந்து வெளியேறும் முடிவு எப்படி இருக்கும் என என்னால் யோசிக்க முடிந்தது.

கான்செர்வின் பகுதி உரிமையாளராகவும், தலைமை செயல் அதிகாரியாகவும் இருக்கும் இந்த உயர் பதவிக்கான எனது பயணம் நிறுவனத்தின் கடைசிப் படியிலிருந்து தொடங்கியது. தொடங்கும் போது என் வேலை எல்லோரும் பார்க்கும்படி இருந்தாலும்

சொல்லிக்கொள்ளும்படியான பொறுப்பாக இருக்கவில்லை. நிறுவனத்தின் உரிமைப் பங்குகள் எதுவும் என் பெயரிலும் இல்லை. கான்செர்வ் நிறுவனம் 1988இல் என் மாமனார் ஹெச்.வசந்த் ராவ் அவர்களால் எனர்கான் சிஸ்டம்ஸ் என்ற பெயரில் துவங்கப்பட்டது. அவர் புதிய கண்டுபிடிப்புகளில் திறமையுள்ள பொறியாளராகவும், தொலைநோக்குப் பார்வை கொண்ட தொழில்நுட்ப வல்லுனராகவும் இருந்தார். முதல் தலைமுறை தொழில் முனைவோராகிய என் மாமனாரின் அப்பா உயர்நிலைப் பள்ளி தலைமை ஆசிரியராக இருந்தவர்.

இந்திய அரசின் தபால் தந்தி துறையில் பணியாற்றிக்கொண்டிருந்த வசந்த் ராவ் தன் ஐம்பத்திரண்டாம் வயதில் விருப்ப ஓய்வு பெற்றுக் கொண்டு வேலையை விட்டார். அரசுப் பணி தரும் வசதியான சூழல், நல்ல சம்பளம், பிற சலுகைகள் ஆகிய அனைத்தையும் துறந்து தொழில் முயற்சியில் இறங்கினார். தன் மூத்த மகன் அஷோக், இளைய மகன் ஆனந்த் இருவரையும் கூட்டாளிகளாகச் சேர்த்துக்கொண்டு தான் பெற்ற ஓய்வூதியப் பலன்கள் அனைத்தையும் முதலீடாக ஆக்கி தொழிலைத் தொடங்கினார். வோல்டேஜை முறைப்படுத்தவும், பிற்காலத்தில் ஆற்றல் மேலாண்மைக்கும் பயன்படுத்தப்பட்ட டிஜிட்டல் எலக்ட்ரானிக் சாதனங்களை அத்துறையில் முதன்முதலாக பயன்படுத்தும் வகையில் வடிவமைத்து தயாரிக்கும் பணியில் அவர் நிறுவனம் இறங்கியது. இந்திய மக்கள்தொகைப் பெருக்கத்தையும், துரிதமான தொழில்மயமாக்கத்தால் ஏற்படப்போகும் மின்சாரத் தேவை அதிகரிப்பையும் அவர் பத்தாண்டுகளுக்கு முன்பே கணித்திருந்தார். அவர் எதிர்பார்த்தது போலவே மின்சாரப் பயன்பாட்டை துல்லியமாக அளவிடுவதற்கும், பயன்படுத்தப்படும் மின்சாரத்தின் தரத்தை கண்காணிக்கவும், மின் பயன்பாட்டைக் கட்டுப்படுத்தி செலவைக் குறைப்பதற்குமான டிஜிட்டல் கருவிகளுக்கானத் தேவை சந்தையில் பெரும் மாற்றத்தை நிகழ்த்தியது.

அஷோக் அமெரிக்காவில் ஆஸ்டின் நகரில் இருக்கும் யூனிவர்சிடி ஆஃப் டெக்ஸாசில் எலக்ட்ரிக்கல் அண்ட் கம்யூனிகேஷன் இஞ்சினியரிங்கில் எம்.எஸ். படித்திருந்தார். நான் கல்கத்தா (இப்போது கொல்கத்தா) இந்தியன் இன்ஸ்டிடியூட் ஆஃப் மேனேஜ்மெண்டில் எம். பி. ஏ. மார்க்கெட்டிங் அப்போதுதான் முடித்திருந்தேன். அஷோக் வடிவமைப்பு மேம்பாட்டுப் பணிகளில் தன் தந்தைக்கு உதவியாக ஈடுபட அமெரிக்காவிலிருந்து இந்தியா திரும்பினார். அந்த நேரத்தில் நான் ஒரு விளம்பர நிறுவனத்தில் வேலை செய்துகொண்டிருந்தேன்.

அக்குடும்பத்தில் நான் நுழைந்தபோது அக்குடும்ப நிறுவனத்தின் பணிகளில் நான் ஈடுபடுவதற்கான எந்த எதிர்பார்ப்பும் என்னிடம் இருக்கவில்லை. ஏனென்றால் அப்போது என் மாமனார் வசந்த் ராவ்-ன் நிறுவனம் வடிவமைப்பு, தயாரிப்பு ஆகியவற்றில் மட்டுமே கவனம் செலுத்தியது. சந்தைப்படுத்தல், விற்பனை, வணிகப் பெயர் உருவாக்கம் ஆகிய பிற அனைத்தையும் அவர் உறவினர்களின் நிறுவனம் செய்து வந்தது.

நிறுவனம் வளரவளர எங்களுக்குக் கடினமான உண்மை ஒன்று வெளிப்படையாகத் தெரிய ஆரம்பித்தது. அதாவது விரிவாக்க வசதி களுடன் கூடிய முறையான தொழிற்சாலை ஒன்றை நாங்கள் அதிக முதலீட்டில் தொடங்கியே ஆக வேண்டும். வங்கிக் கடன்களும் நிச்சயம் தேவைப்படும். வசதியான சூழல்களை விட்டு வெளியே வந்துதான் இவற்றைச் செய்தாக வேண்டும். 1989இல் நான் நிறுவனப் பணியில் உதவ தற்காலிகமாகத்தான் இணைந்தேன். திட்டங்களை ஒருங்கிணைப்பதும், கொள்முதலில் உதவுவதும் தான் என் பணி. திட்ட ஒருங்கிணைப்பில் அப்போது நாங்கள் பெங்களூர் புறநகரில் கட்டிக்கொண்டிருந்த தொழிற்சாலையின் கட்டுமானப் பணிகளே முக்கியமானதாக இருந்தன. ஒவ்வொரு முறையும் இறக்குமதிக்கு அனுமதிச் சான்று பெற வேண்டியதில் ஆரம்பித்து வேலைக்கு ஆள் எடுப்பது வரை ஒவ்வொன்றுக்கும் தேவைப்படும் கணக்கிலடங்காத லைசன்ஸ்களைப் பெறவும், பதிவுகளை மேற்கொள்ளவும் தொடர்ந்து பணி இருந்தது. வேலைகள் நடப்பதைக் கவனமாகக் கண்காணிக்க வசதியாக நானும், அஷோக்கும் புதிய தொழிற்சாலைக்கு அருகில் ஒரு வீடு எடுத்து குடிபுகுந்தோம். உறவினர்களால் நடத்தப்பட்ட மார்க்கெட்டிங் நிறுவனத்தின் வேலைகளையும் சேர்த்து செய்ய ஆரம்பித்தேன். அப்போதுதான் வணிக நிறுவனங்களை வாடிக்கை யாளராகக் கொள்ளும் பி டு பி சந்தையின் கடுமையான சூழலை முதன்முதலாகச் சந்தித்தேன். தமது தேவைகளை கறாரான முறையில் கேட்டுப் பெறும் நிறுவன வாடிக்கையாளர்கள் எனக்கு விரிவான அனுபவத்தைத் தந்தனர். இந்த வேலைகளில் ஈடுபட்டாலும் திட்ட மிடுதல், முடிவெடுத்தல் போன்ற முக்கியப் பணிகளில் என் வேலை எதுவும் இருக்கவில்லை.

தொடக்கக் கால ஆண்டுகளான 1989 முதல் 1992 வரை எல்லாமே சரியாகப் போய்க்கொண்டிருந்தது. தொழிலின் அளவு சிறிதாக இருந் தாலும் வளர்ச்சி தொடர்ந்து நிகழ்ந்தது. அதன்பின் அனைத்தும் கீழ் நோக்கி சரிய ஆரம்பித்தன. அதைத் தொடர்ந்து நடந்த சம்பவங்கள்

அனைத்துமே அசாதாரணமான மனிதர்களை ஒன்றாக இணைக்கும் விஷயங்களாக மாற ஆரம்பித்தன - சந்தையின் வணிக சிக்கல்களால் சற்றே சிரமப்படுத்தப்பட்ட, தொலைநோக்கு சிந்தனையுள்ள ஒரு ஆர்வமிக்க தொழில்முனைவாளர், உலகத்தரம் மிக்க பொருட்களைத் தயாரிக்க விரும்பும் வடிவமைப்பு பொறியியலாளரான அவரது மகன், சந்தையில் தயாரிப்பு நிறுவனமான எங்கள் நிறுவனத்தை வெளிப் படையாகக் காட்டாமல் நிதிப் பற்றாக்குறைக்கு ஆளாகும் விதத்தில் சற்றும் ஆதரவில்லாத முறையில் செயல்பட்ட மார்க்கெட்டிங் ஏஜென்ஸி, அனைத்துக்கும் மேலாக ஒரு பெரிய பன்னாட்டு நிறுவனத்தின் இந்தியத் தலைமைப் பொறுப்பை ஏற்றும், வெளி நாடுகளில் பணிபுரிந்தும் தன் 69 ஆவது வயதில் ஓய்வு பெற்று இந்தியாவின் முதல் வென்ச்சர் கேபிடலை (துணிகர முதலீடு) தனியார் துறையில் செய்தவருமான ஒரு பெரும் ஆளுமை - ஆகிய அனைவரையும் சம்பவங்கள் ஏதோ வகையில் ஒன்று சேர்த்தன.

1993இல் கோடைக் காலத்தில் இவர்கள் அனைவரின் பாதை களும் ஏதோ ஒரு புள்ளியில் சந்தித்துக்கொண்டன. மார்க்கெட்டிங் நிறுவனம் தன் ஏஜென்ஸி ஒப்பந்தத்தை முறித்துக்கொண்டு ஒரே நாளில் போட்டியாளராக மாறிவிட்டது. நாங்கள் தயாரிக்கும் அதே போன்ற பொருட்களை இறக்குமதி செய்து விற்க ஆரம்பித்துவிட்டது. வென்ச்சர் கேபிடலாக முதலீடு செய்ய வந்த நிறுவனம் எங்கள் குடும்பத்தின் நேர்மையாலும், நிறுவனத்தின் தயாரிப்பு வடிவமைப்புத் திறனாலும் ஆர்வம் அடைந்து முதலீட்டிற்கான சரியான மதிப்பிடலைத் தீவிரமாக செய்ய ஆரம்பித்தார்கள். இந்தப் புதிய முதலீட்டினால் வங்கிக் கடன்களுக்கும் பதில் சொல்லி, பணியாளர்களுக்கு சம்ப ளமும் தர முடியும் என்பதால் வசந்த் ராவ்க்கு சற்று நிம்மதிப் பெரு மூச்சு விட முடிந்தது. அந்த இருண்ட சூழலில் நம்பிக்கை வெளிச்சம் தெரிந்ததாக நானும், அஷோக்கும் உணர்ந்தோம். இருந்தாலும் அந்த இருளிலிருந்து முழுமையாக வெளியே வர இன்னும் பல சிக்கல்களைச் சந்திக்க வேண்டியிருந்தது.

தொழில் அப்போதும் நஷ்டத்தில் போய்க்கொண்டிருந்தது. ஆனாலும், மார்க்கெட்டிங் செய்யவும், விற்பனைப் பிரிவைப் பரவ லாக உருவாக்கவும், ஆராய்ச்சி மேம்பாடு, வணிக நற்பெயரில் கவனம் செலுத்தவும் என எங்களுக்குப் பெரும் முதலீடு தேவையாக இருந்தது. குடும்ப உறுப்பினர்கள் யாராலும் தேவைப்படும் புதிய முதலீட்டைத் திரட்ட முடியாத நிலையில் புதிய முதலீட்டுக்குத் தயாராக இருந்த வென்ச்சர் முதலீட்டு நிறுவனம் அதற்கான உரிமையைப்

பெற்றது. நிறுவனத்தில் 100% இருந்த எங்கள் குடும்ப உரிமை நான்கு ஆண்டுகளில் படிப்படியாகக் குறைந்து 26% ஆகிவிட்டது. பெரும்பங்கு உரிமை வென்ச்சர் முதலீட்டு நிறுவனத்திற்கு மாறியது. இந்தச் சூழலை சந்தித்து, அதைத் தாண்டி வருவது நிச்சயம் எளிதான காரியமாக இருக்கவில்லை. சொல்லப்போனால் அந்தச் சூழலில் ஆறு மாதங்களுக்கும் மேலாக நாங்கள் யாரும் நிறுவனத்திலிருந்து எங்கள் சம்பளத்தை எடுக்கவே இல்லை. ஆனால் வங்கிக் கடனுக்கான தவணைகள், பணியாளர்களுக்கான சம்பளம் ஆகியவற்றைச் சரி யாகவே செலுத்தினோம். இந்த நேரத்தில் ஒரு குடும்பமாக நாங்கள் சந்தித்த நெருக்கடிகள் எனக்கு முக்கியமான வாழ்க்கைப் பாடத்தைக் கற்றுக் கொடுத்தன. அது பற்றி பின்வரும் அத்தியாயங்களில் பேசு வேன்.

நாங்கள் தொழில் மீதான எங்கள் முழு உரிமையை விட்டுக் கொடுப்பதன் நெருக்கடியில் இருந்தபோது வென்ச்சர் முதலீட்டு நிறுவனத்தின் பங்குதாரர்களும் அவர்களுக்கே உரிய சிக்கலில் இருந்தார்கள். ஏனெனில் முதலீடு செய்த நான்கு வருடங்களில் எந்த வருமானமும் இல்லை என்பதும், எதிர்பாராத விதமாக நிறுவனப் பங்குகளில் பெரும்பகுதியை வாங்க நேர்ந்துவிட்டதும் அவர்களது முதலீட்டுக் கொள்கைகளுக்கு ஏற்புடையதாக இல்லை.

ஒரு நேர்காணல் (Meat Pie உடன்)

ஒவ்வொரு முறையும் இண்டஸ் வென்ச்சர் (வென்ச்சர் முதலீட்டு நிறுவனம்) நிறுவனத்துடன் சந்திப்பிற்கு சென்று வந்ததும் அஷோக் என்னிடம் டி.தாமஸ் என்னைப் பற்றி கேட்டதாகச் சொல்லுவார். டி.தாமஸ் ஒருமுறை என் மாமனாரிடம் கேட்டாராம்:– "எங்கே உங்கள் மருமகள்? ஐ.ஐ.எம்.மில் படித்திருப்பதால் நிச்சயம் அவர் புத்திசாலியாகத்தான் இருக்க வேண்டும். உங்கள் தொழிலில் அவர் என்ன செய்கிறார்?"

தொழிலின் நெருக்கடிகள் அதிகரித்து நிலைமை சிக்கலாகத் தொடங் கியதும் முதலீட்டாளர்களை உள்ளடக்கிய இயக்குநர் குழு கூட்டம் மிகக் கடினமான ஒன்றாக மாறியது. அப்படிப்பட்ட ஒரு நாளில் டி.தாமஸ் அஷோக்குக்கு ஒரு தகவல் அனுப்பினார்:– "அடுத்த இயக்குநர் குழு கூட்டத்தை உங்கள் வீட்டில் நடத்த ஏற்பாடு செய்யவும். நாம் மதிய உணவுடன் கூட்டத்தை முடித்துக் கொள்வோம்."

எனக்கு முதலில் எதுவும் புரிபடவே இல்லை. இயக்குநர் குழு கூட்டம் வீட்டிலா? வருபவர்களுக்கு என்ன தருவது? அவர்களிடம் என்ன பேசுவது? கடவுளே, வருபவர் வேறு இந்துஸ்தான் யூனிலிவர் நிறுவனத்திற்குத் தலைவராக இருந்தவர்.

வெகுவாக யோசித்து வருபவர்களுக்கு எங்கள் குடும்பத்தில் அனை வருக்கும் விருப்பமான மீட்பை என ஆங்கிலத்தில் சொல்லப்படும் கறி அப்பத்தையே செய்து தரலாம் என கடைசியாக ஒரு முடிவுக்கு வந்தேன். மிகுந்த கவனத்துடன் தயாரித்தேன். குழு கூட்டம் முடிந்து மதிய உணவுக்கான தட்டை கையில் வைத்து சாப்பிட்டபடியே என்னிடம் பேசிய டி.தாமஸ் எந்தத் தயக்கங்களும் இல்லாத நேர் காணல் ஒன்றை நடத்தினார் – நான் என்ன செய்ய விரும்பினேன்? குடும்ப ஏற்ற இறக்கங்களை எப்படி சமாளித்தேன்? என் உறவினர் களை எப்போதெல்லாம் சந்திப்பேன்? நிறுவனம் அடுத்ததாகச் செய்ய வேண்டியது குறித்து நான் என்ன நினைக்கிறேன்? – இப்படியாகக் கேள்விகளைக் கேட்டு என் பதிலை வாங்கும்போதே கறி அப்பத் தையும் மிகுந்த விருப்பத்துடன் சாப்பிட்டார்.

இயக்குநர் குழுவினரின் மதிய உணவு எவ்வித குழப்பமுமில்லா மல் நல்லவிதமாக முடிந்தது குறித்து எனக்கும் வியப்பும், மகிழ்ச்சி யும் ஏற்பட்டது. அதற்குப் பிறகு சில நாட்களில் இண்டஸ் வென்ச்சர் நிறுவனத்தில் கடிதத்தாளில் டி. தாமஸ் எனக்கும், அஷோக்குக்கும் கீழ்கண்டவாறு கடிதம் அனுப்பியிருந்தார்.

"அன்புள்ள ஹேமா மற்றும் அஷோக்.

இயக்குநர் குழும சந்திப்பை உங்கள் வீட்டில் சிறப்பாக நடத்திய விருந்தோம்பலுக்கு நன்றி. உங்கள் குடும்பத்தினரை நான் சைவ உணவுப் பழக்கமுடையவர்கள் என நினைத்திருந்தேன். ஆனால், எனக்கு கறி ஆப்பம் பரிமாறப்பட்டதும் ஆச்சரியம் கலந்த மகிழ்ச்சி அடைந்தேன். உங்கள் இருவரையும் மீண்டும் சந்திக்க ஆவலாக இருக்கிறேன்.

அன்புடன்,

டி.தாமஸ்

1994இல் என் மாமனார் வசந்த் ராவ் நிறுவனத்தின் மேலாண்மை இயக்குநர் பதவியிலிருந்து விலகி ஆலோசகராக மட்டும் தொடர முடிவெடுத்தார். ஆகவே அஷோக் மேலாண்மை இயக்குநராகவும்,

தலைமைச் செயல் அதிகாரியாகவும் ஆக்கப்பட்டார். இது அவரது விருப்பத்துக்குரிய பதவியாக இருக்கவில்லை. ஏனென்றால் தன்னுடைய தனிச்சிறப்பான தயாரிப்பு வடிவமைப்புப் பணியிலிருந்து இப்பதவி தன்னை விலக்கி வைக்கும் என அவர் நினைத்ததுதான். அந்த ஆண்டில்தான் என் முதல் குழந்தையைப் பெறுவதற்காக நான் வீட்டில் தங்கியிருந்தேன். ஒவ்வொரு நாள் காலையிலும் அலுவலகத்துக்குக் கிளம்பும் முன் அஷோக் சொல்லும் சிக்கல்களுக்கான தீர்வுகளையும், யோசனைகளையும் உருவாக்கி வைத்துக் கொண்டு அவர் அலுவலகத்திலிருந்து திரும்பி வருவதற்குக் காத்திருப்பேன். மாறாத நிலையில் ஒரு வருட காலம் இப்படியே போனது. ஆண்டு முடிவில் அஷோக் டிடியிடம் சென்று "என் மனைவியை சி.இ.ஓ. ஆக்கிவிடுங்கள். அவள் அதற்குப் பொருத்தமான ஆள். எனக்கு இந்தப் பதவியில் தொடர விருப்பமில்லை" என்றார். அதற்கு டி.தாமஸ் "நான் எப்போதுமே உங்கள் குடும்பத்தில் உங்கள் மனைவி தான் இப்பதவிக்குப் பொருத்தமானவர் என நினைப்பேன். ஆனால் உங்களை நீக்கி அப்பதவிக்கு அவரை நிறுத்துவதாகத் தோன்றி விடக்கூடாது என்பதால்தான் சொல்லவில்லை" என்றார்.

இங்கிருந்துதான் ஆச்சரியங்களும், திருப்பங்களும் கொண்ட சம்பவங்கள் எனக்கு ஆரம்பித்தன. முதன்முதலில் அம்மாவாகி இருக்கும் சூழல், தொழிலை மறுநிர்மாணம் செய்வதற்கான சிந்தனைகள், தொழிலில் முழு உரிமையையும், கட்டுப்பாட்டையும் இழந்ததால் வருத்தத்தின் பிடியில் இருந்த குடும்பம் என அனைத்தும் சேர்ந்து அழுத்திய கொந்தளிப்பான சில ஆண்டுகளின் ஆரம்ப காலம் அது. அஷோக்கும், டிடியும் அளித்த அன்பான ஆதரவால் என்னால் என்னுடைய குழந்தையுடன் சற்று நேரம் செலவழித்து ஒரு புதிய அம்மா வாக சற்று சமாளிக்க முடிந்தது.

நிறுவனத்தை அடியோடு மாற்றுதல்: 1997 முதல் 2002 வரை

தொழிலை அடியோடு மாற்றியமைப்பது என்பது தந்திரமான சவால். 1996இன் மத்தியில் நான் சி.இ.ஓ.வாக நியமிக்கப்பட்ட இயக்குநர் குழு கூட்டத்தில் டிடியிடம் கேட்டேன்:– "என்னிடமிருந்து என்ன எதிர்பார்க்கிறீர்கள்?"

கண்ணிமைக்கும் நேரத்திற்குள்ளாக டி.டி. சொன்னார்:– "இந்த நிறுவனத்தைத் தொழில்ரீதியிலானதாகவும், லாபகரமானதாகவும் மாற்றுங்கள்."

இந்த ஐந்து வார்த்தைகளே என் தாரக மந்திரமாக மாறிவிட்டன. நிறுவனம் நஷ்டத்திலும், அதன் நிகர மதிப்பு பூச்சியத்திற்கும் கீழாகவும், வருவாய் என சொல்லிக்கொள்ள எதுவுமில்லாமலும் இருந்தது.

ஒரு குடும்ப நிறுவனமாகத் தொடங்கப்பட்டு, குடும்ப நிறுவன மாகவே நிர்வகிக்கப்பட்டதால் அதற்குரிய முதலாளித்துவ கலாச்சாரத் திலேயே எங்கள் நிறுவனம் இருந்து வந்தது. அதை அடியோடு மாற்றி அமைப்பதே என் முதல் பணியாக இருந்தது. என்னுடைய தொடர்ச்சியான சில செயல்கள் மூலம் நூற்றுக்கும் மேற்பட்ட நிறுவனத் தொழிலாளர்களுக்குக் கீழ்க்கண்டவாறு செய்தி சென்று சேருமாறு செய்தேன்.

“நமக்கு இப்போது புதிய உரிமையாளர்கள் வந்திருக்கிறார்கள். நமது தொழிலில் எந்த வெளிச்சமும் தெரியாதபோதும் நம் தொழிலில் பணம் போடுகிறார்கள். நாம் சரியானதைச் செய்வோம் என நம்மீது நம்பிக்கை வைத்தே இந்த முதலீட்டைச் அவர்கள் செய்கிறார்கள். நாமும் அப்படியேதான் செயல்படப்போகிறோம். இனி நமது புதிய மந்திரச் சொல் உச்ச வேகத்தில் உயர்திறன் கொண்ட செயலாக்கம் என்பதே. நிறைய வாய்ப்புகளுள்ள சந்தையில் சிறப்பான தயாரிப்புப் பொருட்களுடன் நாம் இருக்கிறோம். நமது பெரும் வளர்ச்சிக்கு குறுக்கே நாம்தான் நிற்கிறோம். இந்தப் பயணத்தில் நீங்கள் ஒன்று என்னுடன் இருக்க வேண்டும் அல்லது வெளியேதான் இருக்க வேண்டும்.”

இரண்டாவது முக்கியப் பணி என்னுடைய தலைமைப் பண்பு செயல்படும் விதத்தையும், எனக்கான குரலையும் கண்டடைவது. முதல் முறையாகத் தலைமைப் பொறுப்பை ஏற்கும் நான் முடிவு களை எடுப்பதில் உறுதியாக இருந்தேன் (ஒரு தலைவர் முடிவுகள் எடுக்காமலிருப்பதால் என்ன நடக்கும் என்பதைப் பார்த்திருக்கிறேன் என்பதால்). இயக்குநர் குழு சந்திப்புகளில், டிரேட் ஷோ எனப்படும் வணிகக் கண்காட்சிகளில், தொழில் துறை கூட்டங்களில் நான் சந்தித்த முன்னணி தொழிலதிபர்களுடன் பேசி அவர்கள் சொல்வதைக் கேட்பதிலும், அதன் வழியே புதிய விஷயங்களைக் கற்றுக்கொள் வதிலும் அடக்க முடியாத ஆர்வத்துடன் இருந்தேன். இதற்காகவே நான் “இங்க் ப்ளாட்டர்” (மை உறிஞ்சு காகிதம் போல கிடைக்கும் அத்தனையையும் கிரகித்துக்கொள்ள முயன்றதால்) என நகைச்சுவை யாக அழைக்கப்பட்டதாகப் பின்னாளில் தெரிந்துகொண்டேன்.

யூனிலீவர் நிறுவனத்தில் தலைமை மனித வள மேம்பாட்டு அதிகாரியாக இருந்த ஆர்.ஆர்.நாயர்[4] எங்கள் நிறுவனத்திற்கு மனித வள மேம்பாட்டு ஆலோசகராகவும், எனக்குத் தலைமைப் பண்பு தனிப்பயிற்சியாளராகவும் இருந்தார். பின்னாளில் ஒருமுறை அவர் என்னைக் குறித்து சொல்லும்போது "தனக்குத்தானே உருவாக்கி விதித்துக் கொண்ட சிறப்பான செயல்திறனுக்கான அளவீடுகளை அடைவதில் துடிப்பு மிக்க ஆர்வத்தை வெளிப்படுத்துபவர்" என்று சொன்னார். அது ஒரே நேரத்தில் பாராட்டாகவும், அதே நேரம் கடைப்பிடித்தே ஆகவேண்டிய பொறுப்பாகவும் இருந்தது. அது என் வேகத்திற்குப் பிறரும் இணைந்து ஓட வேண்டிய அழுத்தத்தை அவர்களுக்கு அளித்ததால் பொறுப்பாக இருந்தது. மேலும் இந்த வழக்கத்தால் நான் கடினமான ஆளாகவும், அதிகம் வேலை வாங்கும் ஆளாகவும் பிறருக்குத் தெரிந்தேன். அதாவது என்னை விமர்சிப்பதில் அதிகமாகவும், பாராட்டுவதில் குறைவாகவும் இருக்கும்படி ஆகி விட்டது. ஒருவரைப் பொறுப்பாக்கி கேள்விகள் கேட்பதில் அதிகம் ஈடுபடாத ஆளாகத்தான் நான் இருந்தாலும் அவர்களிடம் சற்று தாராளமாக நடந்துகொள்ளவும், அவர்களுக்கு ஒரு வாய்ப்பளித்துப் பார்க்கவும் நான் கற்றுக்கொள்ள சிறிது காலம் ஆகியது.

எந்த அனுபவமும் இல்லாமல் நான் நேரடியாகத் தொழிலில் இறங்கியதால் தொழில் குறித்த ஒரு முழுமையான விரிந்த பார்வையைப் பெறுவதற்கான உறுதியான தேவை எனக்கு இருந்தது. ஒரு தழல் போன்ற லட்சியத்தை அடையவும் அது அவசியமாக இருந்ததால் அப்படி ஒரு வேடமணிவதில் எனக்கு எந்தத் தயக்கமும் இல்லை. நான் வெகுகாலமாக என்னை நிரூபிக்கக் காத்திருக்க வேண்டியிருந்ததால் எனக்கு நான் என்ன செய்ய வேண்டுமெனத் தெரிந்திருந்தது. ஆனாலும், அந்த ஆளுமையை நான் வெளிப்படையான தன்னம்பிக்கையாகக் காட்டிக்கொண்டாலும் உள்ளூர நான் சற்றுக் கவலையாகவும், குழப்பமாகவும் இருந்தேன். சவால்களைத் தாண்ட வேண்டிய பணியும், திருமணமாகி 11 வருடங்களுக்குப் பிறகு பிறந்த முதல் குழந்தையான ராகவ் உடன் நிறைய நேரம் ஒதுக்க முடியாத குற்ற உணர்வும் என்னைக் கவலைக்குள்ளாக்கின. எங்கள் தொழிலில் முதன்முறையாக இப்பணியில் ஒரு பெண்ணாக நுழைந்ததால் விநியோகஸ்தர்களிடமும், வாடிக்கையாளர்களிடமும் மரியாதையைப் பெறுவதும் சவாலாகவே இருந்தது.

இந்த அனைத்தும் சேர்ந்து கொடுத்த அழுத்தங்கள் என்னை பொறுமையில்லாத ஆளாக மாற்றின. சகபணியாளர்கள் மத்தியில்

எதற்கெடுத்தாலும் கோபப்படும் ஆளாகவும், அதிகமாக வேலை சொல்லும் ஆளாகவும் ஆகிவிட்டேன். இதில் சற்று ஆறுதல் அடைய முடிந்த விஷயம் இயக்குநர் குழுவில் ஒருவர் என் நடவடிக்கை குறித்து இப்படிச் சொன்னார்:– "மருத்துவமனைகளில் நோயாளிக்கு சொல்வது போல அத்தனையையும் நேரே உடைத்துப் பேசிவிடு கிறார், விளைவைப் பற்றி கவலைப்படாமல்." ஆனால், இதைச் சொன்னது மக்கள் எந்தெந்த இடங்களிலெல்லாம் என் உடன் நின்றார்கள் என்பதைப் புரிந்துகொள்ளத்தான் என்பது போல இருந்தது.

மூன்றாவது முக்கியப் பணி மூத்த நிர்வாகக் குழுவை அமைத்து அதனுடன் இணைந்து நிறுவனத்தின் தொலைநோக்குப் பார்வை, செயல் யுக்திகளை வடிவமைப்பது.

தொடக்கத்தில் என்னுடன் இருந்த மூத்த நிர்வாகக் குழுவில் ஒருவர்தான் இருந்தார். நான் பெரிதும் சார்ந்திருந்த அஷோக்தான் அந்த ஒருவர். ஆர். ஆர். நாயரும், டி. தாமஸும் எப்போதும் நம்பிக்கைக் குரிய ஆலோசகர்களாக எங்களுடன் இருக்கையில், அவர்களது இணைந்த நுண்ணறிவும், அனுபவமும் எங்களுக்குக் கிடைக்கையில் அதைவிட அதிகமாக எதை நான் எதிர்பார்க்க முடியும்? ஆனால், இதற்கு மாறாக, சில நாட்களில் இவ்வளவு அதிகமாக இல்லாமல் குறைவாகவே போதும் என்ற சூழலைச் சந்திக்கவேண்டியிருந்தது. இவர்களிடமிருந்து கிடைக்கும் சிறப்பான அறிவுரைகளை வாங்கி செயல்படுத்தும் அணியை உருவாக்கி நடத்தும் மேலாளர்களும், நிர்வாகிகளும் எனக்கு உடனடியான தேவையாக இருந்தார்கள். இப்படி யாக கான்செர்விற்குத் தேவைப்படும் அணியினரைத் தயாரித்து அமைத்து, மாற்றி அமைத்து செயல்பட்ட அனுபவத்திலிருந்து இரண்டு விஷயங்களைக் கற்றுக்கொண்டேன். முதலாவது ஆட்களை நிர்வகிப்பதும், தலைமை வகிப்பதும். இரண்டாவது என்னைக் குறித்து நானே கண்டடைந்த விஷயம். சகமனிதர்கள் மீதான என் வாஞ்சையும், வெவ்வேறு விதமான, வெவ்வேறு வயதுள்ள ஆட்களிடமும் என்னால் உணர்வுபூர்வமாகக் கலந்து பழக முடியும் என்பதையும்தான். சொல்லப் போனால் என் புத்துணர்வை சகமனிதர்களிடமிருந்துதான் நான் பெற்றுக்கொள்கிறேன்.

மார்க்கெட்டிங், தரக்கட்டுப்பாடு, மனித வளம், விற்பனை என அனைத்து துறைகளின் அதிகாரிகளும் நியமிக்கப்பட்டு நிறுவனத்தின் மூத்த நிர்வாகக் குழு அமைக்கப்பட்டது. அதன்பின் விடியா நிறு வனத்தின் மேலாண் இயக்குநராக இருந்தவரும், இந்திய மெஷின் டூல் தொழிலில் பெருமதிப்புக்குரிய தலைவர்களில் ஒருவராக

விளங்கியவருமான (காலஞ்சென்ற) திரு.ஹெச்.ஆர். குப்தாவை அழைத்து எங்கள் நிறுவனத்தின் தொலைநோக்குப் பார்வை, செயல் குறிக்கோள், விழுமியங்கள் ஆகியவற்றை வடிவமைக்க எங்களுக்கு உதவும்படிக் கேட்டு அவர் சேவையைப் பயன்படுத்திக்கொண்டோம் (இணைப்பு 1). எங்கள் தொலைநோக்குப் பார்வை - ஆற்றல் மேலாண்மையில் இந்தியாவின் பெரிய நிறுவனமாக ஆவது. எங் களது செயல்குறிக்கோளும், விழுமியங்களும் அந்த பார்வையி லிருந்தே உருவாயிற்று.

அதன் பிறகுதான் ஆகக் கடினமான வேலை ஆரம்பித்தது. அது அடுத்த மூன்று ஆண்டுகளுக்கான செயல் யுக்திகளை வடிவமைப்பது. அதனை செய்து முடித்து இயக்குநர்குழு கூட்டத்தில் முன்வைக்கும் போது என் நெஞ்சத்திலிருந்து தொண்டை வரை பதற்றத்தால் நிரம்பி யிருந்தேன். கடுமையான விமர்சனங்களையும், திருத்தங்களையும் எதிர்பார்த்திருந்தேன். ஆனால், ஒரே ஒரு இயக்குநர் குழு உறுப்பினர் மட்டும் முக்கியமில்லாத ஆட்சேபணையையும், சிறு சந்தேகத்தையும் எழுப்பினார். ஆனால் டி. தாமஸ் உறுதியாகச் சொன்னார்:- “நான் இதுவரை பார்த்த செயல்யுக்திகளில் இதுதான் சிறந்தது. இது வெற்றி பெறுமென நான் நம்புகிறேன்.”

எவ்வளவு இனிய ஆசுவாசம்!

நான்காவது முக்கியப் பணி இதனைத் திறமையாகச் செயலாக்கு வதில் கவனம் குவிப்பது. பணிகளைத் தொடர்ந்து மறுமதிப்பீடு செய்து அமைப்பையும், செயல்முறைகளையும் நிறுவுவது, நிறுவனத்தின் கட்டமைப்பை வடிவமைப்பது, சரியான உற்பத்தி மற்றும் விநியோக அமைப்பை உருவாக்குவது, வாணிக நற்பெயரை உருவாக்குவது, விற்பனை மற்றும் விநியோகஸ்த தொடர்புகளை உருவாக்குவது ஆகிய பணிகளைச் செய்ய வேண்டியிருந்தது. இவை அனைத்தையும் ஒரே நேரத்தில் உருவாக்க முயற்சித்ததால் ஒவ்வொரு நாளும் வேலை இருந்துகொண்டே இருந்தது. அனைத்து கடின உழைப்புகளும் அதற்கான பலனைத் தர ஆரம்பித்தன. 1998ஆம் ஆண்டில் நாங்கள் லாபமீட்டி பங்குதாரர்களுக்கு லாபப்பங்கு அளிக்கும் நிறுவனமாக ஆனோம். தொழிலிலும் எங்கள் பெயர் அறியப்பட்ட ஒன்றாக மாறியதுடன் விரைவாக நாங்கள் சந்தையில் 35 சதவீதத்தைப் பிடித் திருந்தோம். 2001ஆம் ஆண்டில் கான்செர்வ் நிறுவனம் 172 பணி யாளர்களுடனும், 300,000 டாலர் ஆண்டு லாபத்திலும் இயங்கியது.

தொழில் நோக்கிலும், வணிக நோக்கிலும் மின்சாரத்தைப் பயன் படுத்துவோருக்கு அதனைத் துல்லியமாக அளக்கும் டிஜிட்டல் மீட்டர்களை விற்பதே எங்கள் நிறுவனத்தின் முக்கியத் தொழில். எங்கள் தயாரிப்பின் உற்பத்திச் செலவைக் குறைக்கும் வாய்ப்பாகப் பார்ப்பதைவிட ஒரு கூடுதல் துணைக்கருவி போலவோ இன்னும் ஒரு பொருள் போலவோதான் சந்தையிலிருப்போர் பார்த்தனர். அதனால் விலையைப் பொறுத்தவரை கடும் சவால்கள் இருந்தன. விற்பனை முறையோ தயாரிப்பின் அம்சங்களையும், விலையையும் மட்டுமே குறிப்பிட்டுப் பேசுவதாக இருந்தது. தொழில்துறையைப் பொறுத்தவரை தொழில்நுட்ப அடிப்படையில் (அனலாக் மற்றும் டிஜிட்டல்), தயாரிப்பாளர் அடிப்படையில் (முறைசார் மற்றும் முறை சாரா, இந்திய தயாரிப்பு மற்றும் இறக்குமதி செய்யப்பட்டவை, நேரடி தயாரிப்பாளர்கள் மற்றும் வணிகர்கள்) என பிரிந்திருந்தது. மற்றுமொரு முக்கிய அம்சம் என்னவென்றால் விற்பனை பெரும் பாலும் இடைத்தரகர்கள் மூலமாகவே நடைபெற்றதால் உண்மை யான தயாரிப்பாளர் குறித்து வாடிக்கையாளருக்கு எந்த விவரமும் கிடைக்கவில்லை.

இந்தச் சூழலை மாற்றியமைக்கும் உரையாடலை முன்னின்று கான்செர்வ் ஆரம்பித்தது: தயாரிப்புத் தரம், அளவீட்டில் துல்லியம் மற்றும் செயல்திறன் ஆகியவற்றை வாடிக்கையாளருக்கு வலியுறுத்திச் சொன்னோம், பின்னாட்களில் மின்கட்டணம் உயரும்போதும் திறமை யாக மின்சாரம் பயன்படுத்தப்படும் நுட்பத்தையும் பேசினோம்.

அத்தியாயம் 2

எனது இளமைப் பருவ நாட்கள்

இந்தியச் சிந்தனையில் மாற்றங்கள் உருவான ஆண்டான 1963இல் நான் நியூ டெல்லி நகரில் பிறந்தேன். அப்போதுதான் இந்திய-சீனப் போர் முடிவடைந்திருந்தது. நாட்டு மக்களின் மனநிலையிலும், நாட்டின் தலைமையிலும் பெரும் சோர்வு சூழ்ந்திருந்தது. இந்திய விடுதலையின் உத்வேகமும், லட்சிய நோக்கும் மாறி சுய விமர்சனமும், நிச்சயமற்ற தன்மையும் உருவாக ஆரம்பித்தது. பெரும்பாலானோர் நேருவியக் கனவுகளில் நம்பிக்கையுடன் இருந்தாலும் சிலருக்கு போதாமையும், துரோகமிழைக்கப்பட்ட உணர்வும் இருந்தது.

எங்கள் வீட்டின் சூழ்நிலை வித்தியாசமாக இருந்தது. பெனகல் என்ற குடும்பப்பெயர் கொண்ட எங்கள் குடும்பத்தின் நான்காவது பெண்குழந்தையாகப் பிறந்த இளம் பெனகலை எங்கள் குடும்பம் வரவேற்றுக்கொண்டிருந்தது. என்னை என் அப்பா ஒரு குறுஞ்சிரிப்புடன், “என்னுடைய பாக்கெட் புக் எடிஷன்” என்றுதான் பிறருக்கு அறிமுகம் செய்வார். 60களிலும், 70களிலும் பெரும்பாலான குடும்பங்கள் பெண்குழந்தைகளை விட ஆண்குழந்தைகளையே அதிகமும் விரும்பின. அதை வெளிப்படையாகச் சொல்வதிலும் அவர்களுக்குத் தயக்கம் இருந்ததில்லை. தனது மூன்றாவது பேரக்குழந்தையும் பெண் குழந்தை எனக் கேள்விப்பட்டதும் ஏதோ மரணம்தான் நடந்துவிட்டது என்பதுபோல என் பக்கத்துவீட்டுப் பெண்மணி மார்பில் அடித்துக் கொண்டு அழுது புரண்ட காட்சி இன்னும் என் நினைவில் இருக்கிறது. எங்கள் வீட்டைப்போல நான்கு பெண்குழந்தைகள் இருக்கும் வீடுகளில் பெண்குழந்தைகளை வளர்த்து படிக்க வைப்பதும், திருமணம் செய்து வைப்பதும் பெரும்பொறுப்பாகப் பார்க்கப்பட்ட அந்த நாட்களில் (இந்த நாட்களிலும் இந்தியாவின் சில பகுதிகளில் இந்த எண்ணம் தொடரத்தான் செய்கிறது) எங்கள் குடும்பம் அப்படி நினைக்கவே இல்லை. அதற்காக வருத்தப்பட்டதும் இல்லை. பின்னாட்களில் என் அம்மாவிடம் உங்களுக்கு மகன்கள் இல்லையே என வருத்தப்பட்டதுண்டா எனக் கேட்டபோது அவர் “என் நான்கு பெண்களுமே தைரியமுள்ளவர்களாகவும், புத்திசாலிகளாகவும் இருக்கிறார்கள்.

எனக்கு மகன் இல்லையே என ஒருபோதும் வருத்தப்பட்டதில்லை. மகன் இருந்து பார்த்துக்கொள்வதை விட மேலாகவே என் மகள்கள் என்னைப் பார்த்துக்கொள்கிறார்கள்" என்றார்.

என் அம்மாவின் பெயர் பெனகல் மாயா ராவ். அவரது குழந்தைப் பருவம் அகமதாபாத்தில் கழிந்தது. வரலாற்றுப் புகழ் மிக்க தாண்டி யாத்திரை 1930இல் நடக்கும்போது அம்மாவிற்கு 4 வயது. அந்த வயதில் அப்போராட்டத்தில் கலந்துகொள்ள முடியாவிட்டாலும் அதைக் குறித்து அம்மா அப்போது கேட்ட செய்திகளும், தகவல்களும் அவர் மனதில் அழுத்தமாகப் பதிந்துவிட்டன. 1937இல் அம்மாவிற்கு 11 வயதாக இருக்கும்போதிலிருந்து அஹமதாபாத் காங்கிரஸ் ஹவுஸில் நடக்கும் காந்திஜியின் பொதுக்கூட்டங்களில் கலந்துகொண்டு அவர் பேச்சைக் கேட்க ஆரம்பித்தார். சபர்மதி நதிக்கரையின் மணல் வெளியில் பலருடன் அமர்ந்து ராட்டையில் நூல் நூற்றபடியே பஜனைப் பாடல்களைப் பாடுவதும், காந்திஜியின் உரைகளைக் கேட்பதும் அம்மாவின் வழக்கமாகிப் போனது. அதிகாலை 5 மணிக்குத் தொடங்கும் பிரபாத் ஃபெரிஸ் எனப்படும் அதிகாலை பஜனை உலாவில் காந்தி அல்லது அவரது தொண்டர்களுடன் இணைந்து பஜனைப் பாடல்களைப் பாடிக்கொண்டோ, நாமாவளிகளை உச்சரித்துக்கொண்டோ பத்ரா பகுதியைச் சுற்றி வருவது அம்மாவின் தினசரி பணிகளில் ஒன்று.

அம்மாவின் வளர்ப்பில் நாங்கள் நால்வரும் அம்மாவின் இத்தகைய அனுபவங்களை அடிக்கடி கேட்டபடியேதான் வளர்ந்தோம். அம்மாவின் குழந்தைப் பருவம் அவ்வளவு இனிமையானதாக இல்லை. அம்மாவின் பதின்ம வயதுகளின் மத்தியிலேயே அவரது பெற்றோர் இருவரும் இறந்துவிட்டார்கள். அதனாலேயே அம்மா தன்னம்பிக்கையும், சமாளிப்புத் திறனும் மிக்கவராக வளர்ந்தார். அம்மாவின் நுண்ணுணர்வும், நம்பிக்கைகளும் எங்கள் நால்வருக் குள்ளும் தன்னியல்பாகவே படிந்திருந்தன. இப்போது 2019இல், தன் 93ஆவது வயதிலும் என் அம்மா காந்திய நெறிமுறைகளை விட்டுக் கொடுக்காமல் கடைப்பிடித்தே வாழ்ந்து வருகிறார்.

என் அப்பா பெனகல் இந்துகாந்த் ராவ் தாராள மனமும், கண்ணி யமும் கொண்ட நல்லியல்பான ஆத்மா. அபாரமான நகைச்சுவை உணர்வு கொண்டவர். குடும்ப நிகழ்ச்சிகளிலெல்லாம் அவர் மனிதர் களின் விசித்திரமான செயல்பாடுகளை வைத்து அவர்களைக் குறித்து ஒற்றை வரியில் சொல்லும் கமெண்டுகள் உறவினர்கள் மத்தியில் வெடிச்சிரிப்பை உண்டாக்கும். அவர் காலமாகி முப்பத்தி எட்டு

ஆண்டுகள் கடந்த பின்னரும் இன்று நடக்கும் குடும்ப நிகழ்வுகளில் கூட அவரது நகைச்சுவைகள் பேசப்பட்டு பெரும் சிரிப்புகள் உறவினர் மத்தியில் எழும். அப்பா ஆயுதப் படையின் சிவில் சர்வீஸஸ் பிரிவில் பணியாற்றி வந்தார். இப்பிரிவு ஆயுதப்படைப் பிரிவுகளின் தலைமை அலுவலகங்களில் தொழில்நுட்பம், தாக்குதல் அல்லாத பிற பணிகளில் ஒருங்கிணைப்பு செய்வதற்காக 1968இல் உருவாக்கப்பட்ட சேவைப் பிரிவாகும். ஒவ்வொரு நாளும் தன் அலுவலகம் செல்ல அப்பா பேருந்து நிலையத்திற்கு மிகச் சரியான நேரத்திற்குக் கிளம்பிச் செல்வது இன்னும் என் நினைவில் இருக்கிறது. ஒவ்வொரு திங்கட்கிழமை மாலையும் அலுவலகம் முடிந்ததும் அலுவலகத்திற்கு அருகே ஒரு செங்குத்தான மலையின் உச்சியில் இருக்கும் கோயிலுக்கும் நடந்தே சென்று வருவது அவருக்கு மாறாத வழக்கம். அதைப் போலவே தினமும் இரவு 9 மணி செய்தியை வானொலியில் கேட்கும் வழக்கமும் அவருக்கு மாறவேயில்லை.

அவருடைய இறுதிக்காலத்தில் ஆன்மிக நாட்டமிக்க ஒரு வாழ்க்கையை வாழ்வதில் ஆர்வம் கொண்டிருந்தார். அவருடைய ஹோமியோபதி மருத்துவ அறிவும் நண்பர்கள், உறவினர்கள், அண்டை வீட்டார் மத்தியில் பிரபலமாக இருந்தது. அதனால் அவர்களில் பலரும் அடிக்கடி அவரை வந்து பார்த்து தங்களுக்கு இருக்கும் அல்லது இல்லாத உடல் உபாதைகளைச் சொல்லி அவரிடம் ஆலோசனை கேட்பார்கள். நடுத்தரமான ஒரு வருமானத்தை மட்டுமே கொண்டிருந்தாலும் என் பெற்றோர் எங்களை மிகச் சிறப்பான பள்ளியில் படிக்க வைத்தனர். உயர்பதவியினர் வசிக்கும் பகுதியான மல்ச்சா மார்க்கில் இருந்த எங்கள் பள்ளியின் பெயர் கார்மெல் கான்வெண்ட். என் அம்மா சொல்வதுண்டு:- “பள்ளிப் பேருந்து கட்டணம் நாம் குடும்பத்தின் பட்ஜெட்டில் இடிக்கத்தான் செய்கிறது. ஆனால், பெண்களின் பாதுகாப்புதான் முக்கியம். வேறு வழியில் இதை சமாளித்துதான் ஆக வேண்டும்.”

எங்கள் பள்ளியைச் சுற்றிலும் பெரிய பங்களாக்களும், பசுமையான தோட்டங்கள் நிறைந்த அயல்நாட்டு தூதரக அலுவலகங்களும் நிறைந்திருக்கும். எங்கள் பள்ளியின் சேர்ந்திசைக் குழுவில் “சோப்ரானோ” எனும் உச்சக் குரலில் பாடும் குழுவில் நான் இருந்தேன். குளிர் மிக்க டிசம்பர் மாதங்களின் மாலைகளில் இங்கிருக்கும் சில அழகான வீடுகளுக்குச் சென்று கிறிஸ்துமஸ் கீதங்கள் பாடுவோம். அதற்குப் பரிசாகக் கிடைக்கும் ப்ளம் கேக், பழரசங்களின் சுவை இன்னும் நினைவில் சுவையாக இருக்கிறது.

அன்றைய டெல்லி நிச்சயமாக இன்று இருப்பதைவிட கண்ணிய மாக, பசுமையாக, குறிப்பிட்டு சொன்னால் பாதுகாப்பானதாகவே இருந்தது. காற்றுகூட சுத்தமாகவும், புத்துணர்ச்சியுடனும் இருந்தது. பகலில் சூரியனையும், இரவில் நட்சத்திரங்களையும் பார்க்க முடிந்தது. 60களின் இறுதிகளிலிருந்து 70களின் மத்தி வரையான டில்லி, வீட்டில் சமைக்கப்படும் சுவையான உணவுகளின் நறுமணங்களும், அக்கம் பக்கத்து வீட்டார் ஒருவருக்கொருவர் நட்புடன் இருந்த ஆரோக்கிய மான சூழலும் கொண்டதாக என் நினைவில் நீடிக்கிறது. எங்கள் வீட்டைச் சுற்றி உயரமான மதில்சுவர்களோ, வேலிகளோ கிடையாது. எங்கள் குடியிருப்பின் கீழேயே அமைந்திருந்த மைதானத்தில் இன்றைய வீடியோ கேம் தலைமுறை மறந்துவிட்ட பழைய விளையாட்டுகளான கோலிக்குண்டு, பித்தூ அல்லது லகோரி எனப் படும் ஏழு கல் ஆட்டம், கோக்கோ போன்ற விளையாட்டுகளை விளையாடுவோம்.

எங்கள் தினசரி வழக்கங்கள் மாறாமலும் வாழ்க்கை எவ்விதமான அழுத்தங்களும் இல்லாமல் எளிதாக இருந்தது. கடைகளுக்குப் போவது, சமைப்பது, வீட்டைக் கவனிப்பது, பிறருக்குத் தன்னுடைய சிறப்பான சமையலை கற்றுக் கொடுப்பது, குளிர்காலத்தில் குடும்பத் தாருக்கும், நண்பர்களுக்கும் கம்பளி ஆடைகள் பின்னித்தருவது, அந்தந்தப் பருவத்தில் கிடைக்கும் பழங்களை வைத்து ஜாம் செய்வது, வேனிற் காலத்தில் நேரு பார்க், பசுமை படர்ந்த புத்த ஜெயந்தி இடங்களுக்கு பிக்னிக் செல்வதற்கு உதவுவது என இவை எல்லா வற்றுக்கும் எப்படியோ அம்மாவுக்கு நேரம் இருந்தது. வீட்டில் எங்களுக்கு சிக்கனமும், படிப்பில் அக்கறையும் எப்போதும் வலி யுறுத்தப்பட்டது. மதியம் இரண்டு மணியளவில் பள்ளி முடித்து நாங்கள் வீட்டில் இருப்போம், குளித்து சாப்பிட்டு வீட்டுப்பாடங்கள் முடித்ததும் பாட்டு அல்லது நடன வகுப்புகள் தொடரும். அதன் பின் விளையாட்டுதான். இவை அனைத்துமே வெள்ளரிக்காய் விற்பவர்கள், கோடையில் ஐஸ் போட்ட கரும்பு விற்பவர்கள், குளிர்காலத்தில் சூடான வறுத்த கடலை விற்பவர்கள் ஆகியோரது குரல்களால் நிரம்பிய நினைவுகளாக இருக்கின்றன,

கோடை நாட்களில் மொட்டை மாடியில் இரவு நேரத்தில் குளிர்ந்த நீரைத் தெளிப்பது ஒரு சடங்கு போல நடக்கும். நன்றாக நீரைத் தெளித்து கயிற்றுக் கட்டிலைப் போட்டு அதன்மேல் பருத்தி மெத்தைகளை விரித்தோ, பாயை மொட்டைமாடித் தரையில் விரித்தோ குடும்பத்தினர் அனைவரும் அமர்ந்து கொள்வோம். அவரவர் அன்று

செய்த 'சாகசங்களை' பேசித் தீர்ப்போம். பேசிப்பேசி தூக்கம் வந்து கண்களை மூடும்வரை தொடர்வோம். வெட்டவெளியில் மொட்டை மாடியில் படுப்பது ஆபத்தானது என அன்று யாரும் நினைக்கவே யில்லை. சிசிடிவி கேமராக்களோ, அலாரமோ அன்று இல்லை. ஒரே ஒரு செக்யூரிட்டி ஆள் மட்டும் அவர் ரோந்து போவதை நிரூபிக்க நாங்கள் இருந்த வீட்டின் நடைபாதையில் கம்பால் தட்டிவிட்டுப் போவார்.

1976இல் எங்கள் அப்பா பணிஓய்வு பெற்றதும் இந்த வாழ்க்கை சட்டென மாறிவிட்டது. எனக்கு அப்போது 13 வயது. என் இரு மூத்த சகோதரிகள் வேறு நகரங்களில் இருந்தார்கள். சகோதரிகளில் நாங்கள் இருவர் மட்டுமே படிக்கவும், "செட்டில்" ஆகவும் (கல்யாணம் செய்து கொள்ள என புரிந்துகொள்ளவும்) மீதம் இருந்தோம். ஆகவே, டெல்லியைவிட செலவு குறைந்த ஆனால், நல்ல பள்ளி, கல்லூரிகள் இருக்கும் நகருக்குக் குடிபெயர முடிவு செய்யப்பட்டது. என் பெற்றோர் ஆலோசித்து தென்னிந்தியாவின் கர்நாடக மாநிலத்தில் பல்கலைக்கழகம் இருக்கும் நகரான தார்வார்ட் -ஐ தேர்ந்தெடுத்தனர். பண்பான மக்கள், இதமான காலநிலை, அங்கிருக்கும் கல்லூரிகள், இந்துஸ்தானி சங்கீதம் ஆகியவற்றுக்காகப் புகழ்பெற்ற நகரம் தார்வார்ட். ஹூப்ளி - தார்வார்ட் எனும் இரட்டை நகரங்களிலிருந்து வந்த பல சங்கீத நிபுணர்கள் தேசிய அளவிலும், உலக அளவிலும் பெரும்புகழ் பெற்றவர்கள்.

இவ்வளவு இருந்தாலும் நாங்கள் டெல்லியிலிருந்து தார்வார்டுக்கு வந்ததும் எங்களுக்குச் சற்று கலாச்சார அதிர்ச்சி ஏற்பட்டது என்றுதான் சொல்ல வேண்டும். விஸ்தீரணத்தில், பேசப்படும் மொழிகளில், வளர்ச்சிப் பணிகளில், பரபரப்பில் தார்வார்ட் நகரம் டெல்லியின் நிழலிடம்கூட நெருங்க முடியாது. நானும் என் அக்காவும் தார் வார்ட் ஏன் "ஓய்வூதியர்களின் சொர்க்கம்" என செல்லப்பெயரால் அழைக்கப்படுகிறது என்பதை முழுவதுமாக உணர்ந்தோம்.

இவற்றோடு எங்கள் சட்டென மாறிவிட்ட எங்கள் குடும்ப பொருளாதாரச் சூழலும் சேர்ந்துகொண்டது. நாங்கள் நால்வரும் இப்போது அப்பாவின் ஓய்வூதிய வருமானத்தில் மட்டுமே குடும்பம் நடத்த வேண்டியிருந்தது. வேறெந்தக் கூடுதல் வருமானத்திற்கும் வழியில்லை என்பதால் செலவுகளைச் சுருக்கி குடும்ப வரவு செலவுகள் மிகவும் இறுக்கமாக மாறின. குடும்பத்தின் செலவுகளை என்னளவில் குறைத்துக்கொள்வதற்காக நான் பள்ளிகளுக்கிடையே நடக்கும் பேச்சுப் போட்டி, கட்டுரைப் போட்டி ஆகியவற்றில் பங்கு

பெற்று அதில் கிடைக்கும் பரிசுப்பணத்தை படிப்புச் செலவுகளுக்குப் பயன்படுத்திக் கொள்வேன். தார்வார்டில் நான் படித்த பள்ளியில் மாநில பாடத் திட்டம் பின்பற்றப்பட்டது. நான் படித்த டெல்லி பள்ளியின் பாடங்களோடு ஒப்பிட்டால் இப்பாடங்கள் எனக்கு மிக எளிதாக இருந்தன. அதனால் நான்தான் ஒவ்வொரு ஆண்டும் வகுப்பில் முதலாவதாக வந்தேன். தேசிய கல்வி உதவித்தொகைக்கு நான் தேர்வு பெற்றதால் நான் கல்லூரிப் படிப்பை முடிக்கும்வரை மத்திய அரசின் கல்வி உதவித்தொகையும் எனக்குக் கிடைத்தது.

இப்படி என்னுடைய படிப்பு தொடர்பான விஷயங்கள் மகிழ்ச்சி யாக சென்றுகொண்டிருந்தபோது எங்கள் குடும்பம் ஒரு எதிர்பாராத அதிர்ச்சியைச் சந்தித்தது. என் அப்பாவிற்கு உடல்நிலை மோசமாகி அவர் சிகிச்சைக்காக மும்பையில் இருக்கும் அக்கா வீட்டிற்குச் செல்ல வேண்டியதாயிற்று. அவருக்கு நுரையீரலில் புற்றுநோய் பாதிப்பு இருப்பது கண்டுபிடிக்கப்பட்டது. ஒரு ஆண்டு காலம் நோயுடன் கடினமாகப் போராடிய நிலையில் என் அப்பா மரணமடைந்தார். அப்போது நான் என் இருபது வயதில் கல்லூரி இறுதியாண்டில் நுழைந்திருந்தேன்.

இந்தக் கடினமான சூழ்நிலையிலும் நான் படிப்பை விடாமல் தொடர்ந்து பி.காம் (இளங்கலை வணிகம்) பட்டப்படிப்பில் வகுப்பில் முதலாவதாகத் தேறினேன். கர்நாடகப் பல்கலைக்கழகத்தின் முதல் பத்து தரவரிசைப் பட்டியலிலும் என் பெயர் இடம்பெற்றது. மே மாதம் 1984ஆம் ஆண்டில் என் அப்பா இறந்து ஒரு வருடமும், நான் பட்டப்படிப்பு முடித்து ஒரு மாதமும் ஆகியிருந்தபோது அஷோக்கோடு என் திருமணம் நடைபெற்றது. அப்போது என் வயது 21.

அஷோக் குறித்து...

1961ஆம் ஆண்டு பிறந்த பிறந்த அஷோக்கும் என்னைப் போலவே தன் குழந்தைப் பருவத்தில் டெல்லியில் இருந்தவர். உயர்நிலைப் பள்ளிப்படிப்பு வரை அவர் டெல்லியில் இருந்தார். என் அப்பாவைப் போலவே அவர் அப்பாவான ஹட்டங்காடி வசந்த் ராவ்வும் மத்திய அரசுப் பணியில் இருந்தவர். 1950ஆம் ஆண்டு சென்னை (அப்போது மெட்ராஸ்) கிண்டி இஞ்சினியரிங் கல்லூரியில் டெலிகம்யூனிகேஷன் மற்றும் எலக்ட்ரிக்கல் துறையில் பொறியியல் பட்டம் பெற்ற வசந்த் ராவ் மத்திய அரசின் டெல்லி தபால் தந்தித் துறையில் வெற்றிகரமான பணியாளராக இருந்தார். டெல்லி தொலைதொடர்பு ஆராய்ச்சிப் பிரிவின் தலைமைப் பொறுப்பில் இருந்த அவர் காப்புரிமை பெற

பட்ட பல புதிய கண்டுபிடிப்புகளை நிகழ்த்தியவர். தொலைதொடர்பு வடத்தில் (கேபிள்) நேரும் தவறுகளைக் கண்டுபிடிக்கும் கருவி போன்ற கண்டுபிடிப்புகளுக்காகத் தேசிய ஆராய்ச்சி மேம்பாட்டு நிறுவனத்திட மிருந்து (என்.ஆர்.டி.சி.) ராயல்டி (உரிமத்தொகை) பெற்றவர், மிகச் சிறந்த தொழில்நுட்ப வல்லுநராக இருந்தவர். ஒரு வழக்கமான அரசு அலுவலராக இல்லாமல் தன் துறையில் ஆழமான தொழில்நுட்ப அறிவு உடையவராகவும், வடிவமைப்பு மற்றும் மேம்பாட்டில் திறமை படைத்தவராகவும் இருந்தார்.

வடிவமைப்பு மேம்பாட்டில் அஷோக்கிற்கு இருக்கும் ஆர்வத் திற்கும், ஈடுபாட்டிற்குமான விதை வடிவமைப்பில் பேரார்வம் கொண் டிருந்த அவர் அப்பா மூலம்தான் அவர் மனதில் விதைக்கப்பட்டது. வார இறுதி நாட்களில் அப்பாவும், மகனுமாகச் சேர்ந்து மணிக்கணக்கில் மரத் தச்சு வேலைகளையும், எலக்ட்ரானிக் ப்ராஜக்ட்களையும் செய் வார்கள். அவர்கள் வீட்டின் வரவேற்பறை முழுவதும் அவர்களே செய்த மரச் சாமான்களாலும், ஸ்டீரியோக்களாலும் நிறைந்து கிடக்கும். பணி மாறுதல், பதவி உயர்வு என பலமுறை இடம் மாற நேர்ந்தாலும் அந்த பயணங்களுக்கெல்லாம் ஈடுகொடுக்கும் மரச் சாமான்களின் உறுதியை அஷோக்கின் அம்மா பெருமையாகச் சொல்லுவார்.

என் அப்பா பணிஓய்வு பெற்று நாங்கள் தார்வார்டுக்கு மாறுவதற்கு ஓரிரு வருடங்களுக்கு முன்பே அஷோக்கின் அப்பா வசந்த் ராவுக்கு பெங்களூர் டெலிபோன்ஸில் பொது மேலாளராக புதிய பொறுப்பு கிடைத்து அவர்கள் குடும்பம் தெற்கு பெங்களூரில் குடியேறியிருந்தது.

பெங்களூரில் வசந்த் ராவ்வின் பணியில் அவர் திறமை நன்றாகப் பளிச்சிட்டது. அவருடைய நாற்பதாவது வயதுகளின் இறுதியில் அவர் யு.என்.டி.பி. வல்லுநராக நியமிக்கப்பட்டு நைஜீரியாவில் உள்ள லாகோஸ்க்கு சிறப்புப் பணியில் மூன்றாண்டுகள் அனுப்பப்பட்டார். அங்கிருக்கும்போதுதான் அவருக்கு தொழில் துவங்கும் எண்ணம் வலுப்பட்டது. அங்கிருந்து திரும்பி பணியிலிருந்து விருப்பஓய்வு பெற்றுக் கொண்டு டிஜிட்டல் எலக்ட்ரானிக் மீட்டர்கள் தயாரிக்கும் தன் முயற்சியைத் தொடங்கினார்.

எங்கள் இரு குடும்பங்களும் சித்ரபூர் சாரஸ்வத குலத்தைச் சேர்ந் தவை. எங்கள் குலத்தைச் சேர்ந்தவர்கள் எண்ணிக்கை குறைவுதான் என்பதால் ஒருவருக்கொருவர் தெரிந்தவர்களாகவே இருப்பார்கள். அந்த வகையில் நானும், அஷோக்கும் பிறப்பதற்கு முன்பே எங்கள் இரு குடும்பங்களுக்கும் இடையே அறிமுகம் இருந்தது. எங்கள் தாய்மொழி கொங்கணி என்பதால் டெல்லியில் இருந்த கொங்கணி

சங்கத்தில் நாங்கள் உறுப்பினர்களாக இருந்தோம். எங்களது சமூக, கலை நிகழ்ச்சிகள் அனைத்தும் இந்த சங்கத்தின் மூலம்தான் நடத்தப் பட்டன. அதில் நாங்கள் நாடகம், நடனம், நாட்டிய நாடகம் ஆகிய வற்றிலெல்லாம் பங்கேற்போம். இவற்றில் பெரும்பாலானவற்றை திறமையுடனும், சிறப்பாகவும் தயாரித்து இயக்கியது அஷோக்கின் அம்மாதான்.

ஒவ்வொரு ஞாயிற்றுக்கிழமையும் நடைபெறும் பாலவிஹார் எனப் படும் வகுப்புகளில் அசோக், அவரது தம்பி, நான், என் இரு அக்காக்கள் பங்கேற்பது வழக்கம். மூத்த அக்காவுக்கு என்னைவிட 13 வயது அதிகம். அதோடு எனக்கு ஆறு வயதாக இருக்கும்போதே அவருக்கு திருமணம் ஆகிவிட்டிருந்தது. இந்த வகுப்புகளில் நாங்கள் ஸ்லோகங்களையும், பகவத்கீதையையும் சொல்லக் கற்றுக்கொண் டோம். இந்த ஸ்லோகங்கள், பகவத்கீதையின் அர்த்தங்களை எங்க ளுக்கு விளக்கி அவ்வப்போது அதில் கேள்விகள் கேட்டு போட்டி களெல்லாம் நடத்துவார்கள். மகிழ்வுடனும், குதூகலத்துடனும் அங்கு நாங்கள் கதைகள் கேட்டும், பஜனைகள் பாடிக்கொண்டும் இருந்தோம்.

1970ஆம் ஆண்டில் நடந்த ஒரு சுவாரசியமான நிகழ்வை இங்கு சொல்ல வேண்டும். எனக்கு அப்போது 7 வயது, அஷோக்குக்கு 8 வயது. அந்த வருடம் "வண்ணம் பூசப்பட்ட பொம்மையின் கல்யாணம்" என்ற நாடகம் கொங்கணி சங்கத்தில் நடத்தப்பட்டது. அதில் முக்கிய கதாபாத்திரங்கள் நானும், அஷோக்கும். அந்த நாடகத்தில் நானும் அஷோக்கும் முழு திருமண தோற்றத்தில் இணைந்து நிற்கும் காட்சி ஒன்று வரும். அந்தக் காட்சி அனைவராலும் ரசித்துப் பாராட்டப் பட்டது. நிகழ்ச்சி முடிந்த பின்னரும்கூட அக்காட்சியைப் பற்றி அது ஒரு சாதாரண கல்யாணமே இல்லை, மிக அருமை என பாராட்டிப் பேசிக்கொண்டிருந்தனர்.

நாடகம் முடிந்து திரை இறங்கியதும் நானும், அஷோக்கும் அவரவர் வேலைகளைப் பார்க்கப் போய் விட்டோம். ஆனால் 14 ஆண்டுகள் கழித்து இந்தக் கதாநாயகனும், கதாநாயகியும் நிஜ வாழ்க்கையிலும் இணையப் போகிறார்கள் என்பதற்கு அன்று எந்த அறிகுறியும் தெரியவில்லை.

திருமணத்திற்குப் பிறகு...

அஷோக் தன் எலக்ட்ரிக்கல் இஞ்சினியரிங் பட்டப்படிப்பை பெங்களூரில் உள்ள பி.எம்.எஸ். கல்லூரியில் 1983ஆம் ஆண்டு கோடைகாலத்தில் முடித்தார். அமெரிக்கா சென்று தனது மேற்

படிப்பை படிப்பது என்பது அஷோக்கின் உறுதியான ஆர்வம் என்பதால் அவர் அமெரிக்காவின் பெயர் பெற்ற பல்கலைக்கழகங்களுக்கு விண்ணப்பங்கள் அனுப்பியிருந்தார். அதில் அமெரிக்காவின் ஆஸ்டின் நகரில் உள்ள யூனிவர்சிடி ஆஃப் டெக்ஸாசில் இடம் கிடைத்தது. மேற்படிப்பிற்காக அஷோக் 1984இல் ஆகஸ்ட் மாதத்தில் இந்தியாவிலிருந்து கிளம்பியபோது எங்கள் திருமணம் முடிந்து மூன்று மாதங்களே ஆகியிருந்தன. அதே பல்கலைக்கழகத்தில் எம்.பி.ஏ. சேருவதற்கான தகுதி தேர்வுகளை எழுதுமாறு என் குடும்பத்தினர் எனக்கு உற்சாகமூட்டினர். நானும் தேர்வு எழுதி 1985ஆம் ஆண்டு தேர்வு செய்யப்பட்டேன். ஆனால், விசா கிடைக்காமல் ஆனது. ஆகவே அடுத்த முயற்சியாக ஐ.ஐ.எம். (இண்டியன் இன்ஸ்டிட்யூட் ஆஃப் மேனேஜ்மெண்ட்)க்கான நுழைவுத்தேர்வான கேட் தேர்வை எழுதினேன்.

தேர்வில் வெற்றி பெற்று 1985ஆம் ஆண்டு ஐ.ஐ.எம். கொல்கத்தாவில் 22 ஆம் பேட்ச் எம்.பி.ஏ.வில் சேர்ந்தேன். 84இன் கோடையிலிருந்து 85இன் கோடை வரை இந்த நுழைவுத்தேர்வுக்கு என்னைத் தயார்படுத்திக்கொண்டிருக்கும்போதே என் முதல் பணியிலும் சேர்ந்து வேலை பார்த்துக்கொண்டிருந்தேன். ஒரு உள்ளூர் விளம்பர ஏஜென்சியில் வாடிக்கையாளர் சேவைப் பிரிவில் வேலை செய்தேன். அன்றைய என் வாழ்க்கையின் அழுத்தங்கள் அனைத்திலுமிருந்து ஒரு சிறு மாற்றமாக இந்த வேலை எனக்கு இருந்தது. முந்தைய வருடம் அப்பாவை இழந்தது, பட்டம் பெற்ற ஒரே மாதத்தில் திருமணமாகி குடும்பத்தைப் பிரிந்து வந்தது, குடும்பப் பெயராகப் புதிய பெயர் வந்து என் பெயருடன் இணைந்தது, புதிய சூழ்நிலையில் புதிய குடும்பதிற்கு மாறியது, முக்கியமாக அஷோக் மேற்படிப்புக்காகக் கிளம்பிச் சென்றது என அனைத்தும் சேர்ந்து உருவாக்கிய அழுத்தத்தைச் சற்றேனும் சமாளிக்க இந்த வேலை எனக்கு உதவியது.

கொல்கத்தா ஐ.ஐ.எம்.இல் இருந்த கல்வி முறை எனக்குச் சவாலாக இருந்தது என்பதுகூட ஒரு குறைத்துச் சொல்வதுதான். தார்வார்டில் பத்தாம் வகுப்பிலும், பன்னிரண்டாம் வகுப்பிலும் மாநிலக் கல்விப் பாடத்திட்டத்தில் படித்து வந்த நான் அங்கிருக்கும் கல்விமுறைக்கு முன்னால் ஒன்றுமே தெரியாதவள் போல உணர்ந்தேன். அன்றைய மாநில பாடத் திட்டங்கள் சி.பி.எஸ்.இ. பாடத் திட்டத்திற்குப் பக்கத்திலேயே இல்லை. எனக்குப் பத்தாவதோடு அறிவியலும், கணிதமும் முடிந்தது. பி.காம்., பட்டப்படிப்பிலும் என் கணிதத் திறமைக்கு எந்தத் தேவையும் வரவில்லை. இங்கு

ஐ.ஐ.எம். இல் என்னுடன் படிக்கும் மற்றவர்களெல்லாம் ஐ.ஐ.டி. மற்றும் பெரும்புகழ் பெற்ற இஞ்சினியரிங் கல்லூரிகளிலிருந்தும் வந்தவர்கள். அப்படி இல்லாதவர்கள்கூட குறைந்த பட்சம் கணிதத்திலும், புள்ளியியலிலும் பட்டம் பெற்றவர்களாக இருந்தார்கள். கால்குலஸ், டிரிக்நாமெட்ரியை எல்லாம் நான் படித்ததேயில்லை. சேர்ந்த சில வாரங்களிலேயே 'குவாலிஃபையிங் மேத்' எனும் கணிதத் தேர்வை எழுதி வெற்றிபெற வேண்டும். அதில் சொல்லப்பட்டிருக்கும் தேற்றங்களின், கருத்துகளின் பெயர்களைக்கூட என்னால் சரியாக உச்சரிக்க முடியவில்லை. நான் எவ்வளவு பயப்பட்டிருப்பேன் என உங்களுக்குப் புரிந்திருக்கும். நான் அந்தத் தேர்வில் தோற்றுவிட்டேன். மறுவாய்ப்பு சில வாரங்களுக்குப் பின் வழங்கப்பட்டது. இந்த முறை வகுப்புத் தோழர் ஒருவர் என்மேல் பரிதாபப்பட்டு சுருக்கமாக கால்குலஸ் பாடத்தைச் சொல்லிக்கொடுத்தார். அதனால் அந்தத் தேர்வில் சமாளித்து தாண்டிவிட்டேன். நல்லவேளையாக, இந்த ஓரிரு வார கால்குலஸ் கணக்குகளை என் மேலாண்மைப் பணிகள் எவற்றிலும் பயன்படுத்தியதில்லை. அந்தத் தேர்வு முடிந்ததுமே கடமையாக அதை மறந்துவிட்டேன். அனைத்துமே கடினமான சுமைகளாகத் தோன்றிய அந்த நாட்களில் அடிக்கடி மனச்சோர்வுக்கு ஆளாவேன்.

எனக்கு இப்படியென்றால் அமெரிக்காவில் எம்.எஸ். படிப்பில் சேர்ந்த அஷோக்குக்கும் வேறு வகையில் சிக்கல். அஷோக் அமெரிக்கா கிளம்பிய காலத்தில்தான் அவர் அப்பா சொந்தத் தொழிலை ஆரம்பித்திருந்தார். ஆகவே பணப்பற்றாக்குறை இருந்தது. அஷோக் படிப்போடு சேர்த்து அங்கேயே துணை ஆசிரியப் பணியையும் செய்தார். மிகச் சிக்கனமாக செலவழிக்க வேண்டிய கட்டாயம். அங்கிருக்கும் போது மூன்று ஆண்டுகளுக்கு ஒருமுறை இந்தியா வருவதற்குக்கூட அவரிடம் பணம் இருக்காது. ஏரோடிராம் எனப்படும் துரித தபால் சேவையும், ஐ.எஸ்.டி. டிரங்க் தொலைபேசி சேவையும் மட்டுமே அவரை எங்களுடன் இணைத்திருந்தது. அதிர்ஷ்டவசமாக, என் எம்.பி.ஏ. இறுதித் தேர்வுகள் முடிந்ததும் எனக்கு அமெரிக்காவிற்கு செல்ல சுற்றுலா விசா கிடைத்தது. அஷோக் படிப்பை முடித்து அவர் அப்பாவின் தொழிலில் சேர்ந்து வேலை செய்ய முடிவெடுத்து அமெரிக்காவிலிருந்து கிளம்பி இங்கு வந்துசேர ஏற்பாடுகள் செய்து கொண்டிருந்த 1987ஆம் ஆண்டு ஆகஸ்டில் நான் அமெரிக்கா சென்று அஷோக்கைச் சந்தித்தேன்.

அத்தியாயம் 3

தார்வார்டிலிருந்து ஹார்வார்டுக்கு

இந்தியாவின் ஆற்றல் மேலாண்மை சூழல் 80களிலும், 90 களிலும் விசித்திரமான ஒன்றாக இருந்தது. ஒரு பக்கம் பார்த்தால், அதிகரித்து வரும் மக்கள்தொகை மற்றும் வளர்ந்து வரும் தொழில் துறை காரணமாக மிகப்பெரிய அளவில் தேவைப்படும் மின்சார நுகர்வு. மறு பக்கம் பார்த்தால், இப்படி அதிகரிக்கும் மின் தேவை யைப் புரிந்துகொண்டு அதற்கேற்ற முயற்சிகளை எடுக்கவோ, ஆற்றல் மேலாண்மைக்கு ஒரு முறைமையை உருவாக்கவோ எந்த சிறு முன்னேற்பாடும் இல்லாத நிலை. இந்திய நகரங்களின் அதிக மாசு பாடுகள் குறித்தும், வளங்களை வீணடிக்கும் விதத்தில் பயன்படுத்தும் போக்கு குறித்தும், உலகிலேயே அதிகச் சுற்றுச்சூழல் மாசுபாடு அடைந்த நகரங்கள் நம் நாட்டில்தான் என்பது குறித்தும் உலக அளவிலான ஆய்வுகளெல்லாம் பேசிக்கொண்டிருந்தன. ஆனால் இது குறித்த எந்த விழிப்புணர்வும் அரசின் கொள்கை விவாதங்களிலோ, பொதுமக்கள் தரப்பிலோ சிறிதளவும் அப்போது இருக்கவில்லை.

இந்தச் சூழலின் பின்னணியில்தான் என் மாமனார் ஹெச். வசந்த் ராவ் (சுருக்கமாக ஹெச்.வி.ஆர்) 1988இல் எனர்கான் எனும் நிறு வனத்தைத் தொடங்கினார். (எனர்ஜி, கன்சர்வேஷன் எனும் இரு சொற்களின் சுருங்கிய இணைப்புதான் எனர்கான்). இந்தத் தொடக்கம் எதிர்காலத்தை நோக்கிய ஒரு முன்னெடுப்பு. இந்த நிறுவனம் மின்னாற்றல் மேலாண்மையைத் தொழிலாகக் கொண்டு அதில் கவனம் செலுத்தியது. ஆனால், அன்று இத்துறை எவ்வித முன்னுதாரணங்களும் இல்லாத அதே நேரம் பெரும் வாய்ப்புகளுக் கான நம்பிக்கையைத் தரும் துறையாக இருந்தது.

ஹெச்.வி.ஆர். இந்திய மாநிலங்களின் மின்சாரத் துறையை தொடர்ந்து கவனித்தபடியே இருந்தார். அவர் அவதானிப்புகளில் ஒன்று முக்கியமானது – அன்றிருந்த மாநில மின்வாரியங்கள் (ஸ்டேட் எலக்ட்ரிசிட்டி போர்ட் – எஸ்.ஈ.டி.) மின்சார பகிர்மானம் மற்றும்

மின் விநியோகத்திற்கே அதிக முதலீட்டை செய்தன. இதனால் உருவான பெரும் முதலீட்டுச் செலவை ஈடுகட்ட வணிக நோக்கிலான மற்றும் தொழில்துறை மின்னிணைப்புகளை 'ஒப்பந்தத் தேவை' அடிப்படையில் கொடுத்தன. ஒப்பந்தத் தேவை அடிப்படையில் தொழிற்சாலைகள் மின்னிணைப்பு பெறவும், இந்த அடிப்படையில் மின்கட்டணம் செலுத்துமாறும் மின்வாரியங்கள் வற்புறுத்தின. இந்த நடவடிக்கை மின்வாரியங்களின் அதீத முதலீட்டுச் செலவை சமாளிக் கத்தான் என்றாலும் இம்முறை தொழில்துறை மின் நுகர்வோருக்கு பெரும் செலவாக அமைந்தது. இந்த முறைப்படி ஒவ்வொரு மாதமும் ஒரு குறிப்பிட்ட சதவீத கட்டணத்தைக் குறைந்த பட்சமாக கட்டி விட வேண்டும். அது ஒப்பந்தத் தேவையாகக் குறிப்பிடப்பட்டிருப்பதில் 75 சதவீதம் வரை இருக்கும் (சில மாநிலங்களில் இது 100 சதவீதம்). நிஜமான மின்கட்டணம் எவ்வளவாக இருந்தாலும் இக்கட்டணம் கட்டப்பட வேண்டும். தொழில் வளர்ச்சி வேகமாக இருந்ததால் தொழில்துறை மின் இணைப்புகள் மிக அதிக அளவில் ஒப்பந்தத் தேவை அடிப்படையில் நாடு முழுவதும் பெறப்பட்டன. இதில் இருக்கும் சிக்கலை ஹெச்.வி.ஆர். முன்கூட்டியே யூகித்தார்.

மின்கட்டணங்களில் ஒரு சரியான அணுகுமுறை இல்லை. அதே போல வெகுவேகமாக அதிகரித்து வரும் மின்சாரத் தேவை, கிடைக்கும் அளவை விட அதிகமாகப் பயன்படுத்த முயலும்போது ஏற்படும் மிகையழுத்தம் (ஓவர்லோடு காரணமாக) உருவாக்கும் மின்வெட்டு, சீரான அளவில் தொடர்ந்து கிடைக்காத மின்சாரம், அதிக விலை போன்றவை உருவாக ஆரம்பித்தன.

தொழிற்சாலைகள் மிக நுட்பமான எந்திரங்களையும், கருவி களையும் நிறுவி பணியாற்றும்போது அவற்றை இயக்கும் மின்சாரம் தேவையான சீரான அளவில் கிடைக்காமல் கூடிக்குறைந்தால் விலை மதிப்பு மிக்க அந்த சாதனங்களும், கருவிகளும் பாதிப்படையும். ஆகவே மின் அளவை சீராக வைத்திருக்க வணிக, தொழில்துறை மின் பயன்பாட்டாளர்கள் இவ்விஷயத்தில் வழக்கமாகப் பயன்படுத்தி வரும் பெரும் பலனளிக்காத அனலாக் மீட்டரை விட்டுவிட்டு துல்லியமான எலக்ட்ரானிக் வோல்டேஜ் ஸ்டெப்லைஸர்களுக்கு மாற வேண்டும். இதனால் அவர்களது விலைமதிப்பு மிக்க தயாரிப்பு சாதனங்களும், கருவிகளும் பாதுகாப்பாக இருக்கும் என்பதை ஹெச்.வி.ஆர். உணர்ந்திருந்தார். தொழில்துறையினர் டிஜிட்டல் மீட்டரைப் பயன்படுத்தி மின் பயன்பாட்டை துல்லியமாக அளப்பது

மட்டுமல்லாமல் மின் பயன்பாட்டைக் கட்டுப்படுத்தி மின் கட்டணங்களைப் பெருமளவு குறைக்கவும் முடியும் என்பதும் ஹெச்.வி.ஆர்.க்குத் தெரிந்திருந்தது.

எவ்வித முன்னுதாரணங்களும் இல்லாத முன்னோடி நிறுவனம் என்பதால் இந்த இடத்தில்தான் அதற்கே உரிய கடும் சவால்களை நிறுவனம் சந்திக்க வேண்டியிருந்தது. நிறுவனத்தின் தொலைநோக்குப் பார்வை ஆர்வமூட்டக்கூடியதுதான் என்றாலும் ஆற்றல் மேலாண்மைத் தொழில்துறையில் அன்றிருந்த நிர்வாகமும், நடைமுறைகளும் நினைத் திருந்ததைவிட நிஜத்தில் தொழிலை மிகக் கடினமாக ஆக்கிவிட்டன.

அஷோக் இது குறித்து சொல்வார் – "நாங்கள் இத்துறையில் சீக்கிரமாக இறங்கிவிட்ட முன்னோடிகள் என்பதில் நல்லதும், கெட்டதும் என இரண்டும் கலந்து இருந்தன. சீக்கிரமாக இறங்கி விட்டோம் என்பதால் எங்களைத் தொகுத்து தயார்படுத்திக்கொள்வது சிறிது வசதியாக இருந்தது. சிக்கல் என்னவென்றால் எங்கள் வாடிக்கை யாளர்களுக்கு மின்பயன்பாடு குறித்த விழிப்புணர்வு தேவை என்ற செய்தியே சென்று சேரவில்லை. மின்சார பயன்பாட்டை கட்டுப் படுத்தி, குறைத்து அதன் மூலம் தயாரிப்புச் செலவைக் குறைக்க முடியும் என்பதற்கு வாடிக்கையாளர்கள் தயாராகவே இல்லை. 90களின் துவக்கத்தில் ஆற்றல் மேலாண்மை என்பது கல்விப்புல கருத்தாக இருந்தது. வீணடிக்கப்படும் ஆற்றல் குறித்தோ, அதனால் உருவாகும் சுற்றுச்சூழல் சீர்கேடு குறித்தோ வெகு சிலர்தான் உணர்ந் திருந்தனர். நவீன ஆற்றல் மேலாண்மைக்குப் பொருத்தமே இல்லாத அனலாக் மீட்டர்களும், எலக்ட்ரோ-மெக்கானிக்கல் மீட்டர்களும் தான் 90% சந்தையில் விற்பனை செய்யப்பட்டன."

அமெரிக்காவில் எலக்ட்ரிக்கல் இஞ்சினியரிங்கில் எம்.எஸ். பட்டம் பெற்று வந்த கையோடு அஷோக் அவரது அப்பாவின் நிறுவனத்தில் தயாரிப்பு வடிவமைப்பு மற்றும் மேம்பாட்டை கவனித்துக் கொள்ள ஆரம்பித்தார். அவர் நிறுவனத்தில் பணிசெய்ய ஆரம்பித்ததால் நான் எங்கள் குடும்ப நிறுவனத்தில் சிறிது காலம் கழித்து சேர்ந்து கொள்ளலாம் என எண்ணினேன். அதுவரை விளம்பர ஏஜென்சியில் செய்து வந்த வேலையைத் தொடர்ந்து பார்ப்பது என்றும் முடிவு செய்து வேலையைத் தொடர்ந்தேன்.

அடிப்படையில் முழுக்கமுழுக்க வடிவமைப்புப் பொறியாளர்கள் என்பதால் ஹெச்.வி.ஆர்.க்கும் அஷோக்குக்கும் தொழில்நுட்பத்தின் மீதுதான் முழு ஆர்வமும் இருந்தது. ஆகவே வடிவமைப்பு மற்றும்

தயாரிப்பு தொடர்பான பணிகளில் மட்டும் கவனம் செலுத்தினால் போதும் என்ற முடிவுக்கு வந்தார்கள். கிட்டத்தட்ட இதே நேரத்தில் தான் ஹெச்.வி.ஆர்.இன் நெருங்கிய உறவினர்கள் வீட்டு மனை விற்பனை (ரியல் எஸ்டேட்) நிறுவனம் ஒன்றைத் தொடங்கினார்கள். அந்த ரியல் எஸ்டேட் நிறுவனம் தனிப்பிரிவு (மார்க்கெட்டிங் ஏஜென்சி) ஒன்றைத் தொடங்கி அதன் மூலம் எனர்கானின் ஸ்டெப்லைசர்களை சந்தைப்படுத்துவது என முடிவு செய்யப்பட்டது. எனர்கானின் தயாரிப்புகளை உறவினர்களின் நிறுவனம் மட்டுமே முழு உரிமை பெற்று சந்தைப்படுத்தும் என்ற ஒப்பந்தம் இரு நிறுவனங்களுக்கு மிடையே கையெழுத்தானது. எனர்கானின் தயாரிப்பான டிஜிட்டல் மீட்டர் கடினமாக உழைக்கக்கூடியதாகவும், நம்பகத்தன்மை உள்ள தாகவும் இருந்தது. இந்தியாவிற்கே உரிய வெப்ப மண்டல சூழலில் உருவாகும் கடும் வெப்பம், தூசு, புழுக்கம், இவற்றோடு அடிக்கடி மாறிமாறி வரும் சீரற்ற மின்சார அளவு ஆகிய கடுமையான சூழ் நிலையிலும் எனர்கானின் தயாரிப்புகள் எதிர்பார்த்ததைவிட சிறப்பாக செயல்பட்டன. பொருத்தப்பட்ட மீட்டர்களில் எதிர்பார்ப்பை நிறை வேற்றாதவற்றின் எண்ணிக்கை கணக்கிட்டதைவிட மிகக் குறை வாகவே இருந்தது. ஆகவே மார்க்கெட்டிங் நிறுவனம் துறையிலேயே முதல்முறையாக ஐந்து வருட முழு உத்திரவாதத்தை அறிவித்தது. அதாவது ஐந்து ஆண்டுகளில் ஸ்டெப்லைசர் மீட்டரில் என்ன சிக்கல் என்றாலும் வாடிக்கையாளரிடம் "ஒரு கேள்வியும் கேட்கப்படாமல்" மாற்றித் தரப்படும். அன்று இதைப் போன்ற உத்திரவாதத்தை சந்தையில் யாருமே அதற்குமுன் கேள்விப்பட்டிருக்கவில்லை. ஆகவே போட்டியாளர்களைத் தாண்டிச் செல்ல இந்த முழு உத்திரவாதம் மார்க்கெட்டிங் ஏஜென்சிக்கு சிறப்பாகப் பயன்பட்டது. இப்படியாக அந்த மார்க்கெட்டிங் நிறுவனத்திற்கு மிகத் தரமான பொருளை தான் மட்டுமே விற்பனை செய்யும் வாய்ப்பு, வாடிக்கையாளரிடம் நேரடித் தொடர்பு, வணிக நற்பெயர் உருவாக்கத்தில் உரிமை என லாபகரமான வாய்ப்புகள் கிடைத்தன. இத்தனைக்கும் மார்க்கெட்டிங் நிறுவனத்துக்கு விற்பனை இலக்கு என எந்த ஒரு எண்ணிக்கையையும் கூட ஒப்பந்தத்தில் குறிப்பிடவில்லை.

இதற்கிடையே எனர்கானின் நிலைமையோ இதற்கு மாறாக இருந்தது. உற்பத்திக்கான கட்டமைப்பு, நடைமுறைச் செலவுக ளுக்கான தொடர் முதலீடு என தொடர்ந்து எனர்கான்-க்கு பணத்தேவை ஏற்பட்டது. ஆகவே அன்றைக்கு இருந்த அதிக வட்டி சூழலில் வங்கிக் கடன்களை வாங்கி சமாளித்தோம். நிஜமாகவே எங்கள்

குடும்பம் இந்த அமைப்பில் தொழில் செய்வதுதான் நீண்ட காலத் திற்கு பொருத்தமானதாக இருக்கும் என நம்பியது.

வருடங்கள் செல்லச்செல்ல மார்க்கெட்டிங் ஏஜென்சியை நடத்தி வந்த ஹெச்.வி.ஆர்.-ன் நெருங்கிய உறவினர்கள் எங்கள் நிறுவனத்தை அவர்களுடன் இணைத்துக்கொள்வதைப் பற்றி அடிக்கடி பேச ஆரம் பித்தார்கள். ஹெச்.வி.ஆர்.கூட இதை ஒரு விரும்பத்தக்க விளை வாகவே பார்த்தார். தனது ஓய்வூதிய பணத்தையெல்லாம் போட்டு உருவாக்கிய தொழில் தனது உறவினர்களிடமே இருக்கலாம் என்று தான் அவர் நினைத்தார். இருந்தாலும் இரு நிறுவனங்களுக்கு மிடையே செயல்படும் விதங்களால் நடைமுறை உறவு மகிழ்ச்சிக் குரியதாக இருக்கவில்லை. முக்கியமாகத் தயாரிப்பு நிறுவனமான எனர்கானுக்குத் தரவேண்டிய தொகையைத் தருவதில் மார்க்கெட்டிங் ஏஜென்சி கடும் தாமதம் செய்தது. ஒவ்வொரு முறையும் பணத்தைப் பெற பல மாதங்கள் வரை காத்திருக்க வேண்டியிருந்தது. இது எங்கள் நிறுவனத்தின் மீது கடுமையான நிதிச் சிக்கலை ஏற்படுத்தியது.

1990ஐ ஒட்டி நான் முழுநேரமாக எங்கள் குடும்ப நிறுவனமான எனர்கானில் பணிக்குச் சேர்ந்து மார்க்கெட்டிங் நடவடிக்கைகளைக் கவனிப்பது, விற்பனைக் கையேடுகளைத் தயாரிப்பது போன்ற வேலைகளில் என்னை ஈடுபடுத்திக்கொண்டேன். அப்போதுதான் மார்க்கெட்டிங் ஏஜென்சி உடனான உறவுமுறையில் உள்ள ஏற்றத் தாழ்வுகள் எனக்குப் புரிந்தன. ஒரு நிறுவனமாக மார்க்கெட்டிங் ஏஜென்சி காப்புரிமை பெற்ற பொருட்களைத் தயாரிக்கவோ அல்லது ஒரு காப்புரிமையைக்கூட சொந்தமாகவோ வைத்திருக்கவில்லை. ஆனால் தயாரிப்பு நிறுவனமான எனர்கானுடன் செய்திருக்கும் ஒப்பந்தமோ மார்க்கெட்டிங் நிறுவனத்திற்கே முழு சாதகமாக அமைந் திருந்தது. இது நியாயமில்லாத ஒன்றாக எனக்குப் பட்டது.

இரவு உணவின்போது பேசப்படும் விஷயங்களில் இந்த பணப் பற்றாக்குறை, அதனைச் சமாளிக்கும் ஏற்பாடுகள் ஆகியவற்றோடு எனர்கான் நிறுவனத்தை அவர்கள் தங்களுடன் இணைக்கச் சொல் வதையும் எங்கள் குடும்பத்தினர் பேசிக்கொண்டேயிருந்தார்கள். நான் அஷோக்கிடம் தனியாகக் கேட்டேன்:- "நாம் நிறுவனத்தை அவர் களைப் போன்ற ஒரு நிறுவனத்துடன் எப்படி இணைக்க முடியும்? நம் நிதிச்சிக்கல்கள் அனைத்துக்கும் அவர்கள்தான் காரணம் எனும் போது நம் நிறுவனம் குறித்து நாமே ஏன் இத்தனை குறைவாக மதிப் பிட்டுக்கொள்ள வேண்டும்?"

1992ஆம் ஆண்டு மார்க்கெட்டிங் நிறுவனத்துடன் நடந்த ஒரு சந்திப்பில் அதுவரை விரிசலாக இருந்த உறவு முழுமையாக உடைந்து விட்டது. அந்த சந்திப்பில் அவர்கள் தங்களது விழுமியங்களை உயர் வாகக் காட்டிக்கொண்டு பொது நிறுவனாமாக மாறி பங்கு மூலதனம் திரட்டுவது பற்றியும், டிஜிட்டல் மீட்டர்கள் தயாரிப்பில் தன்னிக ரில்லாமல் ஆகப்போவதைக் குறித்தும் பேசிக்கொண்டே இருந்தார்கள். ஆகவே எங்களுக்கு அவர்கள் நிறுவனத்துடன் இணைவதைத் தவிர வேறு மீட்சியே இல்லை என்றும் பேசிக்கொண்டிருந்தார்கள். அதுவும் அவர்கள் சொல்லும் ஒப்பந்த நிபந்தனைகளின்படி மட்டுமே இணைப்பதாக இருந்தால்.

நான் அதுவரை ஒரு வார்த்தையும் பேசாமல் அவர்கள் சொல்லு வதை பொறுமையுடன் கேட்டுக்கொண்டிருந்தேன். ஒவ்வொரு நிமிடமும் அவர்கள் பேசுவதைக் கேட்கக்கேட்க கோபம் ஏறியபடியே இருந்தது. இதைச் சொன்னதும் என் பொறுமை எல்லை மீறி விட்டது. எழுந்து மிக நேரடியாக சொன்னேன்:- “கடந்த ஆறு மாதக் காலமாக நிறுவனத்தில் அவ்வளவு பணத்தேவையும் உற்பத்திச் செலவுக்கே போய் விடுகிறது. ஆனால், பணியாளர்களுக்கு சம்பளம், வங்கிக் கடனுக்கான தவணைத்தொகை ஆகியவற்றை இவ்வளவு கடினமான சூழ்நிலையிலும் சமாளித்துக் கொடுத்துக்கொண்டிருக்கிறோம். ஆனால், நாங்கள் யாரும் ஒரு ரூபாய்கூட சம்பளம் என வீட்டிற்கு எடுத்துப் போகவில்லை. உங்களுக்குப் புரிகிறதா எங்கள் நிலைமை?”

என் கேள்வியால் கடும் கோபமடைந்த அவர்கள் எதுவும் பேசாமல் முகத்தைத் திருப்பிக்கொண்டு எழுந்து சென்றார்கள். அன்று மாலையே எங்களுடனான மார்க்கெட்டிங் ஒப்பந்தத்தை உடனேயே முறித்துக் கொள்வதாக ஒரு ஃபேக்ஸ் செய்தி மட்டும் அவர்களிடமிருந்து வந்தது. அதைப் பார்த்ததும் நாங்கள் அதிர்ச்சி அடைந்தோம். வீட்டில் ஒரு அசாதாரணமான, இறுக்கமான அமைதி நிலவியது. ஆனால் அதிர்ச்சிகள் தொடர்ந்தன. எங்கள் எனர்கான் நிறுவனத்தின் வடி வமைப்புப் பிரிவில் வேலை செய்து வந்த பலர் அடுத்த ஒரு வாரத் திற்குள் வேலையை விட்டுப் போனார்கள். எங்கள் தயாரிப்புகளின் விற்னையாளராக இருந்த உறவினர்களின் மார்க்கெட்டிங் நிறுவனம் எங்கள் போட்டியாளராக மாறினார்கள். வெளிநாட்டிலிருந்து எங்கள் தயாரிப்பைப் போன்ற டிஜிட்டல் மீட்டரை இறக்குமதி செய்து இந்தியாவில் விற்க ஆரம்பித்தார்கள். தொடர் அதிர்ச்சிகளிலிருந்து மீண்டு சுற்றிலும் பார்க்கும்போது எங்களுக்கு ஒரு உண்மை புரிந்தது. எங்களிடம் இப்போது மார்க்கெட்டிங் நெட்வொர்க், வணிகப்

பெயர், பணம், வடிவமைப்புப் பணியாளர்கள், முக்கியமாக எங்கள் தயாரிப்புகளுக்கு முழு விற்பனை உரிமை பெற்ற ஏஜென்ஸி என எதுவுமே இல்லை. போதாததற்கு இருந்த ஒரே ஏஜெண்ட்டும் போட்டியாளராக மாறிவிட்டார். எங்கள் கனவுகள் மொத்தமும் எங்களைச் சுற்றி சிதைந்து கிடந்தன.

முடிவே இல்லாத ஆண்டு போல நீடித்த இவ்வளவு சிக்கலான நிகழ்வுகளை இன்று நினைத்துப் பார்த்தால் நினைவுகளில் மங்கலாகத் தான் அவை இருக்கின்றன. நினைவில் இருப்பதெல்லாம் நாங்கள் கடும் பணக்கஷ்டம், மனவேதனை ஆகியவற்றை அனுபவித்ததோடு உடலளவிலும் சோர்வாகவே இருந்தோம் என்பதுதான்.

நான் விதவிதமாக விவரித்துச் சொன்னதில்லை. வாய் விட்டும் யாரும் என்னிடம் சொன்னதில்லை. ஆனால் இந்த வரிகள் என்னைச் சுற்றிலும் இருக்கும் காற்றில் நிறைந்திருந்தன:-“சரிதான், நடந்தது எல்லாவற்றுக்கும் நீதான் காரணம். அதனால் நீதான் இதை சரி செய் தாக வேண்டும்.”

என் வாழ்க்கையில் ஒரு புதிய அத்தியாயத்தின் தொடக்கம்

முதல் முயற்சியாக நான் சென்று எங்கள் தயாரிப்புகளை விற்பனை செய்ய வேண்டும் என்று யோசித்தேன். ஆகவே எங்கள் தயாரிப்பு களைக் குறித்து கற்றுக்கொள்ள ஆரம்பித்தேன். மின்சார ஆற்றல் குறித்த பாடங்களை அஷோக்கிடமிருந்து கற்றுக்கொண்ட அதே நேரம் பி.ஈ. படிப்பிற்குப் பாடமாக இருந்த பி. எல். தேரஜா எழுதிய ‘எ டெக்ஸ்ட் புக் ஆஃப் எலக்ட்ரிக்கல் டெக்னாலஜி’ எனும் புத்தகத்தையும் கூடவே படித்தேன். எங்கள் தயாரிப்பான டிஜிட்டல் மீட்டர் கணக்கிடும் மின்னாற்றல் அளவீடுகளையும், அவற்றுக்குள் இருக்கும் உள் தொடர்பு களையும் புரிந்துகொண்டேன். பி.காம் படித்த ஒருவருக்கு இவை எல்லாம் அவ்வளவு எளிதான காரியமாக இருக்கவில்லை. எங்கள் டிஜிட்டல் மீட்டர்களின் வடிவமைப்பு, கட்டமைப்பு, நுட்பமான செயல்பாடு மற்றும் வழக்கமான அனலாக் மீட்டர்களைவிட இவை எப்படியெல்லாம் சிறந்தவை என அனைத்தையும் புரிந்துகொள்ள, விடாமல் மல்லுக்கட்டி போராடித்தான் கற்றுக்கொண்டேன். மின் பயன்பாட்டைக் கட்டுப்படுத்தவும், அளவிடவும் அதை எவ்வளவு துல்லியமாகவும், நம்பகமாகவும் கணக்கிட வேண்டும் என்பதைப் புரிந்துகொண்டேன்.

முக்கியமான சவால் எங்கு வந்தது என்றால் பாடமாகக் கற்றுக் கொண்டதையெல்லாம் நடைமுறைப் பயன்பாட்டிற்கு கொண்டு

வரும்போதுதான். தயாரிப்புகளைக் குறித்த தொழில்நுட்ப விஷயங் களைப் பாடமாகக் கற்றுக்கொண்டாயிற்று. அதை பலனளிக்கும் விதத்தில் விற்பனைச் சொல்லாடலாக மாற்றியாக வேண்டும். அதுவும் எங்கள் நிறுவனத்தையோ, வணிகப்பெயரையோ குறித்து எதுவுமே தெரியாத விநியோகஸ்தர்களிடம் இன்னும் பெரிய சவால் என்பது இந்தக் கடுமையான உரையாடலை அரங்கேற்ற வேண்டியது எலக்ட்ரிக்கல் பொருட்களை விற்கும் சிறிய சில்லரை விற்பனைக் கடைகளில்.

அப்படிப்பட்ட கடைகள் நிறைந்த ஒரு தெருதான் எஸ்.ஜே.பி. ரோடு. மெல்லிய இதயம் படைத்தவர்களுக்கான இடமல்ல இது. உள்ளூர் மாநகராட்சி அலுவலகத்துக்குப் பக்கத்திலேயே இந்த சாலை இருந்தாலும் தோற்றம், சத்தங்கள், நாற்றம், நடவடிக்கைகள் என எப்போதும் இந்திய சந்தைக் கடையின் இலக்கணம் மாறாமல் இருக்கும் சாலை இது. ஆண்களும் பெண்களும் நம்மை இடித்துக் கொண்டு அங்கிருக்கும் எலக்ட்ரிக்கல் கடைகளுக்கும், கம்ப்யூட்டர் உதிரிபாகங்கள் விற்கும் கடைகளுக்கும் இடுங்கிய உணவகங் களுக்கும் விரைந்தபடியே இருப்பார்கள். வெற்றிலை போட்டு துப்பிய கறை படிந்த சுவர்கள், உடைந்த நடைபாதைக் கற்கள் போன்றவை விதிவிலக்காக அல்ல, ஒரு விதியாகவே இங்கு இருந்தன. புகையும், தூசியுமாக அந்த இடமே சுற்றுச்சூழல் சீர்கேட்டால் நிறைந்திருக்கும். அந்த இடம் 'பெங்களூரின் குப்பைத்தொட்டி' என்று சொல்லப்படு வதில் எந்த ஆச்சரியமும் இல்லை.

மொத்தமாகப் பார்த்தால் நான் இந்தச் சவாலைச் சிறிது குறைவாகத் தான் மதிப்பிட்டுவிட்டேன் என்றுதான் சொல்ல வேண்டும். நான் சொல்ல வேண்டிய செய்தி இதுதான்:- "டிஜிடலுக்கு மாறுங்கள், உயர்ந்த தரத்திலான நம்பகத்தன்மையும், துல்லியத் தன்மையும் கொண்டு மின்பயன்பாட்டை அளவிடுங்கள். மின்சாரத்தை மிச்சப் படுத்த இவை அவசியம். மின்சாரத்தையும், ஆற்றலையும் வெறுமே வோல்டேஜாகவும், கரண்ட்டாகவும் பார்க்காதீர்கள், ஏனெனில் நீங்கள் இவற்றுக்காகப் பணத்தைச் செலவு செய்கிறீர்கள்."

செய்தி சரியானது என்றாலும் அதைக் கொண்டு சென்ற விதம்தான் அதிகமும் கவனிக்கப்பட்டது. இதைக் கொண்டுசெல்வது இருபது சொச்சம் வயதே ஆன, இஞ்சினியரிங் படிக்காத, முக்கியமாக ஒரு பெண் என்பதுதான் – வேறு யார்? அது நானேதான். இது அனைத்தும் நடப்பது 30 ஆண்டுகளுக்கு முன்னர் என்பதையும் நினைவில் கொள்ள வேண்டும்.

கடைகளுக்கு சென்ற இடத்தில் நான் பெரும்பாலும் ஏளனம், கடுமையான சந்தேகம், வெறுப்பு என்ற உணர்வுகளால்தான் வரவேற்கப் பட்டேன். சில இடங்களில் நேரடியாக முகத்திலடித்தாற்போல மறுத்துச் சொல்லி திருப்பி அனுப்பினார்கள். நெருப்பை ஊற்றி ஞானஸ்தானம் செய்விக்கப்பட்டதுபோல உணர்ந்தேன். ஆனால் இந்த சோர்வூட்டும் வெறுப்பான காலகட்டம்தான் ஒரு வணிகப்பெயரின் முக்கியத்துவத்தை உணர்த்தியது. வணிகப்பெயரைக் கட்டமைப்பது, முன்னிலைப்படுத்துவது, அந்தப் பெயர் தரும் நம்பிக்கையை நியாயப் படுத்தும் விதத்தில் தயாரிப்பின் தரத்தைக் காப்பாற்றுவது என வணிகப்பெயரின் அனைத்து பரிமாணங்களின் அவசியத்தையும் இக் காலகட்டம்தான் உணர்த்தியது.

விற்பனை நிலையங்களுக்குச் சென்று பேசும்போது கேட்கப்படும் கேள்விகளை இப்படித் தொகுத்து சொல்லலாம்:- இது எந்த கம்பெனி? நாங்கள் இதுவரை கேள்விப்பட்டதேயில்லையே! நீங்க ஒரு இஞ்சி னியரா? எப்படி ஒரு இளவயசுப் பொண்ணா இருந்துட்டு சேல்ஸுக் கெல்லாம் வர்றீங்க? கம்பெனில இருந்து டெக்னிக்கல் ஆட்கள் யாரும் உங்க கூட வரல்லியா?

முக்கியமாகக் குறிப்பிட வேண்டிய விஷயம் இந்தக் கேள்விகள் அனைத்துமே எங்கள் தயாரிப்புகளை விளக்க ஆரம்பிப்பதற்கு முன்னாலேயே கேட்கப்பட்டுவிடும். இந்தக் கேள்விகளுக்குப் பதில் சொல்லிவிட்டுத்தான் தயாரிப்பு குறித்த கேள்விகளையே எதிர்பார்க்க முடியும். தயாரிப்பு குறித்த கேள்விகளை இப்படித் தொகுத்து சொல்ல லாம்:- ஒரு டிஜிட்டல் மீட்டர் விக்கற எடத்துல நாங்க 9 அனலாக் மீட்டரை வித்துரலாம். எதுக்குத் தேவையில்லாம நாங்க டிஜிட்டலை வாங்கி விற்கணும்? துல்லியமாக அளவீடு செய்யும்ங்கறது சரிதான், அதை வச்சு என்ன செய்யறது? வேணும்னா துல்லியத்தைப் பாதி யாக்கி விலையை அதுக்குத் தகுந்தபடி குறைங்க. கிலோவாட் மணிக்கு, கிலோவாட் (ஆற்றல் மற்றும் மின்சார அளவீடுகள்) இப்படி யெல்லாம் எந்த கஸ்டமர் பேசறார்? அவங்களுக்கு வோல்டேஜ், கரண்ட்னு சொன்னாலே போதும்.

நானும் விடாமல் தொடர்ந்து சென்று பேசியதால் எஸ்.ஜே.பி. ரோடு பகுதியில் கடை வைத்துள்ளவர்களெல்லாம் அனலாக் மீட்டரிலிருந்து டிஜிட்டல் மீட்டருக்கு அவர்களை மாற்ற வந்த 'லட்கி' என்றுதான் என்னை அடையாளம் சொல்வார்கள். அந்தத் தொடக்க நாட்களில் நான் சந்தித்த மிகக் கறாரான எஸ்.ஜே.பி.ரோடு விநியோகஸ்தர்களில் ஒருவர் கே.எஸ். ஜெயின். நான் ஒரு விற்பனைப் பிரதிநியாகத்

தொடங்கி தலைமைச் செயல் அதிகாரியாக உயர்ந்தது வரையிலான பயணத்தை அவர் பார்த்திருக்கிறார். பல ஆண்டுகள் கழித்து 2005இல் பெங்களூரின் எலக்ட்ரானிக் சிட்டியில் அமைந்த எங்களது புதிய தொழிற்சாலை மற்றும் கார்ப்பரேட் அலுவலகத்தில் என்னைச் சந்தித்த கே.எஸ். ஜெயின் சொன்னார்:- "ஒரு நெருப்புப் பந்தைத் தூக்கி கையில் கொடுத்துவிட்டால் நமக்கு இரண்டு வாய்ப்புகளே இருக்கின்றன. சூடு பொறுக்காமல் அதைத் தூக்கி வீசிவிடுவது ஒரு வாய்ப்பு. அதைப் பொறுத்துக்கொண்டு வெகுவேகமாக ஓடி அந்த ஓட்டத்தின் வேகத்தால் நெருப்பை அணைத்துவிடுவது இன்னொரு வாய்ப்பு. நீங்கள் அந்த நெருப்புப் பந்தைத் தூக்கிக்கொண்டு ஓடியவர்..."

அன்றிலிருந்து இன்றுவரை இந்திய பொறியியல் (இஞ்சினியரிங்) தொழில்துறையைப் பொறுத்தவரை அதன் வெளித்தோற்றத்திலும் சரி, உள்ளடக்கத்திலும் சரி, மிகப் பெரும்பாலும் ஆணாதிக்க வழி முறையிலேயே செயல்படுகிறது.[5]

நான் விற்பனைப் பிரதிநிதியாகச் சென்ற பல சந்திப்புகளிலும் இதை உணர்ந்திருக்கிறேன். அதில் ஒரு சந்திப்பு மறக்க முடியாதது. நான் கிட்டத்தட்ட கண்ணீர் விட்டு அழும் நிலைமைக்கே போய் விட்டேன்.

தென்னிந்தியாவின் மையத்தில் தமிழ்நாட்டில் இருக்கும் கோவில் நகரமான மதுரையிலிருந்து 55 கி.மீ. தொலைவில் இருக்கும் உள்ளடங்கிய ஒரு நகரம் அருப்புக்கோட்டை. அங்கிருக்கும் டெக்ஸ் டைல் மில் ஒன்றின் உரிமையாளரிடம் விற்பனைக்காக "போர்ட்டபிள் மேக்ஸிமம் டிமாண்ட் அனலைசர்" எனும் கருவியை செயல்விளக்கம் செய்து காண்பிப்பதற்காகச் சென்றிருந்தேன். நான் கருவியை எடுத்து வைத்து அதை இயக்கி செயல்விளக்கம் செய்து கட்டுவதற்கு முன்பே அவர் என்னை நிறுத்தி, கருவியைப் பிரித்துக் காட்டச் சொன்னார். பிரித்ததும் அதனுள் இருக்கும் ஒவ்வொரு பகுதி துணைக் கருவி களையும் பட்டியலிடச் சொன்னார். பட்டியல் இட்டதும் அந்தத் துணைக்கருவிகள் ஒவ்வொன்றின் விலையையும் எழுதச் சொன்னார். எழுதியதும் அவற்றை மொத்தமாகக் கூட்டினார். பிறகு கேட்டாரே ஒரு கேள்வி:- "கருவியை உருவாக்கும் மொத்த பகுதிகளின் விலை யைக் கூட்டினால் 30,000 ரூபாய்தான் வருகிறது. ஆனால், ஒரே கருவியாக மாற்றி எங்களுக்கு விலை வைக்கும்போது எப்படி 70,000 ரூபாயாக ஆகிறது?"

நான் திகைத்து நின்றுவிட்டேன். நொடியில் மீண்டு வந்து அதனுடன் இணைந்த "எம்பெட்டட் சாஃப்ட்வேரின் அடக்க விலையையும் சேர்க்க வேண்டும், அதன் அடக்கவிலைதான் மொத்த விலை 70,000 ஆகக் காரணம் சார்" என்றேன். ஆனால், அவர் நான் சொல்லும் எதையும் காதில் வாங்கவே இல்லை. தன் தொடையில் ஓங்கி தட்டி பெரிய சிரிப்புடன் சுற்றி நின்று இந்த சுவாரசியத்தைப் பார்த்துக் கொண்டிருக்கும் அவரிடம் வேலைசெய்பவர்களிடம் சொன்னார்:- "இந்தப் பெண் நம்மிடமிருந்து பெரிய அளவில் பணத்தை நைசாக வாங்கப் பார்த்தாள். எப்படி அவளை மடக்கிவிட்டேன் பார்த்தீர்களா?"

டி. தாமஸ் மற்றும் இண்டஸ் வென்ச்சர் நிறுவனத்தின் வருகை

1993ஆம் ஆண்டின் துவக்கத்தில் ஒரு நாள் இரவு உணவின்போது ஹெச்.வி.ஆர். ஒரு விஷயத்தைச் சொன்னார்:- ஹிந்துஸ்தான் லீவர் நிறுவனத்தின் முன்னாள் தலைவரும், யூனிலீவர் இயக்குநர் குழுவி லிருந்து சமீபத்தில்தான் ஓய்வுபெற்றவருமான டி. தாமஸ் இந்தியாவின் முதல் வென்ச்சர் முதலீட்டு நிறுவனமான இண்டஸ் வென்ச்சர் லிமிடட் நிறுவனத்தை மும்பையில் துவக்கியிருக்கிறார். டி. தாமஸ் ஹெச்.வி.ஆர்-வின் எனர்கான் குறித்து கேள்விப்பட்டதாகவும், அவர் நிறுவனத்தைப் பார்க்க விரும்புவதாகவும், அதற்காக வரலாமா எனக் கேட்டும் அந்த நிறுவனத்தின் பெங்களூர் அலுவலகப் பிரதிநிதி கடிதம் எழுதிக் கேட்டிருக்கிறார்.

இதைக் கேட்டதும் சாப்பிட்டுக்கொண்டிருந்த எனக்குப் புரையேறி விட்டது. யாரைச் சொல்கிறார்? டி.தாமஸையா? ஹிந்துஸ்தான் லீவர் நிறுவனத்தின் சேர்மனாக இருந்தவரையா? நான் கொல்கத்தா ஐ.ஐ.எம்-இல் படித்தபோது ஹிந்துஸ்தான் லீவர் நிறுவனத்தின் விநி யோக வலைப்பின்னல் குறித்த ஆய்வறிக்கை எங்களுக்கு ஆய்வுப் படிப்பாக இருந்தது. அவர் எப்படி எங்களைப் பற்றி கேள்விப் பட்டிருப்பார்?

பின்னர் பேசும்போது எப்படி இது நடந்தது என டி. தாமஸ் சொன்னதை ஹெச்.வி.ஆர். சொன்னார்:- "1992இல் என்னை ஹெச்.வி.ஆரின் நெருங்கிய உறவினர் ஒருவர் என்னைச் சந்திக்க முயன்றார். அப்போதுதான் நான் வென்ச்சர் முதலீட்டு நிறுவனமான இண்டஸ் வென்ச்சர் லிமிடட் நிறுவனத்தை ஆரம்பித்து அதற்கான நிதி திரட்டும் பணிகளில் ஈடுபட்டிருந்தேன். அவர் ஒரு மீட்டர் தயாரிப்புத் தொழிற்சாலையை ஆரம்பிக்கும் முயற்சிகளில் இருந்தார். நானும் இவரை சென்னை வந்து சந்தித்து பேசியபோது இந்த

தொழிற்சாலைக்கான யோசனை எப்படி வந்தது அவருக்கு என கேட்டேன். அதற்கு அவர் என் மாமாவின் கம்பெனி தயாரித்து வந்த மீட்டர்களைதான் விற்று வந்ததாகவும், அந்தத் தயாரிப்பு நிறுவனத்தைதான் தனது நிறுவனத்துடன் இணைத்துக்கொள்ள முயற்சித்ததாகவும் ஆனால், அவர்கள் மறுத்துவிட்டார்கள் என்றும் சொன்னார். அதாவது இந்த நபர் தன் மாமாவிடமிருந்து தொழிலைக் கற்றுத் தெரிந்து கொண்டு அவருக்கே போட்டியாளராக மாறியிருக்கிறார். இந்த முயற்சி நியாயமற்ற, நெறிமுறை மீறிய ஒன்றாக எனக்குத் தோன்றியது. ஆகவே நான் அந்த மாமாவின் கம்பெனியான எனர்கானுக்குச் சென்று பார்த்தேன். அங்கே அஷோக்கைச் சந்தித்தேன். அவருடைய நேர்மை, தொழில்நுட்ப அறிவு, பணியில் காட்டும் அர்ப்பணிப்பு ஆகியவற்றால் கவரப்பட்டேன். அவருக்காகத்தான் அந்த நிறுவனத்தில் முதலீடு செய்யவும் முடிவெடுத்தேன். மேலும், அவரது மொத்த குடும்பமும் நிறுவனத்தில் வேலை செய்தும் ஆறுமாத காலமாக எந்த ஊதியமும் எடுத்துக்கொள்ளாதபோதும் வங்கிக்கான கடன் தவணைகளைக் கட்டுவதையும், ஊழியர்களுக்கான ஊதியத்தையும் தாமதம் செய்யாமல் சரியாகக் கொடுத்திருக்கிறார்கள். இப்படி ஒரு நேர்மையைக் கடைப்பிடிப்பது மிகக் கடினம்."

இண்டஸ் வென்ச்சர் லிமிடட் எனர்கான் நிறுவனத்தின் பங்குகளில் முதலீடு செய்ய முன்வந்ததால் வங்கிக்கடன் கட்டத் தவறுவதிலிருந்து எனர்கான் காப்பாற்றப்பட்டது. ஆராய்ச்சி மற்றும் மேம்பாடு, விற்பனை மற்றும் விநியோகஸ்த வலைப்பின்னல்களை உருவாக்குவது, சந்தைப் படுத்தல், வணிகப்பெயரை உருவாக்கி நிலைநிறுத்துவது ஆகிய முக்கியப் பணிகளில் கவனத்தைக் குவிக்கும் முயற்சிகளுக்குத் தேவையான பணவசதியும் கிடைத்தது.

அடுத்த மூன்று ஆண்டுகளில் எனர்கானில் இண்டஸ் வென்ச்சர் லிமிடட் தொடர்ந்து முதலீடு செய்தது, குறிப்பாக வடிவமைப்பு மற்றும் சந்தைப்படுத்துதல் ஆகிய பிரிவுகளில் (இதனால் எனர்கானை உருவாக்கியோரின் பங்கு நிறுவனத்தில் 100 சதவீதத்திலிருந்து 25 சதவீதமாகக் குறைந்தும் விட்டது). டி. தாமஸ், எனர்கான் குடும்பமாகிய எங்கள் குடும்பத்தாரை அடிக்கடி சந்தித்தும், இயக்குநர் குழு கூட்டங்களில் அடிக்கடி கலந்துகொண்டும் தொடர்ந்து ஆலோசனைகளை வழங்கினார். தேவையின் அவசரம் காரணமாகத் தொழில்நுட்ப அனுபவமும், விற்பனை அனுபவமும் கொண்ட ஒருவரை நிறுவனத்தின் விற்பனைப் பிரிவு தலைமை அதிகாரியாக நியமித்தோம். அவர் இதற்கு முன்னால் வேறு நிறுவனத்தில் உயர்ந்த

பதவியில் இருந்தவர் என்பதால் மிக அதிக சம்பளத்திற்கு பணியிலமர்ந்தார். ஆனால் அவரது பணி அனுபவம் அப்படி ஒன்றும் சொல்லிக்கொள்ளக்கூடியதாக இல்லை.

1994ஆம் ஆண்டில் ஹெச்.வி.ஆர். மேலாண்மை இயக்குநர் பதவியிலிருந்து விலகிக் கொண்டு நிறுவனத்தின் ஆலோசகராக மட்டுமே தொடர்வது என முடிவெடுத்தார். ஆகவே அஷோக் நிறுவனத்தின் தலைவராக்கப்பட்டார். இந்த நேரத்தில் ஹிந்துஸ்தான் யுனிலீவரில் மனித வளத்துறை இயக்குநராக இருந்த ஆர்.ஆர். நாயரை, டி. தாமஸ் அறிமுகப்படுத்தி எங்கள் நிறுவனத்தின் மனித வள கட்டமைப்பை அமைப்பதில் நாயர் எங்களுக்கு உதவும்படிச் செய்தார். ஆர்.ஆர். என்று அழைக்கப்படும் ஆர். ஆர். நாயர் அன்றிலிருந்து எங்கள் குடும்ப நண்பராகவும், எனக்கு வாழ்நாள் பயிற்றுனராகவும் ஆகிவிட்டார்.

தலைமைப் பொறுப்பேற்ற ஒரு வருடத்திற்குள்ளாகவே அஷோக் அப்பொறுப்பில் சலிப்படைந்துவிட்டார். அவரது உண்மையான அடங்காத ஆர்வம் வடிவமைப்பில்தான் இருந்தது என்பதால் அதற்காக ஏங்க ஆரம்பித்துவிட்டார். எங்கள் நிறுவனம் இன்னும் லாபத்தில் இயங்கவில்லை என்பதோடு மட்டுமில்லாமல் நிறுவனத்தின் நிகர மதிப்பு எதிர்மறையாகவும் இருந்தது. ஆகவே தலைமைப்பொறுப்புக்கு வெளியிலிருந்து ஒருவரை நினைத்துப் பார்ப்பது நடக்கவே நடக்காத காரியம். 1996ஆம் ஆண்டின்மத்தியில் நடந்த ஒரு இயக்குநர் குழும சந்திப்பில் என்னை மேலாண்மை இயக்குநராக நியமிக்கும்படி அஷோக், டி. தாமஸிடம் கேட்டுக்கொண்டார்.

இதைக் குறித்து பேசும்போது ஆர்.ஆர். நாயர் சொல்வார்:-“தன் மனைவியை நிறுவனத்தின் தலைமை அதிகாரியாக ஆக்கும்படி கேட்டது, அஷோக்கின் ஆழமான நுண்ணறிவையும், பெருந்தன்மை மிக்க விசாலமான குணத்தையும் காட்டுகிறது. காரணம் என்னவாக வேண்டுமானாலும் இருக்கட்டுமே, அன்றிலிருந்து இன்றுவரை உலக அளவில்கூட வேண்டாம், இந்தியத் தொழில்துறை அளவில் எடுத்துக் கொண்டால்கூட இப்படி ஒரு செயல் மிகமிக அபூர்வம்தான்... அஷோக் உயர்ந்த தரத்திலான பண்புநலனும், அறிவுத்திறனும் கொண்டவர். ஆகவே பிறருக்கு அளிப்பது போல வெளியிலிருந்து யாரும் அவருக்கு செயலூக்கம் அளிக்க வேண்டியதில்லை. அவர் தனக்கான செயலூக்கத்தைத் தன் உள்ளார்ந்த இயல்பிலேயே கொண்டிருக்கிறார். வருங்காலத்தை யோசித்து அதன் அடிப்படையில் வடிவமைப்பு மற்றும் செயலாக்கத்தைக் கட்டமைக்கும், சகபணியாளர்களை பக்குவமாகக் கையாளக்கூடிய, கவனம் மிக்க அறிவாளியான ஒரு சிறப்புத்

தகுதி மிக்க இஞ்சினியரை மீண்டும் கண்டுபிடித்த பாராட்டு டி. தாமஸுக்குத்தான் சேர வேண்டும். வேலை வாங்குவதில் உறுதியாகவும், கடுமையாகவும் இருக்கும் அதே நேரம் விழுமியங்களில் ஆழமாக வேரூன்றி அனைத்து புள்ளிகளையும் இணைப்பவராக இருப்பதன் பாராட்டு ஹேமாவிற்குத்தான் சேர வேண்டும். எதிர்பார்ப்புகளைச் சிறப்பாக நிறைவேற்றுவதிலும், எதிர்பார்ப்பை மிஞ்சி செயல்படுவதிலும் பாராட்டு இருவருக்குமே சேர வேண்டும்."

என் மனதில் இப்போதும் நீடித்து நிற்கும் நினைவு ஒன்றை இங்கு சொல்ல வேண்டும். நான் தலைமைப் பதவியை ஏற்ற ஆரம்ப நாட்களில் இண்டஸ் வென்ச்சர் நிறுவனத்தின் மூத்த துணைத் தலைவர் ஒருவர் நகைச்சுவையாக சொன்னார்:- "தார்வார்டிலிருந்து வந்த ஒரு பெண் திரு. தாமஸின் நம்பிக்கையை வென்று நிறுவனத்தின் தலைமைப் பதவிக்கும் தேர்ந்தெடுக்கப்பட்டுவிட்டாய். நினைத்துப் பார்த்தால் அவ்வளவு மோசமில்லை என்று சொல்லலாம்தான்."

அதைக் கேட்ட நொடியில் என் மனதில் உறுதியான தீர்மானம் ஒன்றை எடுத்துக்கொண்டது இப்போதும் நினைவில் இருக்கிறது:-- "இந்த நிறுவனமும், டி. தாமஸும் பெருமைப்படும்படி செயல்படுவேன்."

எங்கள் நிறுவனத்தின் வளர்ச்சிப் பயணம் ஹார்வார்ட் பிஸினஸ் ஸ்கூலில் பகுப்பாய்வுப் படிப்புக்கான முன்னுதாரண நிகழ்ச்சியாகத் தேர்ந்தெடுக்கப்பட்டபோது நான் எனக்குள் நினைத்துக்கொண்டேன்:- "தார்வார்டிலிருந்து ஹார்வார்டுக்கு, நினைத்துப் பார்த்தால் அவ்வளவு மோசமில்லை என்று சொல்லலாம்தான்."

அத்தியாயம் 4

பணத்தைவிட மேலானவை

ஒரு நிறுவனத்தின் வளர்ச்சி ஊக்குவிப்பாளர்கள் (ப்ரமோட் டார்கள்), முதலீட்டாளர்கள், இயக்குநர் குழுமம் ஆகியவற்றில் இருப்பவர்களுக்கு இடையே ஒருவருக்கொருவர் கருத்து ஒற்றுமை, நம்பிக்கை, பரஸ்பர மரியாதை இருக்கும் எனில் அந்த நிறுவனம் அரும்பெரும் காரியங்களைச் சாதிக்கும். ஆனால், அது அத்தனை எளிதானதல்ல. அதே நேரம் அடையமுடியாத இலக்கும் அல்ல.

ஒரு சுறாவைப் போல வளர்ந்து வர விரும்பினேன்

என் மகளுக்கு 12 வயதாக இருக்கும்போது அவள் தொலைக் காட்சியில் 'ஷார்க் டாங்க்' (சுறா தொட்டி) எனும் நிகழ்ச்சியைத் தொடர்ந்து பார்ப்பது வழக்கம். அது ஒரு அமெரிக்கத் தயாரிப்பு நிகழ்ச்சி. அது 'சுறாக்கள்' அல்லது தொழில் ஆரம்ப நிலை முதலீட் டாளர்களிடம் தங்கள் தொழில் குறித்த யோசனையைத் தொழில் முனைவோர் முன்வைத்து முதலீட்டிற்கான சம்மதத்தைப் பெறுவது போன்ற நிகழ்ச்சி. இந்த சுறாக்கள் அல்லது ஆரம்ப நிலை முதலீட் டாளர்கள் என்பவர்கள் நாம் நான்கு பக்கங்களை வாசித்துத் திருப்பு வதற்குள் இந்த முதலீடு குறித்த முடிவினை அவர்களுக்கு அளிக்கப் படும் எண்கள் அடிப்படையிலான தகவல்களைக் கொண்டு எடுத்து விடும் விரைவில் செயல்படுபவர்கள். ஆகவே, பார்வையாளர்களைக் கவரும் நோக்கில் டி.ஆர்.பி.யை நோக்கமாகக் கொண்டு ரியாலிட்டி ஷோக்களைப் போல கடுமையான முகபாவனைகளுடன் கட்டற்ற போட்டி வெறியுடன் செயல்வேகம் கொண்டவர்களாக இந்த சுறாக்கள் தம்மைக் காட்டிக் கொள்வார்கள்.

இந்த விரைவால் கவரப்பட்டு தானும் ஒரு சுறா முதலீட்டாளராக வர விரும்புவதாக என் மகள் சொல்வதுண்டு! அதிர்ஷ்டவசமாக எங்க ளுக்கு அமைந்த வென்ச்சர் கேபிடல் முதலீட்டாளர்கள் 'சுறா'க்களாக இல்லை. தேவதைகளாகத்தான் இருந்தார்கள். முதன்முதலில் அவர்கள் 1993இல் செய்த முதலீட்டிலிருந்தே எங்களுக்கு சாதகமாகவே இருந் தார்கள். மார்க்கெட்டிங், மனிதவளம், நிறுவனத்தைக் கட்டமைப்பது,

யுக்திகளைக் கையாளுவது ஆகியவற்றில் அவர்கள் எங்களுக்கு அளித்த நடைமுறை சார்ந்த ஆலோசனைகளும், தகுந்த நேரத்தில் செய்த முதலீடுகளும் அவர்கள் எங்களுக்குச் செய்தவற்றில் ஒரு பகுதி மட்டும் தான்.

இவற்றோடு கூடவே அவர்கள் செய்த மகத்தான செயல் ஒன்று உண்டு. அது பல பத்தாண்டுகளாகப் பல்வேறு களங்களில் வெற்றி கரமாக செயல்பட்ட அனுபவச் செழுமை கொண்ட கே.கே.நாயர், ப்ரேம் சத்தா போன்றவர்கள், ஆர்.ஆர்.நாயர் போன்ற அக்கறை கொண்ட பயிற்சியாளர்கள் என ஆகச்சிறந்த அறிவாற்றல் மிக்கவர்களுடன் எங்களையும் இணைத்து பணிபுரிய வைத்ததுதான். இவர்கள் உதவியால்தான் ஒரு மிகச்சிறந்த இயக்குநர் குழுவை நாங்கள் உருவாக்க முடிந்தது.

சில நேரங்களில் நாங்கள் திட்டமிட்டபடி வேலைகள் நடக்காத போது இவர்கள் அதற்கான காரணங்களை எங்களிடம் பொறுமை யுடன் கேட்டு, எங்களைப் புரிந்துகொண்டார்கள். மிக முக்கியமாக ஊழல், லஞ்சம் ஆகியவற்றின் அடிப்படையில் ஒரு வியாபார பரி வர்த்தனைகூட நடைபெறக் கூடாது என நாங்கள் சொன்னபோது எவ்விதத் தயக்கமும் இல்லாமல் அதை ஏற்று ஆதரவு தந்தார்கள்.

அறிவாற்றல் மிக்க சிறந்த வல்லுநர்களாக விளங்கிய இவர்கள், மதிப்பு மிக்க பல ஆலோசனைகளை எங்களுக்கு வழங்கியதற்கு அடிப்படைக் காரணம் இதுதான் என நம்புகிறேன்:- அசோக், தாமஸ் மற்றும் நான் ஆகிய எங்கள் மூவருக்குள்ளும் ஒருவர்மீது ஒருவருக்கு பணிபுரிவதில் இருந்த பரஸ்பர மரியாதைக்குரிய உறவுமுறை.

அதே நேரம் இன்னொரு விஷயத்தையும் இங்கே குறிப்பிட வேண்டும். நான் இவர்களால் தரப்பட்ட ஆலோசனைகளை எப் போதுமே அடிபணிந்து ஏற்றுக்கொண்டிருக்கிறேனா எனக் கேட்டால் நேர்மையான பதில் எல்லா நேரங்களிலும் இல்லை என்பதுதான். எனக்குக் கிடைத்த வசதிகளைக் கொண்டு நான் சிறப்பாகச் செயல் படுவதாகவே நினைத்தேன். ஆனால் என் மிகச் சிறப்பான செயல் பாடுகள் ஏன் போதுமானவையாக இல்லை என்பது ஒரு கேள்வி. இதைத் தாண்டி வருவதற்காக நான் எடுத்துக்கொண்ட முயற்சிகளும், கற்றுக்கொள்ளல்களும் மிகுந்த சிரமம் தரக்கூடியதாகவும், மெல்ல செயல்படக்கூடியவையாகவும் இருந்தன. அப்போதுதான் ஒரு சிறு செயல் வழியாக முக்கியமான மாற்றத்தை உணர்ந்தேன். இயக்குநர் குழு சந்திப்புகளில் விவாதிக்கப்படும் விஷயங்களையும், நிறுவனத்தின்

செயல்பாடுகள் மீதான அவர்களது எதிர்வினைகளையும் நானே முன்வந்து நிறுவனத்தின் பிறதுறையினரிடம் பகிர்ந்துகொள்ள ஆரம்பித்தேன்.

இப்படிச் செய்ததில் கிடைத்த ஒரு முக்கியமான பாடம் இது - மோசமான செய்திகளை எந்த சமாளிப்புகளும் செய்யாமல் அப்படியே முன்வைப்பது. முக்கியமான பணியாளர்கள் வேலையை விட்டுப் போவது, புதிய தயாரிப்புகள் வெளிவர தாமதமாகுதல் போன்ற கசப்பான செய்திகளை எந்த சமாளிப்புகளும் இல்லாமல் நேரடியாகவே எங்கள் அணியினர் முன் வைத்து விடுவேன். உடனடியாகவே அவர்கள் இந்தச் சூழ்நிலையை சமாளிக்க என்ன செய்ய வேண்டும், எப்படியெல்லாம் இவை நடக்காமலிருக்க முயற்சிகள் எடுக்க வேண்டும் என்பனவற்றைக் குறித்து உருப்படியான ஆலோசனைகளிலும், விவாதங்களிலும் ஈடுபட ஆரம்பித்துவிடுவார்கள்.

இரண்டாவதாக, இப்படியான ஆலோசனைகள், யோசனைகள் சரியாகப் பொருந்தி வந்து சிக்கலுக்குத் தீர்வாக அமையும்போது இந்த நிகழ்வுகளை அணியின் அனைத்து பணியாளர்களுடனும் பகிர்ந்து கொள்வோம். இதனால் ஏற்பட்ட முக்கியமான பலன் மேலும்மேலும் நுட்பமான ஆலோசனைகளும், யோசனைகளும் ஊக்கத்துடன் வர ஆரம்பித்ததுதான். நாங்கள் உயர்ந்த அளவிலான தரநிலைகளை பராமரித்துவரும் அனுபவத்தின் உதவியால் நெறிமுறை மீறாத பணிக் கலாச்சாரத்தை உருவாக்குவது, ஒவ்வொரு ஆண்டும் தொடர்ந்து நிலையாக நல்ல முன்னேற்றத்தைக் கொடுப்பது போன்றவற்றை சாத்தியமாக்கினோம். ஆனால் இதனுடன் இணைத்துப் பார்க்கவேண்டிய முக்கியமான கலாச்சார அம்சமாக இதை வளர்த்தெடுத்தோம் – ஒவ்வொருவரும் அவரவருக்கு உரிய தரநிலைகளை தனக்குத்தானே உயர்த்திக்கொள்ளும் விதத்தில் தொடர்ந்து செயல்படுதல். இன்னும் சிறப்பாக நீங்கள் செயல்பட்டிருக்கலாம் என்று எவரோ ஒருவர் சுட்டிக்காட்டும்வரை காத்துக்கொண்டிருக்க வேண்டியதில்லை என்ற எண்ணமே எங்களுக்குள் இருந்தது. இந்த மனப்பான்மையை, மிகுந்த முயற்சிசெய்து விமர்சனங்களைத் திறந்த மனதுடன் எதிர்கொள்வது, எதிர்வினைகளை பக்குவமாகக் கையாள்வது ஆகியவற்றுடன் இணைத்துக்கொண்டோம். இதன் வழியாக ரகசியமாக விஷயங்களை மூடிவைத்துப் பேசுவது, தன்னைக் காப்பாற்றிக் கொள்வது போல பேசுவது, தவறுக்கு சமாளிப்புகளைக் காரணமாக்குவது போன்றவற்றைத் தவிர்த்தோம்.

இவற்றால் கிடைத்த நற்பலன்களில் சில:- பணியிடத்தில் சுய சான்றிதழ்/ சுய மேற்பார்வை செய்துகொள்ளுவது, சீமென்ஸ், ஏ.பி.பி. போன்ற பெருநிறுவனங்களை எதிர்பாரா தணிக்கைக்கு வரச் சொல்வது ஆகியவை. இவ்வாறு எங்கள் ஆற்றல் துறை வாடிக்கையாளர்களால் எங்கள் நிறுவனத்தின் தொழிற்சாலைகளில் செய்யப்படும் திடீர் தணிக்கை சோதனைகளின் முடிவை நான் எனக்கு நேரடியாக அனுப்பு மாறு கேட்டு வாங்குவேன். இந்தத் தணிக்கைகளின் கண்டுபிடிப்புகள் ஒவ்வொருவர் வழியாக என்னை வந்தடையும்போது அதில் ஒவ் வொரு இடத்திலும் தவறுகள் சலிக்கப்பட்டு சரியானவை மட்டுமே என்னை வந்துசேர்ந்துவிடக் கூடாது என்பதற்காக இப்படிச் செய்தேன்.

மொத்தத்தில் சொல்வதானால் அறிவார்ந்த ஆலோசனைகளும், சுய நலமற்ற அனுபவச் செழுமை மிக்க அறிவுரைகளும் நிறுவனத்திற்கு எப்படியெல்லாம் பயனுள்ள விதத்தில் இருந்தன என்பதைச் சொல் வதற்கு பல சம்பவங்கள் இருக்கின்றன.

உங்கள் கழிவறை நாறுகிறது

நான் கற்றுக்கொண்ட பாடங்களில் முதல் பாடம் கொஞ்சம் சங்கட மான விஷயத்தில் நடந்தது. அது தொழிற்சாலை பணியாளர்களின் கழிவறை சம்பந்தமானது. ஒரு நிறுவனத்தின் வரவேற்பறை, நிறு வனத்தின் முன்னால் இருக்கும் புல்வெளி போன்றவற்றைப் போலவே அங்கிருக்கும் கழிவறையும் அதே முக்கியத்துவத்துடன் பராமரிக்கப் பட வேண்டும் என்பதை நான் கற்றுக்கொண்ட விதத்தைதான் பேசப்போகிறேன்.

1996 பிற்பகுதியில் நான் மேலாண்மை இயக்குநராகப் பொறுப் பேற்றுக் கொண்டதும் தாமஸ் மற்றும் அவரது நண்பர்கள் கலந்து கொண்ட முதல் இயக்குநர் குழு கூட்டம் நடந்தது. அக்கூட்டம் முடிவடைந்ததும் அவர்கள் அனைவரையும் எங்கள் நிறுவனத்தின் அலுவலகங்களையும், தொழிற்சாலையையும் சுற்றிப்பார்க்க அழைத்துச் சென்றேன். இது அவசியமான ஒன்று என அப்போதுதான் தெரிந் திருந்தது. இயக்குநர் குழு கூட்டத்திற்கு முன்பே இப்படிச் சுற்றிப் பார்த்தால் தாமஸின் கண்களில் ஏதாவது தவறாகப் பட்டு அதனால் கூட்டத்தில் விரும்பத்தகாத ஏதாவது நடந்திருக்கக்கூடும் என்று நினைத்துக்கொண்டேன்.

அலுவலக் கட்டடத்திற்குப் பின்னால் அமைந்திருந்த தொழிற் சாலையை நோக்கி நடக்கும்போது தாமஸ், "இங்கே பணியாளர்களின்

கழிவறை எங்கே இருக்கிறது?" என்று கேட்டார். எனக்கு ஒரு நொடி நெஞ்சம் சில்லிட்டுவிட்டது. அன்று காலையில் சீக்கிரமாகவே வந்து அனைத்துப் பகுதிகளிலும் ஏற்பாடுகள் எப்படி செய்யப்பட்டிருக் கின்றன என சோதனை செய்த நான் சென்று சோதிக்காத ஒரே இடம் 'பணியாளர்களின் கழிவறை'. சொல்லப்போனால் அங்கிருந்து வந்த துர்நாற்றம் காரணமாக நான் அந்தப் பக்கமே போகாமல் வந்து விட்டேன்.

"ஏன் நீங்கள் இந்தக் கழிவறைக்குச் செல்ல வேண்டும்? உள்ளே அலுவலகத்தில் உயர் அதிகாரிகளுக்கான கழிவறை இருக்கிறது. அங்கு செல்லலாம்" என சற்று பலவீனமாகத்தான் சொன்னேன். ஆனால், அவர் நேரே பணியாளர்களின் கழிவறைக்குள் நுழைந்தார். சுளித்த முகத்துடன் வெளிவந்த அவர் என்னிடம் இவை சுத்தமாக இருப்பதை நான் உறுதிப்படுத்தியிருக்க வேண்டும் என அழுத்தமாகச் சொன்னார். அந்தச் சந்திப்புக் கூட்டம் முடிந்ததும் என் மூளையில் மின்னல் வெட்டாய் ஒரு யோசனை வந்ததாக நினைத்துக்கொண்டேன். கழி வறையின் வாசலை மாற்றி வைத்து பின்பக்கமாய் சுற்றி அங்கு செல்வதாக அமைத்துவிட்டாலென்ன? அப்போதுதான் துர்நாற்றம் தொழிற்சாலையின் உள்ளேயோ, மைய வழியிலோ வீசாமல் இருக்கும். இரண்டு வாரங்களில் அப்படியே செய்து முன்பிருந்த வாசலை சுவர் கட்டி மறைத்து பெயிண்ட் அடித்து முடித்தும்விட்டோம்.

அடுத்த மூன்று மாதங்கள் தாண்டியதும் காலாண்டு ஆய்வுக்காக தாமஸ் தொழிற்சாலைக்கு வருவதை ஆவலுடன் எதிர்பார்த்துக் கொண் டிருந்தேன். அவரும் வந்து வழக்கம் போல தொழிற்சாலைக்குள் நுழைந்து அனைத்துப் பகுதிகளுக்கும் சென்றார். பணியில் இருந்த சில பணியாளர்களிடம் பேசினார், தயாரிப்பு முறைமைகள் குறித்த சில தகவல்களை அவர்களிடம் கேட்டார். என்னிடம் திரும்பி, "சரி, வாருங்கள்! போய் பணியாளர்களின் கழிவறைக்குப் போய் பார்க்கலாம்" என்றார்.

"ஓ, அதற்கு வெளியே போய் சுற்றி பின்பக்கமாகப் போக வேண்டுமே! கண்டிப்பாக போகத்தான் வேண்டுமா? நாம் சென்று காலாண்டு ஆய்வுக் கூட்டத்தைத் தொடங்கலாமில்லையா?" என்று சொல்லிக்கொண்டிருக்கும்போதே அவர் நடக்க ஆரம்பித்துவிட்டார். வாய்ப்பே இல்லை. நான் வேறு வழியின்றி அவருடன் இருக்கும் அனைவருடனும் இணைந்து அந்த ஊர்வலத்தில் நடக்க ஆரம் பித்தேன்.

வாசலை மாற்றியது, பின்பக்கமாக அமைத்தது என அனைத்து மாற்றங்களுக்குப் பிறகும் பணியாளர்களின் கழிவறையிலிருந்து வரும் துர்நாற்றம் மட்டும் மாறவே இல்லை. ஆக மோசமான விஷயம் என்னவென்றால் நான் சிக்கலைத் தீர்க்கவே இல்லை, மாறாக, தள்ளி வைத்திருக்கிறேன்.

ஆனால், அப்போது எனக்கு ஏற்றுக்கொள்ளவே முடியாத விஷயம் இந்த மனிதர் குறித்துதான் - இவரது தலைமையில் இயங்கிய நிறு வனத்தைக் குறித்து எம்.பி.ஏ.வில் நாங்கள் படித்த படிப்பு என்ன? இவர் ஹிந்துஸ்தான் லீவரில் செய்த மகத்தான சாதனைகள்தான் என்ன? விலைக் கட்டுப்பாடு, ஏற்றுமதிக் கட்டுப்பாடு மற்றும் மேலாண்மை சட்டங்களை இந்த மனிதர் கையாண்ட விதம் என்ன..? கூடவே நான், நிகர மதிப்பு துடைத்து எடுக்கப்பட்ட ஒரு நிறுவனத்தின் புதிய தலைமைச் செயல் அதிகாரி... நாங்கள் இருவரும் இங்கே என்ன பேசிக் கொண்டிருக்கிறோம்? ஒரு கழிவறை துர்நாற்றத்துடன் இருப்பது பற்றி. என்னால் புரிந்துகொள்ளவே முடியவில்லை.

அன்றைய இயக்குநர் குழு சந்திப்புக் கூட்டம் முடிந்ததும் தாமஸ் சொன்னார்:- "நாம் இப்போது அன்னை தெரசாவின் அமைப்பால் நடத்தப்படும் மிஷனரிஸ் ஆஃப் சேரிட்டீஸுக்குப் போகலாம். காரில் சென்றால் இங்கிருந்து சில நிமிடங்கள்தான்" என்றார்.

அந்த அமைப்பின் இல்லம் எங்கள் தொழிற்சாலையிலிருந்து 3 கிலோ மீட்டர் தொலைவில் இருக்கும் எலஹன்காவில் இருந்தது. கண்ணுக்கு இனிய பசுமையுடன் பழ மரங்கள் சூழ அமைதியாக இருந்த அந்த இல்லத்தில் மனவளர்ச்சி குறைந்த சிறப்புக் குழந்தைகளும், ஆதரவற்ற குழந்தைகளுமாக 150 பேர் வரை இருந்தனர். கன்னி யாஸ்திரிகள் ஐந்து பேர் அந்த இல்லத்தை நடத்தி வந்தனர். மொத்த இடமும் மிகச் சுத்தமாகவும், சுத்தத்தின் வாசனையுடனும் இருந்தது. அங்கிருப்பவர்களேதான் மொத்த இல்லத்தையும் பராமரித்துக்கொள் கிறார்கள். அங்கிருந்த கழிவறை சுத்தமாகவும், ஈர நசநசப்பில்லாமல் உலர்வாகவும் இருந்தது. அங்கேயே அமர்ந்து சாப்பிடலாம் எனும் அளவுக்குச் சுத்தமாகப் பராமரிக்கப்பட்டிருந்தது. அவ்வளவு சுத்தமான மாசுமருவற்ற கழிவறையைப் பார்க்கும்போது எனக்கு அவமானத்தால் உடம்பே எரிவது போல இருந்தது. நாற்றம் எடுக்கும் கழிவறையைச் சுத்தமாக வைப்பதைப்பற்றி யோசிக்காமல் அதைப் பின்பக்கமாகத் தள்ளி வைத்திருக்கிறேன். எனக்கு தாங்கவே முடியவில்லை. அப் போதுதான் எனக்கு தாமஸ் என்னிடம் சொல்ல வந்ததென்ன என எனக்குப் புரிந்தது: சுத்தமும், சுகாதாரமும் அனைத்து நிலைகளிலும்

பேணப்பட வேண்டும் என்பதில்தான் நான் கவனம் செலுத்தியிருக்க வேண்டும். நிறுவனம், அதன் பணியாளர்கள் குறித்து இவ்விஷயம் நிறையவே சொல்லும் என்பதோடு இதைக் கச்சிதமாகச் செய்து முடிக்கவும் இயலும். அந்த இல்லத்தின் ஒவ்வொரு உறுப்பினரும், பணிவும் புன்னகையும் கொண்ட கன்னியாஸ்திரிகளும் நான் என்ன செய்ய வேண்டுமென்பதை எனக்குக் காட்டினார்கள். நான் என் நிறுவனத்தின் மேலாளர்கள் அனைவரையும் அந்த இல்லத்திற்கு அழைத்து வந்தேன். அவர்களுக்கும் அது வாழ்க்கையில் மறக்க முடியாத மாற்றத்தைக் கொடுத்த அனுபவமாக அமைந்தது.

2003 அக்டோபரில் அப்போது உருவாகி வந்த எலக்ட்ரானிக் சிட்டியின் முக்கியப் பகுதியில் எங்கள் புதிய தொழிற்சாலை மற்றும் அலுவலகம் கட்டப்படும்போது நான் ஒரு விஷயத்தில் உறுதியாக இருந்தேன். பணியாளர்கள் கழிவறை விசாலமாகவும், காற்றோட்ட மாகவும், இயற்கையான வெளிச்சம் போதுமான அளவில் இருக்கும் விதமாகவும் அமைக்கப்பட வேண்டுமென நிர்ணயித்து அதனை மிகக் குறிப்பாக தொழிற்சாலையின் உணவுக்கூடத்துக்கு அருகிலேயே இருக்குமாறு அமைத்தோம். நாங்களே எங்களுக்குள் சுயமாகவே சோதித்து அக்கழிவறைகளைச் சுத்தமாக எப்போதும் வைத்திருப்பது குறித்து எங்களுக்கெல்லாம் பெருமைதான். வரும் விருந்தினர்களை, பார்வையாளர்களையும் அங்கு அழைத்துச் செல்வோம். இதுவரை எந்தச் சிறு புகாரும்கூட பணியாளர் கழிவறை குறித்து வந்ததில்லை.

இன்றுவரை நாங்கள் மிஷனரிஸ் ஆஃப் சேரிட்டீஸுக்கு ஆதர வளித்து வருகிறோம். நாங்கள் முதலில் சென்று வந்ததும் தாமஸ் எங்களுக்கு அனுப்பியிருந்த செய்தியில் இப்படியான வரிகள் இருந் தன:- அவர்களது நல்ல நோக்கத்திற்காக உங்கள் லாபத்திலிருந்து தொடர்ந்து உதவுங்கள். தாராள மனதுடன் கொடுக்கும் நிறுவனங் களுக்கு அன்னையின் ஆசி பூரணமாக உண்டு, நல்லதே நடக்கும்.

அப்படித்தான் எங்கள் அனுபவமும் இருந்தது. எங்களுக்காகப் பிரார்த்திக்க வேண்டுமெனும் போதெல்லாம் சகோதரிகள் ஒரு அழைப்பிலேயே வந்து பிரார்த்தித்தார்கள். தாமஸ் பகிர்ந்துகொண்ட அன்னை தெரசாவுடனும் அவர் அமைப்புடனும் அவரது தனிப்பட்ட அனுபவங்களும், அன்னை தெரசா குறித்த செய்திகளும் எங்கள் நிறுவனத்தின் சி.எஸ்.ஆர். (நிறுவனத்தின் சமூகப் பொறுப்புக்கான நிதி ஒதுக்கீட்டுச் செயல்பாடுகள்) செயல்படும் விதத்தில் ஆழமான தாக்கத்தை ஏற்படுத்தின.

நீங்கள் ஒன்று சமையல் வேலையைப் பார்க்க வேண்டும் அல்லது சி.இ.ஓ. வேலையைப் பார்க்க வேண்டும்

நான் நிறுவனத்தின் தலைமைச் செயல் அதிகாரியாகப் பொறுப் பேற்றுக்கொண்ட முதல் சில வாரங்களுக்கு இரட்டைக் குதிரை சவாரி செய்யவேண்டியிருந்தது. வீட்டைப் பொறுத்தவரை, குடும்பத் தலைவியும், புதிதாக அம்மா ஆனவளுமாகச் செய்ய வேண்டிய வேலைகள் ஒரு பக்கம். மற்றொரு பக்கமோ புதிய நிறுவனத்தின் தலைமைப் பதவியில் இருந்துகொண்டு முடிவுகள் எடுக்க வேண்டிய வேலைகள். இரண்டுக்கும் நடுவே சமாளிப்பது கடுமையான சவா லாகவே இருந்தது.

எப்படிச் சொல்ல ஆரம்பிப்பது? எனது முதல் குழந்தையாகிய பையன் பிறந்து அவனுக்குப் பதினைந்து மாதங்கள் ஆகியிருந்தது. 1996இல் நாங்கள் குடியிருந்த பகுதியான எலஹன்கா அப்போது அதிகம் வளர்ச்சி அடையாத பெங்களூரின் புறநகர் பகுதி. ஆகவே குழந்தையைக் கவனித்துக்கொள்ள தகுந்த ஆட்களோ, தாதியர்களோ கிடைக்க மாட்டார்கள். இந்த நிலையில் சுத்தமும், நம்பகமும் கொண்ட ப்ளே ஸ்கூலை அங்கு கற்பனைகூட செய்ய முடியாது. வீட்டில் நிலைமை இப்படியிருக்க தாமஸ் இடையிடையே எப்போதாவது தொலைபேசியில் அழைப்பார். புதிய ஏற்பாடுகள் நிறுவனத்தில் எப்படி செயலாகிக்கொண்டிருக்கின்றன என விசாரிப்பார். அப்படி ஒரு முறை பேசுகையில் நான் அவரிடம் எனக்கு வீட்டுப் பணிகள் அதிகமாக இருப்பதாகவும், தொழிலில் அதிக நேரம் செலவழிக்க முடியவில்லை என்றும் சொன்னேன்.

சட்டென தாமஸிடமிருந்து பதில் வந்தது:- "உடனே ஒரு சமையல் காரரை வேலைக்கு அமர்த்துங்கள். நீங்கள் ஒன்று சமையல் வேலை யைப் பார்க்க வேண்டும் அல்லது சி.இ.ஓ. வேலையைப் பார்க்க வேண்டும்." பேசி முடித்த கையோடு தாமஸ் தன்னுடைய மும்பை நாரிமன் பாயிண்ட் அலுவலகத்திலிருந்து தொடர்ந்து தன்னுடைய நிறுவனம் முதலீடு செய்த நிறுவனங்களின் சி.இ.ஓ.க்கள் ஒவ்வொரு வருக்கும் தொலைபேசி அழைப்புகளை செய்திருந்தார். அவர்கள் அனைவருமே ஆண்கள். அவர்களிடம் இவர் கேட்டது எனக்கு ஒரு நல்ல சமையல்காரரை உடனடியாகக் கண்டுபிடித்துத் தர உதவ வேண்டும் என.

தாமஸின் இண்டஸ் நிறுவனம் முதலீடு செய்திருந்த அனைத்து நிறுவனங்களின் முதல் விருந்து கூட்டம் நகரின் பாரம்பரியப் பெருமை

மிக்க ஹோட்டலில் நடைபெற்றது. அதில் கலந்துகொண்ட நான் என்னை மற்ற நிறுவன சி.இ.ஓ.க்களிடம் அறிமுகப்படுத்திக் கொண்டதும் மற்ற அனைவரும் என்னிடம் கேட்ட முதல் கேள்வி, "உங்களுக்கு சமையல்காரர் கிடைத்துவிட்டாரா? தாமஸ் எங்களை விடாமல் தொடர்ந்து கேட்டுக்கொண்டே இருக்கிறார்."

உண்மையாகச் சொல்வதானால் அவர் எங்களது வெற்றிக்கு எவ்வளவு தூரம் இறங்கி வந்து அக்கறையுடன் செயல்படுவதில் ஆர்வமாக இருக்கிறார் என வியப்புடன் நினைத்துக்கொண்டேன். இவ்வளவு சிறிய விஷயத்திற்கும் இப்படிக் கவனத்துடன் ஈடுபடும் அவர் தன் துறையில் அனைவரும் வியக்கத்தக்க அளவில் மாபெரும் சாதனைகளைப் படைத்தவர் என்பதை நினைத்தால் அவர் மீது மதிப்பும் வியப்பும் கூடுகிறது.

சில ஆண்டுகள் கழித்து நான் தகுதியும், திறமையும் இருந்தாலும் வாய்ப்பில்லாமல் குடும்பக் காரணங்களுக்காக வீட்டிலேயே சில காலத்தைக் கழித்த பெண்கள் மீண்டும் பணிக்குத் திரும்பி தம் திறமைகளை நிரூபிக்க வாய்ப்புகளை வழங்கினேன். கிட்டத்தட்ட என்னை அறியாமலேயே தான் இதைச் செய்தேன். அப்படிப் பணிக்கு வந்த பெண்களின் வெற்றிக் கதைகளை வைத்துப் பார்த்தால் நல்ல விதமாகத்தான் இச்செயல் நடந்தது எனலாம். இப்பெண்கள் எங்கள் நிறுவனத்தை ஷ்நீய்டர் நிறுவனம் வாங்கி நடத்தும்போதும் வெற்றி கரமாகப் பணியில் இருந்தார்கள் அல்லது பல பன்னாட்டு நிறுவனங்களில் உயர் பதவிகளில் இருந்தார்கள்.

உங்கள் மீட்டர்கள் வெறும் டப்பாக்கள் அல்ல. அவை மக்களுக்கு மின்சாரத்தை சேமித்து, செலவை மிச்சப்படுத்தும் உதவியைச் செய்பவை, எங்கு எடுத்துச் செல்ல வேண்டுமோ அங்கு எடுத்துச் சென்று பேசுங்கள்.

மேலே சொல்லப்பட்ட அவதானிப்பு 1997இன் இறுதி மாதங்களில் தாமஸால் சொல்லப்பட்டது. இதை சிந்தித்துப்பார்த்ததும் தான் ஆற்றல் பாதுகாப்பில் சிறப்பம்சம் உடையவர்களாக எங்கள் நிறுவனத்தை நிலைநிறுத்தும் எண்ணமே எங்களுக்குத் தோன்றியது. அதுவரை வேகமாகவும், சிறப்பாகவும், பார்க்க அழகாகவும், நீடித்து உழைக்கும் விதத்திலும் மீட்டர் பாக்ஸ்களைத் தயாரிப்பவர்களாக மட்டுமேதான் எங்களை நாங்களே நினைத்துக்கொண்டிருந்தோம்.

இந்த சிந்தனை மாற்றத்திற்குப் பின் நடந்தது ஒரு வரலாறு என்றே சொல்லலாம்.

ஆற்றல் பாதுகாப்பில் சிறப்பம்சம் உடையவர்களாக எங்களை நிலைப்படுத்த நாங்கள் மேற்கொண்ட பல செயல்பாடுகளில் வெற்றி கரமானதும் எளிமையானதுமான ஒரு செயல் இது. இந்தியாவின் 500 முதன்மை நிறுவனங்களின் வெளியிடப்பட்ட காலாண்டு நிதி நிலை அறிக்கைகளை எடுத்துக்கொள்வோம். ஒவ்வொரு நிறுவனத்தின் குழுமத் தலைவருக்கோ அல்லது மேலாண்மை இயக்குநருக்கோ அவர்களது நிறுவனத்தின் மின்பயன்பாட்டை சேமித்து செலவைக் குறைக்கும் உதவியை நாங்கள் எப்படி செய்ய முடியும் என விளக்கி நான் என்னுடைய முத்திரையிடப்பட்ட கடிதத்தாளில் தனிப்பட்ட கடிதம் ஒன்றை எழுதி அனுப்புவேன். அவர்களது நிதி அறிக்கை யிலிருந்தே மின்சார ஆற்றலுக்கான செலவு எப்படி முந்தைய ஆண்டு களைக் காட்டிலும் அதிகரித்து வருகிறது என அவர்கள் அச்சிட்ட செலவுக்கணக்கையே மேற்கோள் காட்டி விளக்குவேன். ஒரு விஷ யத்தை நீங்கள் நினைவில் வைத்துக்கொள்ள வேண்டும். இவை அனைத்தும் நடக்கும் 90களின் இறுதியில் இப்போதிருப்பது போல இன்டர்நெட் வசதிகளோ, ஸ்மார்ட் ஃபோன் தொழில்நுட்பங்களோ கிடையாது. நாங்கள் நிறுவனத்தை விற்பனை செய்து விட்டு வரும் வரையிலும்கூட, எங்களது வாடிக்கையாளர் தொடர்பு செயல்பாடு களில் அதிக பலனளித்த முறை இதுவாகத்தான் இருந்தது.

உங்கள் நிறுவனம் ஒன்றும் தேசிய அளவிலான நிறுவனம் அல்ல, தென்னிந்தியாவில் மட்டும் தொழில் செய்யும் சிறு நிறுவனம்தான் நீங்கள் இந்த வரிகளை டிடி இயக்குநர் குழு கூட்டம் ஒன்றில் சொல்லும்போது கடுமையாக சீண்டியது அனைவரையும். ஆனால் அவர் அதை ஒரு உண்மை என அழுத்தமாகப் புரிய வைத்தார். இந்திய நாட்டின் வரைபடத்தை எடுத்து எங்களுக்கு இப்படி விளக்கினார்:- “இந்தியாவின் மக்கள்தொகையில் பெரும்பங்கு எங்கு வசிக்கிறார்கள்? வட இந்தியாவில். இந்தியாவில் உற்பத்தி செய்யப் படும் மின்சாரத்தில் எட்டில் ஒரு பங்கு என்.டி.பி.சி.யால் தயாரிக்கப் படுகிறது, அதுவும் ஒரே ஒரு மாநிலத்திலிருந்து. அது உத்திர பிரதேசம், இந்தியாவின் வட மாநிலம். பெருமளவு மின்சாரத்தைப் பயன்படுத்துவோர் அங்குதான் இருக்கிறார்கள். நீங்கள் வளர வேண்டு மென விரும்பினால் தெற்கைத் தாண்டியும் உங்கள் செயல்பாடுகளை வளர்த்துக்கொள்ள வேண்டும்.”

இதற்குப் பின்னர்தான் உண்மையாகவே வட இந்தியாவில் நிறு வனத்தை வளர்ப்பதற்காக டெல்லியில் ஒரு அலுவலகத்தை அமைத் தோம். ஆனால் வட இந்தியாவில் செயல்படுவதை ஹெச்.வி.ஆர்.

(அஷோக் அப்பா) அவர்களால் ஜீரணிக்கவே முடியவில்லை. அவர் அப்போது இயக்குநர் குழுவில் இருந்தார். ஆகவே நம்பகமற்ற, நிச்சயமற்ற போக்கைக் கொண்ட வடஇந்தியாவில் விற்பனையை விரிவாக்குவது குறித்த ஆபத்துகளைப் பற்றியே பேசிக்கொண்டிருந்தார். வட இந்தியாவிலிருந்து வர வேண்டிய பாக்கி பணம் அதிகரிப்பதைச் சுட்டிக்காட்டியும், வட இந்தியாவில் விநியோகஸ்தர்கள், விற்பனை இஞ்சினியர்களை ஒருங்கிணைத்து வேலை வாங்குவதில் இருக்கும் சிக்கல்களைக் குறித்தும், இவ்விஷயத்தில் ஒரு தலைமை செயல் அதிகாரியாக நான் சவால் மிக்க ஆபத்தான முடிவுகளை எடுப்பதன் அவசியம் என்ன எனக் கேட்டும் நீண்ட கடிதங்களை அவர் தாமஸுக்கு அனுப்பினார். ஆனால், இந்த மாற்றங்களால் ஹெச்.வி.ஆர்.க்கு ஏற்பட்ட பதட்டத்தைப் புரிந்துகொண்ட தாமஸ் பக்குவமாகவே இந்த விஷயத்தைக் கையாண்டார். ஒரு தனித்த மதிப்பீட்டு நிறுவனம் மூலம் இயக்குநர் குழுமத்தின் உறுப்பினர்களிடையே தொழில் குறித்த எண்ணப்போக்கை விரிவாக மதிப்பிட தாமஸ் ஏற்பாடு செய்தார். அந்த மதிப்பீட்டின் அடிப்படையில் தன் நிலையைப் புரிந்துகொண்ட ஹெச்.வி.ஆர். மாற்றங்களை உணர்ந்து இயக்குநர் குழுமத்திலிருந்து விலகிக்கொள்ளும் முடிவை ஏற்றுக்கொண்டார். தெளிவான புரிதலின் அடிப்படையில் எடுக்கப்பட்ட முடிவாக இருந்தது அது. ஆகவே யாருக்கும் யார் மீதும் கோப தாபங்களில்லாமல் விஷயம் முடிவுக்கு வந்தது. இப்படி எனக்கு வழிகள் தெளிவாக்கப்பட்டதால் நான் என்னிடம் எதிர்பார்க்கப்பட்ட செயல்களை மிக ஊக்கத்துடன் விரைவாக செய்ய ஆரம்பித்தேன்.

அதே ஆண்டிலேயே சிங்கப்பூர் மற்றும் தென்கிழக்கு ஆசிய நாடுகளுக்கு ஏற்றுமதி செய்ய ஆரம்பித்து அப்படியே வெளிநாட்டு ஏற்றுமதிக்கான முயற்சிகளை தீவிரமாக நடைமுறைக்கு கொண்டு வரும்படி தாமஸ் எங்களை விரைவுப்படுத்தினார். இவ்விஷயத்தில் அவர் சொன்னதன் சாராம்சம் இதுதான்:- "கறாரான வெளிநாட்டு வாடிக்கையாளர்களுக்கு ஏற்றுமதி செய்யவில்லை என்றால் உலகத் தரத்துடன் நம்மை ஒப்பிட்டுக்கொள்ள முடியாமல் போகும். மேலும் 'உலகின் சிறந்த நிறுவனம்' என நம்மை நாமே, நமக்குள் மட்டுமே சொல்லிக்கொண்டிருப்போம்."

ஏற்றுமதி சந்தைக்குள் வேகமாகப் புகுந்த எங்களுக்கு அதிலிருந்து குறிப்பிடத்தக்க முக்கியமான பாடங்கள் கிடைத்தன. தர மேம்பாடு, செலவுகளை நிர்வகித்தல், தயாரிப்பை வாடிக்கையாளருக்கு அளிக்கும் விதம் ஆகியவற்றில் எங்களை சிறப்பாக்கிக் கொண்டோம். இதனால்

உலக அளவிலான போட்டியாளர்கள் நடுவே நடைமுறைக்கு மிகப் பொருத்தமான யோசனைகளைச் செயல்படுத்த எங்களால் முடிந்தது. முக்கியமாக இருபது வயதுகளின் தொடக்கத்திலும், நடுவிலும் இருந்த இளைய இன்ஜினியர்கள் சிலருக்கு உலக அளவிலான பணிவாய்ப்புகள் கிடைத்தன. அவர்களில் சிலர் கல்லூரிப் படிப்பை அதற்கு முந்தைய ஆண்டில்தான் முடித்து வந்தவர்கள். அவர்கள் இந்தியாவைத் தாண்டி தென்கிழக்கு ஆசியா, மத்திய கிழக்கு நாடுகள், முக்கியமாக அமெரிக்காவில் தங்களுடைய துணை நிறுவனங்களையும், கிளைகளையும் நிறுவும் வாய்ப்பினை உருவாக்கிக்கொண்டார்கள். இப்படி இங்கு வளர்ந்து வரும்போதே வெளிநாட்டு ஏற்றுமதியிலும் ஈடுபட்டு உழைத்ததால் உலகின் பெரிய மற்றும் உயர் மதிப்பு மிக்க நிறுவனங்கள் எங்கள் தயாரிப்புகளை அவர்களது வணிகப் பெயரில் விற்பனை செய்ய ஒப்புக்கொண்டன. நாங்கள் அமெரிக்கா முழுவதும் எங்கள் தயாரிப்புகளை விற்க முடிந்தது. இது எங்கள் வெற்றிகளுக்கெல்லாம் மகுடமாக விளங்கியது மட்டுமல்லாமல் நாங்கள் என்றென்றும் பெருமையோடு நினைத்துக்கொள்ளும் வெற்றியாகவும் இருந்தது.

போன ஆண்டைவிட இந்த ஆண்டில் 25% வளர்ச்சி என்பதை மட்டும் பார்க்காதீர்கள். சந்தையில் உங்களுக்கு சாத்தியமாகக்கூடிய அதிகபட்ச விற்பனை அளவு எவ்வளவு? மொத்த சந்தையில் எவ்வளவு கையகப்படுத்தியிருக்கிறீர்கள்?

கான்செர்வில் நாங்கள் கற்றுக்கொண்ட அனைத்துப் பாடங்களிலும் மிக முக்கியமான ஒன்று மேலே உள்ள தாமஸின் எதிர்வினையிலிருந்து உருவாயிற்று. ஒவ்வொரு ஆண்டும் மார்க்கெட்டிங்கிற்கான நிதி ஒதுக்கீட்டைத் தயாரிக்கும்போது சென்ற ஆண்டைவிட எவ்வளவு வளர்ச்சி என்பதை அடிப்படையாகக் கொண்டு கணக்கிட மாட்டோம். மாறாக மொத்த சந்தையில் எந்த அளவு அந்த ஆண்டில் நாங்கள் கையகப்படுத்தப்போகிறோம் என்பதையே அடிப்படையாகக் கொண்டு கணக்கிடுவோம். சந்தையின் அளவைக் கணக்கிடுவதில் கத்திமுனை போல கூர்மையான விதத்தில்தான் சாத்தியக்கூறுகளை ஆராய்ந்து முடிவு செய்வோம்.

தாமஸின் அறிவுரையின்படி நாங்கள் ஒரு ‘மாரத்தான்’ ஓட்டத்தைப் போல நீண்டு தொடரும் ஒரு செயல்பாட்டைச் செய்ய ஆரம்பித்தோம். ஒவ்வொரு குறிப்பிட்ட நிலப்பகுதியாகப் பிரித்துக் கொண்டு அந்தப் பகுதியில் இருக்கும் வெவ்வேறு பிரிவுகளைச் சேர்ந்த வாடிக்கையாளர்களை (தொழிற்சாலை வாடிக்கையாளர்கள் மற்றும் வணிக நோக்கிலான வாடிக்கையாளர்) அவர்களது மின்சார பயன்பாட்டுத்

திறன் அடிப்படையில் வகைப்படுத்திக் கொண்டோம். இந்த வகைப் பாட்டுடன் எங்களுடைய அனைத்து விதமான தயாரிப்புகளும் எப்படி பொருந்தி வரும் எனக் கணக்கிட்டோம். அதுவும் ஒருமுறைக்கு மட்டுமாக அல்ல, வருடத்தின் ஒவ்வொரு மாதமும் எப்படி எங்கள் தயாரிப்புகளின் தேவை இந்த வாடிக்கையாளர்களுக்குப் பொருந்தும் என துல்லியமான ஆய்வினை செய்தோம். சிறு பகுதிகளைக் கூட விட்டுவிடாமல் இந்தக் கணக்கீட்டைச் செய்தோம். எங்கள் தயாரிப் புகள் ஒவ்வொன்றும் எந்தப் பகுதியில் எந்தெந்தக் காரணங் களுக்காகத் தேவைப்படுகின்றன என்ற விஷயம் எங்களுக்கு கச்சித மாகப் பிடிபட்டது. மாநில மின்சார வாரியங்களிடமிருந்து உயர் மின்னழுத்த மற்றும் தாழ் மின்னழுத்த இணைப்பு பெற்றவர்களின் பட்டியலைப் பெற்றோம். அந்தப் பட்டியல் அடிப்படையில் அந்த வாடிக்கையாளர்கள் எங்கள் தயாரிப்புகளை எந்த அளவு வாங்கலாம் என்பதைக் கணக்கிட்டு அதனை எங்கள் தயாரிப்புகளின் விலையுடன் பெருக்கி ஒவ்வொரு வாடிக்கையாளரின் வாங்கும் திறன் / நாங்கள் விற்பதற்கான வாய்ப்பு ஆகியவற்றைக் கணக்கிட்டோம்.

இந்த நீண்ட செயல்பாட்டின் அடிப்படையில் கணக்கிடப்பட்ட எங்களது விற்பனை இலக்குகள் நல்ல பயனை அளித்தன. 1997இல் பத்து மில்லியனாக (ஒரு கோடி ரூபாய்) இருந்த வருவாய் லாபகர மான அளவில் அதிகரித்து 2008இல் ஒரு பில்லியனாக (100 கோடி ரூபாய்) மாறியது.

ஆண்டு வரவு செலவு நிதி ஒதுக்கீடு என்பது கான்செர்வைப் பொறுத்தவரை அதீதக் கவனத்துடன் அணுகப்படும் செயல்திட்ட மாகும். முன்வைக்கப்படும் ஒவ்வொரு பிரிவின் வரவு செலவு அனுமானங்களும் உன்னிப்பாகக் கவனிக்கப்பட்டு, கேள்விகள் எழுப்பப்பட்டு, பதிவு செய்யப்பட்டு, ஆய்வுக்கு உட்படுத்தப்படும். ஆய்வின்போது இந்த அனுமானத்தின் பின் இருக்கும் திட்டமிடுதலின் தர அளவு, அனுமானம் எந்த அளவு நடைமுறை நிஜத்தை ஒட்டி வருகிறது ஆகியவைக் குறித்து துல்லியமாகப் பரிசோதிக்கப்படும். இந்த ஆய்வுக்கூட்டத்தையுமேகூட அடுத்த ஆண்டு இன்னும் சிறப் பாக எப்படிச் செய்யலாம் என்றும் எங்களுக்குள்ளேயே கேட்டுக் கொள்வோம். இப்படிப் பல கட்டங்களைத் தாண்டி நாங்கள் தயாரிக்கும் வரவு செலவு அட்டவணை ஒவ்வொரு தயாரிப்புப்பொருள்ரீதியாக, ஒவ்வொரு நிலப்பகுதிரீதியாக, ஒவ்வொரு விற்பனையாளரின் நிகர லாப இலக்குரீதியாக உருவாகி இருக்கும். இந்த அட்டவணையில் இருக்கும் இலக்குகள் முழு ஆண்டுக்கானவையாக மட்டுமல்லாமல்,

ஒவ்வொரு காலாண்டு மற்றும் ஒவ்வொரு மாதத்திற்குமானதாக துல்லியமாகப் பகுத்துத் தரப்பட்டிருக்கும்.

ஒரு இலக்கை நடைமுறைப்படுத்துதல் மற்றும் பகுப்பாய்வு செய்தல் ஆகிய இரண்டையுமே இந்த செயல்முறையால் கையாள முடியும். அதே நேரம் இந்த நுட்பமும், கவனமும், அடிக்கடி பொறுமையாகக் கையாள வேண்டிய சந்தர்ப்பங்களும் நிறைந்த இந்த செயல்முறைக்கு வலுவான அடித்தளம் அமைக்கப்பட வேண்டியது அவசியம். எங்கள் நிறுவனத்தின் தலைமை நிதி அதிகாரியான ஜெயவந்த் தேசாய் இந்த செயல்முறைக்கான தர்க்கம் என்ன என்பதை இப்படி விளக்குவார்:- "நீங்கள் உங்களது அனுமானங்களை ஆழமாகவும், விரிவாகவும், நடைமுறைக்கு உகந்ததாகவும் ஆக்கிக் கொண்டு ஒவ்வொரு நுணுக்கமான விவரங்களையும்கூட முடிந்த அளவுக்குக் கணக்கில் எடுத்துக்கொண்டு திட்டமிட்டால், அந்தத் திட்டங்களை செயல் ஆய்வு செய்யும்போது எளிதாக இருக்கும்."

இதன் தொடர்ச்சியாக ஒவ்வொரு பிரிவுக்கும், ஒவ்வொரு பிராந்தியத்துக்கும் என லாப-நட்ட கணக்குகள், இருப்பு நிலைக் குறிப்புகள், நிதி நிலை அறிக்கைகள் போன்றவை நுணுக்கமாகக் கணக்கிடப்பட்டு, விவாதிக்கப்பட்டு தயாரிக்கப்படும். ஆகவே ஒவ்வொருவருக்கும் நிறுவனத்தின் ஒட்டுமொத்த வரவு செலவில் தன்னுடைய பங்களிப்பு என்ன என்பது துல்லியமாகத் தெரியும். விரிவான செயல்முறை என்பது மட்டுமல்லாமல் இம்முறை அனைத்தையும் உள்ளடக்கிய செயல்முறையாகவும் இருந்தது. எனவே அணியினரின் ஒவ்வொரு காலாண்டு செயல் ஆய்வும் நன்கு முறைப் படுத்தப்பட்டதாகவும் தரப்படுத்தப்பட்டதாகவும் மாற்றம் பெற்றது.

பல ஆண்டுகள் கழித்தும் விற்பனைப் பிரிவில் அன்று பணியாற்றிய நண்பர்கள் அந்த செயல் ஆய்வுக் கூட்டங்களை, அதில் நடந்த ஆர்வமூட்டும் சம்பவங்களை நினைவில் வைத்திருக்கின்றனர். அதில் ஒன்று சில நேரங்களில் விற்பனையாளர்களுக்கு அதிர்ஷ்டவசமாக ஏதோ ஒரு திடீர் நல்வாய்ப்பில் விற்பனை அதிகரித்துவிடும். வாடிக்கையாளர் சென்ற ஆண்டில் வாங்க வேண்டியது தாமதமாகி இந்தாண்டு வாங்கியிருப்பார் அல்லது பிற போட்டியாளர் தயாரிப்பை அளிக்க முடியாமல் பின்வாங்கியிருப்பது போல எதிர்பாரா நல்வாய்ப்புகள் மூலம் இலக்கில் 90%க்கு மேலாகவே விற்பனை நடந்துவிடும். அப்போது செயல் ஆய்வுக்கு வரும் அந்த விற்பனையாளர்கள் மிகவும் பெருமிதத்துடன் நிமிர்ந்து இருப்பார்கள். அவர்களுக்கு நான் சொல்வது "இந்த விஷயம் சிறப்பானதுதான்.

ஆனால் இந்த ஆண்டில் நடக்கும் என நீங்கள் அனுமானம் தெரி வித்திருந்த திட்டங்கள் எப்படி இருக்கின்றன? இந்த எதிர்பாரா வெற்றியால் அந்த விஷயங்களிலிருந்து நம் கவனத்தை நாம் ஒரு போதும் மாற்றிக்கொள்ளக் கூடாது." என்னுடன் பல ஆண்டுகள் கழித்து பேசிய விற்பனையாளர்கள் இதை மறக்காமல் இருந்தார்கள்.

இப்படிப்பட்ட வரவு செலவு அனுமான அறிக்கை தயாரிப்பு, சந்தையின் மொத்த அளவில் ஒரு பகுதியை கைக்கொள்ள திட்ட மிட்டு பணியாற்றுவது ஆகியவை அவர்கள் பின்னாட்களில் வெவ் வேறு நிறுவனங்களில் இணைந்து பணியாற்றுகையில் அங்கு பெரு மளவு எண்ணிக்கைகளை சாதிக்க உறுதுணையாக இருந்தது எனச் சொன்னார்கள். மேலும் முந்தைய ஆண்டின் வளர்ச்சியோடு மட்டுமே ஒப்பிட்டு ஒரு ஆண்டின் இலக்கை நிர்ணயிக்கும் வழக்கமான முறை யைப் பின்பற்றியிருந்தால் இந்தப் பெரும் எண்ணிக்கை சாதனை களை நிகழ்த்தியிருக்க முடியாது என்பதையும் சொன்னார்கள்.

வெறும் நிதி முதலீடல்ல, உணர்வுபூர்வமான முதலீடே முக்கியம்

மனிதர்களை எடை போடுவதில் டிடி தாமஸ் மிகவும் கெட்டிக் காரர். எங்கள் குடும்பத்தைச் சேர்ந்த ஒவ்வொருவரையும் முதல் சந்திப்பின்போதே தெளிவாக மதிப்பிட்டிருந்தார். இந்தக் குணாம்சத் தால் மட்டுமே அவர் எப்போதும் புகழ் பெறவில்லை, இந்தப் பண்பின் வழியாக நிறுவனத்தின் உயர் பதவிகளுக்கான நியமனங்களின் போது வழங்கும் அறிவுரை வழியாகவே புகழ் பெற்றார். ஒருவரைச் சந்தித்து சில நிமிடங்கள் பேசியதுமே அவரால் எதிரிலிருப்பவரைப் பற்றி ஒரு மதிப்பீட்டிற்கு வந்துவிட முடியும். நான் சந்தித்துப் பேசிய சிலரைக் குறித்து அவர் பேசும்போது நான் முற்றிலும் கவனிக்காத விஷயங்களை அவர் கவனித்திருப்பார். நான் அந்தப் புள்ளிகளைக் கவனிக்காமலேயே வெகுநேரம் நான் எடுத்த முடிவுகளை முன் வைத்து வாதாடிக்கொண்டிருப்பேன். ஒருவரைச் சந்தித்துப் பேசி அவர் திறமையானவர், நேர்மையானவர் என தீர்மானித்துவிட்டால் அவரை இறுதிவரை விட்டுக் கொடுக்காமல் ஆதரவளித்து உயர்த்துவது தாமஸுக்கு வழக்கம். கான்செர்வில் பணிபுரிந்த நாட்களைக் குறித்து நினைக்கும்போது மிகவும் நெகிழ்ச்சியோடு நான் நினைத்துப் பார்க்கும் ஒன்று தாமஸ், அஷோக்குக்கும் எனக்கும் தன் கைப்பட எழுதி அனுப்பிய எங்கள் செயல்பாடுகள் மீதான ஆக்கபூர்வமான முன்னேற்றக் குறிப்புகள். அவற்றை வாசிக்கும் ஒவ்வொரு தருணத் திலும் நான் மிக உற்சாகமாகவும், புத்துணர்ச்சி பெற்றதாகவும் உணர் வேன். ஒருவரைப் பற்றிய குறிப்புகளிலிருந்து தாமஸ் உருவாக்கித்

தரும் சித்திரம் மிக சுவாரசியமாகவும், ஏற்றுக்கொள்ளும்படியாகவும் இருக்கும். ஆகவே எங்கள் நிறுவனத்தில் இதைப் போன்ற பணி முன்னேற்ற குறிப்புகளை எழுதுவதற்கு இதே முறையைக் கையாண்டேன். மிகத் துல்லியமான சொற்கள் உருவாக்கும் பாதிப்பை உலகின் எந்த ஆளுமைத் தேர்ச்சி முறைகளாலும் உருவாக்கிவிட முடியாது. சொற்களால் மட்டுமே செய்ய முடிந்தவற்றை சொற்கள் மட்டும்தானே செய்ய முடியும்.

தாமஸிடமும், ஆர்.ஆர். நாயரிடமும் நான் கண்டு வியந்த இன்னொரு சிறப்பான பண்பு அவர்கள் இருவரும் தொடர்ந்து கற்பதில் ஆர்வமுள்ளவர்களாக இருந்தது. வணிகச் சந்தை துறையில் பெரும் சாதனைகளை நிகழ்த்தி ஒரு ஜாம்பவானாகத் திகழும் ஒருவர் எதற்கு இன்னும் கற்றுக்கொண்டே இருப்பதில் ஆர்வம் குறையாமல் இருக்கிறார் என எனக்கு ஆரம்பத்தில் புரிந்துகொள்ளவே முடியவில்லை. "மாற்றத்தை முன்னெடுப்பதும், நிறுவனத்தை புதிதாக மாற்றியமைப்பதும்" என்ற தலைப்பில் ஹெச்.பி.எஸ்ஸில் ஒரு குறுகிய கால பயிற்சிப் படிப்பை நான் முடித்து வந்ததும் தாமஸ் என்னை அந்த விஷயங்களை இயக்குநர் குழுவிற்குப் பயிற்றுவிக்கும்படி சொன்னார். நான் அங்கு கற்றுக்கொண்டவற்றை, அங்கு தரப்பட்ட வீடியோக்களை ஒரு கணினி காட்சித் தொகுப்பாக மாற்றி இயக்குநர் குழுவிற்கு பயிற்சி அளிக்கும்படி சொன்னார். அதோடு மட்டுமல்லாமல் அந்த பயிற்சியில் அவரும் முழுவதுமாக அமர்ந்து கவனித்து நான் சொன்னவற்றைத் தன் குறிப்பேட்டில் எழுதி வைத்துக் கொண்டார். எனக்கு மட்டுமல்லாமல் மேலாண்மைக் குழுவில் இருந்த அனைவருக்கும் அந்தத் தருணம் பெருமிதம் வாய்ந்த ஒன்றாக இருந்தது.

கருணையுடன் கூடிய கேபிடல் C (Compassion)

கான்செர்வ் நிறுவனத்தில் பணியாற்றிய ஆண்டுகளில் சில துரதிர்ஷ்டமான வேதனை தரும் அனுபவங்களும் ஏற்பட்டிருக்கின்றன. உடன் பணியாற்றும் சகபணியாளரின் மரணம்தான் அது. நம்முடன் நேற்றுவரை பணிபுரிந்தவர் இன்று இல்லை என்பதை நம்மால் ஏற்றுக்கொள்ள முடிவது மிகக் கடினமான ஒன்று. எங்கள் நிறுவனத்தின் உயர் அதிகாரியாகப் பணிபுரிந்த, அனைவராலும் ஏ.கே.பி. என்றழைக்கப்பட்ட ஏ.கே. பத்மநாபன் அவர்களின் மரணம் மறக்க முடியாதது. இந்தோனேஷியாவில் 2004ஆம் ஆண்டு டிசம்பர் 26 அன்று ஏற்பட்ட சுனாமிப் பேரலையால் அவர் மறைந்தார்.

ஏ.கே. பத்மநாபன் எங்கள் கான்செர்வ் நிறுவனத்தில் மின் தரம் மற்றும் தணிக்கைப் பிரிவினை உருவாக்கி, அதன் தலைமைப் பொறுப்பில் இருந்துவந்தார். மின்சாரத் திறன் மேம்பாட்டுக்கான கருவிகளை வாடிக்கையாளர்கள் அவர்களது தொழிற்சாலைகளில் நிறுவும்போது சில சிக்கல்கள் ஏற்படுவதுண்டு. உதாரணமாக வேரியபிள் ஸ்பீட் ட்ரைவ்களை நிறுவும்போது வெவ்வேறு கருவிகளிலிருந்தும் வரும் மின்சார அலைவரிசைகளுக்குள் இணக்கமான விலக்கம் (harmonic distortion) ஏற்படும். இது கவனிக்கப்படாமல் தான் ஸ்பீட் ட்ரைவ்களை நிறுவிய பின்னரும் மின்னாற்றல் வீணாவது நிகழ்கிறது. தேவைப்படும் தரமான சீரான மின்சார ஓட்டம் ஒவ்வொரு கருவிக்கும் ஒவ்வொரு அலைவரிசையில் இருப்பதால் அவை அனைத்தையும் ஒருங்கிணைக்கும் ஸ்பீட் ட்ரைவ்களில் இந்த விலக்கம் ஏற்படுகிறது.

மின்னாற்றலை சேமிக்க, ஒழுங்குப்படுத்த நிறுவப்படும் கருவியால் மின்னாற்றல் வீணாவது என்பது ஒரு முரண்பாடாகத் தெரிந்தாலும் மின்னாற்றலை சரியான விதத்தில் சேமிக்கும் வழிகளில் இது ஒரு தொடக்கமே. இதற்கான தீர்வு என்பது இந்த வெவ்வேறு அலை வரிசைகளை, அதன் விலக்க விகிதத்தைத் துல்லியமாகக் கணக்கி லெடுத்து அதற்குத் தகுந்த வடிகட்டிகளை நிறுவி விலக்கத்தைக் குறைப்பதுதான். இதைச் செய்வதில் ஏ.கே.பி. மிகத் திறமையானவர். இதைக் குறித்து அவர் சொன்னது இது:- "வாடிக்கையாளர்கள் வெறும் மின்னாற்றல் பயன்பாட்டுத் தணிக்கையை மட்டும் விரும்பு வதில்லை; தரமான சீரான மின்சாரம் தேவை என்பதைக் குறித்துதான் அவர்கள் கவலையே. நாம் நிச்சயம் இதைக் குறித்து கவனித்து ஏதாவது செய்ய வேண்டும்."

2004ஆம் ஆண்டின் பிற்பகுதியில் ஒரு நாள் காலை ஏ.கே. பத்ம நாபன் என் அலுவலகத்துக்குத் துள்ளிக் குதித்தபடி வந்தார். அவர் முகம் வழக்கத்தைவிட பிரகாசமாக ஒளிவீசிக் கொண்டிருந்தது. அடக்க முடியாத மகிழ்ச்சியுடன் சொன்னார்:- "மின்சாரத் தர தணிக்கைக்காக ஓர் ஒப்பந்தம் இறுதி ஆகியிருக்கிறது. இந்தோனேஷி யாவில் இருக்கும் ஒரு சிமெண்ட் தொழிற்சாலைக்குச் செய்ய வேண்டும். நமக்குக் கிடைத்த முதல் வெளிநாட்டு தணிக்கை வாய்ப்பு "என்றார்.

பின்பு மகிழ்ச்சியுடன் அந்த மூவாயிரம் டாலர் மதிப்புள்ள பணியைக் குறித்த தகவல்களைக் கவனித்த எனக்கு மனதில் ஏதோ சரியில்லை

எனப்பட்டது. ஏனெனில் அந்தத் தொழிற்சாலை அமைந்திருந்த இடம் (பண்டா அசே) ஆயுதம் தாங்கிய கிளர்ச்சியாளர்கள் நடமாடும் கலவரப் பூமியாக செய்திகளில் இடம்பெற்றுக்கொண்டிருந்த பகுதி. நான் உடனே அவரிடம்:- "நீங்கள் இந்த வாய்ப்பை ஏற்றுக்கொள்ள வேண்டாம். அவ்வளவு ஒதுங்கிய பகுதியில் என்ன நடக்குமென தெரியாத சூழலில் இந்த வாய்ப்பை நாம் ஏற்க வேண்டியதில்லை" என்றேன். அதுதான் அவருடனான கடைசி உரையாடலாக நிற்கும் என அப்போது எனக்குத் தெரியவில்லை. அவர் அப்படி ஒரு துணிந்த முடிவை எடுப்பதில் எனக்கு ஒப்புதல் இல்லை என்பதைத் தெரியப் படுத்த இதையே அவருக்கு மின்னஞ்சலாகவும் அனுப்பினேன். ஆனால், அவர் மிக ஆர்வமாக இருந்தார். ஏற்கனவே வாடிக்கை யாளர்களிடம் பேசி, டிசம்பர் இறுதி வாரத்தில் அங்கு வருவதாக உறுதி அளித்து பிரயாண ஏற்பாடுகளையும் செய்துமுடித்துவிட்டார். அவர் திட்டப்படியே கிளம்பிச் சென்றார்.

டிசம்பர் 26, 2004ஆம் ஆண்டு காலை சுமத்திராவின் வடக்கு முனையில் ஒரு சுனாமிப் பேரலை தாக்குதல் நிகழ்ந்தது. சிமெண்ட் தொழிற்சாலை, பணியாளர் குடியிருப்பு, ஏ.கே.பி. தங்கியிருந்த விருந்தினர் குடியிருப்பு ஆகியவை முழுவதுமாக அலையால் தாக்கப் பட்டு மூழ்கின. கடல்நீர், மண், சிமெண்ட் ஆகிய அனைத்தும் கலந்து குழம்பி மீட்புப் பணிகளைப் பெரும் சிக்கல் மிக்கதாக ஆக்கியது. பத்து நாட்கள் கழித்து 2005ஆம் ஆண்டு ஜனவரி 5ஆம் தேதிதான் ஏ.கே.பி. இறந்ததை உறுதிப்படுத்திய செய்தி வந்துசேர்ந்தது. அந்தப் பத்து நாட்களும் அவர் குடும்பத்துடன் (மனைவி, பதிமூன்று வயதிலும், பத்து வயதிலுமாக இரு குழந்தைகள்) நாங்கள் தொடர்ந்து தொடர்பில் இருந்தோம். மிக வேதனையான நாட்கள் அவை. ஏனென்றால் அவர் உயிருடன் இருக்கிறாரா, இல்லையா என எதுவும் உறுதியாகத் தெரியாமல் ஒவ்வொரு நொடியும் ஏதாவது தகவலுக்காகப் பதைப்புடனும், நம்பிக்கையுடனும் காத்திருப்பது பெரும் கொடுமை. மீட்புப் பணிகளைச் செய்துகொண்டிருந்த இந்தோனேஷிய ராணுவம் மற்றும் ஜகார்த்தாவில் அமைந்துள்ள அந்த சிமெண்ட் நிறுவனத்தின் தலைமை அலுவலகம் ஆகியோருடன் தொடர்பில் இருந்து விஷயங் களை ஒருங்கிணைக்க முதல் தகவல் வந்ததுமே உடனடியாக கான்செர்வில் இருந்து இரு உயர் அதிகாரிகளை இந்தோனேஷியாவிற்கு அனுப்பி வைத்தோம்.

இந்த விஷயத்தைக் கேள்விப்பட உடனேயே தாமஸ் முதலில் தொலைபேசியில் அழைத்து பேசியது ஹிந்துஸ்தான் யுனி லீவர்

நிறுவனத்தில் சட்டம் மற்றும் செயலகப் பிரிவின் இயக்குநராக அப்போது இருந்தவருடன். அவர் தாமஸ் ஹிந்துஸ்தான் யுனி லீவர் நிறுவனத்தில் தலைமைப் பதவியில் இருந்தபோது உடன் பணி யாற்றியவர். அவரிடம் தாமஸ் கேட்டது:- "இதைப் போன்ற ஒரு சூழலில் என்ன செய்யப்பட வேண்டும்?" பேசி முடித்த சில நிமிடங்களிலேயே ஏ.கே.பி.யின் மனைவிக்கு வாழ்நாள் முழுவதும் ஓய்வூதியம், அவர்கள் குடும்பத்தின் பெயரில் இருந்த மொத்த கடன்களையும் அடைத்து அவர்களைக் கடன்கள் எதுவுமில்லாமல் ஆக்குதல், குழந்தைகள் இருவரும் பணிக்குச் செல்லும்வரை அவர் களுக்கான மொத்த கல்விச் செலவையும் ஏற்பது ஆகிய அனைத் தையும் உள்ளடக்கிய ஒரு மொத்த நிவாரணத் திட்டத்தை உருவாக்கி அதற்கு ஒப்புதல் அளித்து அனுப்பி வைத்தார். நாங்கள் ஒரு சிறு குழுவினை உருவாக்கி முறைவைத்து ஏ.கே.பி. குடும்பத்துடன் தொடர்ந்து இருந்து தேவையான உதவிகளைச் செய்தோம். ஏ.கே.பி. மனைவியின் மொழி தெரிந்தவர்கள் கூடவே இருந்து தேவைப்படும் ஆலோசனைகளைச் சொல்லி, ஆவண வேலைகள், எழுத்து வேலைகள், வங்கி வேலைகள் என அனைத்தையும் பொறுமையாகச் செய்து கடைசி பலனும் அவர் குடும்பத்திற்கு முழுமையாக சென்று சேர்ந்ததை உறுதிப்படுத்தினார்கள். எவ்வித ஆரவாரமும் இல்லாமல் மிக அமைதியாக அவர்கள் குடும்பத்துடன் தங்கியிருந்து இதனைச் செய்து முடித்தார்கள்.

கான்செர்வ் நிறுவனத்தை ஷ்நீய்டர் நிறுவனத்துடன் இணைத்து விட்டு நாங்கள் வெளியேறும் முடிவினை ஒப்பந்தமாக ஆக்கும்போது ஏ.கே.பி. குடும்பத்தாருக்கு அளிக்கப்பட்ட உத்தரவாதங்களை (மனை விக்கு ஓய்வூதியம், குழந்தைகளின் படிப்புச் செலவு) தொடர்ந்து அளித்து வர வேண்டும் எனக் கேட்டுக்கொண்டோம். இன்றுவரை அக்குடும்பத்திற்கான உதவிகள் நிறுத்தப்படாமல் ஷ்நீய்டர் நிறுவனத் தால் தொடர்ந்து அளிக்கப்படுவதற்கான முழு பாராட்டும் ஷ்நீய்டர் எலக்ட்ரிக் இந்தியா நிறுவனத்தின் ஒலிவியர் ப்ளர்ன் அவர்களுக்கும், அவரைத் தொடர்ந்து பதவிக்கு வந்தவர்களையும்தான் சேரும்.

பங்கு உரிமையை நோக்கிய பயணம்

குடும்பத் தொழிலாக இருந்த எனர்கானில் சேரும்போது நான் சாதாரண சம்பளம் பெறும் ஒரு பணியில்தான் இருந்தேன். முக்கியப் பொறுப்பாக இல்லாமல் பிற துணைப்பணிகளைத்தான் கவனித்தும் வந்தேன். நிறுவனத்தின் 100% உரிமைப் பங்குகளும் ஹெச்.வி.ஆர். மற்றும் அவரது மகன் பெயரில் இருந்தது. அதைக் குறித்து எதுவும்

கேட்கும் அவசியமும் எனக்கு இருக்கவில்லை. ஆனால், எனர்கான் நிறுவனம் இண்டஸ் வென்ச்சர் கேபிடல் மூலம் கான்செர்வ் ஆக மாற்றப்பட்டு நான் அதில் மேலாண்மை இயக்குநராக ஆனதும் தொழிலை வீழ்ச்சியிலிருந்து மீட்டு நிலைநிறுத்த வேண்டிய அவசியம் இருந்தது. இந்த நிலையில் எனக்கும் அந்த நிறுவனத்தின் உரிமைப் பங்குகளில் இடமிருப்பதுதான் நியாயமாக இருக்கும் என தாமஸ் நினைத்தார். ஆகவே அவர் எனது செயல்பாட்டின் அடிப்படையில் ஒரு குறிப்பிட்ட அளவு உரிமைப்பங்குகளை நான் வாங்கிக் கொள்ளலாம் எனும்படியான திட்டத்தை முன்வைத்தார். அதாவது நிர்ணயிக்கப்பட்ட விற்பனை இலக்குகளை, லாப அளவை எந்த அளவு எட்டுகிறேனோ அந்த அளவுக்குத் தக்கவாறு உரிமைப்பங்கை நான் பெற முடியும் என்பதற்கான ஒரு சூத்திரத்தை (ஃபார்முலாவை) தயாரித்தார். அதிர்ஷ்டவசமாக அடுத்த மூன்று ஆண்டுகளில் நான் தொடர்ந்து இலக்குகளை அடைந்து நிறுவனத்தின் உரிமைப்பங்கு களில் சிறிய அளவைப் பெற்றேன். சிறிய அளவுதான் என்றாலும் எங்களைப் பொறுத்தவரை அது பெரிய விஷயம். ஏனென்றால் முன்பு அந்த நிறுவனத்தின் 100 சதவீத பங்குகளும் எங்கள் குடும்பத்திடம் இருந்தது. முந்தைய அத்தியாயங்களில் பேசியபடி எங்கள் குடும்ப நிறுவனத்தில் நிதிச் சிக்கல்கள் ஏற்பட்டு கூடுதல் முதலீடு தேவைப் பட்டு வென்ச்சர் முதலீட்டு நிறுவனத்தின் உதவியைப் பெற்றதால் எங்கள் உரிமை நிறுவனத்தில் 100 சதவீதத்திலிருந்து 26 சதவீதமாக குறைந்து விட்டது.

இண்டஸ் வென்ச்சர் முதலீட்டு நிறுவனத்துடன் செய்துகொண்ட ஒப்பந்தப்படி அவர்கள் முதல் தவணையாகச் செய்த முதலீட்டை ஏழாண்டுகள் கழித்து தங்களிடம் இருக்கும் பங்குகளை விற்று திரும்ப எடுத்துக்கொள்வார்கள். ஆகவே தாங்கள் யாருக்குப் பங்குகளை விற்க உத்தேசித்திருக்கிறோம் என்ற விவரத்தை இயக்குநர் குழுவில் முன் வைத்து இண்டஸ் நிறுவனம் விவாதித்தது. அந்தப் பட்டியலில் இருப்பவர்களின் பணிசார் கலாச்சாரம் குறித்து எனக்கும், அஷோக்குக்கும் சற்றும் ஒப்புதல் இல்லை. தாமஸ் அதைப் புரிந்துகொண்டார். அதே நேரம் சவால் என்னவென்றால் வென்ச்சர் முதலீட்டு நிறுவனத்துக்கு அவசியமான ஆரம்ப முதலீட்டை வளர்ச்சிக்குத் தக்கவாறு மதிப்பிட்டு பணமாக மாற்றுவதும், வேறொரு முதலீட்டாளர் வந்தால் என்னையும் அஷோக்கையும் தொடர்ந்து நிறுவனத்தில் இருக்குமாறு பார்த்துக் கொள்வதும் ஆகும். நிறுவனம் அப்போது சிறிய அளவில்தான் வளர்ச்சி அடைந்திருந்தது. தாமஸ் இரு தரப்பாருக்கும் நன்மை தரக்

கூடிய ஒரு யோசனையுடன் வந்தார் – அதாவது தனிப்பட்ட தொழில் ரீதியிலான மதிப்பீட்டு நிறுவனம் மூலம் நிறுவனத்தின் பங்குகளை இரு தரப்பும் ஏற்றுக்கொள்ளும்படி மதிப்பிட்டு அந்த மதிப்பில் இண்டஸ் வென்ச்சர் முதலீட்டு நிறுவனத்தின் ஆரம்ப முதலீட்டுப் பங்குகளை தாமஸே வாங்கிக்கொள்வது. இந்த யோசனை உடனடி யாக ஏற்றுக்கொள்ளப்பட்டது. ஆகவே நானும் அஷோக்கும் நம்பகத் தன்மை மிக்க, மரியாதைக்குரிய, நீண்ட கால அளவில் உறுதுணையாக நிற்கக்கூடிய ஒரு முக்கிய முதலீட்டாளரை தாமஸ் வழி அடைந்தோம்.

ஷ்நீய்டர் எலக்ட்ரிக் நிறுவனத்தின் முன்னாள் மூத்த துணைத் தலைவராக இருந்த ஜீன் கீஃபர் இப்படிச் சொன்னார்:- “நானும் தாமஸும் 2005இல் சந்தித்துப் பேசியபோது ஷ்நீய்டர் எலக்ட்ரிக் நிறுவனமும், கான்செர்வ் நிறுவனமும் எவ்வாறு இணைந்து பணி யாற்ற முடியும் என்பதைக் குறித்து பேசினோம். ஆழமான அர்ப் பணிப்பு உணர்வும், நெகிழ்வான தன்மையும் கொண்டிருந்த அவர் கான்செர்வ் குறித்து வைத்திருந்த நம்பிக்கையையும் பார்த்த பின் அந்த மனிதர்மேல் எனக்கு அபரிமிதமான மரியாதை ஏற்பட்டது. அதன் பின் நடந்தவற்றை வரலாறு என்றுதான் சொல்ல முடியும். ஆனால், ஷ்நீய்டர் எலக்ட்ரிக் நிறுவனத்திற்கும், கான்செர்வுக்கும் இடையே ஏற்படவிருக்கும் ஒப்பந்தத்தால் கான்செர்வ் நிறுவனமும், ஹேமாவும், அஷோக்கும் மகிழ்ச்சி அடைய வேண்டும் என்பதில் உறுதியான ஆவலை தாமஸ் கொண்டிருப்பதை என்னால் பார்க்க முடிந்தது.”

ஒட்டுமொத்தமாக சொல்வதென்றால் கான்செர்வுக்குக் கிடைத்த வென்ச்சர் முதலீட்டு நிறுவனம் ஒரு ‘சுறா’ போல இல்லாமல் ஒரு தேவதை போலவே இருந்து உதவியது.

அத்தியாயம் 5

தொழிலைப் புதிதாக மாற்றியமைத்தல் – 2003இலிருந்து 2008 வரை

என் மாமனாரும், கணவரும் இணைந்து செய்துவந்த தொழிலில் 1993முதல் 2001வரையிலான காலகட்டத்தை எடுத்துக்கொண்டால் தொழில்சூழலும், நிறுவனச் சூழலும் அக்காலகட்டத்தில் கொந் தளிப்புகள் கொண்டதாகவே இருந்தன. என் புகுந்த வீட்டினர் வீட்டளவில் செய்துவந்த கூட்டு நிறுவனம் எனும் நிலையிலிருந்து தனியான தயாரிப்புத் தொழிலகத்தைக் கொண்ட ஒரு வரையறுக்கப் பட்ட தனி நிறுவனமாக (பிரைவேட் லிமிடட் கம்பெனி) தொழில் வளர்ந்திருந்தது. அதனாலேயே இந்தியாவின் முதல் தனியார் வென்ச்சர் முதலீட்டையும் ஈர்க்க முடிந்தது. என் மாமனாரின் உறவினர்களால் நடத்தப்பட்ட மார்க்கெட்டிங் ஏஜென்ஸி எங்களுடன் ஒப்பந்தத்தை முறித்துக்கொண்டது, தயாரிப்பு வடிவமைப்பு மற்றும் சந்தைப்படுத்தல் ஆகியவற்றுக்குத் தேவைப்பட்ட பெரும் முதலீடு ஆகிய இரட்டைத் தாக்குதலைச் சமாளிக்க நாங்கள் தொழில் நிறு வனத்தில் எங்கள் குடும்பத்திற்கு இருந்த உரிமையை 100 சதவீதத் திலிருந்து 26 சதவீதத்துக்கு குறைத்துக்கொள்ள வேண்டியதாயிற்று. இந்தப் புள்ளியிலிருந்து இது இனிமேல் குடும்பத் தொழில் அல்ல என்றாயிற்று. என் மகன் ஒரு வயதைத் தாண்டியிருந்தபோது, சரியாகச் சொன்னால் 1996ஆம் ஆண்டு அக்டோபர் மாதத்தில் நான் மேலாண்மை இயக்குநர் மற்றும் தலைமை செயல் அதிகாரியாகப் பொறுப்பேற்றுக்கொண்டேன். நிதி, மார்க்கெட்டிங், மனித வளம், விற்பனை ஆகிய துறைகளுக்குத் தொழில்-சார் வல்லுநர்களைக் கொண்ட குழுக்களை உருவாக்கினேன். டிஜிட்டல் மின்னாற்றல் மேலாண்மை அமைப்பில் அன்று உருவாகி வந்த தேவைகளின் அடிப்படையில் எங்கள் நிறுவனத் தயாரிப்புகளை உருவாக்கி மேம் படுத்தினோம். இந்திய அளவிலும், ஏற்றுமதிக்கான அளவிலும் கடுமையான போட்டிகள் இருந்தன. முன்னோடி மற்றும் முதல் நிறுவனமாக நாங்கள் சந்தையின் பல இடங்களில் நுழைந்ததால் எங்கள் லாப விகிதம் துறையின் பொதுவான விகிதத்தைவிட சற்று

அதிகமாகக் கிடைத்தது என்றாலும் எச்சரிக்கும் விதத்தில் வேகமாகக் கரையவும் செய்தது.

2003ஆம் ஆண்டு வாக்கில் நிகழ்ந்த பல சூழ்நிலை மாற்றங்கள் கான்செர்வ் நிறுவனத்தையும் பாதித்தன. முக்கியமாக இந்திய மின் துறையில் நிகழ்ந்த சட்டத் திருத்தங்கள் இந்தியாவின் மின்சார சந்தையில் பல எதிர்பாரா விளைவுகளை ஏற்படுத்தின. அதைக் குறித்து சுருக்கமாகப் பார்ப்போம்.

இந்திய அரசியலமைப்புச் சட்டப்படி மின்சாரம் "பொதுப் பட்டியலில்" இருக்கும் துறையாகும். அதாவது மின்சாரத் துறையைப் பொறுத்தவரை மத்திய அரசும், மாநில அரசுகளும் இணையான உரிமையைக் கொண்டவை. இந்தக் காரணத்தாலும், இன்னும் பல காரணங்களாலும் மின்சாரத் துறையின் பழமையான சட்டங்களில் எவ்வித மாற்றங்களும் செய்யப்படாமல் அவை அப்படியே நீடித்துக் கொண்டிருந்தன. மின்சாரத்தின் தேவை, மின்சாரம் கிடைப்பது, தரமான சீரான மின்சாரம் ஆகிய தேவைகள் பலமடங்காக அதிகரித்து அதில் பல குழப்பங்கள் நேர்ந்து நிலைமை மோசமாக இருந்தாலும் சட்ட சீர்திருத்தம் அதுவரை செய்யப்படாமலிருந்தது.

2001ஆம் ஆண்டு செப்டம்பர் மாதம் துணிச்சலான தொலை நோக்கு முயற்சியில் மத்திய மின் துறை அமைச்சகம் இறங்கியது. மின் பாதுகாப்பு சட்டத்தைக் கொண்டுவந்தது. அதன் நோக்கம் மின்னாற்றலை சரியாகவும், திறமையாகவும் பயன்படுத்துவதும், மின்னாற்றலைப் பாதுகாப்பதும் என இருந்தது. வெகுகாலம் மிக ஆவலுடன் எதிர்பார்க்கப்பட்ட இந்த சட்டம் இந்திய மின்சாரத் துறையில் ஒரு மைல்கல் எனலாம்.

இதன் விளைவாகத் தொழில் மற்றும் வணிக நோக்கில் செய்யப் படும் மின்பயன்பாட்டை பயனீட்டாளர்கள் தேவைக்குத் தக்க அளவை விட அதிகமான பயன்பாட்டைப் படிப்படியாக நிர்ணயிக்கப்படும் அளவுக்குக் குறைத்துக் கொள்ள வேண்டும். இல்லாவிட்டால் அபராதம் செலுத்த நேரிடும். மேலும் மின்னாற்றல் பயன்பாட்டைக் குறித்த தரத் தணிக்கையைத் தகுதி வாய்ந்த தணிக்கையாளர்களைக் கொண்டு ஆய்வு செய்து மின் பயன்பாட்டைப் பொறுப்புடன் கையாள வேண்டும் என்பதையும் இச்சட்டம் உறுதி செய்தது.

2003ஆம் ஆண்டில் இந்த சட்டத்தில் உருவாக்கப்பட்ட இரண் டாவது திருத்தத்தின் மூலமாக 1910இலிருந்து நடைமுறையிலிருக்கும் மின்சாரச் சட்டத்தை நீக்கி விட்டு இந்த சட்டமே முழுவதுமாக

இந்திய மின்துறையை வழிநடத்துகிறது. வெவ்வேறு விதமான மின் பயன்பாட்டு ஒழுங்குமுறை சட்டங்களையும், காலாவதியான விஷயங்களைக் கொண்டிருக்கும் சட்டங்களையும் சீர்செய்து அவற்றை ஒருங்கிணைத்து மின்சாரத் துறையின் கொள்கை முடிவுகள், போட்டிகள் ஆகியவற்றில் ஒரு வெளிப்படைத்தன்மை இருக்குமாறு செய்வதில் இந்தச் சட்டம் பெருமளவு உதவியது. தனியாரால் தம் தேவைக்காக சுயமாக தயாரிக்கப்படும் மின்சாரம், அதன் உற்பத்தி முறைகள், தனியாரே மின் பகிர்வு மற்றும் மின் வழங்கலைச் செய்வது ஆகியவற்றில் இருந்த கட்டுப்பாடுகளைத் தளர்த்தியது இந்த சட்டத் திருத்தம்.

சந்தையில் ஏற்கனவே முன்னணியில் இருந்த கான்செர்வைப் பொறுத்தவரை இம்மாற்றங்கள் பெரும் வாய்ப்பினை உருவாக்கித் தந்தன. உருவாகி வந்த புதிய தொழிற்துறைகளிலும், புதிய பிரிவு களிலும் மட்டுமல்லாது முன்பே இருந்த வாடிக்கையாளர்களும் தற்போது தரமான மின்னாற்றல் சேமிப்பு மற்றும் ஒழுங்குமுறை கருவி களை வாங்க ஆரம்பித்ததால் எங்கள் விற்பனை அதிகரித்தபடியே இருந்தது.

அதே நேரம் இதன் தவிர்க்க முடியாத விளைவாக வெள்ளமென வந்த போட்டியாளர்களும் சந்தையில் நிறைந்தனர். எளிதில் பிரித் தறிய முடியாத போலித் தயாரிப்புகளும் பெருகின. விலை, தள்ளு படி வழியாகவே அசலையும், போலியையும் ஓரளவு பிரித்தறிய முடிந்தது. போட்டி காரணமாக ஒவ்வொருவருமே தம் தயாரிப்பு களுக்கு விளம்பரம், வடிவமைப்பு, சந்தைப்படுத்துதல் என அதிகமாக செலவழிக்க வேண்டியிருந்ததால் லாப விகிதங்கள் குறையலாயின. திறன் வாய்ந்த வடிவமைப்பு மற்றும் விற்பனைப் பொறியாளர்களைப் பணியிலமர்த்துவது ஆகியவை போட்டியால் மிகக் கடுமையான சவாலாக மாறின.

திருப்புமுனை #1
சேவை வழங்கும் பணியிலும் ஈடுபடுதல்

மேலே பேசிய சூழ்நிலையைக் கருதி மின்னாற்றல் சேவைப் பணிகளையும் கான்செர்வ் செய்யலாம் என முடிவெடுக்கப்பட்டது. இப்படி ஒரு சேவை அதுவரை ஒரு மின் மீட்டர் தயாரிக்கும் நிறுவனத் தால் இந்தியாவிலோ, வெளிநாடுகளிலோ வழங்கப்பட்டதில்லை. 2002இல் செயல்படுத்தப்பட்ட இம்முடிவால் இரு இலக்குகள் குறி வைக்கப்பட்டன. ஒன்று மீட்டர்களின் விலையில் ஏற்பட்ட லாப

விகித குறைவை ஈடு கட்டுவது, மற்றொன்று பிற போட்டியாளர் களிடமிருந்து தனித்துக் காட்டும் ஒரு தனிப்பட்ட வணிகப்பெயர் நிலைப்படுத்தலாகவும் கான்செர்வுக்கு இது அமைந்தது. ஷ்நீய்டர் எலக்ட்ரிக்கலுடன் கான்செர்வை இணைக்கும் வரையிலும், அதற்குப் பின்னும்கூட இந்தச் சேவை தொடர்ந்தது. பின் வரும் அத்தியாயங் களில் இதைக் குறித்து பேசுவோம்.

உலக அளவில் செயல்படும் நிறுவனங்களின் செயல்திறன் திட்டங் களில் கூட்டாக செயல்படுவதைக் குறித்தும் ஆலோசித்து, ஆற்றல் துறையில் மிக தரமும், திறமையும் மிக்க வல்லுநர்களை ஆப்பிரிவில் பணியமர்த்தினோம்.

இப்படி நிறுவனத்திற்கு வெளியே இருக்கும் சூழல் அதற்கே உரிய வகையில் சவால்களையும், வாய்ப்புகளையும் வழங்கி வந்தபோது நிறுவனத்திற்கு உள்ளே வேறு வகையான சவால்களும், சிக்கல்களும் உருவாகி வர ஆரம்பித்தன.

நிறுவனத்தின் மூத்த அதிகாரிகள் குழு, அதாவது தயாரிப்பு, தரக் கட்டுப்பாடு, சந்தைப்படுத்தல், விற்பனை, மனிதவளம் ஆகிய பிரிவு களின் தலைவர்கள், கூடவே அஷோக்கும் நானும் உட்பட அனை வருமே ஏழாண்டுகளாக ஒன்றாகப் பணிசெய்து முதிர்வடைந்துவிட் டோம். தொடர்ந்த வெற்றிகளால் உருவான அலட்சியமும், அகம் பாவமான போக்கும் தென்படலாயிற்று. ஒரு உயர் அதிகாரி “ஒரு வாடிக்கையாளர் அழைத்தார்...” என ஆரம்பித்தால் நாங்கள் சில நேரம் இப்படி சொல்லுவோம்:- “அந்த வாடிக்கையாளர் புகார் செய்வதில் அர்த்தமென்ன? அவர் நாம் தயாரிப்பை தவறான விதத்தில் பயன்படுத்தியிருப்பார், அல்லது அவருக்கு நம் தயாரிப்பை எப்படிப் பயன்படுத்த வேண்டுமெனக்கூட தெரியாது” நாங்கள் ஒருவர்கூட “நம் தரப்பிலிருந்து நாம் ஏதாவது தவறு செய்திருக்கக்கூடும்” என சொன்னதில்லை. உயர் அதிகாரிகள் சந்திப்புக் கூட்டங்களின் போது ஒருவர் ஆரம்பிப்பதை பிறர் அனைவருமாக சேர்ந்து முடித்து வைத் தனர். தயாரிப்புத் தரப்பிலோ பணிக்கலாச்சாரம் என்பது எந்திரத்தனமாக மாறிவிட்டது. இதை அஷோக் இப்படி விவரிப்பார்:- “நாம் ஒரு குறிப்பிட்ட விதத்திலேயே வேலைகளைச் செய்ய பழகிவிட்டோம். அடுத்த ஓரிரண்டு வருடங்களுக்கான தயாரிப்புத் திட்டங்கள்தான் கையிலுள்ளன. ஒரு திட்டம் முழுவதுமாக முடிந்து தீரும் வரையில் நாம் புதிய மீள்செயல்பாடுகள் குறித்து எதுவும் தொடங்குவதில்லை. வெளியே சந்தையில் என்ன நடந்தாலும் இங்கு அதைப்பற்றிய கவலையே இல்லை.”

நிறுவனத்தின் விற்பனைப் பிரிவிலும் குழப்பங்களுக்குக் குறை வில்லை. அனைத்துப் போட்டியாளர்களாலும் சந்தையில் எல்லா விஷயங்களும் விற்பனைப்பண்டமாக மாற்றப்படுவது அதிகரித்ததால் எங்கள் விநியோகஸ்தர்களுடன் இணைந்து விற்பனையைப் பெருக்க 'கோ மார்க்கெட்' எனும் செயல்திட்டத்தை விற்பனைப் பிரிவில் அறிமுகப்படுத்தினோம். இதன் நோக்கம் என்னவென்றால் எங்கள் விற்பனை அணியினர் விநியோகஸ்தர்களின் விற்பனை அணியினருடன் இணைந்து விநியோகஸ்தர்கள் மூலம் எங்களுக்குக் கிடைத்த வாடிக்கையாளர்களைச் சந்தித்து தொடர்பை வலுப்படுத்துவது மற்றும் மின்னாற்றல் சேமிப்பில் புதிதாக அறிமுகப்படுத்தப்படும் கருவிகளுக்கான பொருத்தமான வாடிக்கையாளர் பட்டியலைத் தயாரிப்பதும் ஆகும். இதைத் தவிர எங்கள் விநியோகஸ்தர்கள் செயல்படாத இடங்களில் புதிதான நேரடி வாடிக்கையாளர்களை உருவாக்கும் பணியும் எங்கள் விற்பனை அணியினருக்கு கொடுக்கப் பட்டது. ஆனால், இத்திட்டங்கள் நடைமுறைப்படுத்தப்பட்ட விதத் தால் கடும் தோல்வியையே சந்தித்தன. புதிய வாடிக்கையாளரைத் தேடிக் கண்டடைவதைவிட பழைய வாடிக்கையாளர்களுடன் விற்பனை செய்வதே எளிதானது என்பது போல விற்பனை அணியினர் செயல்பட்டனர். சில குறிப்பிட்ட பிராந்தியங்களில் எங்கள் விற்பனை அணியினர் புதிய வாடிக்கையாளர்களைக் கண்டடைந்தாலும், அது தொடர்பாக எங்கள் விநியோகஸ்தர்களுடன் தொடர்பு கொள்ளவும், ஒருங்கிணைக்கவும் நாங்கள் கொடுத்திருந்த நெறிமுறைகளைப் பின் பற்றவில்லை. ஆகவே அது எங்கள் நிறுவனத்தின் மேல் நம்பிக்கை யின்மையையும், எங்கள் நோக்கத்தின் மீது மோசமான சந்தேகத்தையும் உருவாக்கி விட்டது.

இவை போக இன்னுமொரு சிக்கலும் உருவானது. நெடுநாள் வழக்கமாக விநியோகஸ்தர்களுக்குத் தரப்படும் விகிதத் தொகை (கமிஷன் தொகை) பொருளின் பட்டியல் விலையில்தான் கணக் கிடப்பட்டு தரப்படும். ஆகவே விலை கூடினாலோ, விற்பனை அளவு கூடினாலோ அதே விகிதத்தில்தான் அவர்களுக்கான விகிதத் தொகையும் கணக்கிடப்படும்.

ஆக ஒட்டுமொத்த விளைவு என்னவென்றால் – புதிய வாடிக்கை யாளர் மூலம் நடந்த விற்பனை அளவும் மிகக் குறைவு, கமிஷன் தொகையின் அளவோ மொத்த லாப விகிதத்தைக் குறைப்பதாக இருக்கிறது என்ற நிலையில் இருந்தோம்.

திருப்புமுனை #2 ஒரு திடீர் ஞானோதயம்

இந்த விஷயங்களால் நான் மிகவும் சோர்வாகவும், ஏமாற்ற மாகவும் இருப்பதைப் பார்த்த தாமஸ் நான் புதிய சிந்தனைகள், வழிமுறைகளைத் தெரிந்துகொள்ள வேண்டும் என நினைத்து உயர் அதிகாரிகளுக்கான பயிற்சியில் சேரும்படிச் சொன்னார். இப்பயிற் சியை ஸ்டான்ஃபோர்ட் கிராஜூவேட் ஸ்கூல் ஆஃப் பிஸினஸும், ஹாவர்ட் பிஸினஸ் ஸ்கூலும் இணைந்து நடத்தின. பல்வேறு நிலைகளிலும், அளவுகளிலும் இருந்த நிறுவனங்களின் உயர் அதிகாரி களுக்கான பயிற்சி அது. பயிற்சியின் நோக்கம் ஒரு நிறுவனத்தில் மாற்றங்களை முன்னெடுப்பதையும், புதுமையான செயல்பாடுகள் நல்ல விளைவுகளைக் கொடுப்பதையும் எப்படி சமமாகக் கையாள்வது என்பதைப் பற்றியதாகும். பேராசிரியர்கள் சார்லஸ் ஓ ரீய்லீ, மைக்கேல் டுஷ்மன் இருவரும் பயிற்றுவித்தனர். தனிப்பட்ட முறையில் தலைமைப் பொறுப்புக்கான என் பயணத்தில் இப்பயிற்சி என்னை முழுவதும் மாற்றியமைத்த ஒன்றாக விளங்கியது.

பயிற்சி நடந்து கொண்டிருந்தபோது, என்னை நானே கேட்டுக் கொண்டேன்:- இங்கே சொல்லப்படுவதை நான் முன்பே செய்திருக் கிறேன், நான் முன்பே பார்த்திருக்கிறேன், நான் எதற்கு இங்கு உட்கார்ந்து இவற்றையெல்லாம் கேட்டுக்கொண்டிருக்கிறேன்? அதற் கான விடை இந்த 5 நாள் பயிற்சியின் இறுதிநாளின்போது கிடைத்தது. ஃபெட் எக்ஸ் நிறுவனத்தின் தலைமை செயல் அதிகாரி பேசிய ஒரு வீடியோ காட்டப்பட்டது. மிக உத்வேகமூட்டக்கூடியதாகவும், ஆர்வமூட்டக்கூடியதாகவும் இருந்தது அது. அதில் ஃபெட் எக்ஸ் பணியாளர்கள் பொருட்களைச் சரியான வாடிக்கையாளர்களிடம் ஒப்படைப்பதில் எப்படி தன்முனைப்பாகச் செயல்படுகிறார்கள், அதற் குரிய உரிமைகளைத் தன்னியல்பாக எப்படி கையாள்கிறார்கள் என்ப தைப் பற்றி அந்த அதிகாரி பேசியிருந்தார். அதில் ஒரு விஷயத்தை அவர் சொன்னது மிக ஆர்வமூட்டியது. வானிலை காரணமாக வழக்கமான முறையில் பொருட்களை வாடிக்கையாளருக்குக் கொண்டு சேர்க்க முடியாததால் பணியாளர் ஒரு ஹெலிகாப்டரை வாடகைக்கு எடுத்து சரியான நேரத்தில் பொருளைக் கொண்டு சேர்க்கிறார். அந்த செலவிற்கான ஒப்புகைச் சீட்டில் எந்தக் கேள்வியும் கேட்காமல் அப்பணியாளரின் மேலாளர் கையெழுத்து இடுகிறார். யாருக்கு அதில் எந்தக் குழப்பமும் இல்லை. அந்த வீடியோவில் இக்கதையைக் கேட்டதும் அப்படியே அமர்ந்து யோசிக்க ஆரம்பித்தேன். நான் என்னை மிகவும் வித்தியாசமான ஆளாக எண்ணிக்கொண்டிருந்திருக்கிறேன்,

வாடிக்கையாளரை மகிழ்விப்பதைக் குறித்து முடிவில்லாமல் பேசி யிருக்கிறேன், ஆனால் நான் பேசியபடி நானே நடந்துகொண்டிருக் கிறேனா? என்னுடன் பணியாற்றுவோர் என்னைப் பற்றி என்ன நினைத்திருப்பார்கள்?

அனைத்துக்கும் மேலாக, சொல்லப்படும் ஒரு விஷயத்தைக் கேட்பதில் நான் மிகவும் மோசம். சற்றும் பொறுமையில்லாமல் அனைத்திலும் விரைவாக விளைவுகளை எதிர்பார்க்கும் ஆளாக இருக் கிறேன். தவறுகளை, தோல்விகளைக் கையாள்வதில் நிதானமான அணுகுமுறை இல்லாமல் இருந்திருக்கிறேன். முணுக்கென்று கோபப் பட்டு நிதானமிழக்கும் ஆளாக பார்க்கப்பட்டிருக்கிறேன். பின்னாட் களில் தெரிந்துகொண்டேன், உள்ளே நுழைகையில் மாணவர்கள் அமைதியுடன் எழுந்து நிற்கும் தலைமை ஆசிரியர் தோரணையில் தான் செயல்பட்டிருக்கிறேன் என.

பயிற்சியின் இறுதியில் பயிற்சி ஆசிரியர்கள் கவனமாக கடைபிடிக்க வேண்டிய ஒன்றைச் சொன்னார்கள். அது இந்தப் பயிற்சியில் கற்றுக் கொண்டோம் என எல்லா இடங்களிலும் சொல்லிக்கொண்டிருக்க வேண்டாம் என்பதே. பேராசிரியர் சொன்னபடியே சொல்வதானால் “திரும்பிப் போனதும் நான் ஹெச்.பி.எஸ்.ஸில் படித்து வந்துள்ளேன், எனக்கு எல்லாம் தெரியும் என கழுத்தில் எழுதி மாட்டிக்கொண்டு சுற்ற வேண்டாம்.” நாங்கள் திரும்பிச் சென்று எங்கள் சகபணி யாளர்களுடன் இணைந்து பணி செய்யும்போது அவர்கள் நாங்கள் பெரும் செலவில் சென்று, பெற்று வந்த இந்தக் குறுகிய கால பயிற்சி குறித்து குசும்பாகவோ, பொறாமையாகவோ ஏதாவது சொல்லக்கூடும் என்பதில் நாங்கள் கவனமாக இருக்க வேண்டும் என்றனர். 5 நாள் பயிற்சி முடித்துவிட்டு வந்து அனைத்து சிக்கல்களுக்கும் தீர்வு சொல்ல ஆரம்பிப்பதில் இருக்கும் அபத்தத்தை உணரும் சமயோசஜித்த அறிவினை வலியுறுத்தினர். ஒரு அணியின் உறுப்பினர்கள் தன் கருத்தை கேட்டு, புரிந்துகொள்ளும்படி செய்வது அந்தத் தலைவரின் திறனைப் பொறுத்தது.

அந்த ஃபெட் எக்ஸ் நிறுவனத்தின் தலைமை செயல் அதிகாரி பேசியதைக் கேட்டதிலிருந்து நான் உற்சாகமாகவும், ஒரு திடீர் ஞானோதயம் பிறந்தது போலவும் உணர்ந்தேன். பேராசிரியர்கள் கொடுத்த குறிப்பையும் மீறி ஒரு தலைவராக என் அணியினருக்கு நான் என் நடத்தை குறித்து பெற்ற இந்தக் கண்டடைதலை சொல் வதற்குத் துடித்துக்கொண்டிருந்தேன். திரும்பியதும் உடனே நிறு வனத்தின் மூத்த அதிகாரிகள் அனைவருக்கும் ஒரு கூட்டத்தை ஏற்பாடு செய்தேன்.

கூட்டத்தில் அனைவரின் முகத்தையும் உற்றுப் பார்த்து கேட்டேன்:- "நீங்கள் ஏதாவது புதிய யோசனை ஒன்றை சொல்லவரும்போதெல்லாம் நான் அதைச் சரியாக, முழுமையாகக் கேட்டதேயில்லை. இதெல்லாம் நமக்கு ஏற்கனவே தெரியும், நாம் இதை முன்பே செய்திருக்கிறோம் என்று பாதியிலேயே சொல்லி நிறுத்திவிடுவேன். இந்த விதத்தில் நான் ஒரு தவறான முன்னுதாரணமாக இருந்திருக்கிறேன். ஆனால் உங்களில் ஒருவர்கூட ஏன் என்னிடம் வந்து என் செய்கை சரியல்ல என சொல்லவேயில்லை?"

அவர்கள் ஒரே குரலில் சொன்னார்கள்:- "நாங்கள் பலமுறை இதைச் சொல்ல முயன்றோம். ஆனால், நீங்கள் ஒருமுறைகூட அதைக் கவனித்ததேயில்லை" . இதைக் கேட்டபோது எனக்கு ஒரு விதமான ஆறுதல்தான் தோன்றியது. எனக்கு நானே இட்டுக்கொண்ட வேலித் தடைகளை என்னால் இப்போது தாண்ட முடிந்திருக்கிறது. இப்போ தாவது இவர்கள் சொல்வதைக் கேட்கிறேனே. என் செயல்களை என் அணியினர் ஒரு கண்ணாடிபோல எனக்குப் பிரதிபலித்துக் காட்டு வதில் இப்போது எனக்கு சம்மதம்தான். சொல்லப்போனால், மிக உயர்ந்த பதவியில் இருக்கும்போது தனிமையில் இருக்க வேண்டிய தில்லை, இல்லையா?

புதிதாகப் பெற்ற இந்த உத்வேகத்தையும், உற்சாகத்தையும் மொத்த நிறுவனத்துக்கும் கடத்த வேண்டுமென்ற ஆர்வத்தில் மாற்றத்திற்கான நிகழ்ச்சிகளை நானே நடத்த ஆரம்பித்தேன். நிறுவன ஊழியர்களை 20 பேர்களாகப் பிரித்துக் கொண்டு பயிற்சியை நானே வழங்கினேன். நான் பயிற்சியில் பெற்ற அதே கதைச்சூழல்களை அவர்களுக்குச் சொல்லி நம் சூழலில் அவை எப்படிப் பொருந்திவரும், அதிலிருந்து நாம் கற்றுக்கொள்வதென்ன என பயிற்சியில் பேசினேன். ஃபெட் எக்ஸ் நிறுவன சி.இ.ஓ. சொன்னவற்றைச் சொல்லி அது என்னில் உருவாக்கிய மாற்றத்தை அனைவரிடமும் நேரடியாகக் கூறியதால் நான் இப்போது யோசனைகளைக் கவனித்து வெளிப்படையாக விவா திக்கும் ஆளாக மாறிவிட்டதை அனைவருக்கும் உணர்த்தினேன். இந்தச் செயல்பாடு நல்ல விளைவுகளை உருவாக்கியதோடு அனை வருக்குமே நிறைவான ஒன்றாக இருந்தது நாங்கள் இப்போது மாற்றங் களை முன்கூட்டியே எதிர்பார்க்கும், மாற்றங்களை வரவேற்கும், மாற்றங்களை ஏற்கும். ஒரு நிறுவனமாக மாறியிருந்தோம். இது கான்செர்வ் நிறுவனத்தின் பணியாளர்களிடையே எவ்வளவு தூரம் தாக்கம் செலுத்தியிருக்கிறது என்பதை இப்புத்தகத்தின் இணை ஆசிரி யரான ஆஷிஷ் ஸென் இப்புத்தகத்தை எழுதுவதற்காக கான்செர்வ்

ஊழியர்களிடம் பேசும்போதுதான் என்னால் முழுமையாக உணர முடிந்தது. அதில் பலரும் நிறுவனம் ஷ்நீய்டர் உடன் இணைக்கப்பட பின் வந்த மாற்றங்களைக்கூட இந்தப் பயிற்சியால் சிறப்பாகக் கையாள முடிந்ததாகக் கூறினார்கள்; இந்த இணைப்பு நடந்தது இப்பயிற்சி முடிந்த 9, 10 ஆண்டுகள் கழித்துதான் என்பது குறிப்பிடத்தக்கது.

இரு முக்கியப் புள்ளிகளில் இந்த விளைவு அபாரமாக இருந்தது; மின்னாற்றல் சேவை என்பதைத் தயாரிப்புப் பொருளாகக் காணும் பார்வை மற்றும் நிறுவனக் கலாச்சாரத்தில் ஏற்பட வேண்டிய மாற்றத்தை ஏற்பது. புதுமைகளைக் கொண்டுவருவது, புதிய முயற்சிகளைக் கையாள்வது ஆகியவற்றுடன் இந்த விளைவுகள் இணைந்து தயாரிப்பு வடிவமைப்பு, உற்பத்தி, விற்பனை மற்றும் விநியோகம், அமைப்பு நடைமுறைகள் என முக்கியத் துறைகள் அனைத்திலுமே வளர்ச்சிக் கான தூண்டுகோல்களாகச் செயல்பட்டன. 2003இலிருந்து 2008க்கு வரும்போது எங்கள் விற்பனை லாபம் நான்கு மடங்கு அதிகரித் திருந்ததே இதற்கு சாட்சி. 2006-2008 ஆண்டுகளில் பூச்சியத்திற்கும் கீழே இருந்த நிறுவன நிகர மதிப்பு தொடர்ந்து உறுதியாக வளர்ந்து 40%ஐயும் தாண்டிச் சென்றது.

வெளியேறும் வழி

ஆக மிக சுவாரசியமான, அனைத்துமே சிறப்பாகச் செல்லும் காலக் கட்டத்தில் இருந்தோம். அப்படியிருக்க 2003இல் தாமஸ் அவர் களிடம் தொலைபேசியில் பேசியதற்குப் பின்னர் நான் ஏன் வெளி யேறும் முடிவுக்கு வந்தேன்?

அதிகப் பொறுப்புகளால், வேலைகளால் நிறைந்த ஒரு வாழ்க் கையை கான்செர்வ் நிறுவனத்திலும், குடும்பத்திலும் வாழ்ந்து வந்த நிலையில் அந்த உரையாடல் என் மனதிலும், ஆன்மாவிலும் புதிய வாசல்களைத் திறக்க உதவியாக அமைந்தது. அந்த வாசல்களில் நுழைந்து நான் கண்டவை நான் விரும்பும் விஷயங்களாக இருந்தன. பெங்களூரின் போக்குவரத்து நெருக்கடியில் ஊர்ந்து செல்லும்போதும் சரி, வாடிக்கையாளரைச் சந்திக்க விமானங்களில் பயணிக்கும்போது சரி "கான்செர்வைத் தாண்டி" எனும் இந்த எண்ணம் மனதில் அழுத்தமாக உருவாகிக்கொண்டே வந்தது. அதேநேரம் வெளிச் சூழலில் ஏற்பட்டு வந்த மாற்றங்களும் என் எண்ணங்களுக்கு வலு சேர்க்கும் விதத்தில் அமைந்தன.

முதலாவதாக, எங்கள் தயாரிப்புகள் அவற்றின் புதுமைக்காக இந்திய அளவிலும், உலக அளவிலும் அதிகம் விநியோகிக்கப்படும்

தயாரிப்புகளாக ஆனதால் பல பன்னாட்டு நிறுவனங்களிடமிருந்து அவர்கள் வணிகப்பெயரில் எங்கள் பொருட்களை விற்பனை செய்வது பற்றியும், செயல்திறன் அடிப்படையிலான கூட்டு ஒப்பந்தங்கள் குறித்தும் வணிக விசாரணைகள் வர ஆரம்பித்தன. ஐரோப்பிய வணிகக் கண்காட்சிகளில் நாங்கள் கவனத்தை ஈர்க்கும் விதத்தில் செயல்பட்டதால் அங்குள்ள நிறுவனங்களும் எங்களைத் தொடர்பு கொள்ள ஆரம்பித்தன.

இரண்டாவதாக நாங்கள் அறிமுகம் செய்த சேவைப் பணிகள் எங்களுக்கு புதிய வாய்ப்புகளை ஏற்படுத்தித் தந்தன. இந்தியாவின் ஐ.டி. (தகவல் தொழில்நுட்பம்) பெரு நிறுவனங்களுடன் நாங்கள் செய்துகொண்டிருந்த ஒப்பந்தப்படி இந்த ஐ.டி. நிறுவனங்கள் அவர்களது வாடிக்கையாளர்களுக்கு அளிக்கும் சேவையின் ஒரு பகுதியாக எங்களது சேவைப்பணியையும் சேர்த்தே அளித்தன. குறிப்பாக அமெரிக்க நாட்டு வாடிக்கையாளர்களுடன் ஐ.டி. நிறுவனங்களின் ஒப்பந்தங்களில் நாங்கள் தவறாமல் இடம் பிடித்தோம். அந்த வாடிக்கையாளர்களைப் பொறுத்தவரையில் மின் ஆற்றல் செலவுகள் அதிகரித்துக்கொண்டே செல்வது ஒரு பெரும் சோதனையாக இருந்ததால் எங்கள் சேவை அவர்களுக்கு மிகவும் தேவைப்படும் ஒன்றாக அவர்களால் எதிர்பார்க்கப்பட்டது. இதில் ஈடுபட்டிருந்த ஒரு ஐ.டி. பெரு நிறுவனம் ஆற்றல் மேலாண்மைக்கான சேவைத் துறையில் கான்செர்வின் துணையுடன் எங்கள் மாடலை அடிப்படையாகக் கொண்டு ஒரு துணை நிறுவனத்தையும் துவக்கியது. எங்களிடமிருந்து ஆலோசனைகளைப் பெற்று அவர்கள் அமைத்த இந்த ஆற்றல் சேவைப் பிரிவின் மூலம் அவர்களது அயல்நாட்டு வாடிக்கையாளர்களுக்கு சிறப்பான கூடுதல் சேவையை வழங்கினார்கள். இயல்பாகவே அந்தச் சேவைகளுக்கான பொருட்களை எங்களிடமிருந்து வாங்கியதால் எங்களுக்குள் விற்பனைரீதியிலான உறவும் தொடர்ந்தது.

மூன்றாவதாக, மேலே சொன்ன சிறப்பான வாய்ப்புகளின் விளைவாக கூடுதல் முதலீட்டிற்கான தேவையும், கூடுதல் நிர்வாகத் திறனுக்கான தேவையும் ஏற்பட்டிருப்பது வெளிப்படையாகவே தெரியும் விஷயமாக இருந்தது.

நான்காவதாக சொல்லவேண்டிய விஷயம் நுட்பமானது. நாங்கள் வளர்ந்து, நிறுவனத்தில் எங்கள் பங்கும் அதிகரித்து வந்து விட்ட நிலையில் நிறுவனத்தின் தயாரிப்புப் பொருட்களுக்கான வடிவமைப்பு ஒட்டுமொத்தமாகவே அஷோக்கை மட்டுமே பெருமளவு சார்ந்திருந்தது. வடிவமைப்பைப் பொறுத்தவரை கான்செர்வின்

முக்கிய மூளையாக அஷோக் மட்டுமே இருப்பதில் உள்ள வருங்கால இடரை மாற்ற நினைத்தோம். எங்களது ஆற்றல் மேலாண்மைச் சேவை களுக்கான பொருட்களில் சிலவற்றை சில ஐரோப்பிய நிறுவனங் களிடம் வாங்கவும் ஆரம்பித்தோம். அதிகப் பொருட்களை வடி வமைக்கும், தயாரிக்கும் பணியைக் குறைத்துக்கொள்ளலாம் என எண்ணியே இதைச் செய்தோம். ஆனாலும், ஆற்றல் சேவைப் பணியில் பயன்படுத்தப்படும் பொருட்களில் இருந்து வரும் வருவாயில் 85% எங்கள் தயாரிப்புப் பொருட்களிலிருந்துதான் எங்களுக்குக் கிடைத்து வந்தது.

கடைசியாக நாங்கள் உருவாக்கி வைத்திருந்த பணி கலாச்சாரம். பாப்ஸன் கல்லூரியைச் சேர்ந்த பேராசிரியர் ஜே.பி. கஸ்ஸார்ஜியன் சொன்னது போல:- "கடுமையான வேலையை எதிர்பார்க்கும் அதே நேரம் ஆழமான அக்கறையை வெளிப்படுத்தும் "ஒரு பணி கலாச் சாரத்தை கான்செர்வில் ஏற்படுத்தி வைத்திருந்தோம். செயல் ஆர்வமும், துடிப்பும் மிக்க மிகத் திறமை வாய்ந்த வல்லுநர்களை கான்செர்வில் வைத்திருந்தோம். முப்பது வயதுகளின் இறுதியில், முப்பதுகளின் மத்தியில், சிலர் அதைவிடவும் குறைவான வயதுகளில் இருந்தார்கள். தான் சொந்த பணி போல ஒவ்வொரு பணியையும் முன்னெடுத்துச் செய்வதிலும், சுயநேர்மையிலும் சிறுகுறைகூட இல்லாதவர்கள். அவர் களுக்கு வருங்காலம் என எதைக் கொடுக்கப் போகிறோம்? அவர்கள் தம் திறமைகளை முழு அளவில் வெளிப்படுத்த இன்னும் பெரிய களத்தை எப்படி அமைத்துத் தரப்போகிறோம்? அவர்கள் வைத் திருக்கும் நம்பகத்தன்மைக்கும், நன்றியுணர்வுக்கும் ஈடாக அவர் களுக்கு நாங்கள் ஏதாவது செய்தாக வேண்டும் என உணர்ந்தேன்.

இவை அனைத்தும் கலந்து ஒரே ஒரு எண்ணத்தை விடாமல் மணி யோசை போல என் மனதுக்குள் ஒலித்துக்கொண்டேயிருந்தன - நான் ஏதாவது ஒரு வாய்ப்பில் வெளிவந்து பதின்ம வயதின் ஆரம்பங்களில் இருக்கும் என் மகனுக்கும், மழலைப் பள்ளியில் படித்துக்கொண் டிருக்கும் என் மகளுக்கும் அம்மாவாக மட்டும் வீட்டில் இருக்க வேண்டும் என்பதுதான் அந்த எண்ணம்.

2004ஆம் ஆண்டின் மத்தியில் நான் கான்செர்விலிருந்து வெளி யேற வேண்டும் என்ற எண்ணத்தைத் தெளிவாக அடைந்தேன். ஆனால், அதற்கு அடுத்தபடியாக என்ன செய்ய வேண்டும்? அதை யோசித்தபடியே இருந்தேன். இந்த வேளையில்தான் தாமஸ் மூல மாக ஃப்ரான்ஸ் நாட்டின் பாரீஸ் நகரில் ஐ.டி. நிறுவனம் ஒன்றை அமைத்திருந்த பிரெஞ்சு தேசத்தவர் ஒருவரைச் சந்தித்தேன். அவரிடம்

கான்செர்வ் ஏற்றுமதியில் எப்படி கவனம் கொண்டிருக்கிறது என்றும், பாரீஸில் தலைமையகம் இருக்கும் ஷ்நீய்டர் எலக்ட்ரிக் நிறுவனத்துடன் அது தொடர்பாக பேச எவ்வளவு முயற்சித்துக்கொண்டிருக்கிறோம் என சொல்லிக்கொண்டிருந்தேன். அவர் என்னிடம் ஷ்நீய்டர் எலக்ட்ரிக் நிறுவனத்தின் செயல்திறன் யுக்திகளைக் கையாளும் பிரிவின் துணைத்தலைவருடன் ஒரு சந்திப்பை தன்னால் ஏற்படுத்தித் தர முடியும் என்றும், அதன் பின் உங்கள் பாடு என்றும் சொன்னார்.

2004ஆம் ஆண்டின் இறுதியில்தான் அந்த சந்திப்பு சாத்தியமானது. பாரீஸுக்குச் சென்று அவர்களுக்கு விளக்கப் பேச்சு ஒன்றைக் கொடுக்க வேண்டியிருந்தது. அந்தப் பேச்சு முடிந்ததும் ஷ்நீய்டர் எலக்ட்ரிக் நிறுவனத்தின் மேலாண்மை துணைத் தலைவர் என்னிடம் வியப்புடன் கேட்டார்:- "நல்ல நிறுவனங்களை எங்களுடன் இணைத்துக்கொள்வதில் ஆர்வமாக இருக்கும் என் கவனத்திற்குள் எப்படி இதுவரை உங்கள் நிறுவனம் வராமல் போயிற்று?"

அந்த நேரம் மிகப் பொருத்தமான நேரமாக அமைந்தது. ஏனெனில் அப்போதுதான் ஷ்நீய்டர் எலக்ட்ரிக் நிறுவனமும் புதிய தளங்களில் செயல்படுவது, மின் ஆற்றல் பயன்பாட்டு சேவைப் பணிகள் ஆகியவற்றில் தங்களை ஈடுபடுத்திக்கொள்ளும் முடிவினை எடுத்திருந்தனர். ஆகவே இது தொடர்பாக ஏற்கனவே சந்தையில் இருக்கும் நிறுவனங்களில் இந்திய நிறுவனம் அல்லது சீன நிறுவனம் இரண்டில் எந்த நாட்டு நிறுவனத்தை இணைப்பது என பேசிக்கொண்டிருந்தார்கள். மீட்டர் பாக்ஸ் தயாரிப்பில் இந்தியாவில் முதன்மை நிறுவனமாக இருப்பதோடு மின் ஆற்றல் சேவைப்பணியிலும் வெற்றிகரமாக கான்செர்வ் இருந்ததால் அவர்களது முதன்மை விருப்பப் பட்டியலில் கான்செர்வ் இடம்பெற்றது. இந்த முதல் கட்டத்தை வெற்றிகரமாகக் கடந்ததும் ஷ்நீய்டர் எலக்ட்ரிக் நிறுவனத்தின் மேலாண்மை துணைத் தலைவர் அவருடைய சகஅதிகாரியான ஜீன் கீய்ஃபருடன் 2005ஆம் ஆண்டு மார்ச் மாதம் பெங்களூரு வந்தார்கள். எங்களது தயாரிப்பு தொழிற்சாலையைப் பார்ப்பதும், எங்களது வடிவமைப்புப் பணியைப் பார்ப்பதும் அஷோக் மற்றும் அணியினரைச் சந்தித்து பேசுவதும் தான் அவர்கள் வருகையின் நோக்கம்.

இது குறித்து ஷ்நீய்டர் எலக்ட்ரிக் நிறுவனத்தின் முதுநிலை துணைத் தலைவர் பதவியில் இருந்து மீடியம் வோல்டேஜ் மற்றும் கார்ப்பரேட் எனர்ஜி ஸ்ட்ராடஜி பிரிவுக்குத் தலைவராகவும் இருந்து ஓய்வு பெற்ற ஜீன் கீய்ஃபர் இப்படிச் சொன்னார்:- "நான் முதன்முதலில் 2005ஆம் ஆண்டு கான்செர்வ் நிறுவனத்திற்கு ஆலோசனை

சேவைகளுக்காகவும், மிகவும் கவனம் ஈர்த்த மீட்டர் பாக்ஸ் தயாரிப்புகளைப் பார்ப்பதற்காகவும்தாம் சென்றேன். இரண்டுமே ஒருங்கே கிடைத்தது. இந்த நிறுவனம் அதன் ஒட்டுமொத்த அர்ப் பணிப்பு மிக்க நேர்மையின் வழியாகத்தான் பார்க்கப்பட வேண்டும். ஹேமாவும், அஷோக்கும்தான் கான்செர்வ் நிறுவனத்தின் ரத்தம், நரம்பு, நோயெதிர்ப்பு சக்தி என எல்லாமுமாக இருந்தார்கள். ஒத்திசை வுடன் இயைந்த ஒரு வாழ்க்கைச் சூழல் அங்கிருந்த மொத்த பணியாளர்களிடமும், செயல்முறைகளிலும், கான்செர்வின் வாடிக்கை யாளர்களிலும் ஊடுருவி நிறைந்திருந்தது.

ஷ்நீய்டர் எலக்ட்ரிக் நிறுவனம் புதிய வாய்ப்புகளுக்கான களங் களிலிருந்து உலகளாவிய சேவைகளுக்கு மாறும்போது ஆற்றல் பயன்பாட்டுத் துறையில் துடிப்பாகச் செயல்படும் ஒரு நிறுவனத்தைக் கண்டடைவதுதான் எங்கள் வாடிக்கையாளர் சேவையை விரிவாக்கும் என நம்பினேன். அதனால் இயல்பாகவே எனர்கான் (கான்செர்வ்) நிறுவனத்தைக் கண்டடைந்தேன். எனது முதல் வருகையின்போது சுத்தமான, புதிய, நன்றாக வடிவமைக்கப்பட்ட, நான்கு ஒருங் கிணைக்கப்பட்ட, உலகத் தரம் வாய்ந்த தொழிற்சாலையைப் பார்த் தேன். அங்கிருந்து ஹேமாவின் அலுவலகத்திற்கு வரும்வழியில் என் சிந்தனையில் ஏதோ ஒன்று சுற்றி சுற்றி வந்தது. ஒரு சிக்கலுக்கான தீர்வைக் கண்டுபிடிக்க சிறிய குழுவாகக் கூடி பணியாளர்கள் பேசிக் கொண்டிருந்ததா? மிகச் சுத்தமான கழிவறைகளா? தொழிற்சாலை யைச் சுற்றிலும் நிறைந்திருக்கும் பசும்புல் வெளிகளா? எது என்னை வியப்படையவைத்தது என யோசித்துக்கொண்டே வந்தேன். சட்டென விடை கிடைத்தது. அது நான் பார்த்த அனைவரிடமும் இருந்த புன்னகை. அங்கிருப்பதில் ஒவ்வொரு பணியாளரும் மகிழ்ச்சியோடு இருக்கிறார். புதுமை, அர்ப்பணிப்பு மிக்க நேர்மை, நெகிழ்வுத் தன்மை ஆகியவை நிறைந்திருக்கும் அந்த ஒத்திசைவு இயைந்த சூழல் மொத்த நிறுவனத்திலும் நிறைந்திருந்தது.

எங்களது அதீத எதிர்பார்ப்புகளையும் மிஞ்சுவதாக அமைந்தது அந்த சந்திப்பு. குறைவற்ற பாராட்டுதல்களைப் பெற்றோம் என்பதோடு ஊழலை ஏற்காத உலகத் தரமான பணியிடத்தையும், அணி யையும் கொண்டிருக்கிறோம் என்பதில் ஆச்சரியமும் அடைந்தோம். மகிழ்வுடன் அடுத்தடுத்தக் கட்டங்களுக்குப் பேச்சுவார்த்தையைத் தொடரலாம் என முடிவெடுத்து இருதரப்பும் கைகளைக் குலுக்கிக் கொண்டோம். ஆனால் இன்னும் '100% இணைப்பு' என்பதை யாரும் வாய் விட்டு சொல்லிக்கொள்ளவில்லை.

இந்த ஆரம்பக் கட்ட பேச்சுவார்த்தைகளில் கான்செர்வ் தரப்பில் அஷோக் மற்றும் நான், ஷ்நீய்டர் எலக்ட்ரிக் நிறுவனத்தின் சார்பில் இரு முதுநிலை துணைத்தலைவர்கள் மட்டுமே இருந்தோம். ஆரம்பக் கட்ட பேச்சுவார்த்தையில் இருதரப்புமே ஒப்புக்கொண்டதால் எந் தெந்த விஷயங்களில் இருதரப்பும் இணைந்து செயல்பட முடியும், அது 100% இணைப்பு தேவைப்படும் சாத்தியமாக இருந்தாலும் சரி, அதை எப்படி செயல்படுத்த முடியும் என்றெல்லாம் பேச இரு தரப்பு மூத்த மேலாண்மை அதிகாரிகளை வைத்து அடுத்த கட்ட நகர்வைச் செய்யலாம் என ஒப்புக்கொண்டோம். மிகச் சரியாக இங்குதான் பிரச்சினை ஆரம்பித்தது. ஷ்நீய்டர் எலக்ட்ரிக் நிறுவனத்தைப் பொறுத்த வரை இந்த இணைப்பு விஷயத்தில் பல இடங்களைப் பலருக்கும் விளக்க வேண்டியிருந்தது. அவர்கள் கேள்வி இவைதான்:- “சீன நிறுவனங்கள் பெருமளவு உற்பத்தி, குறைந்த அடக்கச் செலவு, ஓரளவுக்குத் தரம் என செயல்படுகின்றன. மேலும் ஷ்நீய்டர் எலக்ட்ரிக் நிறுவனம் சீனாவில் பெரிய நிறுவனம். இந்தியாவைப் பொறுத்தவரை நல்ல வருமானத்திற்கு வாய்ப்பு உண்டு என்றாலும் தற்போதைய சூழலில் ஷ்நீய்டர் எலக்ட்ரிக் நிறுவனத்திற்கு வரும் வருமானத்தில் இந்தியாவிலிருந்து வரும் வருமானம்தான் இருப்ப திலேயே குறைவு. இவ்வளவு இருக்க நாம் ஏன் ஒரு இந்திய நிறுவனத்தைத் தேர்ந்தெடுக்க வேண்டும்?”

“எதற்காகப் படிப்படியான பல கட்ட பேச்சுவார்த்தை அணுகு முறை? உடனடியாக ஒரு முதற்கட்ட ஒப்பந்தத்தைப் போட்டு நம் சாமர்த்தியத்தைக் காட்டி நம் எதிர்பார்ப்புகளை அவர்களால் நிறை வேற்ற முடியுமா எனப் பார்க்கக் கூடாது?”

“ஏன் இத்தனை சிறிய நிறுவனத்துடன் இணைப்பு குறித்து யோசிக்க வேண்டும்? மாநில மின்சார வாரியங்களுக்கு மீட்டர்/ அனலாக் மின் மீட்டர் தயாரித்து அளிக்கும் பெரிய நிறுவனங்கள் இருக்கின்றார்களே?”

இன்னும் பலப்பல கேள்விகள்.

என்னைப் பொறுத்தவரை நன்றாக வருமென்றால் இந்த வாய்ப்பை ஏற்கலாம் என நான் விரும்புவதை எப்படி அஷோக், தாமஸ் என இருவரையும் ஏற்றுக்கொள்ள வைக்கப்போகிறேன்? அதைவிட இதை எப்படி அவர்களிடம் சொல்லப்போகிறேன் என்பதை நினைக்கும் போதே மனதில் பெரும்பாரம் நிறைந்தது போல ஆகிவிட்டது. அஷோக் ஷ்நீய்டர் எலக்ட்ரிக் நிறுவனத்துடன் ஆர்வமாகவே

பேச்சுவார்த்தைகளில் கலந்துகொண்டாலும் அவர் மனதில் இன்னும் 'வெளியே செல்வதை' பற்றி ஒரு இயல்பான முடிவுக்கு வர முடிய வில்லை. "வாழ்நாள் முழுக்க மீட்டர்களை வடிவமைப்பவனாகவே இருந்து விட்டேன். இனி வேறென்ன செய்ய முடியும்?" என்பது அவர் எண்ணமாக இருந்தது.

தாமஸ் கடுமையான எரிச்சல் மிக்க ஏமாற்றத்தைக் காட்டினார். அவர் எனக்கு இவ்வளவு செய்திருக்கும்போது கற்பனையில்கூட நான் இப்படி யோசிப்பேன் என்பதை அவரால் ஏற்றுக்கொள்ளவே முடியவில்லை. "நான் இப்போது நிறுவனத்தை விற்று காசாக்கும் எண்ணத்தில் இல்லை எனும்போது நான் ஏன் விற்பதைப் பற்றி யோசிக்க வேண்டும்? மேலும் நாம் மூவரும் எந்தக் கருத்து வேறு பாடும் இல்லாமல் ஒரே அணியாகத்தானே செயல்பட்டு வருகி றோம்?" என்றார்.

இவர்களின் சம்மதம் இல்லாமல் இந்த இணைப்பு நிச்சயம் சாத்தியமில்லை. ஆகவே நான் வெளியேறும் முடிவினை எடுக்கு மாறு என்னை உந்திய விஷயங்களைப் பட்டியலிட்டு டிடி-க்கு ஒரு நீண்ட கடிதம் எழுதினேன். அது:-

அன்புள்ள திரு. தாமஸ்,

கான்செர்வைத் தாண்டியும் வாழ்க்கை இருப்பதைப் பார்க்க நான் விரும்புகிறேன். அந்த முடிவை முழுவதும் ஏற்றுக் கொள்ளும் நிலையில் நான் இருப்பதை உங்களுக்குத் தெரியப் படுத்தவே இக்கடிதத்தை எழுதுகிறேன்.

தனிப்பட்ட முறையில் சொல்வதானால் நான் என் குடும் பத்துடன் அதிக நேரம் இருக்கவேண்டுமென எனக்கு ஏக்கமாக இருக்கிறது. ராகவ் இப்போது உயர்நிலைப் பள்ளிப்படிப்பு படித்து வருகிறான். சில வருடங்களில் அவன் மேல்படிப்புக்கு வெளிநாடு சென்றுவிடுவான். அனன்யாவிற்கு இப்போதுதான் இரண்டு வயதாகிறது. அவளுக்கு என் அக்கறையும், கவனமும் அதிகம் தேவைப்படுகிறது. இரண்டாவதாக அஷோக். அவர் பல வருடங்களாகத் தினமும் இரவு, பகல் பார்க்காமல் வெகு நேரம் வேலைப்பார்த்து வருகிறார். குடும்பத்துடன் அவர் இருக்கும் நேரம் மிகக் குறைவுதான். எனக்கு அவர் உடல் ஆரோக்கியம் குறித்து சற்றுக் கவலையாக உள்ளது. மூன்றாவ தாக, இந்த மின்சாரம், மீட்டர் என்பதைத்தாண்டி இருக்கும் உலகத்தைப் பார்க்க வேண்டும், அதில் நுழைந்து அனுபவிக்க

வேண்டும் என்றும் விரும்புகிறேன். இந்த விஷயங்களை எல்லாம் அஷோக்கும் யோசித்துப்பார்த்தால் அவருமே நான் விரும்பும் அதே விஷயங்களை விரும்புவார்.

தொழில்ரீதியான முறையில் பார்த்தால் ஷ்நீய்டர் எலக்ட்ரிக் நிறுவனத்துடன் நானும் அஷோக்கும் பேசி வருவது உங்களுக்குத் தெரியும். ஷ்நீய்டர் எலக்ட்ரிக் நிறுவனத்தைப் போன்ற ஒரு பன்னாட்டு நிறுவனத்துடன் நாம் நிறுவனத்தை இணைக்க மூன்று வலுவான காரணங்கள் இருக்கின்றன. அவை:

1. 'நம் நிறுவனத் தயாரிப்புகள் உலகத்தரம் வாய்ந்தவை. ஆகவே அவை இன்னும் அதிக இடங்களைச் சென்றடைய வேண்டும். அதற்கு இன்னும் விரிவான ஆழமான இடங்களுக்குள் நாம் நுழைய வேண்டியிருக்கும். ஒரு பன்னாட்டு நிறுவனத்தால்தான் நம் தயாரிப்புகளை உலகம் முழுவதும் கொண்டுசெல்ல முடியும்.

2. நம் நிறுவனத்தில் பணிபுரியும் மூத்த அதிகாரிகள் அறிவாற்றலும், திறமையும் நிரம்பியவர்கள். நிச்சயம் உலக அளவிலான பொறுப்புகளுக்குத் தகுதி வாய்ந்தவர்கள். ஷ்நீய்டர் எலக்ட்ரிக் நிறுவனம் போன்ற ஒரு நிறுவனம்தான் அவர்கள் தகுதிக்குத் தகுந்த பன்னாட்டு அளவிலான பொறுப்புகளை அவர்களுக்குக் கொடுக்க முடியும்.

3. அஷோக்குடைய வடிவமைப்புத் திறன் மற்றும் அறிவாற்றலை நம் வலிமையாகக் கொண்டு மட்டுமே நாம் ஒரு நிறுவனமாக இதுவரை வளர்ந்து வந்திருக்கிறோம். அப்படி ஒருவரை மட்டுமே ஒரு நிறுவனம் சார்ந்திருக்கும் ஆபத்தைக் குறைக்கவும், மேலும் அதிகத் தயாரிப்புகளை நம் நிறுவனம் வாடிக்கையாளர்களுக்கு அளிப்பதற்குமான நடவடிக்கைகளை நாம் எடுக்க வேண்டிய நேரம் வந்து விட்டதாக நினைக்கிறேன். ஒரு பன்னாட்டு நிறுவனத்தில் இணைவது இதைச் செய்வதற்கான நல்ல வாய்ப்பு என்றே உணர்கிறேன்.

ஷ்நீய்டர் எலக்ட்ரிக் நிறுவனத்தைச் சேர்ந்த உயர்மட்ட அதிகாரிகளுடன் குறிப்பிடத்தக்க அளவில் நேரம் செலவழித்து உரையாடியிருக்கிறேன். அந்த அடிப்படையில் கான்செர்வின் மதிப்பீடுகளையும், கலாச்சாரத்தையும் அந்த நிறுவனம் பிரதி பலிக்கக் கூடியது என்று நம்புகிறேன். நம் மக்கள் நிச்சயம் பாதுகாப்பான கைகளில் இருப்பார்கள்.

கான்செர்வைப் பொறுத்தவரை உங்கள் பங்குகளை நீண்ட காலம் வைத்திருப்பதை மகிழ்ச்சியுடன் செய்கிறேன் என்றும் நிறுவனத்தை விட்டு வெளியேறும் விருப்பம் இல்லையென்றும் நீங்கள் என்னிடம் அடிக்கடி சொல்லியிருக்கிறீர்கள். அதே அளவுக்கு என்மீதும், அஷோக்மீதும் உங்களுக்கு ஆழமான அக்கறை உண்டு என்பதும் எனக்குத் தெரியும். ஆகவே அந்த அடிப்படையில் இந்த வெளியேறும் விஷயத்தை எங்கள் நிலையிலிருந்து ஒரு முறை ஆலோசித்துப் பார்க்குமாறு உங்களைக் கேட்டுக்கொள்கிறேன்.

அன்புடனும், மரியாதையுடனும்,

ஹேமா

இந்தக் கடிதம் எதிர்பார்த்த விளைவுகளை உருவாக்கியது. விரை விலேயே தாமஸ் உடன் நாங்கள் வெளியேறும் வழிகளையும், அதன் பிற வாய்ப்புகளையும் திறந்த மனதுடன் விவாதிக்க முடிந்தது. இதே நேரம் அதிர்ஷ்டவசமாக தாமஸின் நண்பரும், கலிஃபோர்னியாவில் புகழ்பெற்ற தொடக்க காலம் கூடல் வென்ச்சர் முதலீட்டு நிறுவனம் நடத்திவருபவருமான ஜிம் வீர்சிங்க், கான்செர்வ் நிறுவனத்தைப் பார்க்க வந்திருந்தார். அவரிடம் நாங்கள் வெளியேறும் முடிவைக் குறித்தும், அதிலுள்ள பதற்றங்கள், குழப்பங்கள் குறித்தும் பேசி னோம். குறிப்பாக, ஒரு வடிவமைப்பு வல்லுநராக அஷோக் கொண் டிருக்கும் குழப்பம் குறித்தும்.

ஜிம் சொன்னார்:- “அஷோக், உங்கள் அறையிலிருந்து சற்று ஜன்னல் வழியே எட்டி வெளியுலகைப் பாருங்கள். எத்தனை விஷயங்கள் நிறைந்திருக்கின்றன என ஆச்சரியம் அடைவீர்கள். நீங்கள் செய்ய எத்தனையோ அங்கு உண்டு.”

அஷோக் வெளியேறும் முடிவை முழு மானதுடன் எடுத்து அதற்கான செயல்முறைகளில் தன்னை ஈடுபடுத்திக்கொள்ள அந்த வார்த்தைகள் போதுமானவையாக இருந்தன.

ஆகஅனைத்துவிஷயங்களும்நான்விரும்பியபடியேநடந்துவந்தன. இந்நிலையில் 2006ஆம் ஆண்டு துவக்கத்தில் எங்கள் மேலாண்மை ஆலோசகரான பி.பி.ஆர்.ராவ் இண்டெலக்சுவல் கேபிடல் (ஐ.பி.) ரேட்டிங் எனும் அறிவுசார் முதலீட்டுக்கான தரவரிசை குறித்து (பகுதி 2 அத்தியாயம் 9இல் இதைக் குறித்து விரிவாகப் பேசுவோம்) எங்கள் கவனத்திற்குக் கொண்டுவந்தார். எனக்கும், அஷோக்குக்கும் அந்தத் தரவரிசைப்பட்டியல் ஆவலைத் தூண்டியது. நாங்கள் கான்செர்வ்

நிறுவனத்தையும் இண்டெலக்சுவல் கேபிடல் பட்டியலில் - ஐ.பி. ரேட்டிங்கில் இடம்பெறச் செய்யும் முடிவுக்கு வந்தோம். அதன் வழியாக எங்களுக்குத் தெரியவந்த விஷயம் ஆச்சரியமூட்டியது. அதாவது இப்போது நாங்கள் செயல்பட்டுக்கொண்டிருக்கும் தொழில் அமைப்பு (பிஸினஸ் மாடல்) என்பது வேறொரு பன்னாட்டு நிறுவனம் இந்தியாவிற்குள் இதே துறையில் நுழையும்வரைதான் சிறப்பாகச் செயல்பட முடியும். நாங்கள் அளிக்கும் அதே சேவை களையும், தயாரிப்புகளையும் பன்னாட்டு நிறுவனங்கள் அளிக்க முன்வரும்போது எங்கள் நிலை சிக்கலாகிவிடும். இந்த முடிவுகளை முன்வைத்து மூத்த அதிகாரிகள் குழுவுடன் விரிவாக விவாதித்து அனைவரும் ஒருமித்த கருத்துக்கு வந்தோம். இந்த நிலையில் மிக புத்திசாலித்தனமான முடிவு என்பது வேறொரு நிறுவனத்துடன் நம் நிறுவனத்தை 100 சதவீதம் இணைத்துவிடுவது. ஷ்நீய்டர் எலக்ட்ரிக் நிறுவனத்துடன் ஏற்கனவே இது சம்பந்தமாக பேச ஆரம்பித்து விட்டேன் என்பது அப்போது பிற அதிகாரிகள் யாருக்கும் தெரியாது.

2007ஆம் ஆண்டு டிசம்பர் 7ஆம் தேதி நான், அஷோக், தாமஸ் மற்றும் அவரது ஆலோசகர்கள் ஆகியோருடன் ஷ்நீய்டர் எலக்ட்ரிக் நிறுவனத்தின் பன்னாட்டுப் பொறுப்பிலிருக்கும் மூன்று உயர் அதிகாரிகளைச் சந்தித்தோம். மும்பையில் நடைபெற்ற இந்த நேரடிச் சந்திப்பு கான்செர்வ் நிறுவனத்தை ஷ்நீய்டர் எலக்ட்ரிக் நிறுவனம் வாங்குவதற்கான விலையை முடிவு செய்வது. இந்தியப் பங்குச் சந்தையான சென்செக்ஸ் முதன்முறையாக 19000 புள்ளிகளைத் தாண்டி உயர்ந்து கொண்டிருந்தது. எங்கள் துறையில் பங்கு மதிப்பீடுகள் பல மடங்காக அதிகரிக்கப்போகும் வாய்ப்பினை சந்தை பிரதிபலித்தது. அன்றைய சந்திப்பு விலையை முடிவு செய்யாமலேயே முடிந்தது என்றாலும் பேச்சுவார்த்தை மேலும் தொடரும் என்பதில் உறுதியாக இருந்தேன்.

2008ஆம் ஆண்டு ஜனவரி முதல் தேதியன்று முப்பத்தேழு வய தான ஒலிவியர் ப்ளம் ஷ்நீய்டர் எலக்ட்ரிக் இந்தியா நிறுவனத்திற்கு தலைமைப் பொறுப்பேற்றார். ஷ்நீய்டர் எலக்ட்ரிக் நிறுவனத்தைச் சேர்ந்த மிகச் சிறப்பான உயர் அதிகாரிகளில் அவரும் ஒருவர். பிரான்சின் பாரீஸ் நகரில் ஷ்நீய்டர் எலக்ட்ரிக் நிறுவனத்தின் தலைமை அலு வலகத்தில் நிறுவனத் தலைவரின் செயலக உதவியாளராகவும், சீனாவில் செயல்திட்டமாக்கம் மற்றும் சந்தைப்படுத்துதல் பிரிவின் தலைவ ராகவும் வெற்றிகரமாகப் பணியாற்றிய அனுபவம் கொண்டவர் ஒலிவியர் ப்ளம். அவர் பொறுப்பேற்றுக்கொண்ட முதல்

வாரத்திலேயே என்னைத் தொடர்புகொண்டு பேசினார். அப்போது ஜனவரி 10ஆம் தேதி. இந்திய பங்குச் சந்தை 21200 புள்ளிகளைத் தாண்டி தாவிக்கொண்டிருந்தது.

இரண்டு முறை நேரில் சந்தித்தும், பலமுறை தொலைபேசி உரையாடல்களைச் செய்தும் இறுதியாக நாங்கள் விலை விஷயத்தில் ஒரு முடிவுக்கு வந்தோம். அந்த விலையில் கான்செர்வ் நிறுவனத்தை வாங்கிக்கொள்வது குறித்து ஒரு உத்தேச ஒப்புதல் கடிதத்தை அனுப்புமாறு ஷ்நீய்டர் எலக்ட்ரிக் நிறுவனத்தைக் கேட்டுக்கொண் டோம். அந்த ஒப்புதல் கடிதத்தில் கையெழுத்திடும்போது எனக்கோ, இதில் சம்பந்தப்பட்ட பிறருக்கோ செப்டம்பர் 2008இல் லேமென் பிரதர்ஸ் நிறுவனம் சரிந்து உலக அளவில் நிதிச் சிக்கல் ஏற்படப் போவதைக் குறித்த சிறு அறிகுறிகூடத் தெரியவில்லை.

இரு தரப்புமே தொடர்ந்து அடுத்தடுத்த கட்டங்களாக செயல் முறைகளைத் தொடர்வது என்றும் அப்படியே முழுசெயல்முறை யையும் செய்து முடிப்பது என்றும் முடிவு செய்துகொண்டோம்.

வெளியேறுவதன் வலி

இதற்குப் பின் யாரும் விருப்பப்படவோ, பொறாமைப்படவோ வாய்ப்பே இல்லாத வேலையை நான் மேற்கொண்டேன். அதாவது நாங்கள் வெளியேறும் முடிவினையும், நிறுவனம் வேறொரு நிறு வனத்திற்கு கைமாறப்போவதையும் ஒவ்வொரு பணியாளரிடமும், விநியோகஸ்தரிடமும் நானே நேரில் சந்தித்துச் சொல்வதுதான் அது. அப்படியான எந்த உரையாடலும் எளிதாக இல்லை. கொல்கத்தாவைச் சேர்ந்த மூத்த விநியோகஸ்தர் என்னை நோக்கி கேட்டார்:- "எங்கள் நிறுவனத்தை விற்பதற்கு நீ எவ்வளவு வாங்கிக் கொண்டாய்?"

இவ்வளவு கடினமான வார்த்தைகளை அவர் சொன்னது கான்செர்வ் நிறுவனத்தின் மீது அவர் வைத்திருக்கும் ஆழமான அன்பின் உரிமை யால்தான் என நன்றியுடன் நினைத்துக்கொள்ளும் அதேநேரம் இந்த முடிவின் முழு எடையையும் நான் உணர்ந்துகொண்டேன்.

ஆகவே கூடுமானவரை இந்த இரு நிறுவனங்களின் இணைப் பையும் யாருக்கும் சிக்கலில்லாமல் சுமுகமாக நடத்த வேண்டும் என இன்னும் கூடுதலாக மனதில் உறுதி எடுத்துக்கொண்டேன்.

அத்தியாயம் 6
ஒருங்கிணைப்பு

நிறுவனங்களை கையப்படுத்துவதும், இணைப்பதும் அதிக பொறுமையும், நுட்பமும், திறமையும் தேவைப்படும் ஒரு வேலை. நாம் ஒரு விளைவை எதிர்பார்த்து ஒரு செயலைச் செய்து அந்தச் செயல் அதன் விளைவுகளால் கடும் குழப்பத்தையும், சிக்கலையும் கொண்டுவந்துவிடும் அபாயங்கள் நிறைந்த வேலை அது.

பெங்களூரைச் சேர்ந்த நீண்டகால நண்பரும், ஏஞ்சல் முதலீட்டாளருமான பி.ஜி. பொன்னப்பா 2006இலிருந்து 2010வரை ஏ.ஓ.எல். (A.O.L.) இந்தியா நிறுவனத்தின் மேலாண்மை இயக்குநராக இருந்தார். அவர் சொல்வது:- "ஒரு நிறுவனத்தைக் கையகப்படுத்தி இணைப்பது பெரும்பாலும் தோல்வியில் முடிவதற்குக் காரணம் பொருந்தாத பணிக்கலாச்சாரம் தான். உலகின் பெரிய நிறுவனக் கையகப்படுத்துதல் மற்றும் இணைப்புகளில் ஒன்றான, ஏ ஓ எல் நிறுவனத்தை டைம்ஸ் வார்னர் நிறுவனத்துடன் இணைக்கும்போது நான் அங்கு மேலாண்மை இயக்குநராக இருந்தேன். 350 மில்லியன் டாலர் மதிப்புள்ள அந்தப் பிரம்மாண்ட இணைப்பு எப்படி குழப்பத்தில் போய் முடிந்தது என்பதை அருகிலிருந்து பார்த்தேன். ஏ ஓ எல்லில் பணிபுரிபவர்கள் டி ஷர்ட் அணிந்துகொண்டு வேலைக்கு வரும் கலாச்சாரத்தில் 30 வயதுகளுக்குள் இருந்தார்கள். டைம்ஸ் வார்னர் நிறுவன ஆட்களோ ஐம்பது வயதுகளில் இருந்ததோடு பில்லியன் டாலர் வியாபாரங்களைக் கவனித்து வந்தவர்கள். திடீரென 'இனி அந்தப் பையன்கள் சொல்வதைக் கேட்க வேண்டிய காலம் வந்துவிட்டது' என ஆகிவிட்டது ஒரு வற்புறுத்தலான விஷயமாகவே டைம்ஸ் வார்னர் ஆட்களுக்கு அமைந்தது."

ஏ.ஓ.எல். – டைம்ஸ் வார்னர் இணைப்பில் கலாச்சார இணைப்பு தான் தோல்வியை உண்டாக்கியது என்பதைக் குறித்து இத்தனை ஆண்டுகளில் பல்லாயிரம் பக்கங்கள் எழுதப்பட்டுவிட்டன. இந்த இணைப்பு நிகழ்ந்து பத்தாண்டுகள் முடிவதை ஒட்டி தி நியூயார்க் டைம்ஸ் பத்திரிக்கையில் டிம் அராங்கோ:- "எப்படி ஏ.ஓ.எல். – டைம்ஸ் வார்னர் இணைப்பு தோல்வி அடைந்தது" என்ற தலைப்பில்

ஒரு கட்டுரை எழுதியிருந்தார்.[6] அக்கட்டுரையில் டைம்ஸ் வார்னர் நிறுவனத்தின் தலைவரான ரிச்சர்ட் பார்சன்ஸ் இந்த இணைப்பின் தோல்வியை ஒப்புக்கொண்டு பேசியதைக் குறிப்பிட்டிருந்தார். ரிச்சர்ட் பார்சன்ஸ் சொன்னது இதுதான்:- "இந்த இணைப்புக்கான ஒப்பு தலைத் தெரிவிக்கும் முக்கியமான இயக்குநர் குழு கூட்டம் ஒன்றில் அதோடு கூடவே, முற்றிலும் வேறுபட்ட இரண்டு பணிகலாச்சாரங் களை நாம் இணைப்பதால் இனி வித்தியாசமான பணிச்சூழல் நிலவப் போகிறது என பேசினோம். ஆனால், இதைச் சொல்லித்தான் ஆக வேண்டும்; இந்த வேறுபாடு இவ்வளவு பெரிதாக இருக்கும் என்ப தையும், அதன் விளைவுகளையும் நாங்கள் குறைவாக மதிப்பிட்டு விட்டோம்."

இந்த இணைப்பின் பதினைந்தாவது ஆண்டில், 2015ஆம் ஆண்டின் ஜனவரி மாதம் 10ஆம் நாள் ஃபார்ச்சூன் பத்திரிகையில் ரீதா குந்தர் மெக்ராத் எழுதிய ஒரு கட்டுரையில் "இணைக்கப்பட இரு நிறுவனங் களுக்குமான இணைந்த கலாச்சாரத்தைக் கொண்டுவருவது ஆரம்பத்தி லிருந்தே சரியாக வரவில்லை. மரபான முறைகளில் செயல்பட்ட சட்ட வல்லுநர்களும், பிற தொழில்--சார் நிபுணர்களும் மிகத் திறமை யான முறையில் எங்களால் ஆனவற்றைச் சிறப்பாகச் செய்தார்கள். எது இதனோடு சேர்த்து செய்யப்பட்டிருக்க வேண்டுமோ அது நடக்கவில்லை என்பது வெளிப்படையாகவே தெரிந்தது. அது அதே அளவு திறமையோடு நடந்திருக்க வேண்டிய கலாச்சார ஒருங்கிணைப்பு. எதிலும் முண்டியடிக்கும் வேகமும், பலர் குறிப்பிட்ட 'திமிர்த்தன மான' போக்கும் கொண்ட ஏ.ஓ.எல். அலுவலர்கள் உயர் அலுவலக முறைமைகளும், சற்று பழகிய மரபான முறைமைகளும் கொண்ட டைம்ஸ் வார்னர் மக்களை 'பயமுறுத்திவிட்டனர்'. இருதரப்புகளுக்கு மான உறவு என்பதில் பரஸ்பர மரியாதை இல்லாமல் போனதால் தேவைப்பட்ட ஒத்துழைப்போ, உறுதி அளிக்கப்பட்ட விதத்தில் இரு தரப்பும் இசைந்து செயல்படுவதோ நடக்காமல் ஆகி விஷயம் தோல்வியில் முடிந்தது."

தொழிலதிபரும், ஆலோசகரும், பத்திரிக்கையாளருமான ஜார்ஜ் பிராட்ட் ஜூன் 2015இல் வெளிவந்த ஃபோர்ப்ஸ் மேகசீன் இதழில் இப்படிச் சொல்கிறார்:- "நீங்கள் கலாச்சாரங்களை இணைக்கும் போது நிச்சயம் ஒரு விழுமியம்/மதிப்பீடு உருவாகிறது. அப்படி செய்யவில்லையெனில் மதிப்பீடு அழிக்கப்படுகிறது. கலாச்சார ஒருங் கிணைப்பைப் பொறுத்தவரை ஒன்று ஆக்கம் அல்லது அழிவு என்பதையே விதியாகக் கொண்ட ஆட்டம். அது தவறாகப் போய் விட்டால் வேறு எதனாலும் சரி செய்ய இயலாது."[7]

மேலே சொன்னவற்றுக்கு அப்படியே மாறாகத்தான் கான்செர்வ் – ஷ்நீய்டர் எலக்ட்ரிக் இந்தியா இணைப்பில் நிகழ்வுகள் நடந்தன. இரு நிறுவனங்களின் கலாச்சார ஒருங்கிணைப்பை உருவாக்குவதில்தான் இரு நிறுவனங்களின் உயர் அதிகாரிகளும் அதிக கவனமும், அதிக நேரமும் செலவழித்தார்கள். ஜீன் பாஸ்கல் ட்ரிகொய்ர் தலைமையில் செயல்பட்ட ஷ்நீய்டர் எலக்ட்ரிக் நிறுவன அதிகாரிகள் குழு வெளிப் படுத்திய தொழில்சார் திறன்கள், பிறர் நிலையிலிருந்து யோசித்துப் பார்ப்பது, நுட்பமான உணர்வுகளைப் புரிந்துகொண்டு அவற்றை மதித்து நடப்பது ஆகியவற்றால் நாங்கள் மிகவும் நெகிழ்ந்து போனோம். நானும், அஷோக்கும் அவர்கள் கேட்டுக்கொண்டபடி அடுத்த மூன்றாண்டுகள் பணியில் இருக்க வேண்டுமென்பதை மறுத்து ஓராண்டுக்கு மட்டுமே நாங்கள் பணியில் தொடர முடியும் என்பதைத் தகுந்த காரணங்களோடு விளக்கினோம். அதுவும் நேரடியாக தினசரி செயல்பாட்டுப் பணிகளில் ஈடுபடாமல்தான் இருக்க முடியும் என்றும் சொன்னோம். எங்கள் நிலையிலிருந்து அதைப் புரிந்துகொண்ட குழு வினர் எங்கள் முடிவினை ஏற்றுக்கொண்டு அந்த ஓராண்டில் எந்தச் சிறு சிக்கலும் இல்லாமல் இணைப்பைச் செய்து முடித்தார்கள். அது மட்டுமல்லாமல் அவர்கள் உறுதி அளித்த ஒவ்வொரு விஷயத் தையும் எந்தச் சிறு சுணக்கமும் இல்லாமல் முழுமையாக நிறை வேற்றினார்கள். இந்த அனைத்து விஷயங்களின் சுமுகமான செயல் பாட்டுக்குக் காரணம் அடிப்படையில் ஒருவருக்கொருவர் கொண்டிருந்த பரஸ்பர மரியாதை தான்.

ஷ்நீய்டர் எலக்ட்ரிக் இந்தியா நிறுவனத்தின் தலைவரும், மேலாண்மை இயக்குநருமான அனில் சௌத்ரி நிறுவனங்களின் இணைப்பில் தலைமைப் பண்பின் பங்கு குறித்து பேசும்போது இப்படிச் சொன்னார்:- "இரு நிறுவனங்களிலும் உள்ள மனிதர்க ளிடையே நல்ல ஒன்றிணைப்பு நிகழ்வதை உறுதிப்படுத்துவதில் ஹேமா தீர்மானமாக இருந்தார். 2011இல் இணைப்பு முழுமையாக நிகழ்ந்த பின்னரும் அவர் எங்கள் ஆலோசனைக் குழுவில் தொடர்ந்து நீடித்தார். கான்செர்வ் - ஷ்நீய்டர் எலக்ட்ரிக் இந்தியா இணைப்பு வெற்றி கரமாக நடந்து முடிந்ததற்கு இது மிகவும் உதவிகரமாக இருந்தது."

ஒருங்கிணைப்பு என்று சொல்லும்போது இரு நிறுவனப் பணியாளர் களுக்கு இடையேயான ஒருங்கிணைப்பை மட்டும் இங்கு குறிப்பிட வில்லை. கான்செர்வ் செய்து வந்த பல நிகழ்ச்சிகளும், பயிற்சிகளும் இணைப்பிற்குப் பின்னும் தொடர்ந்து செயல்படுத்தப்பட்டன. இரு

தரப்புப் பணியாளர்களுக்கிடையே ஒத்திசைவை ஏற்படுத்தும் விதமாக மட்டுமல்லாமல் இந்த நிகழ்ச்சிகள் இரு தரப்புக்கும் இடையே நல்லுறவையும் ஏற்படுத்தும் விதத்தில் அமைந்தன.

எக்கோ - கிறிஸ்டல் (தண்ணீரை சுத்திகரிக்கும் சேவைப்பணியில் உள்ள பெங்களூரு நிறுவனம்) நிறுவனத்தின் டாக்டர் பட்டாச் சார்யா இந்த விஷயத்தை நகைச்சுவையாக இப்படி சொல்லுவார்:- "இந்திய அளவில், ஏன், உலக அளவிலும்கூட ஒரு நிறுவனத்தை இன்னொரு நிறுவனம் கையகப்படுத்தி இணைத்துக் கொள்ளும் போது இணைக்கப்படும் நிறுவனம் "எங்கள் சமூக நிகழ்ச்சிகளையும் விடாமல் பின்பற்றுங்கள்" என சொன்னதில்லை. இது மிகவும் அபூர்வ மானது. வழக்கமாக ஒரு நிறுவனம் இன்னொரு நிறுவனத்துடன் இணைக்கப்பட்டுவிட்டால், இணைக்கப்பட அந்த நிறுவனத்தின் நிகழ்ச்சிகளை நீங்கள் மறந்துவிட வேண்டியதுதான்." எங்கள் விஷ யத்தில் அப்படி நடக்கவில்லை.

நாங்கள் இதை மட்டுமல்லாமல் இன்னும் பலவற்றையும் தொடர்ந்து மாற்றமின்றி நிகழும்படி செய்தோம்.

நிறுவன ஒருங்கிணைப்பில் கற்றுக்கொண்ட பாடங்கள்

நிறுவனங்களை ஒருங்கிணைப்பதன் வழியாக நான்கு முக்கிய பாடங்களைக் கற்றுக்கொண்டேன். அவை:

1. கையகப்படுத்தலில் ஈடுபடும் இரு தரப்பு நிறுவனங்களுமே அதற்கான காரணங்களில் தெளிவாக இருக்கிறார்களா?

இது மிக முக்கியமான விஷயம். ஏனெனில் ஏதாவது ஒரு தரப்பு இந்த விஷயத்தில் உள்ள ஆர்வம் காரணமாக இதைக் கவனிக்காமல் போய்விடக் கூடும். இணைப்பு அல்லது கையகப்படுத்தலில் ஈடு படும் இரு நிறுவனங்களுமே அதற்கான காரணங்களில் மிகத் தெளி வான புரிதலுடன் இருக்க வேண்டும். அதே போல மறுதரப்பு இணைப்பு அல்லது கையகப்படுத்தலுக்கு ஏன் முன்வருகிறது என் பதற்கான புரிதலும் இருதரப்புக்கும் இருக்க வேண்டும். எங்களது இணைப்பு சம்பந்தப்பட்ட விஷயத்தில் இரு தரப்புமே தத்தம் காரணங்களை மறு தரப்பில் இருக்கும் ஒவ்வொருவருக்கும் புரிய வைக்க முழு முயற்சியுடன் நீண்ட உரையாடல்களை நடத்தினார்கள். இதன் விளைவாக இது தரப்பும் மறுதரப்பின் காரணங்களை ஏற்றுக் கொண்டனர்.

2. விரிவாகவும், நுட்பமாகவும் பார்ப்பதில்தான் விஷயமே அடங்கியிருக்கிறது

விஷயங்களைக் குறித்து யோசிக்கும்போது இணைப்பு அல்லது கையகப்படுத்தலோடு சிந்தனையை வரையறுக்காமல் அதையும் தாண்டிய விஷயங்களைக் குறித்தும் சிந்தித்ததுதான் இந்த இணைப்பின் குறிப்பிடத்தக்க சிறப்பம்சம். இணைப்பினால் லாபத்தில் எத்தனை சதவிகிதம் அதிகரிக்கும் என்பதில் செலுத்தப்பட்ட அதே அளவு கவனம் பணியாளர்களையும், தயாரிப்புகளையும் ஒருங்கிணைப்பதிலும் செலுத்தப்பட்டது.

ஷ்நீய்டர் எலக்ட்ரிக் இந்தியா வுக்குத் தலைமைப் பொறுப்பில் அன்று இருந்த ஒலிவியர் ப்ளம் பொறுமையும், நிதானமும் வடிவெடுத்தது போல இருப்பவர். கான்செர்வ் நிறுவனத்தின் ஒவ்வொரு பணியாளர் குறித்த, ஒவ்வொரு தயாரிப்பைக் குறித்த, ஒவ்வொரு சேவையைக் குறித்த எங்களது மதிப்பீடுகளை முழுமையாக கவனத்துடன் கேட்டார். கான்செர்வ் நிறுவனத்தின் முக்கிய அதிகாரிகள் ஒவ்வொருவரையும் அவர் சந்தித்து அவர்களது குறிக்கோள்கள் என்ன, சந்தேகங்கள் என்ன என்பனவற்றையெல்லாம் விரிவாகப் பேசி அவர்களைப் புரிந்துகொண்டார். என்னுடன் பயணித்து பிராந்திய விற்பனைக் குழுக்களையும், விநியோகஸ்தர்களையும் சந்தித்து விரிவாகப் பேசினார். அதைப்போலவே தயாரிப்புத் தொழிற்சாலை, வடிவமைப்புப் பிரிவினர் ஆகியோரையும் சந்தித்து அவர்களுடன் விரிவாகப் பேசினார்.

இவை எல்லாவற்றையும்விட ஒலிவியர் செய்த ஒரு விஷயம் தனித்துவமானது. ஷ்நீய்டர் எலக்ட்ரிக் நிறுவனத்தை எடுத்துக் கொண்டால் உலகின் பெரும் நிறுவனங்களில் ஒன்று. அவர்கள் கையகப்படுத்தும் கான்செர்வ் நிறுவனமோ அவர்களோடு ஒப்பிட்டால் மிக மிகச் சிறிய நிறுவனம். ஆனால் இந்த இணைப்பில் கான்செர்வ் நிறுவனம் செய்து வந்த சிந்தனைத் தலைமைத்துவத்துக்கான முன்னெடுப்பு நிகழ்ச்சிகளை ஒலிவியர் அப்படியே முன்னெடுத்து தொடர்ந்து நடத்தியதோடு மட்டுமல்லாமல் அவற்றில் கலந்தும் கொண்டது தனித்துவம் மிக்க சிறப்பான விஷயம். அவ்வாறான முன்னெடுப்புகள் -

- ஏ.ஈ.ஈ.ஈ. (AEEE) - நான் இணை நிறுவனராக இருந்து 2008ஆம் ஆண்டில் உருவாக்கிய அமைப்பு அல்லையன்ஸ் ஃபார் அ எனர்ஜி எஃபிஷியன்ஸி எகானாமி. அதாவது ஆற்றல் திறனுள்ள ஒரு பொருளாதாரத்துக்கான கூட்டமைப்பு. இது இந்தியாவில் ஆற்றல் திறன் மேம்பாட்டை ஊக்குவிக்கும் நோக்குடன்

செயல்படும் லாப நோக்கமற்ற அமைப்பாகும். (இது குறித்து "சிந்தனைத் தலைமைத்துவம் "எனும் தலைப்பில் விரிவாகப் பார்க்கலாம்)

- கான்செர்வ் மை கேம்பஸ் – கான்செர்வ் நிறுவனத்தின் சமூகப் பொறுப்பை உணர்த்தும் விதமாக நான் உருவாக்கிய திட்டம்தான் கான்செர்வ் மை கேம்பஸ். இது பள்ளிக் குழந்தைகள் தங்கள் வீடுகளிலும், பள்ளிகளிலும் மின்சாரத்தை கவனத்துடனும், சிக்கனமாகவும் பயன்படுத்த வேண்டிய அவசியத்தை அவர்களுக்குக் கற்பிக்கும் நிகழ்ச்சியாகும் (இது குறித்து அத்தியாயம் 16 - 'சிந்தனைத் தலைமைத்துவம்' எனும் தலைப்பில் விரிவாகப் பார்க்கலாம்). ஷ்நீய்டர் நிறுவனம் இந்த நிகழ்ச்சியை விடாமல் தொடர்ந்தது மட்டுமல்ல, அதை இன்னும் விரிவாக்கி 'கான்செர்வ் மை ப்ளானட்' எனும் பெயரில் இந்தியாவின் முக்கிய நகரங்கள் அனைத்திற்கும் கொண்டு சேர்த்தது. ஷ்நீய்டர் எலக்ட்ரிக் இந்தியா நிறுவனத்தின் இப்போதைய தலைவரும், மேலாண்மை இயக்குனருமான அனில் சௌத்ரி இந்த நிகழ்ச்சியைப் பற்றி இப்படிச் சொல்கிறார்:- "இன்றைக்கும்கூட இந்த நிகழ்ச்சி எங்களது முக்கியமான முன்னெடுப்புகளில் ஒன்று. ஷ்நீய்டர் நிறுவனம் இதைத் தொடர்ந்து செய்வதோடு மட்டுமல்லாமல் இது எங்கள் அடையாளத்தைக் காட்டும் நிகழ்ச்சியாகவும் மாறிவிட்டதை உணர்கிறோம்."

3. முன்வைத்த காலை பின்வைக்காமல் நிற்பது

ஒரு விஷயத்தை செய்து முடிப்பதில் ஏற்படும் தடைகளிலிருந்து மீண்டெழும் வேகம் என்பது இருதரப்பிலும் இருந்த முக்கியமான அம்சம். இந்த இணைப்பைப் பொறுத்தவரை உலகப் பொருளாதார நிதிச் சிக்கல் ஒரு சரியான காரணமாக அமைந்து இந்த இணைப்பு தள்ளிப்போடப்பட்டிருக்கலாம் அல்லது இணைப்பு யோசனையே கைவிடப்பட்டிருக்கலாம். அதற்கான எல்லா வாய்ப்புகளும் இருந்த போதிலும் இந்த முடிவிலிருந்து ஷ்நீய்டர் நிறுவனம் பின்வாங்கவில்லை. மாறாக மாறி விட்ட சூழ்நிலையின் அடிப்படையில் நிதி குறித்த கணக்கீட்டு மதிப்பீடுகளை எப்படிப் பார்ப்பது என்பதைக் குறித்து விரிவாக உரையாட முன்வந்தது. இரு தரப்பும் பரஸ்பரம் ஒப்புக்கொள்ளும் விதத்தில் விஷயங்கள் மறுஆய்வு செய்யப்பட்டு அதன் அடிப்படையில் தகுந்த சாமர்த்தியத்துடன் செயல்முறைகள் தொடர்ந்தன. இந்த இணைப்புக்காக கடும் முயற்சி எடுத்து

அதைச் சாத்தியப்படுத்தியதில் ரஸ்ஸல் ஸ்டாக்கர்-ரின் (ஷ்நீய்டர் நிறுவனத்தில் அப்போதைய செயலாக்க துணைத் தலைவர்) பங்கு மிக முக்கியமானது.

4. கலாச்சாரத்தையும், தொலைநோக்கையும் ஒரே கோட்டில் கொண்டுவருவதில் கவனம் செலுத்துவது

ஏ.ஓ.எல். – டைம்ஸ் வார்னர் இணைப்பு குறித்து மேலே சொன்ன, எழுதிய அனைத்திலிருந்தும் கலாச்சாரமே ஒருங்கிணைப்பின் முக்கிய அம்சம் என்பது நமக்குப் புரிந்திருக்கும். இரு நிறுவனங்களுமே மதிப்பீடுகள், கலாச்சாரம், தொழில்நுட்பத்தில் ஆர்வம், புதிய கண்டு பிடிப்புகளில் கவனம், ஆற்றலை திறமையாகப் பயன்படுத்துவதில் தொலைநோக்கு ஆகியவற்றில் ஒரே மாதிரியான எண்ணங்களையே கொண்டிருந்தன. ஷ்நீய்டர் எலக்ட்ரிக் நிறுவனத்தின் தலைவரும், தலைமை செயல் அதிகாரியுமான ஜீன் பால் ட்ரிகொய்ர் 2016ஆம் ஆண்டு நவம்பர் மாதம், அதாவது இணைப்பு முடிந்து 7 ஆண்டுகள் ஆனபின் தனது அறிக்கையில் மேற்கண்ட அனைத்தையும் தொகுத்தது போல சொன்னார்:- "திறன் வாய்ந்த மின்னாற்றல், அதில் புதுமை களைப் புகுத்துதல் ஆகியவையே ஷ்நீய்டர் எலக்ட்ரிக் நிறுவனத்தின் அடிப்படைகள். அதன் காரணமாகவே, நான் எப்போதும் கான்செர்வ் - ஷ்நீய்டர் இருவரும் தத்தம் பலத்தை இணைத்து செயல்படுவது முக்கியம் என உணர்ந்திருக்கிறேன்... மிக முக்கியமாக, நமது நிறு வனத்தின் கலாச்சாரங்கள் இணக்கமானதும், ஒன்றையொன்று நிரப்பு வதுமாகும். ஒரே போல இருக்கும் ஆற்றல் துறை குறித்த தொலை நோக்கு, தொழில்நுட்பம் குறித்த ஒரே போன்ற ஆர்வம், ஒரே மாதிரி யான மதிப்பீடுகள் ஆகியவற்றால் நம் கலாச்சாரம் இறுக்கமாகப் பிணைக்கப்பட்டிருக்கிறது... கான்செர்வ் நிறுவனத்தின் கலாச்சாரம் உருவம் கொண்டுவந்தது போல ஹேமா ஹட்டங்காடியிடம் இருந்த ஆளுமை, செயல்துடிப்பு ஆகியவற்றைக் கண்டே நான் இணைப்பதற் கான முடிவினை எடுத்தேன்".

நட்ட விதையிலிருந்து நல்ல பழங்கள் - 8 ஆண்டுகளுக்குப் பின்னர்

மனிதவளம்

கிட்டத்தட்ட கான்செர்வில் பணிபுரிந்த அனைத்து பணியாளர் களும் அப்படியே ஷ்நீய்டரில் வேலை செய்கிறார்கள். அதில் பலரும் உயர் பதவிக்குப் போய் இந்தியாவிலும், அயல்நாடுகளிலும் பணி செய்கிறார்கள். தற்போது தலைமை மனிதவள அதிகாரியாக

இருக்கும் ஒலிவியர் ப்ளம் சொல்வது போல "பழம்பெருமை வாய்ந்த பெரும்பாலான பணியாளர்கள் இன்னும் ஷ்நீய்டரில் பணிசெய்வது குறித்து எனக்கு மிக மகிழ்ச்சி."

தயாரிப்புகள்

அனில் சௌத்ரி சொல்வது போல "கான்செர்வின் மீட்டர்கள் தான் இப்போதும் ஷ்நீய்டர் எலக்ட்ரிக் நிறுவனம் வழங்கும் வணிக வாய்ப்புகளில் முக்கியப் பங்கு வகிக்கின்றன. சில பிரிவுகளைச் சேர்ந்த மீட்டர் பாக்ஸ்களுக்கு இப்போதும் கான்செர்வ் என்ற வணிகப் பெயரை அப்படியேதான் பயன்படுத்துகிறோம்."

தொடரும் நல்லுறவு

இணைப்பு நிகழ்ந்த ஒரு ஆண்டில் ஒப்பந்தப்படியான உறவுமுறை முடிவுக்கு வந்துவிட்டாலும் ஷ்நீய்டர் நிறுவனத்துடன் தொடர்பு நீடித்தே வந்தது. 2011ஆம் ஆண்டுவரை நான் ஷ்நீய்டர் நிறுவனத்தின் ஆலோசனைக் குழுவில் தொடர்ந்து உறுப்பினராக இருந்தேன், அஷோக் ஷ்நீய்டர் நிறுவனத்தில் உலக அளவிலான வடிவமைப்புப் பிரிவில் ஆலோசகராக எழாண்டுகள் தொடர்ந்தார்.

அனில் சௌத்ரி இந்த வெற்றிகரமான இணைப்பைக் குறித்து ஷ்நீய்டர் நிறுவனத்தின் பார்வையில் மிகக் கச்சிதமாக சொன்னார்:- "நான் ஃப்ரான்ஸிலிருந்து இந்தியாவிற்கு 2013இல் திரும்பினேன். அந்த நேரத்திலேயே ஷ்நீய்டர் நிறுவனத்தில் கான்செர்வ் முழுமை யாக இணைக்கப்பட்டிருந்தது. ஷ்நீய்டர் நிறுவனத்தைப் பொறுத்த வரை கான்செர்வ் நிறுவனம் எங்களில் ஒரு பகுதியாக மாறியதைக் குறித்து மிகவும் மகிழ்ச்சிதான். அங்கிருந்து வந்த மனிதவளத்தைப் பொறுத்தவரை, அவர்கள் உறுதி மிக்க பணி கலாச்சாரத்தில் ஊறியவர் களாக இருந்தார்கள்... மிகவும் மரியாதைக்குரிய தொழில்முறை அணியாக விளங்கிய அவர்கள் ஷ்நீய்டர் நிறுவனத்தின் மனிதவள திட்டமிடலுக்கு மிக ஒத்திசைவாக அமைந்தார்கள்.

ஷ்நீய்டர் நிறுவனத்தைப் பொறுத்தவரை புதுமைகளைப் புகுத்து வதிலும், அதற்கான இடர்ப்பாடுகளைச் சந்திப்பதிலும், தொழிலைப் புதுமையான முயற்சிகளுடன் கையாளுவதிலும், இவற்றின் வழியே எங்கள் வாடிக்கையாளர்களுக்கு அதிக பலன்களை அளிப்பதிலும் ஈடுபடும் பணியாளர்களை, அணியினரை நாங்கள் ஊக்குவிப்பதோடு அவர்களது செயல்பாடுகளுக்குப் பக்கபலமாகவும் இருக்கிறோம். மிகச் சரியாக இதே போன்ற கலாச்சாரத்தையே கான்செர்வ்

நிறுவனமும் முதலிலிருந்தே பின்பற்றி வந்திருக்கிறது. கான்செர்வைப் பொறுத்தவரை அவர்களது வாடிக்கையாளர்களுக்கு நெருக்கமான வர்கள், தாங்கள் உருவாக்கி சந்தைக்குக் கொண்டுவரும் புதிய தொழில்நுட்பங்கள் குறித்து பெருமிதம் உடையவர்கள் என்பதோடு தங்கள் வாடிக்கையாளர்களுக்கு மதிப்பு மிக்க பலன்களைத் தரக் கூடியவர்கள்.

மின்னாற்றல் திறன் பயன்பாடு மற்றும் மின்னாற்றல் மேலாண்மை ஆகியவற்றில் நாங்கள் முன்பே செய்து கொண்டிருந்த சில மேம்பாட்டுப் பணிகளையும், புதுமையான செய்முறைகளையும் விரைவு படுத்த முடிந்தது. இதன் காரணமாகத்தான் இன்று எங்கள் தயாரிப்பு களின் வரிசை மிக வலுவானதாக இருக்கிறது. நாங்கள் இந்திய நாட்டின் முன்னணி நிறுவனங்களில் ஒன்றாக இருப்பது மட்டு மல்லாமல் இந்த (கான்செர்வின்) தயாரிப்புகளை உலகச் சந்தைகளுக்கு கொண்டுசென்று உலகளாவிய வாடிக்கையாளர்களுக்கு சேவை அளிக் கிறோம். மின்னாற்றல் அளவிடுவதில் பல புதுமைகளை உருவாக்கும் சிறப்புத் திறன் மையம் (Centre of Excellence) ஒன்றை நாங்கள் பெங்களூருவில் நிறுவியுள்ளோம். இந்த மையத்தின் செயல்பாடு களில் கான்செர்விலிருந்து வந்த பணியாளர்களின் பங்கு மிக முக்கிய மானது. இந்தப் பிரிவில் மட்டுமல்லாமல் உலகின் பல்வேறு நாடு களிலும், வளர்ச்சி அடைந்த பொருளாதாரங்களான கனடா, மத்திய கிழக்கு போன்ற நாடுகளிலும் சிறப்பாக செயல்படுகிறார்கள்.

நிறுவனத்தின் மற்றுமொரு சொத்து கான்செர்வ் உருவாக்கி வைத் திருந்த உறுதியான, விசுவாசம் மிக்க விநியோகஸ்தர்களும், கூட்டாளி களும் அடங்கிய அருமையான கூட்டமைப்பு. அவர்கள் கையாளும் பொருட்களின் வரிசையை மின் மீட்டரிலிருந்து எங்கள் முழு தயாரிப்புகளையும் கையாளும் அளவிற்கு வளர்த்தெடுக்க முடிந்தது. இன்று எங்களுடன் இணைந்து பணியாற்றும் மிகப் பெரும் விநியோகஸ்தர்கள் கான்செர்விலிருந்து வந்து ஒரு குடும்பம் போல் இணைந்தவர்கள்... இந்த வலுவான கூட்டமைப்பு வலைப் பின்னலை இந்த அளவிற்கு சிறப்பாக உருவாக்கியதில் ஹேமா, அஷோக் மற்றும் அவர்களது அணியினரின் பங்கு மிகமிக முக்கிய மானது."

பகுதி 2

ஒரு தொழிலைக் கட்டமைக்கும் சிறிய, ஆனால், முக்கியத்துவம் வாய்ந்த நுட்பங்களை இந்தப் பகுதியில் பார்க்கப்போகிறோம். நெறிமுறைகள் சார்ந்த கலாச்சாரம், ஆராய்ச்சி மற்றும் மேம்பாடு, தயாரிப்பு, வணிகப்பெயர் உருவாக்கம், மனிதவளம், சிந்தனைத் தலைமைப் பண்பு ஆகியவற்றில் அடங்கும் விஷயங்களை இங்கு பேசுவோம்.

அனைத்து விஷயங்களுமே நல்ல விதமாக முடிந்தது போல இருந்தாலும், அவை துல்லியமான முறையில் சரியாக நடக்கவில்லை. நான் தவறுகள் செய்திருக்கிறேன். அதிலும் சில தவறுகளைத் திரும்பத்திரும்பச் செய்திருக்கிறேன். என்னுடைய தலைமையின் கீழ் நிறுவனம் இருந்த நாட்களில் நான் மறக்க நினைக்கும் சம்பவங்களும் நடந்திருக்கின்றன. 'சர்வாதிகாரப் போக்கு கொண்டவள்' என்பதிலிருந்து 'அதீதமாக ஒவ்வொன்றுக்கும் ஆலோசனை கேட்பவள்' என்பதுவரை என் தலைமைப் பண்பு குறித்து அனைத்து விதமான பெயர்களையும் வாங்கிவிட்டேன். ஆனாலும், சில விஷயங்களைச் சிறப்பாகச் செய்ய முடிந்ததில் மகிழ்ச்சியே.

இனி வரும் பகுதி 2இல் நாங்கள் சிறப்பாகச் செய்த விஷயங் களையும், சிக்கலாக்கிவிட்ட சில விஷயங்களையும் கலந்தே பேசப் போகிறோம்.

அத்தியாயம் 7

வணிகத்தில் நெறிமுறைகள்

கான்செர்வ் நிறுவனத்தைப் பொறுத்தவரை அதன் முக்கிய செயல்பாட்டாளர்களும், தாமஸ், அஷோக், நான் மூவருமே ஒன்றாக இணைந்து தீர்மானமான உறுதியுடன் ஒரு விஷயத்தைக் கடைப் பிடித்தோம். அது தொழிலை, அதன் அனைத்து நிலைகளிலும் நெறிமுறைகள் மாறாமல் நடத்த வேண்டும் அல்லது தொழிலையே நிறுத்திக்கொள்ள வேண்டும். பல நற்பலன்களை அளித்த முடிவு தான் இது என்றாலும் நெறிமுறைகள் சார்ந்த செயல்பாடு என்பதை நிறுவனத்தைத் தாங்கும் தூண்களில் ஒன்றாக உருவாக்கி எடுப்பது கடும் சவாலான ஒன்றாக இருந்தது. சொல்வதைப் போல எளிதான பணியாக இருக்கவில்லை. உண்மையைச் சொன்னால் சில தருணங் களில் இந்த முயற்சி அளித்த சலிப்பும், எரிச்சலும் தாங்க முடியாத அளவில் இருந்தது. ஆனால், பிடிவாதமாக இந்தத் தீர்மானமான முடிவைத் தொடர்ந்ததற்குப் பல காரணங்கள் உண்டு. ஒன்றைச் சொல்லவேண்டுமானால், கான்செர்வ் நிறுவனத்தின் நெறி-சார் செயல்பாடுகள், நெறி-சார் நடத்தை விதிமுறைகள் ஆகியவை தத்தம் சொந்த நெறிமுறைகளைப் போலவே இருந்ததால் எங்களுக்கு அமைந்த மத்திய அளவிலான பல மேலாளர்கள் கவரப்பட்டு இங்கு இணைந்து மகிழ்ச்சியுடன் பணி செய்தார்கள்.

ஹாவர்ட் பிஸினஸ் ஸ்கூலில் கல்வி ஆய்வுக்கான நிகழ்ச்சிகளை வடிவமைக்கும் டேவிட் கிரோன் ஒருமுறை அஷோக்கிடம் கேட்டார்:- “வணிகத்தில் நெறிமுறைகள் சார்ந்த செயல்பாடு என்பதற்கு இவ் வளவு முக்கியத்துவம் அளிப்பது அவசியம் என கருதுகிறீர்களா?”

அஷோக் சொன்னார்:- “அது நிறுவனத்தின் நீண்ட கால வளர்ச்சி அல்லது குறைந்த கால வளர்ச்சி என்பதோடு சம்பந்தப்பட்ட கேள்வி.”

எங்களது பார்வை என்னவென்றால் நெறிமுறைகளில் சில சமரசங்கள், விட்டுக்கொடுப்பது என செய்தால் குறைந்த காலத்திற்கு அவை பலனளிப்பதுபோல தோன்றலாமே தவிர, நீண்ட கால அளவிலான நிலைத்த செயல்பாடுகளுக்கு லஞ்ச ஊழலைத் துளியும் ஏற்காமல் இருப்பதே சரியானது.

"லஞ்சம், ஊழல் இல்லாமல் இந்தியாவில் தொழில் செய்வதா? சாத்தியமே இல்லை"

"டேவிட் சொன்னது சரிதான். இது சரியாக இல்லையே. பல ஆண்டுகளாக என் குடும்பமும் இந்தியாவில் தொழில் செய்து வருகிறது. இந்த சமரசங்கள் தான் தொழில் ரகசியமே. அதுவும் கான்செர்வ் போன்ற சிறு நிறுவனம் எப்படி சமரசங்களே இல்லாமல் இருக்க முடியும்?"

மேலே சொன்னவை, ஹாவர்ட் பிஸினஸ் ஸ்கூலில் எங்கள் நிறுவனம் குறித்த இந்த விஷயம் ஒரு கல்வி ஆய்வுக்கான நிகழ் வாக ஆக்கப்பட்டு உலகின் பல பாகங்களிலுமுள்ள எம்.பி.ஏ. கல்வி நிறுவனங்களில் விவாதத்திற்கு முன்வைக்கப்படும்போது பங்கேற் பாளர்களால் பல பாவனைகளுடன் சொல்லப்படும் கருத்துகளில் சில.

அவர்களையும் தப்பு சொல்ல முடியாதுதானே? இந்தியாவில் தொழில் செய்வது எப்போதுமே எளிதான காரியமாக இருக்க வில்லை. கரப்ஷன் பெர்ஸெப்ஷன் இன்டெக்ஸ் (சி.பி.ஐ.) அதாவது, ஊழல் எதிர்பார்ப்பு குறியீட்டெண் என்ற தரவரிசை அடிப்படையில் நாடுகளை வரிசைப்படுத்தும் ஒரு வரிசைமுறையை 180 நாடுகளில் டிரான்ஸ்பரன்ஸி இண்டர்நேஷனல் என்ற அமைப்பு நடத்தியது. அதில் இந்தியாவிற்கு 2018ஆம் ஆண்டு 78ஆவது இடம். ஒரு நாட்டிலுள்ள பொதுத்துறை அமைப்புகளை, அதிலுள்ள ஊழல்களைக் குறித்து வல்லுநர்களும், தொழில்துறை சார்ந்தவர்களும் எப்படிப் பார்க் கிறார்கள் என்ற அடிப்படையில் இந்த குறியீட்டெண் வழங்கப் படுகிறது. இந்த எண்ணுக்குரிய அளவீடு 0இலிருந்து 100வரை. இதில் 0 என்பது முழுக்கமுழுக்க ஊழல் என்பதிலிருந்து 100 என்பது ஊழலே இல்லாத நிலை என்பது வரை மதிப்பிட வேண்டும். இதில் 2018ஆம் ஆண்டில் இந்தியாவிற்குக் கிடைத்த மதிப்பீடு100க்கு 41.8.

இந்தச் சூழலில் நெறிமுறைகள் மாறாத பணிக்கலாச்சாரத்தை கான்செர்வில் உருவாக்க முனைந்த எங்கள் முயற்சி செங்குத்தான மலையேற்றம் போன்ற தடைகள் மிக்க கடும் சவால்தான். ஆனால் ஒவ்வொரு தடையும் எங்களை மேலும் வலுவாக்கி எங்கள் முடிவில் தீர்மானமாக இருக்கும் உறுதியைத் தந்தது.

எல்லோரையும் வீட்டுக்கு அனுப்பு

1998ஆம் ஆண்டில் இந்தியாவின் மேற்குப் பகுதியில் அங்குள்ள உள்ளூர் மேலாளருடன் வாடிக்கையாளர்கள் சந்திப்புக்காகப் பயணம்

செய்துகொண்டிருந்தேன். பரபரப்பான நாளாகக் கழிந்தது. அதற்கிடையில் அந்த மேலாளர் என்னிடம் சொன்னார்:- “உங்களிடம் ஒரு விஷயம் சொல்ல வேண்டும். நீங்கள் என்னவோ விற்பனையை நான்கு மடங்காக்க வேண்டும் என பெரியபெரிய திட்டங்களை சொல்லிக்கொண்டிருக்கிறீர்கள். ஆனால், விற்பனைப் பிரிவின் தலைமைப் பொறுப்பில் இருப்பவரோ ஊழல் செய்கிறார். அவர் செய்வதைப் பின்பற்றி மூன்று பிராந்திய மேலாளர்கள் (ரீஜனல் மேனேஜர்கள்) தங்களுக்குக் கிடைக்கும் நேரடி வாடிக்கையாளர் ஆர்டர்களை விநியோகஸ்தர்களிடம் திருப்பி விட்டு விநியோகஸ்தர்கள் வழியாக அந்த விற்பனை நடந்தது போல கணக்கில் காட்டுகிறார்கள். இந்த விற்பனைக்கு விநியோகஸ்தர்களிடம் தனியாக கமிஷன் வாங்கிக் கொள்கிறார்கள்.”

நான் உடனடியாக இதை அப்படியே நம்பவில்லை. நான்கைந்து ஏரியா மேலாளர்களை தொலைபேசியில் அழைத்து விசாரித்ததில் அந்தத் தகவல் உண்மைதான் எனத் தெரிந்தது. அனேகமாக நிறுவனத்திலேயே அந்தத் தகவல் எனக்குத்தான் கடைசியாகத் தெரிந்திருக்கும் போல.

அதிர்ச்சியில் பேச்சிழந்து அப்படியே உட்கார்ந்துவிட்டேன். இப்போது என்ன செய்வது என்ற கேள்விக்கு என்னால் எந்த பதிலும் தர முடியவில்லை என்பதால் அப்படியே உறைந்துபோய் அமர்ந்திருந்தேன்.

இன்னும் சென்று பார்க்க வேண்டிய வாடிக்கையாளர்கள் வேறு இருக்கிறார்கள். ஒரு எந்திரம் போல அவர்களை எல்லாம் சென்று பார்த்தேன். கடைசி வாடிக்கையாளரையும் பார்த்து முடித்ததும் தாள முடியாமல் தாமஸை தொலைபேசியில் அழைத்தேன். நடந்த அனைத்தையும் கொதிப்புடன் கொட்டித் தீர்த்தேன். எல்லாவற்றையும் கேட்ட தாமஸ் சொன்னார்:- “கவலைப்பட வேண்டாம். இப்படி சில நடக்கத்தான் செய்யும். நீங்கள் பெங்களூரு செல்வதற்கு முன் இங்கு வந்து என்னைச் சந்தியுங்கள். நாம் இது குறித்துப் பேசி ஒரு முடிவுக்கு வருவோம்” என்றார்.

நான் நேரே மும்பைக்கு விமானத்தைப் பிடித்து அவர் வீட்டிற்குப் போய்சேர்ந்தபோது பின்மாலை நேரமாகியிருந்தது. தாமஸ் அவருடைய சாய்வு நாற்காலியில் ஒரு குறிப்பேடு, பேனாவைத் தயாராக வைத்துக் கொண்டு எனக்காகக் காத்திருந்தார். நான் மீண்டும் ஒரு முறை கொட்டி முடித்து, மூச்சு வாங்கும்போது அவர் தன் கையிலிருந்த குறிப்பேட்டில் எழுதியவற்றை எனக்கு விவரிக்க ஆரம்பித்தார்.

முதலாவதாக, இப்படி நடந்த இடங்களுக்கு நேரில் சென்று விசாரிக்க வேண்டும், நடந்தவை உண்மை எனத் தெரிந்தால் சம்பந்தப் பட்டவர்களை உடனே வேலையை விட்டு நிறுத்தி வீட்டுக்கு அனுப்ப வேண்டும். இது உடனடியாகச் செய்ய வேண்டிய பணி.

இரண்டாவதாக, சம்பந்தப்பட்ட விநியோகஸ்தர்களை சந்தித்து இது சம்பந்தமாக என்ன நடவடிக்கை எடுத்தோம், ஏன் எடுத்தோம் என விளக்க வேண்டும், அதற்கு எந்த விநியோகஸ்தராவது எதிர்ப்பு தெரிவித்தால் அவரையும் நீக்க வேண்டும். அதாவது நம் விநியோகஸ்த உரிமையை அவரிடமிருந்து உடனடியாக திரும்பப் பெற வேண்டும்.

மூன்றாவதாக, இந்த விஷயங்கள் அனைத்தும் நிறுவனத்தில் இருக்கும் அனைவருக்கும் தெரியப்படுத்தப்பட வேண்டும்.

அவர் சொல்லி முடிக்கும்போது நான் பீதியாகி விட்டேன். நான் இந்த மோசமான நிகழ்வால் கொதிப்படைந்திருந்தேனே தவிர என்ன நடவடிக்கை எடுப்பது என யோசித்திருக்கவில்லை. இப்போது என்ன செய்ய வேண்டும் என தாமஸ் சொன்னதும்தான் பதட்டம் ஆரம்பித்தது.

எல்லோரையும் வேலையை விட்டு அனுப்புவதா? நான்கு விற்பனை பிராந்தியத் தலைவர்களை, முக்கியமான விநியோகஸ்தர்களை நீக்கி னால் உடனடியாகப் பதிலுக்கு யாரை வைத்து அந்த இடங்களை நிரப்புவது? இந்த ஆட்களுடன் இணைந்து, இவர்களுக்கு விசுவாச மாக இருக்கும் இளைய வரிசை பணியாளர்கள் என்ன செய்வார்கள்? மூன்றாண்டு திட்டம் தீட்டி லாபத்தை அடைய கடுமையாகப் போராடிக்கொண்டிருக்கும் நிலையில் இந்த நடவடிக்கைகள் என்ன விளைவுகளை ஏற்படுத்தும்..? என் கேள்விகள் முடிவே இல்லாமல் தொடர்ந்து வந்தன.

என் அத்தனைக் கேள்விகளுக்கும் பதிலாக, தாமஸ் ஒரே கேள்வி யைத்தான் முன்வைத்தார்:- "இவர்களை எல்லாம் நீக்காவிட்டால் நிறுவனம் என்ன ஆகும்?"

அந்தக் கேள்வியைப் புரிந்துகொண்டேன். ஆனால் செயலாக்குவது அவ்வளவு எளிதாக இல்லை. வெகு நாட்களுக்குப் பின்னர்தான் எனக்கு அமைந்த துரிதமான, அறிவார்ந்த முடிவெடுப்பவரான தாமஸ் இந்த விஷயத்தில் எவ்வளவு பெரிய உதவி செய்திருக்கிறார் என உணர்ந்தேன். எந்தத் தயக்கமோ, சலிப்போ இல்லாமல் அவர் எனக்குப் பக்கபலமாக நின்றது என் அதிர்ஷ்டம் என்றுதான் சொல்ல வேண்டும்.

பல ஆரம்ப நிலை இளம் அதிகாரிகளுக்குப் பணிஉயர்வு கொடுத்தும், சிலரை வெளியிலிருந்து பணிக்கு எடுத்தும் ஓராண்டுக்குள் வெளியே அனுப்பப்பட்டவர்களின் இடங்களை நிரப்பிவிட்டோம். இதில் மிகுந்த வருத்தத்துக்குரிய, ஏமாற்றமான விஷயம் என்னவென்றால் வெளியே அனுப்பப்பட்டவர்களைத் தொடர்ந்து, பணியை விட்டு விலகியது இளம் ஏரியா மேலாளர்கள்தான். ஆனால், இவர்கள் பணியை விட்டு அவர்களாகவே விலகியது என்னைப் பொறுத்தவரை நிறுவனத்திற்கு நல்லதுதான்.

வளர்ச்சிக்கான வேகமும், அதில் தடைகளும்

நான் கான்செர்வில் சி.ஈ.ஓ. ஆன புதிதில் உடனடியாக நிறுவனம் வளர்ச்சி அடைய வேண்டும் என்ற வேகத்தில் ஒரு முடிவை ஆர்வத்தின் காரணமாக எடுத்தேன். தாமஸ் அதைக் குறித்து கவன மாக இருக்கும்படி சொன்னதைக்கூட பொருட்படுத்தவில்லை. அந்த முடிவு என்னவென்றால் டிஜிட்டல் மீட்டர் தயாரித்துக்கொண்டிருந்த நாங்கள் டாரிஃப் மீட்டர்கள் தயாரிக்கும் முடிவினை எடுத்ததுதான். ஏனென்றால் அப்போது மாநில மின் வாரியங்கள் பெருமளவில் இந்த மீட்டர்களை வாங்கிக்கொண்டிருந்தன. ஆனால், இந்த மின் வாரியங்கள் வேலையே செய்யாமல் ஊழலில் திளைக்கும் அமைப் புகள். ஆனாலும், வியாபார வாய்ப்பை விட வேண்டாம் என்று நினைத்து இந்த டாரிஃப் மீட்டர்களைத் தயாரிக்க தனிப் பிரிவு ஒன்றைத் தொடங்கினோம். வடிவமைப்பு, விற்பனை, தயாரிப்பு என அனைத்துப் பிரிவுகளுக்கும் ஆட்களை வேலைக்கு எடுத்து ஒரு தயாரிப்புக் கூடத்தை வாடகைக்குப் பிடித்து டாரிஃப் மீட்டர்களைத் தயாரிக்க ஆரம்பித்தோம். எங்கள் முடிவு சரிதான் என்பதைபோல முதல் ஆர்டரே வட இந்தியாவின் பெரிய மின்வாரியமான உத்திரப் பிரதேச மின்வாரியத்தின் ஆர்டர் கிடைத்தது. ஊழல் மலிந்த துறை இது என்பதோடு பணத்தைக் கொடுக்க நீண்ட காலம் இழுத்தடிப் பதற்கும் பெயர் போன துறையாக இருந்தது. ஆனால், எங்களுக்குக் கிடைத்த தயாரிப்பு ஆணையின் எண்ணிக்கை வழக்கமாக எங்க ளுக்குக் கிடைக்கும் வாடிக்கையாளர் ஆர்டரைவிட 100 மடங்கு அதிகமாக இருந்தது. எங்களால் அந்த எண்ணிக்கையைப் பார்த்த பிறகு அந்த ஆர்டரைத் தவிர்க்கவே முடியவில்லை. ஆனால் பிரச் சினைகள் அதற்குப் பின்னர்தான் தலைகாட்ட ஆரம்பித்தன.

மீட்டர் தயாரிப்பை நேரில் பார்த்து ஆய்வு செய்து தயாரிப்புக்கு அனுமதி அளிக்க வேண்டிய மின்வாரிய அதிகாரி தனக்குச் செய்ய

வேண்டியவை என பெரிய பட்டியலை நீட்டினார். அவர் மனைவிக்கு ஊர் சுற்ற ஒரு கார் ஏற்பாடு செய்வது, அவர் குழந்தைகளுக்கு கல்லூரிக் கட்டணம் கட்டுவது – இதெல்லாம் அவர் வைத்த கோரிக் கைகளில் சில. நாங்கள் உறுதியாக இந்தக் கோரிக்கைகளை மறுத்து விட்டோம். நாங்கள் இப்படி லஞ்சம் கொடுக்க மறுத்துவிட்டதால் ஒவ்வொரு படிநிலையிலும் எங்களுக்குத் தேவையற்ற தடைகள் ஏற்படுத்தப்பட்டன. வரவேண்டிய பணம் ஆண்டுக்கணக்கில் இழுத் தடிக்கப்பட்டது. இதைக் கவனித்துக்கொண்டிருந்த மேலாண்மைக் குழுவினர் அனைவரும் வெறுத்துப்போய்விட்டோம். எதில் போய் சிக்கிக்கொண்டுவிட்டோம் நாம்?

இரண்டு ஆண்டுகளுக்குள்ளாகவே இந்தத் தயாரிப்பிலிருந்து வெளி யேறிவிடும் முடிவினை எடுத்தோம். எங்களுக்கு இது சரிப்பட்டு வராது என்பது அனைவருக்கும் தெளிவாகப் புரிந்துவிட்டது. இதில் பணத்தை சிறிதளவு இழந்துவிட்டோம். ஆனால், இந்தப் பிரிவில் வேலை செய்தவர்களை கான்செர்வின் பிற பிரிவுகளில் பணிக்கு எடுத்துக்கொண்டு கான்செர்வ் பாணியில் அவர்களை வேலையில் ஈடுபடச் செய்தோம். இதில் கற்றுக்கொண்ட முக்கியமான விஷயம், நிறுவனம் என்பது எப்படி எங்களுக்கு முக்கியமாக இருக்கிறது என்பதை நாங்களே புரிந்துகொண்டதுதான்.

இதில் எங்களுக்குத் தெரியவந்த இன்னொரு விஷயம் எங்களது முக்கிய தயாரிப்புப் பிரிவின் தலைவராக இருந்தவரது ‘ரகசிய ஊழல் குணம்’. டாரிஃப் மீட்டர்களைத் தயாரிக்கும் பிரிவினை மூடியதில் அவருக்குக் கடும் ஏமாற்றம். பணத்தை வாரிக்கொடுக்கும், எங்களை விரைவில் பணக்காரராக்கும் ஒரு வாய்ப்பை நான் கெடுத்துவிட்டதாக சொல்லி எனக்கு ஒரு கடிதம் எழுதினார். அதில் தொழிலை நடத்து வதில் எனக்கு எந்தக் குறிக்கோளும் இல்லை என்றும் எனக்கு மோச மான தொழில் நிர்வாகத்திறன் என்றும் கடுமையாக குற்றம்சாட்டி யிருந்தார். மேலும், நேர்மை என்பதற்கு தொழிலில் இடமில்லை என்றும், தகுந்த விலையைக் (லஞ்சத்தை சொல்கிறார்) கொடுக்காமல் எப்படி வளர்ச்சி அடைய முடியும் என்றும் கேட்டிருந்தார். எல்லா வற்றுக்கும் மேலாக, பகவத் கீதையின் ஸ்லோகத்தை (தவறான அர்த்தத்தில்) சுட்டிக்காட்டியிருந்தார்:- அதாவது ஒருவர் தொழிலில் இறங்கினால் அதில் வெற்றி பெற சில சமரசங்களைச் செய்து கொள்வது அவரது கர்மயோகக் கடமை என அபத்தமாக சொல்லி யிருந்தார். முடிவில் இருவரும் விரைவாகவே அவரவர் பாதை அவரவருக்கு என பிரிந்துவிட்டோம்.

இதற்கிடையே, இப்படி டாரிஃப் மீட்டர்களைத் தயாரிக்கும் பணியில் திடீரென நுழைந்து அதே வேகத்தில் வெளியேறியதை எங்கள் துறையில் பலரும் கவனிக்காமலில்லை. வெளிநாட்டில் நடந்த ஒரு தொழில்துறை-சார் கண்காட்சியில் அப்போது பெரிய நிறுவனமாக இத்துறையில் இருந்த ஒரு நிறுவனத்தை நிறுவி அதன் தலைவராகவும் இருந்த ஒருவருடன் முட்டிக்கொள்ள நேர்ந்தது. அவர் சொன்னார்:- "உங்கள் நிறுவனம்தான் விழுமியங்களிலும் நெறி முறைகளிலும் சிக்ஸ் சிக்மா ஆயிற்றே."

முடிவாக இந்தப் பிரிவினை இழுத்து மூடிய பின், நடந்த இயக்குநர் குழு கூட்டத்தில் கண்களைச் சிமிட்டியபடியே தாமஸ் சொன்னார்:- "இது இப்படி ஒரு சங்கடமான முடிவுக்குத்தான் வரும் என்பது எனக்கு முன்பே தெரியும். இப்போது உங்களுக்கும் தெரிந்து விட்டதல்லவா. சரி, இனி அடுத்து ஆக வேண்டிய வேலைகளைப் பார்ப்போம்." நல்ல பாடம் கற்றுக்கொண்ட ஒரு சிக்கல் இப்படியாக முடிவுக்கு வந்தது.

பெரிய இலக்குகளை அடையுங்கள், ஆனால் நேர்மையாக...

நாம் பெரும் இலக்குகளை நிர்ணயித்து விற்பனைப் பிரிவை அதன் முழுத் திறனையும் காட்டி இலக்குகளை அடையும்படி தூண்டும் போது கூடவே இந்த இலக்குகளை அடைவதில் லஞ்ச, ஊழலுக்கு இடம் தராமல் இருப்பது குறித்தும் சொல்லிக்கொடுக்க வேண்டும். வாடிக்கையாளர் தரப்பில் ஊழலுக்கு எதிராக இருக்கும் ஆட்களைக் கண்டுபிடித்து அவர்கள் மூலம் செயல்பட கற்பிக்க வேண்டும்.

ஒருவேளை மொத்த நிறுவனமுமே ஊழலில் மூழ்கியதாக இருந் தால் அந்த நிறுவனத்திடமிருந்து விலகியிருக்கும்படியும், வேறு வாய்ப்புகளைப் பார்க்குமாறும் எங்கள் விற்பனைப் பிரிவிற்கு அறிவுரை செய்திருந்தோம். மூத்த அதிகாரிகள் குழுவிலிருந்த நாங்கள் அனை வருமே நிர்ணயிக்கப்பட்ட இலக்குகளை அடைய முடியாத சூழலில் பொறுமையாக இருப்பதைக் கற்றுக்கொள்ள வேண்டியிருந்தது. நேர்மையான விற்பனை வாய்ப்புகளைக் கண்டறிவதில் நாங்களும் சேர்ந்து வேலை செய்ய வேண்டியிருந்தது. "நீங்கள் என்ன செய்வீர் களோ தெரியாது ஆனால் லஞ்ச ஊழலில் ஈடுபடக் கூடாது" என்று சொல்லிவிடுவது எளிதான செயலாக இருக்கும். ஆனால், நாமும் சேர்ந்து வேலை செய்யும்போதுதான் களத்தில் பணி செய்யும் நம் நிறுவன ஆட்களுக்கு நிறுவனத்தின் உயர் அதிகாரிகள் வரை இந்த விஷயத்தில் நமக்கு நிபந்தனையற்ற ஆதரவைத் தருவார்கள் என்ற நம்பிக்கை தோன்றும்.

கான்செர்வ் அதன் பணியாளர்களுக்கு நடத்தும் பணிக்கலாச்சார மேம்பாட்டுப் பயிற்சிகளில் பங்கேற்பாளர்களை ஒரு விஷயத்தைப் பேசச் சொல்லி ஊக்குவிப்போம். அதாவது, எப்படி அவர்கள் லஞ்சம் கேட்கப்படும் சூழல்களில் அதைச் சமாளித்து ஊழலுக்கு இடம் கொடுக்காமலும் அதே நேரம், விற்பனையையும் சாதிக்கிறார்கள் என்பதைக் குறித்து பகிர்ந்துகொள்ள ஊக்குவிப்போம். அப்படி அவர்கள் பேசியவற்றிலிருந்து நானும், அஷோக்கும் அரசாங்க நிறுவனங்களிலோ, வாடிக்கையாளர் நிறுவனங்களிலோ கீழ்மட்ட அதிகாரிகள் லஞ்சம் கேட்கும் நிலையில் எப்படி அதே துறையின் உயர் அதிகாரியை அணுகி காரியத்தை முடிக்க திட்டமிடுவோம் என்பதை எவ்வளவு முக்கியமாகக் கவனித்திருக்கிறார்கள் என்பது தெரிய வந்தது.

இதற்கிடையே சரியாகப் பணி செய்யாமல் இருந்து இலக்கை அடையாமல் போனதற்கு லஞ்சம், ஊழல் கேட்டதாகக் காரணம் சொல்லிவிடக் கூடாது என்பதிலும் மிக விழிப்புடன் இருந்தோம்.

கொஞ்ச நாட்களிலேயே இந்த லஞ்ச, ஊழல் சூழல்களைச் சமாளிப்பதில் விற்பனைப் பிரிவு தேர்ச்சி பெற்று பல நுட்பங் களையும் பயன்படுத்த ஆரம்பித்தனர். சில சந்தர்ப்பங்களில் எங்கள் விற்பனையாளர்கள் ஊழல் அதிகாரிகளின் மனசாட்சியோடு பேசும் நுட்பங்களையெல்லாம் கையாள ஆரம்பித்தார்கள். ஒரு விற்பனை மேலாளர் அவரிடம் லஞ்சம் கேட்டால் இப்படிப் பேச ஆரம் பிப்பார்:- “சரி, எனக்கு உங்கள் ஆர்டர் வேண்டும். அதற்காக நீங்கள் வற்புறுத்தியதால்தான் நான் இப்படிப்பட்ட முறைதவறிய செயல்களைச் செய்துதான் ஆர்டர் வாங்கினேன் எனத் தெரிந்தால் என் வேலைதான் போய்விடும். தயவுசெய்து அப்படிச் செய்ய வற் புறுத்தாதீர்கள். இது என்னுடைய வாழ்க்கைப் பிரச்சினை. எனக்கு இரண்டு குழந்தைகள் இருக்கிறார்கள். மேலும்...”. லஞ்சம் கேட்டவர் கண்ணீர் விடும்வரை பேச்சு தொடரும்.

முக்கியமான வடஇந்திய மாநிலம் ஒன்றின் பொதுப்பணித் துறையில் எங்களால் முட்டி மோதிப் பார்த்தும் நுழைய முடிய வில்லை. அப்போதுதான் இந்த சம்பவம் நடந்தது. அந்த மாநிலத்தில் இருக்கும் இன்னொரு நகரில் உள்ள கல்லூரி ஒன்றில் நான் உரையாற்றுவதற்காக அழைக்கப்பட்டிருந்தேன். விமான நிலை யத்திலிருந்து அக்கல்லூரி நிர்வாகத்தினரும், மாணவப் பிரதிநிதிகளும் என்னை அழைத்துச் சென்றார்கள். செல்லும் வழியில் மாணவப் பிரதிநிகளிடம் பேசிக்கொண்டு வந்தேன். அவர்கள் குடும்பத்தாரைப்

பற்றி கேட்டபோது ஒரு மாணவி தன் அப்பா அந்த மாநில பொதுப் பணித்துறையின் தொழில்நுட்பப் பிரிவில் பணியாற்றியவர் என சொன்னாள். எந்தத் துறையில் நேர்மையாக உள்ளே நுழைய போராடிக்கொண்டிருக்கிறோமோ அதே துறையில் பணியாற்றியவர் அந்த மாணவியின் அப்பா. எனக்குச் சட்டென மூளையில் ஒரு மின்னல் வெட்டியது. துள்ளிக் குதிக்காதக் குறையாக அப்பெண்ணிடம் உன் அப்பாவிடம் நான் பேச முடியுமா எனக் கேட்டேன். அப்பெண்ணும் உடனே அவள் அப்பாவை தொலைபேசியில் அழைத்து நான் யார் என்பதையும், 700 கல்லூரி மாணவ, மாணவியர் முன் அன்று பேசப்போகும் சிறப்பு விருந்தினர் என்றும் சொல்லி அறிமுகப்படுத் தினார். நான் தொலைபேசியை வாங்கி அவரிடம் பேசும்போது "நாங்கள் உங்கள் துறையின் தேவைகளுக்கு விற்பனை செய்ய முயற்சிக்கிறோம். ஆனால் அதற்காக அங்கிருப்பவர்கள் கேட்பவை எல்லாம் எங்களால் நிறைவேற்ற முடியாத விஷயங்கள். உங்கள் துறையில் மின்சார சேமிப்பு குறித்து அக்கறைப்படும் சரியான அதிகாரியுடன் நான் பேச முடியுமா?" என்று கேட்டேன்.

விஷயத்தைப் புரிந்துகொண்ட அவர் மிகச் சரியான ஆளைக் காட்டினார். பின்னர் நான் அங்குள்ள பிராந்திய விற்பனை மேலாளரை அழைத்து யாரைப் பார்க்க வேண்டும் என்று சொல்லி, "நமக்கு இப்போது விஷயம் தெளிவாகிவிட்டது. நேரே சென்று பேசி விற்பனையை முடியுங்கள்" என்றேன். இந்த விஷயம் எங்கள் நிறு வனத்தில் உடனே காட்டுத்தீ போல பரவிவிட்டது. ஏனென்றால் இந்த துறையின் பெரும் விற்பனை வாய்ப்புகள் எங்களுக்குத் தெரிந் தாலும் உள்ளே ஊடுருவமுடியாத கோட்டையைப் போல இத்துறை அதுவரை இருந்து வந்தது. மிகவும் சந்தேகப்பிராணியான விற் பனைப் பொறியாளர்கள்கூட இதற்குப் பிறகு 'பெயர் பெற்ற' நிறு வனங்களிலும் நேர்மையான ஆட்கள் உண்டு என்பதை நம்ப ஆரம் பித்தனர். இது நிறுவனம் முழுவதிலும் ஒட்டுமொத்தமாக முரசறைந்தது போல ஒரு விஷயத்தை அழுத்தமாக உணர்த்தியது – எல்லா பொது நிறுவனங்களுமே ஊழலால் நிறைந்தவை எனும் முன்முடிவோடு அணுக வேண்டியதில்லை.

கோலியாத்களைச் சந்திப்பது

வணிக வரித்துறையில் ஒரு பெண் அதிகாரி பணி செய்து வந்தார். மூத்த நிலை அதிகாரியான அவரிடம்தான் எங்கள் நிறுவனக் கணக்குகள் மதிப்பீட்டிற்காகப் போகும். ஆனால், அவர் எங்கள்

நிறுவனக் கணக்குகளை மதிப்பீட்டிற்கு எடுக்காமல் நிறுத்தி வைத்தார். அதோடு விடாமல் முந்தைய பத்தாண்டு கணக்குகளையும் பரிசோதிக்க வேண்டுமெனச் சொல்லி எடுத்துவரச் சொன்னார். எங்கள் நிறுவனத்தின் வணிகப் பிரிவு மேலாளர் சென்று பல முறை இந்த அம்மையாரைச் சந்தித்தார். ஒவ்வொரு முறையும் மேலாளர் சொல்வதற்கு எந்தப் பதிலும் பேசாமல் கால்குலேட்டரில் ஒரு தொகையை அடித்து மேலாளரிடம் நீட்டுவார். அதாவது அந்தத் தொகையை அவருக்கு லஞ்சமாகக் கொடுக்க வேண்டுமாம். முடிந்த அளவு போராடிப் பார்த்த மேலாளர் கடைசியாக என் அலுவலகத்திற்கு வந்தார். புயல் வேகத்தில் நுழைந்த அவர், "மேடம், என்னால் இதற்கு மேல் முடியாது. இந்த அம்மையாரை எப்படித்தான் வழிக்குக் கொண்டுவருவது?"

அவரை அமைதிப்படுத்திவிட்டு நண்பர்கள் சிலருக்கு தொலை பேசியில் அழைத்து பேசினேன். அந்த அம்மையாரின் அலுவலகப் பிரிவு உயர் அதிகாரியின் தொடர்பு எண்ணை வாங்கினேன். அவரிடம் தொலைபேசியில் பேசியதில் மறுநாளே எனக்கு அவரை நேரில் சந்திக்க முன்அனுமதி கிடைத்தது. மறுநாளே எங்கள் நிறுவன மேலாளருடன் வணிக வரித்துறை ஆணையரின் பிரம்மாண்டமான அலுவலகத்திற்கு குறித்த நேரத்தில் சென்றேன். அவர் அறையில் நான் அமர்ந்திருந்த நாற்காலியிலிருந்து நீண்ட மேஜையின் மறு கோடியில் அமர்ந்திருந்த அவருக்கும் எனக்கும் நடுவே கிட்டத்தட்ட ஒரு மைல் நீளமிருக்கும்.

"எனக்கு ஐந்து நிமிடங்கள்தான் ஒதுக்க முடியும். என்ன விஷயம் சொல்லுங்கள்?" என்றார்.

நான் நேரே விஷயத்திற்கு வந்துவிட்டேன். "உங்கள் மூத்த அதிகாரி ஒருவர் எங்கள் நிறுவனக் கணக்குகளை மதிப்பீடு செய்யாமல் நிறுத்தி வைத்திருக்கிறார். அதற்கான ஒரே காரணம் நாங்கள் அவர் கேட்கும் லஞ்சத்தைத் தராததுதான். இதுதான் விஷயம்" என்றேன்.

"எங்களுக்கும் அந்த அம்மையாரைப் பற்றி தெரியும். ஆனால் எழுத்துபூர்வமாக புகார் எதுவும் வராத நிலையில் அவர்மீது நாங்களும் நடவடிக்கை எடுக்க முடியாது. நீங்கள் எழுத்து மூலமாகப் புகார் அளிக்க முடியுமா?" என்றார்.

"கட்டு கட்டாக எத்தனை பேப்பர்களில் வேண்டுமானாலும் எழுதித் தருகிறேன்" என்று சொல்லிவிட்டு வெளியே வந்தேன்.

நடைபாதையின் மூலையில் வெளிச்சமே இல்லாத, மங்கிய, பழைய வாடை அடிக்கும் இடத்தில் இருந்த இடுங்கிய பெஞ்ச் ஒன்றில் அமர்ந்து எங்கள் மேலாளர் தேவையான விவரங்களைத் தர எங்களுக்கு நடந்த அநீதிகள் அனைத்தையும் புகாராக எழுதினேன்.

அதே வேகத்துடன் விரைந்து சென்று வணிகவரித்துறை ஆணையரிடம் புகாரை அளித்தோம். ஏனென்றால் எங்களுக்கு இழப்பதற்கு எதுவுமில்லையே. சில நிமிடங்கள் அதைப் படித்துப் பார்த்த அவர் டெல்லியில் இருக்கும் அவருடைய உயர் அதிகாரியை அழைத்து, "சார், நமக்கு எழுத்துபூர்வமாகப் புகார் கிடைத்துவிட்டது" என்றார்.

பேசி முடித்துவிட்டு எங்களிடம் அவர், "உங்கள் கணக்குகளை மதிப்பீடு செய்ய வேறோர் அதிகாரியை இன்றே நியமனம் செய்கிறேன். இனி நீங்கள் அந்த அம்மையாரிடம் போக வேண்டியதில்லை" என்றார்.

எங்கள் நிறுவன மேலாளரின் மகிழ்ச்சியை அடக்க முடியவில்லை. எங்கள் நிறுவனக் கணக்குகளுக்கான மதிப்பீடு சரியான அதிகாரிக்கு மாற்றப்பட்டதோடு மட்டுமல்லாமல் ஒவ்வொரு முறை இவர் வணிக வரித்துறை அலுவலகத்திற்கு செல்லும்போதெல்லாம் புன்னகையுடன், கை குலுக்கலுடன் ஏகப்பட்ட வரவேற்பு. எல்லோரிடமும் இவர் தான் கான்செர்வ் நிறுவனத்தின் மேலாளர் என பெருமையுடன் அறிமுகப்படுத்ததலும் நடந்திருக்கிறது.

அந்த அம்மையாரின் அராஜகப் போக்கிற்கு ஒரு முடிவு கட்ட ஆசைப்பட்டது நாங்கள் மட்டுமல்ல என்பது எங்களுக்குப் புரிந்தது.

நேர்மை என்பது செலவு-பலன் கணக்கல்ல

ஒரு பன்னாட்டு நிறுவனத்தின் தலைமை செயல் அதிகாரி என்னிடம் பேசும்போது ஒருமுறை சொன்னார்:- "லஞ்சம் கொடுக்க வேண்டும் என்று நாங்களும் விரும்பவில்லைதான். ஆனால், இது செலவு-பலன் என்பதற்கான நேரடி வழிமுறைக்கான கேள்வி, இல்லையா? ஒரு தொழிலாளர் நலத்துறை கண்காணிப்பாளர் பணியிடத்துக்கு வந்து சோதித்து சில விஷயங்களைக் கேட்கிறார் என்றால் அவருக்கு ஒரு பதினையாயிரத்தைக் கொடுத்து வேலையை முடித்து அவரை அனுப்புவது எனக்குச் செலவு குறைவான காரியம்தானே? இல்லாவிட்டால் மனிதவள மேலாளரின் ஒரு மணி நேரம் அவருடன் வீணாகத்தான் போகும். சரிதானே?"

பதிலை விடுங்கள். இந்தக் கேள்வியே எவ்வளவு தவறானது என கான்செர்வின் ஒவ்வொரு பணியாளரும் அறிவார்.

ஒருவரை அவரது நேர்மையற்ற செயலுக்காக வேலையை விட்டு அனுப்புவதானால் ஏன், என்ன காரணத்தால் அவர் பணிநீக்கம் செய்யப்படுகிறார் என மற்ற அனைத்துப் பணியாளர்களும் அறியு மாறு செய்ய வேண்டும். இந்த விஷயத்தில் சுற்றி வளைத்து பூசி மெழுகி, "தனிப்பட்ட காரணங்களால் பணியை விடுகிறார்" என்றெல்லாம் சப்பைக்கட்டு கட்ட வேண்டியதில்லை. ஜாக் வெல்ச் சொன்னதைத் திருப்பிச் சொல்வதானால்:- "நம்மிடம் இருக்கும் 3,00,000 பணியாளர்களில் ஒருவரை நேர்மையற்ற செயல்பாட்டிற் காகப் பணிநீக்கம் செய்வதானால் பிற 2,99,999 பணியாளர்களுக்கும் அது ஒரு பாடமாக அமையும் என்பதால் வாய்ப்பினைத் தவற விட வேண்டாம். நேர்மை தவறினால் என்னவாகும் என்பது 2,99,999 பேருக்கும் இப்போது தெரிந்திருக்கும். இதுதான் நேர்மையற்ற செயல்களைத் தடுக்கும் உறுதியான கொள்கை."

எல்லையற்ற கற்றல்கள்

துளிகூட லஞ்ச ஊழலுக்கு இடம் கொடுக்காமல் தொழிலை நடத்தும் முயற்சியில் நாங்கள் முடிவில்லாமல் பாடங்களைக் கற்றுக் கொண்டோம். முக்கியமாக நெறி மாறாமல் பணியாற்றும் எண்ணம் கொண்ட பணியாளர்கள், மூலப்பொருள் அளிப்பவர்கள், விநியோகஸ் தர்கள் ஆகியோரை எங்களால் ஈர்க்க முடிந்தது. குழந்தை வளர்ப்பில் செய்ய வேண்டிய முக்கிய விஷயமான நாமே முன்னுதாரணமாக இருந்து நம் நடத்தைகள் வழியே குழந்தைகளுக்குக் கற்பிப்பதைப் போல இவ்விஷயத்தில் செயல்பட வேண்டியிருந்தது. உயர் அதிகாரிகள் அடங்கிய எங்கள் குழு முறையற்ற எதிர்பார்ப்புகளை எப்படிக் கையாண்டது, எப்படிச் சமாளித்து வேலையை நடத்தியது என்பன போன்ற அனுபவங்களை எங்கள் நிறுவனப் பணியாளர் களிடம் தொடர்ந்து பேசிவந்தோம். அந்தப் பயிற்சியே ஒரு நெறி முறை மீறாத நிலைத்த நிறுவன கலாச்சாரத்தை உருவாக்குவதில் பெரும்பங்கு வகித்தது.

லஞ்சம் அளிப்பதில்லை எனும் எங்கள் நிறுவனக் கொள்கை எங்கள் துறையைச் சேர்ந்தோர் பாராட்டுகளைப் பெறும்போது நெஞ்சம் நிறைவாக இருக்கும், அதுவும் எங்கள் போட்டியாளர்களே பாராட்டும்போது நெஞ்சம் பெருமையில் விம்மும். ரிஷப் இன்ஸ்ட்ரு

மெண்ட்ஸ் நிறுவனத்தின் தலைவராகிய நரேந்திர கோலியா சொல்வது:- “மின்னாற்றல் சேமிப்பிலும், பாதுகாப்பிலும் இந்தியா விலேயே முதல்முறையாக ஒரு தனித்த சந்தையையும், அதற்குண்டான வல்லுநர்களையும் உருவாக்கியதில் கான்செர்வின் பங்கு மகத் தானது. தன்னுடைய சமூக மேம்பாட்டுத் திட்டங்கள் மூலம் இளைய தலைமுறையைப் பொறுப்புள்ள சமுதாயமாக மாற்றுவதில் கான்செர்வ் நிறுவனம் ஒரு உதாரண நிறுவனம். நெறிமுறைகளை சிறிதளவும் விட்டுக்கொடுக்காமல், அதே நேரம் மின்னல் வேக வளர்ச்சியையும் விட்டுக்கொடுக்காமல் கான்செர்வ் நிறுவனம் செயல் படுவது இந்தியாவில் நெறிமுறைகள் மீறாமல் தொழில் செய்ய முடியாது என்ற மாயையைத் தகர்த்திருக்கிறது.”

இத்தனை ஆண்டுகளுக்குப் பிறகு, இன்றும்கூட கான்செர்வின் வளர்ச்சிக் கதை உலக அளவில் புகழ் வாய்ந்த மேலாண்மை கல்வி நிறுவனங்களில் பயிற்றுவிக்கப்படுகிறது (அட்வான்ஸ்ட் மேனேஜ் மெண்ட் ப்ரோக்ராம் – ஹாவர்ட் பிஸினஸ் ஸ்கூல், பாப்ஸன் காலேஜ் போன்ற பல கல்வி நிறுவனங்களில்), குறைந்த பட்சம் நாங்கள் ஊழலுக்கு இடமின்றி தொழில் நடத்தியதைப் பேசுகின்றன. பாப்ஸன் கல்லூரியில் 1980இலிருந்து மேலாண்மைப் பேராசிரியராக இருக்கும் ஜே.பி. கஸ்ஸார்ஜியன் இரு ஆண்டு எம்.பி.ஏ. தொழில் முனைவு பட்டப்படிப்பின் இறுதி நாளில் கான்செர்வ் குறித்து ஹாவர்ட் பிஸினஸ் ஸ்கூல் தயாரித்த கல்வி ஆய்வறிக்கையை நடத்துவது கடந்த சில ஆண்டுகளாக நடைமுறையில் இருக்கிறது.

அவர் சொல்வது:- “கான்செர்வ் நிறுவனத்தைக் குறித்த இந்த ஆய் வறிக்கையைப் பாடமாக நடத்தும்போது அதில் ஒரு பகுதியில் இந்த நாட்டில் ஆழமாகப் பரவியிருக்கும் லஞ்சம் ஊழலை ஹேமா எப்படி எதிர்கொண்டார் என்பது வரும். அன்றைய நாட்களில் அது அசாதாரண மான, மிகத் துணிச்சலான செயல்பாடு என்பதோடு நிறுவனத்தின் அடிப்படை ஒருங்கமைவில் குறிப்பிடத்தக்க நல்விளைவையும் உரு வாக்கியது. பாப்ஸன் கல்லூரியில் படிப்பவர்களில் 30-40% எம்.பி.ஏ. மாணவர்கள் இந்தியர்கள் என்பது உங்களுக்குத் தெரிந்திருக்கும். அவர்களிடம் நேரடியாகவே இப்படிச் செய்வது சரிப்பட்டு வருமா என்ற கேள்வியை முன்வைப்பேன். அவர்கள் அனைவருமே 1990கள் மற்றும் 2000களின் இந்தியாவைக் கருத்தில் கொண்டால் இப்படி ஒரு கொள்கையோடு செயல்படவே முடிந்திருக்கும் என்பதை நம்பவே முடியாது என்பார்கள்.

நான் அடுத்த கேள்வியை முன்வைப்பேன். சரி, அப்படியானால் ஊழலில் ஈடுபட்ட அனைத்து ரீஜனல் மேனேஜர்களையும் பணிநீக்கம் செய்ததை எப்படி எடுத்துக்கொள்வது? உடனே அதில் சிலர் சற்று மாற்றி பேச ஆரம்பிப்பார்கள். "ஹேமா அப்படி ஒரு வித்தியாச மானவராக இருப்பார் போல, மேலும் அவர்தான் சி.இ.ஓ. என்ப தாலும்கூட அப்படி முடிவெடுக்க இயலும். ஆனால், இப்போதுமே குடும்பத் தொழிலில் இதையெல்லாம் தவிர்க்க முடியாது என்றே நம்புகிறேன்" என்பார்கள் அல்லது இடையே வேறுவேறு மாதிரி மாற்றிச் சொல்வார்கள்.

இந்த இடத்தில் நான் மாணவர்களிடம் இரு கேள்விகளை முன் வைப்பேன்:- சரி, லஞ்சம் கொடுப்பது, ஊழலில் ஈடுபடுவது ஆகிய வற்றைக் குறித்த நெறி-சார்ந்த, அறம்-சார்ந்த குழப்பங்களை ஒரு புறம் ஒதுக்கி வைத்துவிட்டு லஞ்சம் கொடுப்பதில்லை, லஞ்ச முகவர் களை ஊக்குவிப்பதில்லை என்ற முடிவுடன் தொழில் செய்த கான்செர்வ் போன்ற நிறுவனங்களுக்கு என்ன ஆகியிருக்கும் என்பதில் கவனம் செலுத்துவோமா?

நடைமுறையில், களத்தில் நிலவிய கடும் போட்டியைச் சமாளித்து வெல்ல லஞ்சம் கொடுப்பது, கைகளைக் கறையாக்கிக் கொள்வது போன்றவற்றை செய்யாதபோது, அந்த வகை நிறுவனங்களின் சந்தை உத்திகள், முன்னெடுப்புகள் எப்படியாக இருந்திருக்கும்?

மாணவர்களின் மூளை உச்ச வேகத்தில் துடிப்புடன் சுழல ஆரம் பிக்கும்: சந்தையின் உட்பிரிவுகளில் கூரிய கவனம், ஆராய்ச்சி மேம் பாட்டில் கூரிய கவனம், தயாரிப்புப் பொருட்களின் பண்புகளில் கூரிய கவனம், வாடிக்கையாளருக்கு பொருட்களை அளிப்பதில் கூரிய கவனம், வாடிக்கையாளர் சேவையில் கூரிய கவனம் ஆகியவற்றைக் குறித்து நிறுவனம் செயல்பட்ட விதத்தைப் பேசுவோம்.

இது கிட்டத்தட்ட ஒரு வித்தியாசமான ஆட்டம்தான். நீங்கள் முழு நிறுவனத்தையும் ஒரு புதிய பாதையை நோக்கி மாற்றி வைத்து விட்டீர்கள்: உங்கள் விதியின் மீது உங்களுக்கு இருக்கும் கட்டுப்பாடு, கடும் போட்டி நிறைந்த சூழல்களில் உங்களை முழுத் திறனுடன் ஈடுபடுத்திக் கொண்டது, சந்தையில் மிக ஆழமாகவும், விரிவாகவும் உங்கள் வீச்சை நிறுவிக்கொண்டது... என பல விதங்களில் நிறு வனத்தின் சிறப்பைச் சொல்லலாம். இன்னும் நீண்ட கதை உண்டு. இவை அனைத்துமே லஞ்ச ஊழலில் ஈடுபடாமல் சாதிக்கப்பட்டவை

தடாகம்/123

என மாணவர்களுக்குத் தெரியும்போது அவர்களில் சிலரையாவது உங்கள் கொள்கைக்கு மாற்ற முடிந்திருக்கும் என நம்புகிறேன்."

முடிவாகச் சொல்வதென்றால் இந்தியாவில் லஞ்ச ஊழலில் ஈடு படாமல், அதற்கு இடம் கொடுக்காமல் தொழிலை நடத்தலாம் என்பது 100% சாத்தியமே என்பதோடு விற்பனையும், லாபமும் எதிர்பார்ப்பை மிஞ்சும் விதத்திலும் நடத்த முடியும் என்பதே எங்கள் அனுபவம் காட்டும் உண்மை.

அத்தியாயம் 8

அறிவு-சார் முதலீட்டு தரவரிசை

மின்னாற்றல் மேலாண்மையில் அளிக்கப்படும் சேவைகள், தயாரிப்புகள் மற்றும் வடிவமைப்பு என இருக்கும் எங்கள் துறையின் உலகத்தில் எங்கள் நிறுவனம் முதன்மையான நிறுவனங்களில் ஒன்றாக விளங்க வேண்டும் என்ற தணியாத ஆர்வத்தால் நாங்கள் பல முயற்சிகளை எடுத்தோம். அதிலொன்று எங்களை ஒப்பிட்டு அளவிட்டுக்கொள்ளும் முறையில் தொடர்ந்து பிற நிறுவனங்களுக்குக் சென்று அவர்களது செயல்பாடுகளை எங்களுடன் ஒப்பிட்டு எங்கள் செயல்பாடுகளை மேம்படுத்திக்கொண்டே இருப்பது. 1998இல் தொடங்கிய இந்தச் செயல்பாட்டை மிகக் கவனத்துடன் ஒழுங்கு முறை மாறாமல் ஆண்டிற்கு 2, 3 முறைகளாவது தொடர்ந்து செய் தோம். வெவ்வேறு துறைகளைச் சேர்ந்த 5 முதல் 7 பேர் கொண்ட குழுவாக இணைந்து இந்தப் பயிற்சியை மேற்கொண்டோம். இதன் விளைவாக எங்களுக்குள் நல்ல ஊக்குவிப்பு, துறை---சார் அறிவு, பிறரிடமிருந்து தெரிந்துகொண்டவற்றை நாங்களே தொகுத்து எங்க ளுக்குப் பொருத்தமானவற்றைப் பொருத்தமான விதத்தில் பயன் படுத்துவது என நல்ல பலன்கள் கிடைத்தன. இந்தப் பயிற்சியின் காரணமாக நாங்கள் சில நிறுவனங்களுக்குச் சென்றபோது ஒரு விஷயத்தைக் கவனித்தோம். சில நிறுவனங்கள் அவர்களுடைய கண்ணுக்குப் புலனாகாத சொத்துக்களான மனிதவளம், அறிவு---சார் சொத்துகள் ஆகியவைத் தொடர்பான மேம்பாடு, அளவீடு, பாதுகாப்பு முதலியவற்றுக்கு மிகுந்த முக்கியத்துவம் கொடுப்பதை கவனித்தோம்.

கான்செர்வைப் பொறுத்தவரை ஆண்டு விற்பனை வரவு செலவுத் தொகையில் 7 முதல் 8 சதவீதம் வரையிலான தொகையை ஆய்வு மற்றும் மேம்பாட்டிற்காக ஒதுக்குவோம். அதேபோல மிகத் துல்லிய மாக கவனம் செலுத்தி மனிதவளத்தையும் மேம்படுத்தி வந்தோம். ஆகவே, கான்செர்வின் கண்ணுக்குப் புலனாகா சொத்துகளை மதிப் பிட முயற்சித்தோம். இந்தச் சூழ்நிலையில்தான் 2004ஆம் ஆண்டில் நானும், அஷோக்கும் பி.பி.ஆர். ராவ் அவர்களைச் சந்தித்தோம். தயாரிப்புத்துறை மற்றும் தகவல் தொழில்நுட்பத்துறையில் 40

ஆண்டுகள் அனுபவம் பெற்ற அவர் நிறுவனங்களுக்கு அறிவு---சார் முதலீட்டு மேலாண்மையில் ஆலோசனை வழங்கிவந்தார். பிஸ்வொர்த் இந்தியா எனும் நிறுவனம் மூலமாக இந்த ஆலோசனைப் பணிகளை மேற்கொண்டு வந்தார். அவரிடம் நாங்கள் பேசி எங்களது கண்ணுக்குப் புலனாகா சொத்துகளின் இயல்பை அறிந்துகொள்வதிலும், அவற்றின் மதிப்பிடுவதிலும் எங்களுக்கு இருக்கும் ஆர்வத்தைத் தெரிவித்தோம். அப்போதுதான் அவர் புதிதாக உருவாக்கப்பட்டிருந்த ஐ.சி.ரேட்டிங் (இண்டெலக்சுவல் கேபிடல் ரேட்டிங்) எனப்படும் அறிவு--சார் முதலீட்டு தரவரிசை என்ற விஷயத்தைப் பற்றி சொன்னார். ஸ்வீடன் நாட்டைச் சேர்ந்த லீய்ஃப் எட்வின்ஸன் உருவாக்கிய கருத்து இது.

லீய்ஃப் எட்வின்ஸன் அறிவு---சார் முதலீடு என்பதை இப்படி விளக்குகிறார்:- "வழக்கமான ஆண்டிறுதிக் கணக்கில் வரும் இருப்பு நிலைக் குறிப்பில் காணப்படாத ஆனால், நிறுவனத்தின் வருங்கால வெற்றிக்கு அத்தியாவசியத் தேவைகளாக விளங்கும் காரணிகளே அறிவு-சார் முதலீடு ஆகும்." இன்னொரு விதத்தில் வேறோர் கேள்விக்கு பதிலாக இப்படியும் சொல்லலாம்:- "பங்குச்சந்தையில் பட்டியலிடப்பட்ட ஒரு நிறுவனத்தின் பங்குகளை வாங்குபவர் எதை விலை கொடுத்து வாங்குகிறார்? அந்த நிறுவனத்தின் இருப்பு நிலைக் குறிப்பில் இருக்கும் சொத்துகளைவிட அதிக மதிப்பில் பங்குச் சந்தையில் அந்த நிறுவனத்தின் பங்குகள் விலை போகுமென்றால் எந்த மதிப்பை எதிர்பார்த்து அந்தக் கூடுதல் விலை தரப்படுகிறது? இதற்கான விடைதான் அறிவு-சார் முதலீடு என்பது.

நாங்கள் பங்குச்சந்தையில் பட்டியலிடப்படவில்லையென்றாலும் எங்களது கண்ணுக்குத் தெரியாத அறிவு-சார் சொத்துகளின் மதிப்பை அறிய ஆவலாக இருந்தோம். அன்று இந்த அறிவு-சார் முதலீட்டுத் தரவரிசை மிகப் புதியது என்பதால் மிகக் குறைவான பன்னாட்டு நிறுவனங்கள் மட்டுமே இந்தத் தரவரிசை செயல்முயற்சியில் பங்கு பெற்றிருந்தன. கான்செர்வ் போன்ற சிறிய நிறுவனத்திற்கு இந்தத் தரவரிசை செயல்பாடு விலை அதிகமான ஒரு செயல்பாடு என்றாலும் நானும் அஷோக்கும் இதில் இறங்கிப் பார்ப்பது என முடிவெடுத்தோம். ஆகவே ஸ்வீடன் நாட்டின் ஐ.சி.ஏ.பி. (ICAB) அமைப்பின் தரவரிசை பட்டியல் பணிக்கு கான்செர்வ் தயாரானது. (இணைப்பு 4).

இந்தத் தரவரிசைக்காக நிறுவனத்தின் சொத்துகள் மனிதவளம், நிர்வாகக் கட்டமைப்பு, தொடர்புவலைப்பின்னல் அமைப்பு, வணிகப்

பெயர், வாடிக்கையாளர் தொடர்பு ஆகிய பிரிவுகளாகப் பிரிக்கப் பட்டன. இந்தத் தரவரிசைக்கான மதிப்பீட்டு முறைகள் சுவாரசிய மானவை. உதாரணமாக 'தொழிலின் செயல்முறை' என்பதைக் கணக்கிட நிறுவன வளர்ச்சி, லாபத்திறன், தொழில் சூழலில் இருக்கும் சிக்கல்கள், நிறுவனம் செய்துவரும் தொழிலின் வலுவான உள்ளடக்கம், வணிகச் சூழலில் ஏற்படும் ஏற்ற இறக்கங்களைச் சமாளிக்க முடிந்த உத்திகளைக் கடைப்பிடிப்பது ஆகிய அனைத் தையும் கணக்கில் எடுக்கிறார்கள். இதற்கிணையான அதே நேரம் வழக்கமான முறையாக இல்லாத விதத்தில் அறிவு-சார் சொத்தின் தரம், செயல்முறைகள், மூத்த மற்றும் நடுநிலை மேலாளர்கள் அளவிலுள்ள பணியாளர்கள் ஆகியவற்றையும் மதிப்பிடுகிறார்கள். மிக விரிவான கேள்வித்தாள்களைக் கொடுத்து ஆழமாகத் தகவல் களைப் பெறுகிறார்கள். தகவல் பெறுவது நிறுவனப் பணியாளர்கள் மட்டுமல்லாமல் நிறுவனத்துக்கு வெளியே இருக்கும் வாடிக்கை யாளர்கள், முக்கியமான வினியோகஸ்தர்கள், துறை-சார் கூட்டுப் பணி செய்து தருபவர்கள் என அனைவர் வழியாகவும் தகவல் பெறுகிறார்கள். தகவல் பெறுவதில் நம் போட்டியாளர்களைக்கூட விட்டுவைப்பதில்லை.

இந்த செயல்முறை, நிறுவனத்தின் லட்சிய வளர்ச்சியை அடையக் கூடிய வாய்ப்பிற்கு ஒரு ஊக்குவிப்பாக அமையக் கூடியதாக இருக்க லாம் என்றே தோன்றியது. ஆனால், தரவரிசை ஆய்வில் கான்செர்வ் பெறும் வரிசையைப் பொறுத்தது அது.

2006ஆம் ஆண்டு நவம்பர் மாதம் 6ஆம் தேதி நாங்களும் கான்செர்வின் 40 முக்கிய அதிகாரிகளும் நிறுவனத்தின் சந்திப்பு அரங்கத்தில் கனத்த அமைதியில் அமர்ந்திருந்தோம். அன்றுதான் இந்தத் தரவரிசை செயல்முறையின் முடிவுகள் அறிவிக்கப்படப் போகின்றன. அம்முடிவுகள் நாங்கள் இதுவரை செய்து முடித்த, செய்யாமல் விட்டுவிட்ட விஷயங்கள் மீதான ஒரு மதிப்பெண் அட்டையாக இருக்கும். அந்த நேரம் வரை யாருக்கும் எதுவும் தெரி யாது என்றாலும் அதிலிருந்து நான்கு மணிநேரம் முடிந்திருக்கும் போது நிறுவனத்தின் வருங்காலம் குறித்து எல்லோருக்குமே தெரிந் திருக்கும்.

ஆய்வு முடிவு அறிக்கை

ஐ.சி.ஏ.பி. (ICAB) அமைப்பின் தரவரிசைப் பட்டியல் ஆய்வு முறையைப் பயன்படுத்தி அறிவு-சார் முதலீட்டுக்கான தரவரிசையில்

கான்செர்வ் முதல் 25 சதவீத மதிப்பீட்டைப் பெற்றிருந்தது. இந்த 25 சதவீதத்தில் பன்னாட்டு நிறுவனங்களே இடம்பெற்றிருந்த நிலையில் சிறிய நிறுவனமான நாங்கள் இடம்பெற்று செயல்திறனுக்கு A மதிப்பீட்டையும், தற்போதைய செயல்திறனை புத்தாக்கம் செய்து மேம்படுத்தும் முயற்சியில் AA மதிப்பீட்டையும், செயல்திறனை பாதிக்கும் அம்சங்களுக்கான மதிப்பீட்டில் ஒரு R மட்டுமே பெற்றிருந்தது *(RRR மிக மோசம்).*

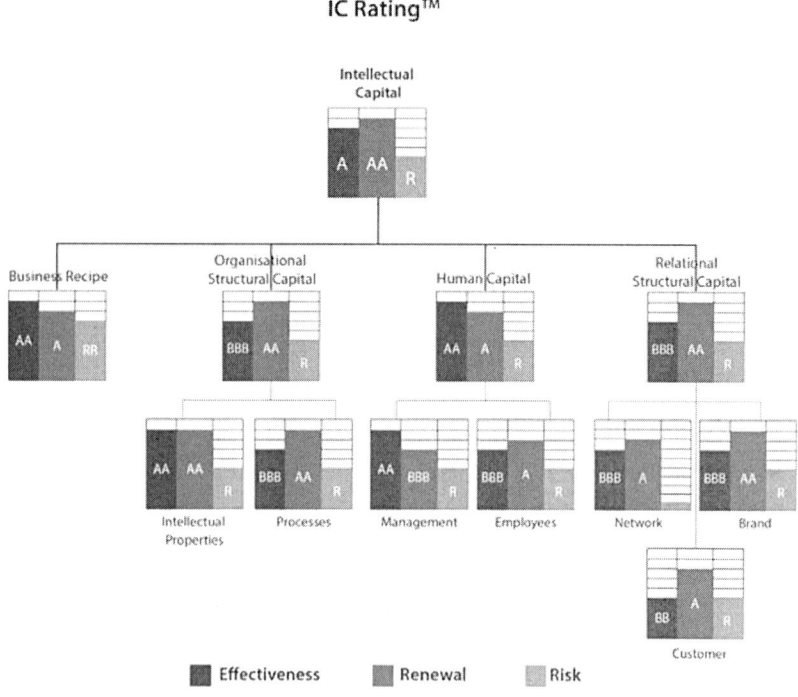

பொதுவாகப் பார்த்தால் முடிவுகள் நன்றாகத்தான் இருந்தன. ஆனால் அச்சமூட்டும் விதத்தில் இருந்த முடிவு என்பது 'நிறுவனத் தொழிலின் செயல்முறை' குறித்தது. இதற்குக் கிடைத்த மதிப்பீடு RR. அதன் பொருள் 'செயல்திறனில் சரிவு ஏற்பட அதிக வாய்ப்பு' என்பதாகும். ஒரு பெரும் நிறுவனம், தகுந்த ஏற்பாடுகளுடன், பெரும் வணிகப் பெயருடன், கான்செர்வ் தயாரித்து அளிக்கும் அதே

போன்ற பொருட்களைத் தயாரித்து அளிக்குமானால் கான்செர்வால் தாக்குப்பிடிக்க முடியாது என்பதற்கான அதிகபட்ச சாத்தியக்கூறையே இம்மதிப்பீடு காட்டுகிறது. சிறு மற்றும் நடுத்தர தொழில் நிறுவனங்கள் அனைத்துக்கும் பொருந்தக்கூடிய பொதுவான சாத்தியக் கூறுதான் இது என்றாலும் எங்களைப் பொறுத்தவரை எங்கள் சூழ்நிலைகளை விரிவான முறையில் பகுப்பாய்வு செய்து நிறுவனத்தின் ஒவ்வொரு பரிமாணத்தையும் அலசி ஆராய்ந்த பின்னர் தரப்பட்ட முடிவு.

கடைசி விஷயமாகச் சொல்லப்பட்ட இந்தத் தொழில் செயல் முறை *RR* மதிப்பீடு நீண்ட நேரத்திற்கு சலசலப்பை உருவாக்கியது. அரங்கினை விட்டு வெளியே வந்ததும் உடனடியாக மூத்த அதிகாரிகள் குழு கூட்டத்தைக் கூட்டி இந்த மதிப்பீடுகளைக் குறித்து, அடுத்து செய்யவேண்டியவற்றைக் குறித்தும் பேச ஆரம்பித்தோம்.

சந்திப்பு அறையில் அமர்ந்து கதவை மூடியதுமே ஆளுக்கு ஆள் தம் கருத்தைக் கொட்ட ஆரம்பித்தார்கள். நிச்சயமற்ற சூழலில் பதற்றமும் சேர்ந்துகொள்ள அவர்களிடமிருந்து கேள்விகள், கருத்துகள் கொட்ட ஆரம்பித்தன.

ஒட்டுமொத்தமாக சராசரிக்கும் அதிகமான தரவரிசை மதிப்பீடு களைப் பெற்றமைக்குப் பாராட்டிக்கொண்ட பிறகு எங்களை மிகவும் உறுத்திக்கொண்டிருந்த விஷயத்தைக் குறித்து பேச ஆரம்பித்தோம்: இப்போதிருக்கும் வடிவத்தில், அளவில் தொடர்வதால் எங்களுக்கு வரவிருக்கும் பெரிய ஆபத்தின் சாத்தியக் கூறு.

குறைந்த பட்சம் கடந்த ஐந்து ஆண்டுகள் ஆபத்தைக் குறைக்கும் வகையிலான தொழில் செயல்பாட்டைக் கையில் எடுத்து புதிய தயாரிப்புகளை உருவாக்கி, மீட்டர் நிறுவனங்கள் அதுவரை செய்திராத வகையில் முதல்முறையாக மின்னாற்றல் ஆலோசனை சேவைகளை வழங்கி வேறு நிறுவனங்களை கையகப்படுத்தும் வாய்ப்பினை இந்தியாவிலும், வெளிநாடுகளிலும் தேடுவது என கடுமையாக உழைத்திருக்கிறோம். பிற நிறுவனங்களைக் கையகப்படுத்துவது என பார்க்கையில் உள்நாட்டிலும், வெளிநாட்டிலும் எங்கள் தொழிலுக்கு, செயல்படும் பரப்புக்கு, பணிக் கலாச்சாரத்துக்கு ஒத்துவரும், விதமாக எந்த நிறுவனமும் அமையவில்லை.

பேச்சின் இறுதியில் முடிவாக, இதுவரை தன்னியல்பான பாதையில் வந்த வளர்ச்சி என்பது இனியும் சாத்தியமில்லை எனும்போது தொழிலில் தொடர்ந்து இருக்க வேண்டுமானால் பெரிய நிறுவனம்

ஒன்றுடன் இணைவதே சரியான வழி என்பது அனைவராலும் ஏற்றுக் கொள்ளப்பட்டது.

கையகப்படுத்தப்படுவோமா?

புத்த மடாலயங்களில் இருக்கும் பெரும் மணியை அடித்ததும் அதன் அதிர்வுகள் தொடர்ந்து அலையலையாக சற்று நேரம் ஒலித்த படியே இருக்கும். அதைப்போல நாம் பெரிய நிறுவனத்தால் கையகப் படுத்தப்படலாம் என்று சொன்னது அலையலையாக அறைக்குள் அதிர்வுகளைப் பரப்பியது. சொன்னது என்ன என்பதன் முழு பரிமாணமும் பேசப்பட்டதும பீதியும், வருத்தமும் கலந்த சுருங்கிய முகங்கள் வெளிப்பட்டன. மெல்ல நிதானமாக நாங்கள் எங்களைக் கையகப்படுத்த முடிந்த உள்நாட்டு, வெளிநாட்டு நிறுவனங்களைப் பட்டியலிட்டு வரிசைப்படுத்தினோம். முதல் ஆறு நிறுவனங்கள் அமெரிக்கா மற்றும் ஐரோப்பாவில் இருக்கும் நிறுவனங்கள். அதில் முதல் பெயர் ஷ்நீய்டர் எலக்ட்ரிக்.

கையகப்படுத்தலுக்கான சாத்தியங்களை எழுதிய வெண்பலகை யைப் பார்த்தவாறே மேஜையைச் சுற்றி மௌனமாக அமர்ந்திருந்த யாருமே அன்றிலிருந்து மிகச் சரியாக 22 மாதங்களுக்குப் பின்னர் இதே ஆட்களுடன், இதே அறையில் அமர்ந்து நம்மை கையகப்படுத்த போவது ஷ்நீய்டர் எலக்ட்ரிக் என்பதை நான் சொல்லப்போவதை கற்பனைகூட செய்யவில்லை.

அத்தியாயம் 9

படைப்பாற்றல் திறன், வடிவமைப்பு, புதுமைச் செயல்பாடுகள்

"நீங்கள் ஒரு பையில் வெறும் மண்ணை நிரப்பி அதில் கான்செர்வ் என வணிக அடையாளத்தை ஒட்டிவிட்டால் போதும்; மக்கள் துணிந்து அதை வாங்குவார்கள்."

பிராந்திய விநியோகஸ்தர்கள் சந்திப்பு ஒன்றில் தென்னிந்தியா விலிருக்கும் மூத்த விநியோகஸ்தரான ரவி சொன்ன வரி இது. சற்று அதிகப்படியாக உணர்ச்சி வேகத்தில் சொன்னது என்றாலும் மற்றவர்கள் அதை மெல்லிய குரலில் ஆமோதித்தார்கள். ரவி ஏன் அவ்வளவு உணர்ச்சி கொண்டு பேசினார் என அவர்களுக்குப் புரிந்திருந்தது. சந்தையின் முதன்மை நிறுவனமாக இருந்ததால் அவர்கள் அனைவருமே கான்செர்வின் மூலம் நன்மைகளை அடைந் திருப்பதோடு, தொழிலுக்கு நிலையான அடிப்படையையும் பெற்றிருந் தனர். இந்த இரண்டையும் சாத்தியமாக்கியது கான்செர்வின் தரப்பி லிருந்து அஷோக்கை மையமாகக் கொண்டு இயங்கிய ஆராய்ச்சி மேம்பாட்டுப் பிரிவின் படைப்பாற்றல் திறன். அஷோக் அவரது அப்பா ஹெச். வசந்த் ராவ் விட்ட இடத்திலிருந்து தொடங்கி மின்னாற்றல் மேலாண்மையில் புதுமையான செயல்பாடுகளுக்கான பெரும் செயல்தளத்தை உருவாக்கி அதில் நிகழ்காலத்தைத் தாண்டிய வருங்காலத் தேவைகளுக்கான தயாரிப்புகளை அளித்தார்.

பெங்களூருவின் சாதகங்கள்: ஒரு வரலாற்று உச்சம்

இஞ்சினியரிங், வடிவமைப்பு ஆகியவற்றில் புதுமைச் செயல்பாடு களை தன் வரலாற்றின் ஒரு பகுதியாகவே கொண்ட பெங்களூருவில் கான்செர்வை ஆரம்பித்தது ஒரு நல்வாய்ப்புதான்.

விண்வெளி விஞ்ஞானியான பேராசிரியர் ரோட்டம் நரசிம்மா சொல்வது:- "பிரிட்டிஷாருடன் போரிட்ட திப்பு சுல்தான் 1780களில் ராக்கெட்டைத் தயாரிக்க இஞ்சினியர்களைப் பயன்படுத்தினார். நாம் இப்போது டெக் பார்க் – தொழில் பூங்கா அமைப்பது போல அவர் நான்கு இடங்களில் ராக்கெட் இஞ்சினியரிங் தொழில்நுட்ப

மையங்களை அமைத்தார். அவை ஸ்ரீரங்கப்பட்டினம், பெங்களூரு, சித்ரதுர்கா மற்றும் பிடானூர். திப்புவை வென்ற ஆங்கிலேயர்கள் பெங்களூருவை ராணுவப் படையின் நிலைப்பிரிவு இருக்கும் நகராக மாற்றி வளர்ச்சி பெறச் செய்தனர். பிரிட்டிஷ் இந்திய ராணுவத்தின் மிகப் பழமையான மெட்ராஸ் சாப்பர்ஸ் என்றழைக்கப்பட்ட இப்பிரிவு மூன்று பழமை மிக்க இஞ்சினியரிங் டிவிஷன்களை உடையது. இரண்டாம் உலகப் போரில் வெற்றிகரமாகப் பயன்படுத்தப் பட்ட பெங்களூர் டார்பீடோ இங்குதான் உருவாக்கப்பட்டது."

இன்னும் பல முதல் விஷயங்கள் இங்கு நடந்துள்ளன. டி.ஜே.எஸ். ஜார்ஜின் கருத்துப்படி 1904ஆம் ஆண்டு இந்தியாவிலேயே மின்சார தெருவிளக்குகள் அமைக்கப்பட்ட முதல் நகரம் பெங்களூர்தான்.[9] இருபதாம் நூற்றாண்டிலும் இந்நகரத்தின் ஆராய்ச்சி மற்றும் மேம் பாட்டு மையம் என்ற மரபு இடைவிடாமல் தொடர்ந்து வந்தது. டாடா இன்ஸ்டிட்யூட் ஆஃப் சயன்ஸ் (இப்போது இந்தியன் இன்ஸ்டிட்யூட் ஆஃப் சயன்ஸ்), ராமன் இன்ஸ்டிட்யூட், நேஷனல் இன்ஸ்டிட்யூட் ஆஃப் அட்வான்ஸ்ட் ஸ்டடீஸ் ஆகியவை இன்றும் பெங்களூருவில் அமைந்திருப்பதே இதற்கு சான்று.

இந்திய விடுதலைக்குப் பிறகு நாட்டின் முக்கியமான பொதுத் துறை நிறுவனங்கள் பெங்களூருவில்தான் அமைந்தன. ஹெச்.ஏ.எல். (ஹிந்துஸ்தான் ஏரோநாட்டிக்ஸ் லிமிடெட்), என்.ஏ.எல். (நேஷனல் ஏரோஸ்பேஸ் லேபரட்டரீஸ்), பி.ஈ.எல். (பாரத் எலக்ட்ரானிக்ஸ் லிமிடெட்), பி.ஹெச்.ஈ.எல். (பாரத் ஹெவி எலக்ட்ரிகல்ஸ் லிமிடெட்), ஐ.டி.ஐ. (இந்தியா டெலிஃபோன் இண்டஸ்ட்ரீஸ்), பி.ஈ.எம்.எல். (பாரத் எர்த் மூவர்ஸ் லிமிடெட்) மற்றும் ஹெச்.எம்.டி. (முன்பு ஹிந்துஸ்தான் மெஷின் டூல்ஸ்) போன்ற பல பொதுத்துறை நிறுவனங்கள் பெங்களூருவில்தான் அமைந்திருந்தன. இவை அனைத்துமே பெங்களூருவிற்கு இருந்த 'ஓய்வு பெற்றவர்களின் சொர்க்கம்' என்ற பெயருக்குப் பாதிப்பில்லாத வகையில் நல்ல வளர்ச்சியை நகருக்கு அளித்தன.

அதன் பிறகு வந்தது தகவல் தொழில்நுட்பப் புரட்சி. இன்போஸிஸ், விப்ரோ ஆகிய இரு நிறுவனங்களும் வளர்ச்சி வேகத்தின் முன் னணியில் இருந்தன. அவர்கள் எடுத்து வைத்த ஒவ்வொரு அடியும் இந்த நகரத்தின் முகத்தை என்றென்றைக்குமாக மாற்றி வைத்தன. வளர்ச்சியை மின்னல் வேகத்தில் பெற்ற இத்துறை உயர்தரமான சேவைப்பணிகளில் உலக அளவில் முக்கியத்துவம் பெற்று இந்தியாவின்

பொருளாதாரத்துக்கு வலுவூட்டியது. இத்துறை ஒவ்வொரு ஆண்டும் உருவாக்கிய லட்சக்கணக்கான வேலைவாய்ப்புகள் இதை சாத்திய மாக்கின. உலக அளவில் தொழில்-சார் மொழியில் 'பெங்களூர் படுத்தி' என்ற சொல்லே வருமளவு வளர்ச்சி இருந்தது. இதற்கு மறுபக்கம் சில பாதகங்களும் இருந்தன - குறுந்தொழில்கள், அவற்றை நம்பியிருந்த குடும்பங்கள் விரைவாக விலை ஏறிவிட்ட வாழ்க்கைச் செலவுகளைத் தாக்குப்பிடிக்க முடியவில்லை. வாடகை, சம்பளம், கூலி ஆகியவற்றில் உயர்வு, திறமையான பணியாளர்கள் வெவ்வேறு துறைகளுக்குக் கிடைப்பது கடினமானது போன்றவை வேலைச் சூழலிலும், வீட்டிலும் பாதிப்புக்களை உருவாக்கின. இஞ்சினியரிங் துறையில் இருந்த பெரும் பன்னாட்டு நிறுவனங்களான ஏ.பி.பி. ஸீய்மன்ஸ் தங்களது தயாரிப்பு மற்றும் சேவை மையங்களை ஏற்கனவே பெங்களூருவில் நிறுவியிருந்ததால் தொழில்நுட்ப வல்லு நர்களைப் பணிக்கு எடுத்துக்கொள்ளும் பெரும்பசியில் இணைந்து கொண்டார்கள். சிறப்பான, தனித்துவமான தகுதி பெற்ற பணி யாளர்கள் தங்கள் சம்பளத்தைத் தாங்களே நிர்ணயித்து உறுதியாகப் பேசி பெற்றார்கள். பெரிய சம்பளம், அதைக் குறித்த எதிர்பார்ப்புகள் காரணமாகக் காட்டப்பட்டு நம் திறன் வாய்ந்த பணியாளர்களில் சிலர் நம்மிடமிருந்து எடுத்துக்கொள்ளப்படுவது எப்போதுமே ஒரு திருகுவலிதான். அதுவும் இந்தியாவின் சிலிக்கான் வேலி என்றழைக் கப்படும் நகரின் மத்தியில் இன்போஸிஸ், விப்ரோ போன்ற பிரம் மாண்ட நிறுவனங்களை சாலைக்கு மறுபுறத்தில் வைத்துக்கொண்டு இருக்கையில் இந்தச் சிக்கலைத் தவிர்க்க முடியாதுதான்.

இப்படிப்பட்ட சூழ்நிலையின் பின்னணியில்தான் நாங்கள் எங்களது வடிவமைப்புப் பிரிவினை பெரிதாக்கும் முயற்சியில் இறங்கி னோம். அஷோக்குடன் சேர்த்து ஐந்து பேர் மட்டுமே இருந்த அப்பிரிவை ஐம்பது இஞ்சினியர்கள் கொண்ட பிரிவாக மாற்றி னோம். தொடக்கத்தில் சிறந்த தொழில்நுட்ப ஆட்களை எங்கள் நிறுவனத்திற்குள் சேர்க்க அஷோக்கின் தனிப்பட்ட சொந்த சாதனை களால் உருவான நற்பெயரே அதிகமும் பயன்பட்டது. அஷோக் வந்து கான்செர்வின் நெறிமுறைகளை அடிப்படையாகக் கொண்ட உயர் செயல்பாடுகளால் இயக்கப்படும் கலாச்சாரத்தைக் குறித்தும், எங்களது லட்சிய குறிக்கோள்கள் குறித்தும் விரிவாகப் பேசுவார். அஷோக்குடன் பேசுபவர்கள் அனுபவஸ்தர்களாக இருந்தாலும் அவர் பேசப்பேச அவருக்குள் இருக்கும் உள்ளார்ந்த வடிவமைப்புத்திறனை

உணர்வார்கள். 2,3 மணிநேரம் நீடிக்கும் தொழில்நுட்ப நேர்காணலில் அவர்கள் நிறையவே கற்றுக்கொள்வார்கள்.

கான்செர்வ் சாதகங்கள்

ஒரு ஓவியத்தையோ, சிற்பத்தையோ பார்த்தவுடன் எப்படி நாம் அதை உருவாக்கியவரின் மனதைப் புரிந்துகொள்கிறோமோ அதைப் போல கான்செர்வ் தயாரிப்புகளின் வடிவமைப்பைப் பார்த்த மாத்திரத்தில் அஷோக்கின் வடிவமைப்புத் திறன் வெளிப்படும். அஷோக்கின் வடிவமைப்புக்கான தத்துவம் அழகுணர்வு, அதிகபட்ச செயல் திறன், கடுமையான சூழலிலும் செயல்படுதல், கையாள எளிமை ஆகியவற்றைக் குறிக்கோள்களாகக் கொண்டது. அவர் முக்கியமாகக் கற்றுக்கொண்ட விஷயம் வடிவமைப்புத் தளம் என்பது புதிய பொருட்களைக் களமிறக்குகையில் அவை குறைந்தபட்ச மீள் வடிவமைப்புக்குரியதாக இருக்க வேண்டும் என்பது. அதாவது புதிய தயாரிப்பில் மாற்றம் தேவைப்படும் என்றால் அதை ஆய்வுக்கூட வரைபடத்திலேயே எளிதாக மாற்றியமைக்க முடியும் அளவுக்குப் பயன்படுத்துவோர் எதிர்பார்ப்புக்கு நெருக்கமாக வடிவமைப்பு இருக்க வேண்டும் என்பதில் கவனம் செலுத்துவார்.

இந்தப் புத்தகத்தின் இணை எழுத்தாளரான ஆஷிஷ் ஸென் கான்செர்வியன்களில் 90 பேருக்கும் மேல் பேட்டி எடுத்தபோது அவர்கள் அஷோக் குறித்து சொன்னவை:- அறிவாற்றல் மிக்கவர், மனிதாபிமானம் உள்ளவர், அடக்கம் வாய்ந்தவர், தொலைநோக்குப் பார்வை கொண்டவர், துல்லியமானவர், கூர்மையான கவனம் உடையவர்... (என்னைப் பலரும் சொன்னது என்னவென்றால் நான் இவை அனைத்துக்கும் அப்படியே தலைகீழான ஆள்; அதனால்தான் நாங்கள் இருவரும் இணைந்து பணி செய்தது வெற்றிகரமாக இருந்தது போல).

அவர் மனைவியாகிய என்னை நிறுவனத்துக்கு தலைமைச் செயல் அதிகாரியாக அவர் ஆக்கிய விதமே அஷோக்கைப் பற்றி கான்செர்வ் மக்களுக்கு நிறைய சொல்லியிருந்தது. அவர் என்னுடைய அலுவலகத்துக்கு நேரே வந்து நுழைந்ததே இல்லை. என் செயலாளரிடம் என்னைச் சந்திக்க முடியுமா எனக் கேட்டு விட்டே என் அலுவலகத்துக்கு வருவார். அவர் சிறப்பான பொருட்களை வடிவமைத்தார் என்பதற்காக அவரை எந்த அளவு நினைவில் வைத்திருக்கிறார்களோ அதேயளவு அவரது இதைப் போன்ற குணநலன்களுக்காகவும் நினைவில் வைத்திருக்கிறார்கள்.

ஐ லேப்ஸ் (இன்னொவேஷன் லேப்ஸ் என்பதன் சுருக்கம்) என்றழைக்கப்பட்ட அவரது வடிவமைப்புப் பிரிவின் ஆட்களால் அஷோக் மிகப் பிரியத்துடன் நடத்தப்பட்டதில் ஆச்சரியம் ஏது மில்லை. ஏனென்றால் அஷோக் என்ன குறிக்கோள்களைக் கொண்டு செயல்புரிகிறார் என்பதை அவர்கள் நன்றாகவே தெரிந்துவைத்திருந்தார்கள். அதனாலேயே நீண்ட நேரம் நடக்கும் திட்டமிடும் வேலையில் எவ்வித சலிப்புமின்றி பங்குபெற்று மிக மகிழ்ச்சியுடன் இந்த வெற்றிப் பயணத்தில் பங்கேற்றார்கள். அடிப்படையில் அஷோக் ஒரு பொறுமை மிக்க ஆசிரியர். ஹார்ட்வேர் அல்லது ஃபர்ம்வேர் என எந்த வடி வமைப்பாக இருந்தாலும் ஒரு பேராசிரியர் வகுப்பெடுப்பது போல நிதானமாக மிக அடிப்படையான விஷயங்களிலிருந்து ஆரம்பித்து மெல்லமெல்ல ஏணிப்படியில் ஏறுவதுபோல ஒவ்வொரு படியாக மேலே அழைத்துச்செல்வார். அணியினர் எப்போது இனி தாங்க ளாகவே முயன்று ஒரு பாய்ச்சலைச் செய்ய முடியுமோ அதுவரை அவர் அணியின் கையைப் பிடித்துப் பொறுமையாக முன்னால் அழைத்துச்செல்வார். வடிவமைப்புத் துறை மட்டுமன்றி பல்வேறு துறைகளிலும் அவருக்கிருந்த அறிவாற்றலைக் கண்டு அவரது அணி யினர் அவரை 'கூகிள்' என்று செல்லப்பெயரிட்டு அழைப்பதும் உண்டு.

அஷோக் மிக நிதானமான, உணர்ச்சிவசப்படாத போக்கு கொண் டவர் (நான் நிச்சயம் அப்படி அல்ல). மிக அபூர்வமாகவே அவருக்குக் கோபம் வந்து குரல் உயரும். குறிப்பாக, வாடிக்கையாளர் தரப்பின் எதிர்பார்ப்புகள் சரிவர நிறைவேற்றப்படாமல் அழுத்தம் கூடும் தருணங்களில் மட்டும். இவற்றால்தான் அஷோக் நிறுவனப் பணி யாளர்கள், விநியோகஸ்தர்கள், வாடிக்கையாளர்கள் ஆகியோர் மத்தியில் அவர்களில் ஒருவனாக உணரப்பட்டார். ஒரு நாளைக்கு 18 மணி நேரம் என ஆண்டு முழுவதும் உழைக்கும் அஷோக் இதன் நடுவிலும் தன் அணியினரின் இல்லங்களில் நடக்கும் குழந்தைக்குப் பெயரிடுதல், திருமணம் போன்ற சிறப்பான விழாக்கள் அனைத்திலும் தவறாமல் கலந்துகொள்வார். இதே போலவே தம் அணியினரின் குடும்ப உறுப்பினர்கள் யாராவது மரணமடைந்தால் அதிலும் தவறாது கலந்துகொண்டு ஆறுதல் சொல்லவும் தவறியதே இல்லை.

இந்த அளவு அர்ப்பணிப்பு உணர்வுடன் துல்லியமாகப் பணி யாற்றும் அஷோக்கின் இக்குணத்திற்கு விரும்பத்தகாத மறுபக்கமும் உண்டு. இப்படிப் பணியாற்றும் அஷோக்குக்கு நேரம் குறித்த நினைவே இருக்காது என்பதால் சற்று இளைஞர்களாக இருந்த

இஞ்சினியர்களுக்கு, குறிப்பாக நேரத்தோடு வீட்டிற்குப் போக நினைத் தவர்களுக்கு சிரமமாக இருந்தது. எல்லா விதங்களிலும் துல்லியமான சிறப்புடன் கூடிய ஒரு வடிவமைப்புத் தளத்தை உருவாக்க அஷோக் முயற்சிப்பது புதிய தயாரிப்புகளை விரைவாக அடுத்தடுத்து உரு வாக்க வசதியாக அமைந்தது. ஆனால், நீண்ட கால அளவில் பயனுள்ளதாக இருந்த இம்முயற்சி கடும் போட்டி, அதிகரித்து வரும் வாடிக்கையாளர் எதிர்பார்ப்பு போன்ற குறைந்த கால தேவைகளுக்குப் பொருந்தி வரவில்லை.

பெப்சி கோ இந்தியா நிறுவனத்தின் தயாரிப்புப் பிரிவு துணைத் தலைவரும், கான்செர்வ் எனர்ஜி மேனேஜ்மெண்ட் நிறுவனத்தின் மகிழ்ச்சியான வாடிக்கையாளர்களில் ஒருவருமான பிரதீப் சர்தானா, அஷோக் குறித்து இப்படிச் சொன்னார்:- "அஷோக் அமைதியான, ஆழமான, பணிக்கு மட்டுமே முதலிடம் கொடுத்து வேலை செய்யும் மனிதர். அவருடைய துறையில் அவருடைய முழுத் திறமையையும், அவர் செய்துகொண்டிருந்த பணிகளின் முக்கியத்துவத்தையும் உணர்ந் தவர்கள் இந்தியாவில் யாராவது அப்போது இருந்தார்களா என்பதே சந்தேகம்தான். அவருடைய தயாரிப்புகள் வருங்காலத்துக்கானவை. காலத்தை முந்தி தயாரிக்கப்பட்டவை. அவற்றில் பயன்படுத்தப்படும் மென்பொருள் (சாஃப்ட்வேர்) முதல் தரமானது. எனக்கு அவரிடம் மிகப் பிடித்த விஷயம் என்னவென்றால் ஒரு விஷயத்தை விளக்கும் போது தேவையில்லாமல் 'டேட்டா ஹைவேஸ்', 'ஷீல்டட் கேபிள்' என்றெல்லாம் கடினமான வார்த்தைகளைப் போட்டு குழப்பாமல் தெளிவாக எளிமையாக விளக்குவார். உள்ளூர் தேவைகளுக்கு முற்றிலும் பொருந்தி வரும் வகையில்தான் அவர் ஆற்றல் மேலாண்மை அமைப்பை வடிவமைத்து உருவாக்கினார்."

மாற்றத்துக்கான எச்சரிக்கை மணி

2001ஆம் ஆண்டில் நிறுவனம் பல குழப்பங்களைச் சந்தித்தது குறித்து நாம் முன்பே பகுதி-1இல் பேசியிருக்கிறோம். நிறுவனத்தின் மூத்த அதிகாரிகளான மனிதவளம், விற்பனை, தயாரிப்பு மற்றும் செயல்பாட்டுப் பிரிவுகளின் தலைமைப் பொறுப்பில் இருக்கும் அதிகாரிகள் அனைவருக்கும் வயதாகியிருந்தது. பணியில் ஒரு மேம் போக்கான தன்மையும், செருக்கும் அதிகமாகியிருந்தன. வாடிக்கை யாளர்களிடமிருந்து புகார்கள் ஏதேனும் வந்தால் அதை சற்றும் கவனமின்றி அலட்சியமாகக் கையாண்டதோடு வாடிக்கையாளர்தான்

ஏதோ தவறு செய்துவிட்டு நம்மீது குறை கூறுகிறார் என்று பேசு மளவுக்கு வாடிக்கையாளர் மீதான அலட்சியம் இருந்தது. சந்தையில் ஏற்பட்டிருந்த கடும் போட்டி நிலவரங்கள் குறித்து விற்பனைப் பிரிவு சொல்லிய எதையும் கவனத்தில் கொள்ளாமல் வாடிக்கையாளர் தரப்பிலிருந்து வந்த எதிர்வினைகளை, ஆலோசனைகளைக் கவனிக் காமலும் இருந்தோம்.

எங்களது தயாரிப்புகள் அனைத்தையும் வெறும் பொருட்களாகவே பார்த்தோம். சந்தைப்படுத்தல் குறித்த முன்னெடுப்புகளில் சில நிறைவேற்றப்பட்ட விதத்தால் தோல்வி அடைந்ததால் எங்களுடன் இருந்த இணைத் தொழில் கூட்டாளிகள் எங்கள்மீது நம்பிக்கை இழந்திருந்தனர். புதிய தயாரிப்புகளுக்கான வேகம் குறைந்து வடி வமைப்புக்கான செயல்பாடுகள் நீண்ட காலத்தை எடுத்துக்கொண் டது ஏற்கனவே சிக்கலாக இருந்ததை இன்னும் பெரிய சிக்கலாக ஆக்கியது.

அது மே மாதம் 2002ஆம் ஆண்டு. ஹாவர்ட் பிஸினஸ் ஸ்கூல் நடத்திய “மாற்றத்தை முன்னெடுப்பதும், நிறுவனத்தை புதிதாக மாற்றி யமைப்பதும்” (Leading Change and Organizational Renewal LCOR) எனும் ஐந்து நாள் பயிற்சியை அப்போதுதான் முடித்து விட்டு வந்திருந் தேன். அந்தப் பயிற்சி என்னை புதிதாய் பிறந்ததுபோல உணரச் செய்தது (அத்தியாயம் 5இல் (தொழிலைப் புதிதாக மாற்றியமைத்தல் – 2003இலிருந்து 2008வரை) இதை விரிவாகப் பேசியிருக்கிறோம்). இப்பயிற்சி ஒரு நிறுவனத்தின் தலைவராக என்னிடமுள்ள குறைகளை எனக்கு வெளிச்சம் போட்டுக் காட்டியது. ஆகவே இப்பயிற்சியி லிருந்து திரும்பி வரும்போதே பல துறைகளிலும் பல்வேறு மாற்றங் களைச் செயல்படுத்தும் நோக்கோடும், அதற்கான தயாரிப்புகளோடும் தான் நான் வந்தேன். மிக முக்கியமாக ஐலேப்ஸ் பிரிவிற்கு எப்படி உதவ வேண்டுமெனவும் திட்டமிட்டுக் கொண்டு வந்தேன்.

அதன் பலனை அஷோக்கின் வார்த்தைகளில் சொல்வதானால் ஒரு அணியாக நாம் மிக லகுவாகவும், எளிதாக தவகமைத்துக் கொள்ளும்படியாகவும் இருக்க வேண்டும். சந்தை குறித்த ஆய்வுகள், போட்டியாளர்கள் அளிக்கும் சலுகைகள், தயாரிப்புகளின் பண்புகள் ஆகியவை ஆறுமாத காலத்திற்கு முன்பிருப்பவை என்றாலே காலா வதியானவை என்றுதான் பொருள்.

மேலும் வாடிக்கையாளர் குரலை மட்டுப்படுத்துவதையும் நாம் நிறுத்த வேண்டும். நாம் நம் செயல்பாடுகள்மீது மட்டுமே அதீத

கவனத்தைக் குவித்து வைத்துகொண்டுவிட்டோம். நம் தயாரிப்புகள், தொழில்நுட்பங்கள் குறித்து நாமே நம்மை உறுதியாக இருப்பதாகப் பாராட்டிக்கொண்டுவிட்டோம். ஆகவேதான் உண்மையைப் பிரதி பலிக்கும் எந்தக் குரலையும் நாம் கேட்காமலாக்கிவிட்டோம்.

ஒரு வாடிக்கையாளர் அழைத்து நமது பொருள் சரியாக வேலை செய்யவில்லை அல்லது வேலையே செய்யவில்லை என்று புகாரளித் தால் நாம் அதற்கு இணையத்தள சிக்கல்தான் காரணம் என நிரூபிப் பதற்கே அதிக நேரம் செலவளித்தோம். ஆனால், சில தயாரிப்புகள் சந்தையில் விற்பனை ஆகாமல் அல்லது விற்பனை வெகுவாகக் குறையும்போதுதான் கவனிக்க ஆரம்பித்தோம். ஹேமா தலைமைப் பண்புக்கான அந்தப் பயிற்சிக்குச் சென்று வந்த பின் எங்களுக்கு அளித்த ஆலோசனைகள் மிக உதவிகரமாக இருந்தன. அதன் பின்னர்தான் மேம்போக்காக வேலை செய்வதன் அபாயத்தையும், சாதனையாளனின் சோம்பேறித்தனத்தில் சிக்கிக்கொண்டதையும் உணர்ந்தோம். உடனடியாக நடவடிக்கைகளை ஆரம்பித்தோம். வாடிக்கையாளர், விநியோகஸ்தர், மின்பணி ஆலோசகர்கள் போன்ற வர்களைச் சந்திக்க செல்லும் விற்பனையாளர்களுடன் வடிவமைப்புப் பிரிவு இஞ்சினியர்களையும் அனுப்ப ஆரம்பித்தோம். தொடர்ந்து களத்தில் இறங்கியும், விற்பனைப் பிரிவுடன் தொடர்ந்து உரையாடவும் ஆரம்பித்ததும்தான் எங்களுக்கு எங்கள் தயாரிப்புப் பொருட்கள் குறித்த பல விஷயங்கள் புரிந்தன. அதில் சுவாரசியமான ஒன்று நாங்கள் மிக முக்கியமான தயாரிப்பு என கிளர்ச்சி அடைந்திருந்த தயாரிப்புகள் அல்லது தொழில்நுட்பம் வாடிக்கையாளர்களால் சற்றும் விரும்பப்பட்டிருக்காது. ஒருவேளை அவர்கள் எண்ணற்ற முறைகள் இதை சொல்ல முயன்று நாங்கள் காதில் வாங்காமல்கூட இருந் திருக்கும் வாய்ப்பும் உண்டு.

இந்த மாற்றங்களை செயல்படுத்த ஆரம்பித்ததும் ஒரு அலை போல புத்துணர்ச்சி வந்து வடிவமைப்புப் பிரிவின் அணுகுமுறையில் ஒரு வேகம் கூடியது. ஒருவகையில் புதுமையான செயல்பாடுகளை உருவாக்க இந்த வேகம்தான் தேவையாகவும் இருந்தது. ஆகவே தொடர்ந்து வரிசையாகப் பல பயிற்சிப்பட்டறைகளை நடத்தி எங்கள் இஞ்சினியர்கள் புதுமையான முறையில் செயல்பாடுகளை நடத்தவும், பெரிய அளவில் சிந்திக்கவும், தயாரிப்புகளின் பண்பு களைத் தாண்டி அவற்றின் பயன்களை வாடிக்கையாளருக்கு உகந்த செயலாக மாற்றுவதையும் ஊக்குவித்தோம். முக்கியமான நோக்கம் என்னவெனில் தயாரிப்புப் பொருளின் விவரக்குறிப்புகளை முதலில்

உருவாக்கிக் கொண்டு பிறகு வடிவமைப்புக்குள் போவதை நிறுத்தி, வடிவமைத்த பின்பு விவரக்குறிப்புகள் எழுதுவதாய் மாற்றியமைப் பதே. இந்தப் பயிற்சி அணியினரை அவர்களது வழக்கமான பழகி விட்ட செயல்முறைகளின்படி மட்டுமே செயல்படுவதை ஒரு வசதிக் குறைவாக உணர வைத்தது. அதேநேரம் அவர்கள் அறியாத விஷயங் களில் ஒரு கூடுதல் புரிதலையும் ஏற்படுத்தியது.

முதல்படி என்னவென்றால் தயாரிப்புப் பொருளை வடிவமைப் பவர் பார்வையில் இல்லாமல் அதைப் பயன்படுத்தும் வாடிக்கை யாளர் பார்வையில் அணுகுவது. இந்த விஷயத்தை நாங்கள் ஒரு கல்விப்புல ஆய்வுக் கட்டுரையிலிருந்து கற்றுக்கொண்டோம். அழகு சாதனப் பொருட்கள் தயாரிக்கும் புகழ் பெற்ற பன்னாட்டு நிறுவனம் அதன் புதுமையான தயாரிப்புகளுக்காகவும் பெயர் பெற்றது. அவர்கள் வழக்கமான பல்பொருள் அங்காடி (சூப்பர் மார்க்கெட்) போலவே ஒரு அங்காடியை உருவாக்கி அதில் அவர்கள் தயாரிப்புகளோடு போட்டியாளர்கள் தயாரிப்புகளையும் வாங்கி தொகுப்புக்கு ஏற்றார் போல அடுக்கி வைத்தார்கள். பார்ப்பதற்கு மட்டுமல்லாமல் அதன் செயல்பாடும் வழக்கமான பல்பொருள் அங்காடி போலவே இருக்கும். இப்போது உள்ளே வரும் வாடிக்கையாளர்கள் எந்தெந்தப் பொருட் களை எப்படி வாங்குகிறார்கள், பொருட்களைக் குறித்து என்னென்ன கேள்விகள் கேட்கிறார்கள், எப்படி ஒரு பொருளைத் தேர்ந்தெடுக் கிறார்கள் என்பதையெல்லாம் முழுமையாக ஆவணப்படுத்துகிறார்கள். வாடிக்கையாளர் பொருட்களை வாங்கிச் சென்று பயன்படுத்தி அதன் பின்னர் அழைத்து, பொருட்களைக் குறித்து கருத்து சொல்வதையும் முக்கியமான ஆவணமாகக் கொள்கிறார்கள். இந்தச் செயல்பாடுகள், இந்த மாதிரி பல்பொருள் அங்காடி ஆகிய அனைத்திலும் கிடைத்த வாடிக்கையாளர் எதிர்வினைகளை ஆய்வு செய்து அதன் அடிப் படையில்தான் சந்தைக்கு வரும் உண்மையான பொருள் வடிவமைக் கப்பட்டு தயாரிக்கப்படுகிறது. இதைப்போலவே இன்னும் பல நிறுவனங்கள் பயனாளர் நோக்கில் எவ்வாறு தம் தயாரிப்புகளை வடி வமைக்கிறார்கள் என்பதை முழுவதுமாக ஆய்வு செய்தே எங்களது படைப்புத் திறன் மற்றும் வடிவமைப்புக்கான செயல்முறைகளை உருவாக்கினோம்.

அடுத்த விஷயமாக எங்கள் வடிவமைப்புப் பிரிவின் இஞ்சினியர் களையும், தொழிற்சாலையின் உற்பத்திப் பிரிவு ஆட்களையும் வாடிக்கையாளர் சந்திப்புகளுக்கு அழைத்துச் சென்றோம், அதிலும் குறிப்பாக கோபமான வாடிக்கையாளர், விநியோகஸ்தர்களைச்

சந்திக்கச் செல்லும்போது. ஆராய்ச்சிக் கூடத்தை விட்டு விற்பனை, விற்பனைக்குப் பிந்தைய சேவை, வணிகம், பண்டகக் கையாளுகை என வெவ்வேறு பிரிவு ஆட்களுடன் சேர்ந்து அவர்கள் பணி எத்தகையது என தெரிந்துகொண்டது மட்டுமில்லாமல் நம் தயாரிப்புகள் எவ்வாறு பயன்படுகின்றன, எங்கு தோல்வி அடைகின்றன, எங்கு விண்ணை முட்டும் வெற்றி அடைகின்றன போன்றவற்றில் நுட்ப மான புரிதல்களை வடிவமைப்புப் பிரிவினருக்கு இச்சந்திப்புகள் அளித்தன. இதன் அடிப்படையில் நாங்கள் உருவாக்கிய ஒரு வெற்றி கரமான செயல்முறை இதுதான் – நான் வடிவமைத்த ஒரு தயாரிப்பில் பெரிய குறைபாடுகள் இருப்பதாகப் புகாரளிக்கப்பட்டால் அந்த வாடிக்கையாளரைச் சந்திக்கச் செல்லும் அணியினருடன் நானும் செல்ல வேண்டும். வாடிக்கையாளரை நேரில் கண்டு அவர் சொல்லும் குறைபாடுகளைப் பொறுமையாகக் கேட்டு மேலும் ஆராய்ந்து அதன் தீர்வு என்ன என்பதை அணியினருடன் கலந்தாலோசிக்க வேண்டும்.

இது மிக பயனுள்ள, நடைமுறைக்கு உகந்த ஒரு விஷயமாக இருந்தது. அணியினருக்குத் தயாரிப்பு வடிவமைப்பின் மீது சொந்த அக்கறை உருவாக வழிவகுத்தது. சிக்கலின் ஆணிவேரைக் கண்டு பிடிக்க ஒவ்வொரு படியாகத் தாண்டி வரும் தகவல்களை நம்பி யிருக்காமல் நேரடியாகத் தொடர்பு கொண்டு சிக்கலை அறிந்து தீர்வை எட்டுவது ஒரு வடிவமைப்பாளருக்கு ஆழமான ஒரு மனநிறைவை அளித்தது. வெளியே சென்று வாடிக்கையாளரைச் சந்திக்க மிகவும் தயங்கிய இஞ்சினியர்கள்கூட சந்திப்பிற்குப் பிறகு வரும்போது தீர்வை யோசித்து முடித்த ஆர்வம் மின்னும் முகத்துடன் வருவார்கள். அந்த ஆர்வம் ஒரு உச்சபட்ச செயல்வேகத்தை அளித்து விரைவாகத் தீர்வைக் கண்டுபிடிக்க உதவியது. அத்தீர்வை எட்டியதும் அது அவர் களுக்கு மறக்க முடியாத பாடமாகவும் அமைந்ததை உணர முடிந்தது. அவர்கள் அடுத்த முறை வடிவமைப்புப் பணியில் இறங்கும்போது களத்தில் இருக்கும் சூழ்நிலையின் கடுமை, பயனாளரின் எதிர் பார்ப்புகள் போன்ற பல விஷயங்களை முன்கூட்டியே உணர்ந்த வராகத்தான் வடிவமைப்பில் ஈடுபடுவார். மேலும் இதைப் போன்ற பயிற்சிகளால் நிறுவனத்தின் பிற பிரிவினரோடும் தொடர்பு ஏற்படுவ தால் நிறுவனத்தின் ஒட்டுமொத்த வளர்ச்சியில் ஒவ்வொருவரும் இணைந்திருப்பதை அவர்களால் உணர்ந்துகொள்ள முடிகிறது.

வடிவமைப்புப் பிரிவின் இஞ்சினியர்களை வாடிக்கையாளர் இடத் துக்கு களப்பணிக்கு அனுப்பும்போது அவர்களை வாடிக்கையாளர் நிறுவனத்தில் பிற பிரிவு பணியாளர்களுடனும் உரையாடும்படி

ஆர்வமூட்டினோம். இப்போது வரைபடமாக மட்டுமே வடிவமைப்பில் இருக்கும் பொருட்களைக் குறித்தும்கூட பேசச் சொல்லி அதற்குக் கிடைக்கும் எதிர்வினைகளை வடிவமைப்புப் பிரிவில் அனைவருடனும் பகிர்ந்துகொள்ளும்படி செய்தோம். இந்த உரையாடல்கள் மூலம் இவர்களுடன் வந்த விற்பனைப்பிரிவு இஞ்சினியர்களும்கூட நிறையத் தெரிந்துகொண்டனர். இப்படியாக விற்பனைப் பிரிவும், வடிவமைப்புப் பிரிவும் இணைந்து ஒரே அணியாகப் பணி செய்வது, வடிவமைப்புப் பிரிவினர் வாடிக்கையாளர்களுடன் உரையாடுவது ஆகியவற்றால் நிறுவனத்தின் வெவ்வேறு பிரிவுகளைச் சேர்ந்தவர்களுக்கு இடையே நெருக்கமான உறவு நிலவியது. ஒரு முறையாவது கள அனுபவம் இருக்கும் இஞ்சினியர்களுக்கும், ஒரு முறை கூட களத்திற்கு செல்லாத இஞ்சினியர்களுக்குமான வேறுபாடு வெளிப்படையாகவே தெரிந்தது. அனுபவம் உள்ளவர்கள் பேசிய மொழி 'வெளியிலிருப்பதை உள்ளே' பேசும் மொழியாக இருந்தது. அதுதான் மொத்த நிறுவனத்துக்கும் மிகவும் தேவைப்பட்ட ஒன்றாக இருந்தது. உச்சாணிக் கொம்பில் ஏறி அமர்ந்திருப்பதுபோல இருந்த உயர்பதவி வடிவமைப்பு இஞ்சினியர்களும்கூட விரைவாகவே தங்கள் வறட்டு கௌரவத்தை விட்டு இறங்கி வந்து, ஒரு முறை கள அனுபவம் பெற்றதும் அதனால் கிடைக்கக்கூடிய பரஸ்பர உதவிகளை உணர்ந்து பணி செய்ய ஆரம்பித்தனர். அப்படி தனியே அமர்ந்து வேலை செய்வதால் உருவாகும் வெற்றிடத்தை உணர்ந்துவிட்டனர் என்றுதான் சொல்ல வேண்டும்.

1997இலிருந்து கான்செர்வில் பணியாற்றி தற்போது வடக்கு மஹாராஷ்டிராவில் ஷ்நீய்டர் எலக்ட்ரிக் நிறுவனத்தில் துணைப் பொது மேலாளராக இருக்கும் சைனேஷ் பாட்டீல் இந்த அனுபவத்தை நினைவுகூர்கையில்:- "ஒரு புதிய தயாரிப்பின் வடிவமைப்பில் ஏதாவது ஒரு மாற்றம் செய்யப்பட்டால் அது நம் தயாரிப்புக்கு பிற போட்டியாளர்கள் தயாரிப்பைவிட கூடுதல் மதிப்பைத் தரும் என எப்போதெல்லாம் தோன்றுகிறதோ அப்போதே ஐலேப்ஸ் (வடிவமைப்பு அணி)க்கு தெரியப்படுத்திவிடுவோம். அங்கிருந்து உற்பத்திப் பிரிவுக்கு அந்த மாற்றம் தெரிவிக்கப்பட்டு விடும். மகாராஷ்டிராவோ, குஜராத்தோ, டாமனோ எந்த மூலையிலிருந்தும் ஒரு விற்பனைப் பிரிவு என்ஜீனியர் ஒரு ஆலோசனையைச் சொன்னால் அவற்றை விட்டுவிடாமல் வடிவமைப்புத் திட்டமிடலுக்குப் பயன்படுத்திக்கொள்வார்கள்... அது சிறப்பான நல்ல பலன்களை அளித்ததோடு மட்டுமல்லாமல் எங்கள் குரலும் கேட்கப்படும் என்ற நல்ல உணர்வை எங்களுக்கும் அளித்தது" என்கிறார்.

வெளியுலகைப் பிரதிபலிக்கும் முயற்சியின் போராட்டங்கள்

2002ஆம் ஆண்டு நடந்த வடிவமைப்பு மற்றும் தரம் குறித்த ஒரு கூட்டத்தில் இரு முக்கிய விஷயங்களைச் சந்திப்பின் நோக்கமாகக் கொண்டிருந்தோம். ஒன்று ஒரு புதிய வடிவமைப்பின் களஆய்வு செய்யப்பட்டு அது குறித்த விவாதம்; மற்றொன்று பணியில் திருப்தி யான அளவுக்கும் சற்றுக் கீழாகச் செயல்படும் வடிவமைப்புப் பிரிவின் சில இஞ்சினியர்களை என்ன செய்வது என்பது குறித்து.

முதலில் வாடிக்கையாளர்கள் நாங்கள் உருவாக்கிய மாற்றங்களைக் குறித்து என்னென்ன வேறுபட்ட கருத்துகளையெல்லாம் சொல்லி யிருக்கிறார்கள் என விவாதித்தோம். ஒரு வாடிக்கையாளர் மிகவும் ஆர்வமாகி, தயாரிப்பின் எல்லா செயல்பாட்டையும் முயற்சித்துப் பார்த்து, அஷோக்கை நினைத்த நேரமெல்லாம் அழைத்து தன் ஆலோசனைகளைச் சொல்லிக்கொண்டிருந்தார். இன்னும் சிலரோ ஏற்கனவே இருக்கும் தயாரிப்பில் எந்த மாற்றம் செய்வதையும் ஏற்காமல் சிறு மாற்றங்களிலும் குற்றம் கண்டுபிடித்து சொல்லிக் கொண்டிருந்தார்கள்.

வாடிக்கையாளர்களின் வெவ்வேறு கருத்துகளைத் தொகுத்து அதன் வழியாக ஒரு புரிதலை அடைந்ததும் அடுத்த விஷயமான எதிர் பார்ப்புக்கு ஏற்ப பணியில் செயல்திறன் காட்டாத இஞ்சினியர்களைக் குறித்து பேச ஆரம்பித்தோம். அவர்களையே ஒவ்வொருவராக அழைத்து என்ன சொல்கிறார்கள் எனக் கேட்டோம்.

ஒருவர் சொன்னார்:- "நான் பெரிய வடிவமைப்புத் திட்டப் பணியில் ஒரு மிகச் சிறிய பணியையே செய்கிறேன். எனக்குப் பெரிய பணித்திட்டம் குறித்து விளக்கப்படவில்லை, அப்படி நீங்கள் செய்திருந்தால், என் பணி அதில் எப்படிப் பொருந்தும் எனத் தெரிந்து என்னால் சிறப்பாகப் பணியைச் செய்திருக்க முடியும்."

இன்னொருவர் சொன்னார்:- "நீங்கள் எப்போதும் எனக்குப் பெரிய பணித்திட்டம் குறித்து மட்டுமே விளக்குகிறீர்கள். நான் செய்ய வேண்டிய சிறிய பகுதியை மட்டும் விளக்கியிருந்தாலே போதும். நான் என்ன செய்யவேண்டுமோ அதை மட்டும் சிறப்பாக செய்திருப் பேன்."

இப்படி நேரெதிராக இருவர் பேசியதைக் கேட்டதுதான் எனக்கு ஒரு விஷயம் உறைத்தது. எப்படி இதற்கு முந்தைய விஷயமான வாடிக்கையாளர்கள் மாற்றங்களை ஏற்பது குறித்து பேசிப் புரிந்து கொண்டோமோ, அதே போலத்தான் வடிவமைப்புப் பிரிவின்

இஞ்சினியர்களையும் புரிந்துகொள்ள வேண்டும். மிக எச்சரிக்கை உணர்வு கொண்ட, எதையும் கற்றுக்கொண்ட முறைப்படி மாறாமல் செய்யும் வழக்கம் கொண்ட இஞ்சினியர்கள் அந்த முறையின் வழக்கத்தை விட்டு வெளியே வர விரும்புவதில்லை. ஆகவே நாம் இப்படிப்பட்டவர்களை சந்தையில் இருக்கும் தயாரிப்புகளை மீளுருவாக்கம்/புத்தாக்கம் செய்யும் பணியில் ஈடுபடுத்துவதுதான் சரியாக இருக்கும். கட்டுக்கடங்காத காளைகளைப் போல துடிப்புடனும், துணிச்சலுடனும், புதிய முயற்சிகளின் விளைவாக வரும் நிச்சயமற்ற முடிவுகளை எதிர்கொள்வதில் இயல்பாகவும் இருக்கும் இன்னொரு வகை இஞ்சினியர்களும் இருக்கிறார்கள். வணிக நோக்கற்ற அசாதாரண ஆராய்ச்சிகளுக்கும், பெரும் கனவுத் திட்டங்களுக்கும் இவ்வகையான இஞ்சினியர்களே சரியாக இருப்பார்கள். ஆகவே நமது இஞ்சினியர்களை அவரவர் இயல்புக்கேற்ப பிரித்து வகைப்படுத்தி அதற்குப் பொருத்தமான பணியில் ஈடுபடுத்தினால் அவர்கள் பணியில் முழுமனதுடன் ஆர்வமாக ஈடுபடுவார்கள் என முடிவு செய்தோம். சொல்வதற்கு எளிதாக இருக்கும் இப்பணியை நடைமுறைக்குக் கொண்டுவர சிக்கலான பல வழிமுறைகளையும் கையாண்டோம். இந்த அணுகுமுறையைக் கையாண்டு ஒவ்வொருவருக்கும் இருக்கும் திறன்கள், தனிப்பட்ட லட்சியங்கள், அறிவாற்றல், மனப்பாங்கு ஆகியவற்றைப் பொருத்தமாகத் தொகுத்து மொத்தமாகப் புதிய கட்டமைப்பில் வடிவமைப்புப் பிரிவை மாற்றியமைத்தோம்.

இதன் பலன்களை இப்படித் தொகுக்கலாம் – ஹார்டுவேர், சாஃப்ட்வேர், ஃபர்ம்வேர், டெஸ்டிங் போன்ற வரையறுக்கப்பட்ட திறன்வரிசைகளிலிருந்து நாங்கள் 'எக்ஸ்ப்ளோரர்ஸ்', 'பயோனீர்ஸ்', 'க்ரியேட்டர்ஸ்' என தனித்தனி குழுக்களை உருவாக்கினோம். அதாவது வடிவமைப்புப் பிரிவில் உள்ள ஒவ்வொருவரும் இந்தக் குழு ஏதாவது ஒன்றில் இருப்பார்கள். ஒவ்வொரு குழுவுக்கும் தனித்தனி பொறுப்புகள் முழுமையாக அளிக்கப்பட்டன. இப்பொறுப்புகளை இப்படித் தொகுத்தோம் – 'நேற்றைய தயாரிப்புகள்', 'இன்றைய தயாரிப்புகள்' மற்றும் 'நாளைய தயாரிப்புகள்' (இணைப்பு 5).

ஹாவர்ட் பிஸினஸ் ஸ்கூல் கான்செர்வ் குறித்து உருவாக்கிய கல்விப்புல ஆய்வுத் தாளில் இப்படி ஒரு குறிப்பு வருகிறது:-

"தர மேம்பாட்டு முயற்சிகளும், புத்தாக்க முயற்சிகளும் மேம்படுத்தப்பட்டு முடுக்கி விடப்பட்டன. விற்பனைத் துறைக்கும், மார்க்கெட்டிங் துறைக்கும் ஏற்ற இறக்கமாக இருந்தாலும் நல்ல உறவுமுறை தொடர்ந்தது. 2001ஆம் ஆண்டில் கான்செர்வ் ISO 9001 சான்றிதழைப்

பெற்றது. 2007ஆம் ஆண்டில் ISO 14001 சான்றிதழைப் பெற்றது. ஐரோப்பிய நாட்டு அமைப்பால் ஆரோக்கியம் மற்றும் பாதுகாப்புக் கான உறுதிப்படுத்தும் குறிப்பிடப்பட்ட அடையாளத்தைப் பெறு வதற்கானCE சான்றிதழையும், அமெரிக்க ஐக்கிய நாட்டின் தயாரிப்புத் தரப்பாதுகாப்பு அளவீட்டிற்கான சான்றிதழான UL சான்றிதழையும் கான்செர்வ் பெற்றது. இந்த இரண்டு சான்றிதழ்களையும் ஒருசேரப் பெற்ற மீட்டர்கள் தயாரிக்கும் ஒரே இந்திய நிறுவனமாக கான்செர்வ் இருந்தது. கான்செர்வின் அசலான டிஜிட்டல் மீட்டர்களின் அளவில் பதினாறில் ஒரு பங்கு அளவுக்கு சிறிய வடிவில் அடுத்த தலைமுறை டிஜிட்டல் மீட்டர்கள் உருவாக்கப்பட்டன. அதே நேரம் அவை செயல் திறனில் மிக முன்னேறியவையாகவும் இருந்தன. இந்திய அரசின் அறிவியல் மற்றும் தொழில் ஆராய்ச்சித் துறையின் அங்கீகாரத்தை கான்செர்வின் ஐலேப்ஸ் வென்றதோடு மட்டுமல்லாமல் ஜெனரல் எலக்ட்ரிகல்ஸின் பவர் கண்ட்ரோல் டிவிஷன் வைத்த சோதனை யிலும் வெற்றி பெற்றது. ஒரு தயாரிப்பு தொடர்ச்சியாக செய்யும் மில்லியன் (பத்து லட்சம்) செயல்பாடுகளில் எத்தனை தவறுதலாக செய்யப்படுகிறது என்பதை ஆய்ந்து அத்தயாரிப்பின் நம்பகத்தன்மைக் கான சான்றாக இந்த சோதனை உலக அளவில் அங்கீகரிக்கப்பட்ட ஒன்று."

கோட்டைக்குள் அமர்ந்துகொண்டு ஈ ஓட்டும் வேலை இனி நடக்காது

2003ஆம் ஆண்டு ஏப்ரல் மாதத்தின் உஷ்ணமான ஒரு மதிய நேரத்தில் மேலாண்மை ஆய்வுக் கூட்டம் ஒன்று நிறுவனத்தில் நடை பெற்றது. நிறுவனம் முழுமையும் ஒரே தரப்படுத்தும் அளவுகோலில் அமைய வேண்டும் என்பதற்காகக் கூட்டப்பட்ட கூட்டம் அது. அக்கூட்டத்தில்தான் ஐலேப்ஸ் குறித்த ஒரு விஷயத்தைக் கவனித்தேன். தங்களது செயல்பாடுகளைக் குறித்த அறிக்கையை அளிக்கும்போதோ அல்லது கேட்கப்படும் கேள்விகளுக்குப் பதிலளிக்கும்போதோ ஐலேப்ஸ் அணியினர் குறிப்பிட்ட சொற்களையே பயன்படுத்தி பதிலளித்தனர். அவர்கள் அணியின் ஒவ்வொருவரும் ஒன்றுபோல அச்சொற்களைப் பயன்படுத்தினர். அதே போல ஒரு சிக்கலைத் தீர்ப் பதற்கும், கற்றுக்கொள்வதற்கும் அவர்களுக்கு என தனிமுறையை பின்பற்றினார்கள். இவர்களைப் போலவே பிற பெரிய நிறுவனங் களிலிருந்து எங்களிடம் பணிக்கு சேர்ந்தவர்கள் அவர்களுக்கு உரிய சொற்களை மட்டுமே பயன்படுத்திப் பேசினர். நாங்கள் ஏற்கனவே நிறுவனத்தின் ஒட்டுமொத்த செயல் அமைப்பை, செயல்முறைகளை

ஆவணப்படுத்துவதை, பயிற்சி அளிப்பதை ஒரே தரத்தில் கொண்டு வர முயற்சித்துக்கொண்டிருக்கையில் பல துணைக் கலாச்சாரங்கள் உருவாகி வருவதை உணர முடிந்தது. இத்தனைக்கும் எங்கள் நிறுவனம் அத்தனை பெரிய நிறுவனமும்கூட இல்லை.

மேலும் அஷோக் சொல்வதைப்போல:- "நிறுவனத்தின் மூலக் கூறிலேயே படைப்புத் திறனையும், புதுமை முயற்சிகளையும் உருவாக்க வேண்டும் என்பது நம் தொலைநோக்காக இருந்தால் அது அந்த நோக்கத்தின் ஒரு பகுதிதான். மற்றொரு பகுதி அந்தப் படைப்புத் திறனையும், புதுமை முயற்சிகளையும் ஆதரித்து, ஊக்குவித்து வளரச் செய்வதிலும் ஈடுபாடு காட்ட வேண்டியதாக இருப்பது அவசியம். இது தொடர்பான யோசனைகளையும், செயல்முறைகளையும் எப்படி பணியாளர்களின் மனதில் விதைப்பது, குறிப்பாக புதிதாகப் பணியில் சேர்ந்தவர்களுக்கும், பிற துறையினருக்கும்? அவர்கள் ஒவ்வொரு வரும் ஒவ்வொரு திசையில் இழுக்காமலிருப்பதை எப்படி உறுதிப் படுத்துவது? வெவ்வேறு விதமான பலதரப்பட்ட செயல்முறைகளுக் கிடையே ஒரு நிலையான ஒத்திசைவு நிகழ்வதை எப்படி உறுதிப் படுத்துவது?"

இப்படியான கேள்விகளை யோசித்து அதற்கேற்றார்போல நாங்கள் ஒரே மாதிரியான தரப்படுத்தலை உருவாக்க முயலும்போது அதன் கூடவே மற்றொரு முயற்சியையும் ஆரம்பித்தோம். "ஆகச் சிறந்த செயல்பாட்டைப் பகிர்ந்துகொள்ளுதல்" எனும் இம்முயற்சி நிறு வனத்தின் அனைத்துப் பிரிவினருக்குமான நிகழ்ச்சியாக நிறுவனத்தின் தரக் கட்டுப்பாட்டு குழுவினரால் முன்னெடுக்கப்பட்டது. இதற்கான சந்திப்புகள் ஒவ்வொரு காலாண்டும் நிகழும்படி அமைக்கப்பட்டது. இந்தச் சந்திப்புகளில் நிறுவனத்தின் எந்தத் துறை அல்லது பிரிவைச் சேர்ந்தவர்களும் அவர்கள் பின்பற்றி நல்ல விளைவுகளைக் கண்ட சிறந்த செயல்பாட்டை அனைவரிடமும் பகிர்ந்துகொள்ளலாம். தங்கள் கருத்தைச் சொல்லவும், அனைவருக்கும் எடுத்துக்காட்டவும், கேள்வி களைக் கேட்கவும், அதற்கான பதில்களைப் பெறவும் என ஒவ்வொரு வரும் பங்கேற்கும் வாய்ப்பு இந்த சந்திப்புகளில் அமைந்திருந்தது. இந்த சந்திப்புகளில் பதவி, அதிகாரம், வகிக்கும் பொறுப்பு போன்ற எதுவும் ஒரு தடையல்ல. நீங்கள் ஒரு செயல்பாட்டைப் பின்பற்றி அது பயனுள்ள நல்ல விளைவுகளை உருவாக்கியது ஏற்கப்பட்டால் நீங்கள் முன்வந்து அதைக் குறித்துப் பேச எந்தத் தடையும் கிடையாது. பிறர் உங்களுடன் விவாதித்து மேலும் ஆழமாகப் புரிந்துகொள்ளவும் வாய்ப்பு இருந்தது. அனைத்துமே நிகழ்ச்சிக் குறிப்புகளில் பதியப்

பட்டு ஆவணப்படுத்தப்படும். இவ்வாறு விவாதிக்கப்பட்டவை ‘ஆகச் சிறந்த செயல்பாடாக’ அனைவராலும் ஏற்றுக்கொள்ளப்பட்டால் அதைத் தகுந்த முறையில் பின்பற்றுகிறீர்களா என்பதையும் குழு வினர் கவனிப்பார்கள். இத்தகைய தொடர் செயல்பாடுகளால் செயல் முறைகள், கலாச்சாரம், செயலமைப்பு மற்றும் பொதுவான தொழில் சார் உரையாடல்கள் ஆகிய அனைத்துமே மெல்லமெல்ல ஒரே மொழியில் பேசப்பட்டு அவற்றுக்கிடையே ஒரு ஒத்திசைவு உருவாக ஆரம்பித்தது.

இது தொடர்பான அனைத்து முயற்சிகளும் அளித்த பலனைச் சொல்வதானால் பதவி, அதிகாரம், பொறுப்பு ஆகியவற்றைக் காரணம் காட்டி இணைந்து வேலை செய்யாமல் தனியே கோட்டைக்குள் சிம்மாசனத்தில் அமர்ந்திருப்பது போன்ற தோரணையில் வேலை செய்யும் வழக்கம் மெல்லமெல்ல குறைந்து இல்லாமலாக்கியது.

ஷ்நீய்டர் எலக்ட்ரிக் நிறுவனம் கான்செர்வை கையகப்படுத்தும் வரை கிட்டத்தட்ட பத்து ஆண்டுகளாக கான்செர்வின் நிதித்துறை இயக்குநராக இருந்த ஜெயவந்த் தேசாய் இவ்விஷயத்தைக் குறித்து “நிறுவனத்தின் ஒவ்வொரு துறையும் அதன் வேலை இயல்புகள் காரணமாக உட்பிரிவுகளாகப் பிரிக்கப்பட்டிருக்கலாமே தவிர எந்தத் துறைக்குள்ளும் ‘மேல் கீழான உள்ளடுக்கு’ முறை இருக்கவில்லை. இங்கு எவர் வேண்டுமானாலும் எந்தத் துறை சார்ந்தும் ஆலோசனை வழங்கவோ, கேள்விகள் எழுப்பவோ முடியும். இந்தச் செயல் பாட்டுக்கு தடையாக அல்லது பாதுகாக்கும் உத்தியாகப் பதவியோ, பொறுப்போ குறுக்கே வர இயலாது. நாங்கள் நிறுவனம் முழுதும் ஒரே அணியாகச் செயல்பட்டோம்”

ஆராய்ச்சி மற்றும் மேம்பாடு செயல்பாட்டில் பெரும் பாய்ச்சல்

2000ஆம் ஆண்டின் துவக்கத்தில் கான்செர்வ் நிறுவனத்தின் தலை வரான டி. தாமஸ் ஒரு முக்கியமான விஷயத்தைக் குறிப்பிட்டார்:- தரம் மற்றும் வடிவமைப்புக்காக நாம் தொழில்துறை-சார் விருது களைப் பெற்றிருக்கிறோம், நமது தயாரிப்புகளின் விற்பனை வெகு வேகமாக உயர்ந்து வருகிறது என்பதனால் பூனை தன் மீசையில் பெருமை கொண்டிருப்பதைப் போல எல்லாம் சரியாகத்தான் இருக் கிறது என கவனமின்றி உட்கார்ந்துவிடக் கூடாது. இப்போது நமக்கு இருக்கும் இந்த முதன்மை இடத்தைத் தக்க வைக்க நமது ஆராய்ச்சி மற்றும் மேம்பாட்டுப் பணிகளைத் துரிதப்படுத்த வேண்டும். வாடிக்கையாளர்கள், தொழில்-சார் பிற துறையினர், உயர்தரமான தனி

வடிவமைப்பாளர்கள் ஆகியோரை நம்முடன் இணைத்துக் கொள்ள வேண்டும். அவர்களது ஆலோசனையைக் கேட்டு நம்முடைய தயாரிப்பு வடிவமைப்பில் பயன்படுத்திக்கொண்டால் சந்தையில் போட்டியாளர்கள் தயாரிப்பைவிட கூடுதலான மதிப்பை நம் தயாரிப்புகள் வாடிக்கையாளருக்கு வழங்க முடியும். அதன் வழியாக நாம் போட்டியை வெல்ல முடியும். இப்போது நாம் செயல்பட வேண்டிய இடமும் இதுவே.

அவர் சொன்னபடியே ஆராய்ச்சி மற்றும் மேம்பாட்டுப் பணிகளில் ஆலோசனை வழங்க ஒரு ஆலோசனைக் குழு உருவாக்கப்பட்டது. இந்த ஆலோசனைக் குழுவில் வேறுபட்ட பின்னணியிலிருந்து வந்த வாடிக்கையாளர் தரப்பைச் சேர்ந்த இரண்டு வல்லுநர்களை இணைத்தோம். ஒருவர் அரசாங்கத்தின் எலக்ட்ரானிக் ரிஸர்ச் மற்றும் டிஸைன் சென்டரின் பரிசோதனை சான்று வழங்கும் பிரிவின் தலைவர். இப்பிரிவுதான் தேசிய தர நிர்ணயங்களின்படி மின்சார மீட்டர்கள் மற்றும் அது தொடர்பான தயாரிப்புகளின் துல்லியத் தன்மை, பாதுகாப்பு அம்சங்கள் போன்றவற்றைப் பரிசோதித்து சான்று வழங்க வேண்டிய துறை. இந்தப் பரிசோதனைகள் கட்டாயமாக்கப்பட்டவை.

இன்னொருவர் இந்திய கப்பற் படையின் சிக்னல் செயல்பாடு முறைகளில் ஆராய்ச்சியாளராகப் பணியாற்றி ஓய்வு பெற்று, இந்திய அறிவியல் கழகம், பெங்களூருவில் இருக்கும் சென்டர் ஃபார் ரிஸர்ச் இன் சிக்னல் ப்ராஸஸிங்கில் பணியாற்றிய அனுபவமும் கொண்டவர்.

இந்த ஆலோசனைக் குழுவின் கூட்டம் காலாண்டுக்கு ஒரு முறை நடக்கும். அஷோக் மற்றும் அவரது அணியினர் புதிய தயாரிப்புக்கான தங்களது வடிவமைப்பு மற்றும் தொழில்நுட்பத்தைக் குழுவினரின் விமர்சனத்திற்கு முன்வைப்பார்கள். குழுவினரின் கேள்விகளும், ஆலோசனைகளும், பரிந்துரைகளும் பெரும் மதிப்புடன் கேட்கப்பட்டு, கச்சிதமாக நிறைவேற்றப்படும். இதன் விளைவுகள் தயாரிப்புத் தொகுப்பைக் குறித்து ஐலேப்ஸ் எடுக்கும் முடிவுகளில் நல்ல விதமாக எதிரொலித்தன. அது மட்டுமல்லாமல் இக்குழுவில் வாடிக்கையாளர்களையும் சேர்த்து அவர்களது கருத்துகளையும் சேர்த்து பயன்படுத்தியதால் துணைப் பிரிவுகளில் இருந்தும்கூட யோசனைகள் உருவாகி வந்தன. உதாரணமாக, தயாரிப்பு குறித்த மாதிரி செயல்பாட்டை வாடிக்கையாளருக்குச் செய்முறையாகக் காட்டுவதில் மிக உண்மையாகாவே செயல்புரியும் விதத்தில் அந்த மாதிரியை இயக்க முடிந்தது. அவ்வாறே தயாரிப்புப் பணியில் சோதனை செய்தல்,

விற்பனை இஞ்சினியர்களுக்கும், விற்பனைக்குப் பிந்தைய சேவையை வழங்கும் இஞ்சினியர்களுக்கும் தேவைப்படும் நுட்பமான விவரங்களையும், சிறப்பான நடத்தை முறைகளையும், திறன்-சார் பயிற்சிகளை வழங்கவும் இக்குழுவின் செயல்பாடுகள் உதவிகரமாக இருந்தன.

தொழில்நுட்பத்தின் விஷயங்களிலும் சமீபத்திய முன்னேற்றங்களைக் குறித்து இக்குழு மூலம் அறிந்துகொள்ள முடிந்தது. சான்றிதழ்கள் பெறுவது, தர நிர்ணயம் செய்வது, சிப் டிசைனில் புதிய மாற்றங்களை ஏற்படுத்துவது, வாடிக்கையாளர் பயன்பாட்டில் மாற்றங்களைச் செய்வது என இக்குழுவின் பயன்பாடு அனைத்துத் துறைகளுக்கும் ஏதோ ஒரு விதத்தில் பயன்பட்டதோடு மட்டுமல்லாமல் ஒரு முழுமையான, நிறைவினைத் தரக்கூடிய அனுபவமாகவும் எங்களுக்கு அமைந்தது. இக்குழுவின் ஆலோசனைகளும், அதைத் தொடர்ந்து எடுக்கப்படும் நடவடிக்கைகளும் நிறுவனம் முழுவதும் ஒரு செய்தியைக் கச்சிதமாகக் கொண்டுசேர்த்தன – வெளியிலிருந்து வரும் விஷயங்களையும் நம்முடைய வடிவமைப்புப் பிரிவு ஆலோசித்து தயாரிப்பில் இடம்பெறச் செய்யும்.

துடிப்பு மிக்க பெருந்திறனாளர்களை வேலைக்கு எடுத்தல்

ஐலேப்ஸுக்குப் பணிக்கு ஆட்களைத் தேர்ந்தெடுக்கையில் சிறப்பான அறிவாற்றல் கொண்டவர்கள் அவர்களது முந்தைய அனுபவங்கள் உடையவர்களோ அல்லது கல்லூரி முடித்தவுடன் வருபவர்களில் முதல் மதிப்பெண் பெற்றவர்களோ மட்டும் கிடையாது என்பதில் உறுதியாக இருந்தோம். மனிதவள ஆலோசனைகளை தொடர்ந்து செய்து அதற்குரிய கருவிகளைக் வைத்து எங்களுக்குப் பொருத்தமான ஆட்களையே தேர்வு செய்தோம். 1999ஆம் ஆண்டில் எலக்ட்ரிக்கல் இஞ்சினியரிங் படிப்பை அப்போதுதான் முடித்த புதிய இஞ்சினியர்களை வேலைக்கு எடுக்கலாம் என முடிவு செய்தோம். அஷோக்தான் நேர்முகத் தேர்வை நடத்தினார். வந்திருந்த மாணவர்கள் தரம் சொல்லிக்கொள்ளும்படி இல்லை. ஒன்று புத்தகத்தில் படித்ததை அப்படியே ஒப்பித்தார்கள் அல்லது இதெல்லாம் முதல் செமஸ்டரில் படித்த பாடங்கள், இப்போது மறந்துவிட்டது என்றார்கள். வெறுத்துப் போன அஷோக் தனக்குப் பொருத்தமான ஆள் கிடைப்பார் என்ற நம்பிக்கையையே கிட்டத்தட்ட இழந்துவிட்டார். வந்திருந்த பங்கேற்பாளர்கள் பெற்றிருந்த மதிப்பெண்களின் வரிசைப்படி மனித வளப் பிரிவு அதிகாரி பிரித்து நேர்முகத் தேர்வுக்கு அனுப்பிக் கொண்டிருந்தார். வந்திருந்த அத்தனைப் பேரில் ஒருவர்கூட அஷோக்

எதிர்பார்ப்புக்கு அருகில்கூட வரவில்லை. நம்பிக்கை இழந்துவிட்ட அஷோக் கடைசியாக இருந்த பங்கேற்பாளரை எவ்வித எதிர்பார்ப்பும் இல்லாமல்தான் சந்தித்தார்.

நட்பான புன்னகையுடன் கூடிய இளைஞர் அவர். அவருடைய படிப்பு சம்பந்தமான செயல்பாடுகள் சராசரிதான். மேலும் இஞ்சினியரிங் படிப்பை முழுமையாக இன்னும் முடிக்காத நிலையிலும் இருந்தார். ஆனால், அவர் பேச ஆரம்பித்து தன்னுடைய வெவ்வேறு ஆர்வங்களையும், தன் விருப்பத்திற்கேற்ப அவர் செய்த பல செயல் திட்டங்களையும் விவரிக்க ஆரம்பித்ததும் அஷோக் புரிந்துகொண்டார். இவர் இதுவரை அஷோக் சந்தித்த மற்றவர்களைப் போன்ற ஆள் அல்ல. உடனடியாக அஷோக் அவரைத் தேர்வு செய்து பணி நியமன ஆணை வழங்கினார். அவர் இன்னும் இஞ்சினியரிங் பட்டப் படிப்பை முழுமையாக முடிக்கவில்லை என்பது எங்களுக்கு ஒரு விஷயமாகவே படவில்லை. 2003 வரை எங்களுடன் நான்கு ஆண்டுகள் பணி செய்த அவர் அவருக்குக் கொடுக்கப்பட்ட ஒவ்வொரு வேலையையும் எதிர்பார்ப்புக்கும் மேலாக மிகச் சிறப்பாக செய்தார். இஞ்ஜினியரிங் பட்டம் பெறத் தேவையான கடைசித் தேர்வையும் எழுதி தேர்ச்சி பெற்றதும் ஒரு பெரிய பன்னாட்டு நிறுவனம் அவரைப் பணிக்கு அழைத்துக்கொண்டது. அங்கே அவர் இன்னும் பெரிய உயரங்களை அடைந்தபடியே இருக்கிறார்.

இவரைப் போலவே அப்போதுதான் படிப்பை முடித்து வரும் இன்னும் பலரும் எங்கள் நிறுவனத்தில் பணிக்கு சேர்த்துக் கொள்ளப் பட்டார்கள். தொழில்நுட்பம் மீதிருக்கும் அடங்காத ஆர்வம், தன் கைகளாலேயே பொருட்களை உருவாக்குவதில் மகிழ்ச்சி அடைவது போன்ற தன்மைகளாலேயே தேர்ந்தெடுக்கப்படும் இவர்களது மதிப் பெண்களைக் குறித்து நாங்கள் பெரிய அளவில் கண்டுகொள்வதில்லை.

மேலாண்மைக் கல்வி நிறுவனங்களில் நிறுவனங்களின் செயல் பாடுகளை ஒரு ஆய்வுத்தாளாக எடுத்து விவாதித்துக் கற்கும் பயிற்சியில் நாங்கள் பெரும் ஆர்வம் கொண்டிருந்தோம். சௌத்-வெஸ்ட் ஏர்லைன்ஸ், யுனிலீவர், ப்ராக்டர் & கேம்பிள் போன்ற பன்னாட்டு நிறுவனங்கள் மட்டுமல்லாமல் விப்ரோ, டி.வி.எஸ். மோட்டார்ஸ் போன்ற இந்திய நிறுவனங்களைப் பற்றிப் படிப்பதிலும் ஆர்வம் காட்டினோம். இவற்றிலிருந்து நாங்கள் கற்றுக்கொண்ட முக்கியமான பாடம் என்பது வடிவமைப்புப் பிரிவு பெருமளவு பன்முகத்தன்மை கொண்டதாக அமைக்கப்பட்டிருப்பது அவசியம். ஆகவே கட்டமைப்பு

உருவாக்கம், வரைகலை வடிவம், பொறியியல் என வெவ்வேறு உட்பிரிவுகளில் வாடிக்கையாளருக்கான பயன்பாட்டுப் பொருட்களை வடிவமைத்ததில் அனுபவம் உள்ளவர்களை அணியில் சேர்ப்பதில் ஆர்வம் கொண்டிருந்தோம்.

இப்படியான சாகசமிக்க ஆள்தேர்வு ஒட்டுமொத்தத்தில் நல்ல பலன்களையே கொடுத்தபடியால் நான் நிறுவனத்தின் மார்க்கெட்டிங், மக்கள் தொடர்பு, தர நிர்ணயம் போன்ற பிரிவுகளின் மூத்த பொறுப்புகளுக்கும் இதைப் போன்ற ஆள்தேர்வு முறைகளையே பின்பற்றினேன்.

நடக்க ஆரம்பிக்கும் முன்னரே ஓடப் பழகுவது

1990களின் இறுதியில் கான்செர்வ் நிறுவனத்தின் தலைவரான டி. தாமஸ் எங்களை தெற்காசிய நாடுகளுக்கும், மத்திய கிழக்கு நாடுகளுக்கும் எங்களது தயாரிப்புகளை ஏற்றுமதி செய்ய தொடர்ந்து ஊக்குவித்தார். உலக அளவிலான தயாரிப்பாளர்களிடம் பொருட்களை வாங்கும் இந்த நாடுகளைச் சேர்ந்த வாடிக்கையாளர்கள் தங்கள் தேவைகளைக் கேட்டுப் பெறுவதில் கறாரானவர்கள். இந்த முடிவு செலவு அதிகமாகும் ஒன்று, மேலும் சற்று ஆபத்தான ஒன்றும்கூட. ஏனெனில் நாம் இதுவரை அறியாத சந்தையில், விநியோகஸ்த வலையில் இறங்குகிறோம். ஆனாலும் இந்த யோசனையைச் செயல் படுத்த முக்கியக் காரணம் இதன் வழியே நமக்குக் கிடைக்கும் செலவைக் குறைக்கும் முறைகள், மேம்படுத்தப்பட்ட தர நிர்ணயங்கள், தயாரிப்புகளின் அழகியல் வெளிப்பாடுகள் ஆகியவை இந்தியச் சந்தையில் நமது பொருட்களை தனித்துவம் மிக்கதாக ஆக்கும் என்பதால்தான். சந்தையின் முதன்மை தயாரிப்பாக நம் பொருட்கள் இருக்க வேண்டும் என்ற தொலைநோக்கை மனதில் கொண்டே இந்த யோசனையை செயல்படுத்தினோம்.

இந்த செயல்பாட்டால் மற்றொரு விளைவும் ஏற்பட்டது. உள் நாட்டுச் சந்தையில் வளர்ந்துவரும் நிலையிலேயே, பல வெளிநாடு களுக்கும் ஏற்றுமதி செய்யவும் முயற்சித்ததால் அமெரிக்காவில் தலைமையகம் அமைந்திருந்த பன்னாட்டு நிறுவனம் ஒன்றுக்கு அவர் களது வணிக அடையாளத்துடன் நமது பொருட்களைத் தயாரித்து அளிக்கும் வாய்ப்பு கிடைத்தது. உலக அளவில் மதிப்பு மிக்க இந்த நிறுவனத்திற்கு இப்படி மீட்டர்களைத் தயாரித்து அளிக்கும் ஒரே நிறுவனமாக கான்செர்வ்தான் இருந்தது. கான்செர்வ் தயாரித்து அந்த

நிறுவனத்தின் வணிகப் பெயரில் விற்கப்பட்ட மின்சார மீட்டர்கள் அமெரிக்க சந்தையில் அதிகம் விரும்பப்படும் தயாரிப்பாக இருந்தது.

நிதர்சனத்தை உணர்தல்

அஷோக் சொன்னார்:- "ஒரு வடிவமைப்பாளராகக் குறைந்த செலவில் துல்லியமான தரத்தை உறுதிப்படுத்தும் ஒரு முறையைக் கண்டடைவதில் அதீதக் கவனத்தை செலுத்தும்போது, சந்தையில் ஒரு புதிய தயாரிப்பை இறக்க வேண்டிய அவசரத்தை முற்றாகவே மறந்துவிடுவோம். வடிவமைப்புப் பிரிவினரைப் பொருத்தவரை பொருட்களின் வடிவமைப்பில் புதிதாக வந்திருக்கும் தொழில் நுட்பங்கள், புதிய மேம்பாட்டு முறைகள், பரிசோதனை முறைகள், புதிய சாஃப்ட்வேர்கள், சிறு தவறையும் கண்டறிந்து சரிசெய்ய முழு மூச்சாக விடாமல் முயன்றுகொண்டே இருப்பது போன்ற பணிகள் பிற அனைத்தையும் மறந்துவிடச் செய்யும். தயாரிப்பை சந்தையில் அறிமுகம் செய்ய வேண்டிய இறுதிக் கெடு, அதுவரை பதற்றத்தி லேயே இருக்கும் விற்பனைப் பிரிவின் மனநிலை, சந்தைப் போட்டி களுக்கிடையே நமது நிலை போன்ற முக்கியமான வெளிச் சூழலை நாங்கள் மறந்துவிடுவோம்.

இந்த மாதிரி நேரங்களில்தான் ஹேமா விற்பனைப் பிரிவின் தலைமை அதிகாரிகளுடன் நேரே உள்ளே நுழைந்து இறுதி ஆணை களைப் பிறப்பித்து, தயாரிப்பின் இறுதி வடிவமைப்பை உடனே முடிவுசெய்து உற்பத்திப் பிரிவுக்கு வழங்குமாறு செய்வார். அதன் நியாயங்களை நாங்கள் ஏற்கும்படி பேசி முடிப்பார். அது அவ்வளவு எளிதான ஒன்றல்ல. ஒரு தலைமை வடிவமைப்பாளராக என்னுடைய பார்வையில் சொல்வதானால் "இன்னும் சரியாக வந்திருக்கலாம்" என்றுதான் சொல்லுவேன். ஆனால், சந்தையின் தேவைகளால் இயக்கப் படும் சூழலில் அந்தப் பொருளை சந்தைப்படுத்துவதில் எங்களுக்குத் தயக்கமும் தேவையில்லை என்ற நிதர்சனத்தையும் நாங்கள் புரிந்து வைத்திருக்கிறோம்."

படைப்புத் திறனை உச்சப்படுத்துதல்

மொத்த நிறுவனத்துக்கும் படைப்புத்திறனை மேம்படுத்தும் அணுகு முறையில் புதுமை முயற்சிகள் மற்றும் படைப்புத் திறன் பயிற்சி வகுப்புகள், இண்டெலக்சுவல் கேபிடல் ரேட்டிங் செயல்முறைகளில் கற்றுக்கொண்டவற்றை நடைமுறைப்படுத்துவது ஆகியவை உதவின. எங்களது ஆலோசகரான பி.பி.ஆர். ராவ் தலைமைப் பொறுப்பில்

இருப்பவர்களுக்கிடையே படைப்புத்திறனை மேம்படுத்த என்னென்ன செய்யலாம் என ஒரு பட்டியலைத் தயாரிக்கும் விவாதத்தை ஏற் படுத்தினார். இந்த விவாதத்தில் வெளிப்பட்ட ஆழமான ஆர்வம், கடுமையான ஏற்பு மறுப்புகள், தரமான உரையாடல்கள் ஆகியவற்றால் பெரிதும் கவரப்பட்ட அவர் அந்த சந்திப்பில் நிகழ்ந்தவற்றைப் பற்றிய ஆவணப்பதிவை இன்றும் பத்திரமாக வைத்திருக்கிறார்.

டெக்னோ-ரெடி மார்க்கெட்டிங் – TRM (தொழில்நுட்ப தயார்நிலை சந்தைப்படுத்தல்)[10]

ஒரு கருத்தரங்கில் இந்த விஷயத்தைக் கேட்டதும் இதனால் பெரிதும் கவரப்பட்டோம். கருத்தரங்கில் இதைப் பேசியவர் இதே தலைப்பில் எழுதப்பட்ட புத்தகத்தின் இணையாசிரியரான டாக்டர் ஏ. பரசுராமன். ஒரு தயாரிப்பின் பயன்பாட்டு சுழற்சியின் ஒவ்வொரு கட்டத்திலும் அதன் வாடிக்கையாளர் நடவடிக்கைகள் எப்படியெல்லாம் இருக் கின்றன என்பதை உருவகிக்க இந்தக் கருத்து மிகவும் உதவிகரமாக இருந்தது. நிறுவனத்தின் வாடிக்கையாளர் ஆதரவுக் கொள்கையை வரையறுத்து ஒருங்கிணைக்கவும், விற்பனைக்குப் பிந்தைய சேவையை அளிக்கும் பணியாளர்களுக்குரிய ஊக்கத்தொகையை நிர்ணயிப் பதிலும் இக்கருத்து பெருமளவு உதவியது. ஏனெனில் குறிப்பிட்ட பொருளையோ, தொழில்நுட்பத்தையோ பயன்படுத்தத் தயாராக இருக்கும் வாடிக்கையாளர்களின் வெவ்வேறு படிநிலைகளை கண் டறிவது இந்த முறையால் சாத்தியமானது.

அனைத்தையும் ஒன்றாகத் தொகுத்துச் சொல்வதென்றால் கான் செர்வ் நிறுவனத்தின் இஞ்ஜின் போல செயல்பட்ட வடிவமைப்புப் பிரிவு அதன் முழு செயல்திறனிலும் உச்சபட்ச சாத்தியங்களை எட்டிய படியே இருந்தது. இதற்குக் காரணம் வாடிக்கையாளர்களின் குரலைக் கேட்பது, துறையின் தலைசிறந்தவற்றுடன் ஒப்பிட்டு தரத்தை மேம் படுத்திக்கொண்டே இருப்பது, மேம்போக்காகப் பணி செய்வதை இல்லாமலாக்கியது, ஆகச்சிறந்த செயல்பாட்டை ஒருவரிடமிருந்து நிறுவனத்தின் அனைவருக்கும் பரவி இருக்குமாறு செய்த செயல் பாடுகள், அதிஉயர் தொழில்நுட்பத்தை நடைமுறைத் தன்மை மாறாமல் அடைய நினைக்கும் தாகத்தைத் தொடர்ந்து ஊக்கப்படுத்துதல், வடிவமைப்பாளர்களைக் களத்தில் வாடிக்கையாளர்களோடு நேரடித் தொடர்பில் வைத்திருத்தல் ஆகியவற்றைச் சொல்லலாம்.

இந்த அனைத்து முயற்சிகளுக்கும் கிடைத்த அங்கீகாரமாக நாங்கள் பெற்ற பல விருதுகள், சான்றிதழ்கள், பாராட்டுப் பத்திரங்கள் ஆகிய

வற்றைச் சொல்ல முடியும். எங்களது புதுமையான முயற்சிகள், வடிவமைப்பில் சிறந்து விளங்கியது ஆகியவற்றுக்காகத் தொழில் துறை கூட்டமைப்புகளால் வழங்கப்பட்டவை அவை. ஆனால், இவை அனைத்தையும்விட மிகச் சிறப்பான அங்கீகாரமாக கான்செர்வ் அடைந்தது இதுதான் - ஷ்நீய்டர் எலக்ட்ரிக் நிறுவனத்துடன் இணைக்கப்பட பின்பும்கூட எங்களது மீட்டர்கள் தயாரிப்பின் அனைத்து வகைகளையும் உலக அளவில் அப்படியே ஷ்நீய்டர் நிறுவனம் விற்றதோடு மட்டுமல்லாமல் ஒரு பெரிய தொகுப்பு வரிசையில் உள்ள தயாரிப்புகளை இந்தியா முழுவதும் கான்செர்வ் எனும் வணிகப்பெயரிலேயே விற்பனை செய்ததும்தான்.

அத்தியாயம் 10

தயாரிப்பு

மிகச் சிறந்த வடிவமைப்பும், புதுமையான செயல்பாடுகள் மிக்க கலாச்சாரமும் ஒரு நாணயத்தின் ஒரு பக்கம். இவற்றை வைத்து வாடிக்கையாளருக்கு கூடுதல் மதிப்பை வழங்கி நிறுவனத்திற்கு லாபத்தோடு கூடிய வளர்ச்சியை உருவாக்குவது நாணயத்தின் மறு பக்கம். இத்தகைய இரு பக்கமும் செல்லுபடியாகும் நாணயத்தை உருவாக்க நாங்கள் எங்களது தயாரிப்புப் பிரிவு மற்றும் தரக் கட்டுப்பாடு மூலம் தொய்வின்றி செயல்பட வேண்டியிருந்தது. அடி நாதமாக விளங்கும் கருத்து என்னவென்றால் 'நன்னம்பிக்கையை உள்முகமாகவும், பராமரிப்பை வெளிமுகமாகவும்' கொண்டிருப்பது. கான்செர்வ் கையகப்படுத்தப்பட்டு நாங்கள் தொழிலை ஒப்படைத்து விட்டு வெளியேறுகையில் எங்களுடைய தயாரிப்பு செயல்முறைகள் உலகத்தரத்துக்கு இணையாக இருந்தன. குறிப்பாக வடிவமைப்பும், அதை ஒட்டிய புதுமையான செயல்பாடுகளும்.

முதல் பிடி கிடைத்தது

2001ஆம் ஆண்டு நாங்கள் கௌதம் ஜிண்டாலை எங்கள் நிறு வனத்தில் மேலாண்மை பயிற்சியில் இருக்கும் பணியாளராக வேலையில் சேர்த்துக்கொண்டோம். இஞ்சினியரிங் பட்டமும், எம்.பி.ஏ.வும் முடித்திருந்த அவர் மிகத் திறமையான, கடுமையாக உழைக்கக்கூடிய, 'என்னால் முடியும்' என்ற தன்னம்பிக்கையும் உடை யவர். இந்தக் குணங்களாலேயே அவரைப் புதிதாகக் கல்லூரியிலிருந்து வந்தவர் என நம்மால் நினைத்துப்பார்க்க முடியாதபடி செயல்பட்டார். மார்க்கெட்டிங் பிரிவிவில் இணைந்த அவர் ஓராண்டுக்குள்ளாகவே துபாய்க்கு அனுப்பப்பட்டார். மத்தியக் கிழக்கு நாடுகளில் வணி கத்தை விரிவுபடுத்துவதும், கான்செர்வின் வணிகப்பெயரை பிரபலப் படுத்துவதும் அவருக்குக் கொடுக்கப்பட்ட பணி.

மத்தியக் கிழக்கு நாடுகளைப் பொறுத்தவரை தரமான மின் மீட்டர்கள் என்றாலே அவர்களுக்கு ஐரோப்பிய தயாரிப்புகள்தான். ஐரோப்பிய தயாரிப்புகளே அதுவரை முழுமையாக அந்தச் சந்தையில்

கோலோச்சிக்கொண்டிருந்தன. கான்செர்வின் நம்பகத்தன்மையையும், தரத்தையும் நிரூபித்து சந்தைக்குள் நுழைய கௌதம் மூச்சுவிட நேரமின்றி ஓடிக்கொண்டிருந்தார். கான்செர்வ் தன் தயாரிப்புகளுக் காகவும், செயலமைப்புகளுக்காகவும் வென்ற உலக அளவிலான சான்றிதழ்களை கௌதம் காட்டி கான்செர்வின் தரத்தைப் புரிய வைக்க முயற்சித்தார். ஆனால் அவை போதுமானதாக இல்லை.

வெப்பம் நிறைந்த நாள் ஒன்றில் வாடிக்கையாளர் ஒருவரைச் சந்திக்கச் சென்ற கௌதம் அவருக்கே உரிய குறும்புத்தனம் வெளிப் படும்படியாக ஒரு காரியத்தைச் செய்தார். கான்செர்வ் தயாரிப்பு எவ்வளவு தரமானது என நிரூபிக்க போட்டியாளரின் தயாரிப்பையும், கான்செர்வின் தயாரிப்பையும் தரையில் வீசி அடித்தார். போட்டித் தயாரிப்பு உடைந்துவிட கான்செர்வின் மீட்டர் உடையாமல் நன் றாகவே இருந்தது. அவ்வளவுதான். கௌதம் முதல் ஆர்டரைப் பெற்றுவிட்டார். பின்னாட்களில் நாங்கள் அவரைக் கிண்டல் செய்ய “டேக் எ ப்ரேக் என்றால் கௌதம்தான் அதைச் செய்ய வேண்டும்” என்போம். இந்த விற்பனை முறை ஒரு முக்கிய விற்பனை யுக்தியாக எங்கள் கையேடுகளில் பயன்படுத்தப்படவில்லை என்றாலும் எங்கள் தயாரிப்புகள் கடுமையான சூழலிலும் சிறப்பாக வேலை செய்யும் என்பதைப் புரியவைக்க முடிந்தது. மேலும் மத்தியக் கிழக்கு நாடு களில் நாங்கள் வளர்வதற்கு முதல் பாதையையும் காட்டியது.

ஒரு சாத்தியமற்ற சாத்தியத்தை சாதித்த தலைவர்

எங்களது தயாரிப்புத் துறையின் முதல் தலைவர் எங்களுடன் ஏற்பட்ட கருத்து மோதலால் பிரிந்து சென்றுவிட்டார் என்பதை முதல் பகுதியின் ஏழாவது அத்தியாயத்தில் முன்னரே பேசியிருக்கிறோம். லஞ்சம் கொடுப்பதில்லை எனும் எங்கள் கொள்கையை கைவிட்டால் நாங்கள் வெகுவேகமாக முன்னேறலாம் என்பது அவர் எதிர்பார்ப்பாக இருந்தது. அவரை உடனே வேலையை விட்டு அனுப்பி வைப்பது என்னவோ எளிதான செயலாக இருந்ததுதான். ஆனால், உடனடியாக மறுநாளே அந்தப் பொறுப்புக்குப் பொருத்தமான ஒருவரைத் தேர்ந் தெடுப்பதுதான் அத்தனை எளிதாக இல்லை.

ஒரு இரவு முழுவதும் யோசித்த பின்பு சட்டென ஒரு யோசனை தோன்றியது. தரக்கட்டுப்பாட்டுப் பிரிவில் பணியாற்றும் இளைஞரான சரவணாவை ஏன் தயாரிப்புப் பிரிவின் பொறுப்புக்குத் தயார் செய்யக் கூடாது? தரக்கட்டுப்பாட்டுப் பிரிவில் அவர் சிறப்பாகப் பணி

செய்துகொண்டிருந்தார். தயாரிப்புப் பிரிவிற்குத் தேவைப்படும் தகுதிகள் அனைத்தையும் பட்டியலிட்டால் அதில் முழுமையான மதிப்பெண்கள் அவருக்குக் கொடுக்கலாம். மேலும் மிகத் துடிப்பான, தொழில்நுட்பத் திறன்கள் கொண்ட, கடும் உழைப்பாளி என்பதோடு அஷோக்கின் குணமான எதையும் 100% துல்லியத்துடன் செய்யும் பிடிவாதமும் உடையவர். சவால் என்னவென்றால் அவர் தயாரிப்புப் பிரிவில் முன்னனுபவம் எதுவும் பெற்றிருக்கவில்லை என்பதோடு பிறருடன் சகஜமாகக் கலந்து பழகாமல் சற்றுத் தனிமை விரும்பியாக இருப்பவர்.

நான் மூத்த அதிகாரிகளை அழைத்து என்னுடைய யோசனையைச் சொன்னேன்:- "நான் சரவணாவை அழைத்துப் பேசி அவருடைய தனியாக இருக்கும் இயல்பை மட்டும் மாற்றிவிட்டால் அவர் அந்தப் பொறுப்புக்கு சரியான தேர்வாக இருப்பார் என நம்புகிறீர்களா?" எனக் கேட்டேன். வேறு எந்த வாய்ப்பும் எங்கள் முன் இருக்கவில்லை என்பதால் உடனடியாக "ஆம்" என்ற பதில்தான் வந்தது.

அன்று மதியமே சரவணாவை அழைத்துப் பேசினேன். அவரது பணி தரக்காட்டுப்பாட்டுப் பிரிவில் மிகச் சிறப்பாக இருப்பதால் அதைப் பாராட்டும் விதமாக அவரைத் தயாரிப்புப் பிரிவுக்குப் பொறுப்பாக பதவி உயர்வு அளித்திருப்பதாகச் சொன்னேன். ஆனால், ஒரு நிபந்தனை விதித்தேன். அவர் அனைவருடனும் கலந்து பழகும் சகஜத் தன்மையை நிரூபிக்க வேண்டும். அதற்காகத் தொழிற்சாலையில் பணிபுரியும் தொழிலாளர்களை அன்று இரவு அவர் விருந்துக்கு அழைத்துச்செல்ல வேண்டும். மறுநாள் அந்த விருந்து சிறப்பாக அமைந்ததாக அவர்கள் சொன்னால் சரவணாவின் பதவி உயர்வை உறுதி செய்யலாம். சரவணா இந்த நிபந்தனையை ஏற்றுக்கொண்டார்.

விருந்து ஏற்பாடு செய்யப்பட்டிருந்த உணவுவிடுதியில் தொழிலாளர்கள் அனைவரும் வந்து அமர்ந்தார்கள். சரவணா என்ன சொல்லப்போகிறார் என எதிர்பார்த்து அனைவரும் வெகு நேரம் கனத்த அமைதியுடன் காத்திருந்தார்கள். இருப்பதிலேயே பொறுமை குறைந்த ஒரு பணியாளர் பொறுமை இழந்தும, "இதென்ன உங்கள் பிரிவுபசார விழாவா சரவணா?" என்று கூவினார். கனத்த மௌனம் உடைந்து அனைவரும் சிரிப்புடன் பேச ஆரம்பிக்க, அந்தக் கூவலே போதுமானதாக இருந்தது. சரவணா அதன் பின்னர் சொன்னார்:- இது பிரிவுபசார விருந்து அல்ல நண்பர்களே, புதிய பொறுப்பு எனக்குக் கிடைத்ததற்காக உங்களுக்கு அளிக்கப்படும் வரவேற்பு விருந்து."

அந்த விருந்து எதிர்பார்த்ததைவிட சிறப்பாக அமைந்தது போலவே சரவணாவுக்கும் வருங்காலம் சிறப்பாக அமைந்தது. மிக அமைதியான, தன்னடக்கம் மிகுந்த, இருக்கும் இடமே தெரியாமல் இருந்த சரவணா, விரைவிலேயே மிக வெற்றிகரமான பொது மேலாளராக (தயாரிப்பு மற்றும் தரக்கட்டுப்பாட்டுப் பிரிவு) எங்களது மூன்று தொழிற்சாலைகளைக் கையாண்டார்.

சரவணா எல்லையற்ற செயல்துடிப்பும், முயற்சிகளை முன்னின்று செய்வதில் ஆர்வமும், புதுமையானவற்றைச் செய்துபார்க்கும் சாகச உணர்வும் உள்ளவர். ஒரு விஷயத்தைக் குறித்து தெரிந்துகொள்வதில், புதுமையான செயல்பாடுகளைப் பற்றி தெரிந்துகொள்வதில் விடா முயற்சி உடையவர். தானே முயன்று தேடிக்கொண்ட ஆழமான தொழில்நுட்ப அறிவினைக் கொண்டு அஷோக்குக்கு இணையாக வேலை செய்யக்கூடிய திறமைசாலி. அவரைப் பற்றி கான்செர்வில் சொல்லப்படும் கதைகளில் ஒன்று – அவர் எப்போதாவதுதான் சாப்பிடுவார், என்றைக்காவதுதான் தூங்குவார்.

எல்லாவற்றையும்விட இயக்குநர் குழுவைப் பொறுத்தவரை சரவணா வியப்பூட்டக்கூடிய (கூடவே சுவாரசியப்படுத்தக்கூடிய) ஒரு ஆளுமை. ஏனென்றால் இயக்குநர் குழு பேசி முடிவெடுத்து உறுதி செய்த தயாரிப்பு இலக்கை மாற்றி இன்னும் அதிகமாக ஆக்கும்படி ஒவ்வொரு முறையும் வலியுறுத்துவார் சரவணா.

டி.டி. ஒருமுறை என்னிடம் கேட்டார்:- "ஏன் சரவணா ஒவ்வொரு முறையும் கொடுக்கப்படும் சரியான இலக்கை அதிகப்படுத்திக் கேட்கிறார்? அவருக்கு ஏதாவது பிரச்சினையா?" சரவணா அப்படி அதிகப்படுத்திக் கேட்டதும் அனைவரும் கைகளைக் குலுக்கித் தோளைக் குலுக்கி தம் மகிழ்ச்சியை வெளிப்படுத்தி அவருக்கு வாழ்த்தும் நன்றியுமெல்லாம் சொன்னாலும் அனைவரது தர்க்க மனதிலும் சிறு சந்தேகம் இருந்தது. ஆனால், சரவணா அந்த ஐயங்களை எல்லாம் ஒன்றுமில்லாமல் ஆக்கினார். அதிகமாக்கிக் கொடுக்கப்பட்ட இலக்குகளையும் தாண்டி உற்பத்தியை நிகழ்த்தினார். கிட்டத்தட்ட சாத்திய மற்ற ஒன்றைச் சாத்தியமாக்கிக் காட்டினார். ஒவ்வொரு விஷயத்திலும் அவர் ஒப்புக்கொண்டதைக் காட்டிலும் அதிகமாகவே சாதித்திருந்தார். சுவாரசியமான ஒரு விஷயம் என்னவென்றால் எங்களிடம் வேலையில் சேரும் முன் அவர் பலமுறை வேலைகளை மாற்றிக் கொண்டே இருந்தார். சில வேலைகளில் அவர் ஒரு வருடம்கூட முழுமையாகப் பணி புரிந்திருக்கவில்லை.

அவர் கான்செர்வில் இணைந்து 12 ஆண்டுகள் ஆனதை 2008ஆம் ஆண்டு கொண்டாடுகையில் கான்செர்வில் மட்டும் ஏன் அவர் தொடர்கிறார் எனக் கேட்டார்கள். சரவணா சொன்னார்:- "இந்த ஒரு இடத்தில் மட்டும்தான் எனக்கு நானே சுயமான சவால்களைக் கையில் எடுத்துக்கொண்டு அவற்றை வென்று காட்டும் வாய்ப்பும் வழங்கப்படுகிறது."

சமீபமாக 2018இல் அவரைச் சந்தித்தபோது, இவற்றையெல்லாம் நினைவுகூர்ந்து சரவணா சொன்னார்:- "கான்செர்வில் இருந்த பணி யாளர்கள் நிறுவனத்தின் மதிப்பீடுகளைத் தமக்குள் உணர்ந்தவர்கள். மேலும் நிறுவனத்தின் லட்சியத்தை தம் லட்சியத்தின் பகுதியாக உணர்ந்தவர்கள். நமது கலாச்சாரமே நமது தரத்தை நாமே மேம் படுத்திக்கொண்டு எல்லையற்ற கற்றலுக்கான வாய்ப்புகளை உரு வாக்கித் தருவதாக அமைந்திருந்தது. துறை வாரியான தடைகள் எதுவும் இல்லாமல் மேலே முன்னேறிச் செல்ல கான்செர்வில் வானமே எல்லை. நான் என் அனுபவத்தில் பார்த்த விஷயம் இது. கான்செர்வின் தொழிற்சாலையில் சர்க்யூட்களைப் பற்ற வைக்கும் வேலையில் சேர்ந்த ஒருவர் வளர்ந்து நிறுவனம் கையகப்படுத்தப்பட்ட பின்பு ஷ்நீய்டர் எலக்ட்ரிக் நிறுவனத்தின் கம்யூனிகேஷன் துறையில் முதுநிலை வரைகலை நிபுணராக இருக்கிறார்."

மனிதர்கள் மூல ஆதாரங்கள் வெறும் வளங்கள் மட்டுமல்ல

தயாரிப்பு, தரக்கட்டுப்பாடு, வாடிக்கையாளர் சேவை ஆகிய பிரிவு களில் நாங்கள் படைப்பூக்கம் மிக்க ஆலோசனைகளை, யோசனை களை ஆவலோடு எதிர்பார்த்திருந்தோம். அதற்காக உருவாக்கப்பட்ட ஒரு விஷயம்தான் 'சவேரா' (ஹிந்தியில் காலை என அர்த்தம்). நிறுவனத்தைப் பொறுத்தவரை அதன் ஒவ்வொரு மூலையிலும், வெவ்வேறு பிரிவுகளிலும் துடிப்பு மிக்க ஏராளமான யோசனைகள் ததும்பியபடியே இருப்பதை உணர்ந்தோம். அவற்றைச் சேகரித்து நடைமுறைக்குக் கொண்டுவரும் ஒரு குழுவை நிறுவனத்தில் அமைத் தோம். அக்குழுவின் பெயர்தான் சவேரா.

இக்குழுவில் இருப்பவர்கள் அனைவரும் 20இலிருந்து 26, 27 வயதுக்குள்ளாக மட்டுமே இருப்பார்கள். இக்குழுவிற்குப் பொறுப் பேற்று நடத்தும் மனிதவளப் பிரிவின் அதிகாரியும் இருபதை ஒட்டிய வயதுள்ள இளம் பெண்தான். இக்குழுவினர்தான் மொத்த நிறுவனத்தில் இருக்கும் அனைவரிடமும் பேசி யோசனைகளை, ஆலோசனைகளை வாங்கி முறைப்படுத்தி, சரியான முறையில்

ஆவணப்படுத்தி திட்டமிடுதலுக்கு எங்களிடம் அளிப்பார்கள். அனைவரும் இளைஞர்களாக மட்டுமே இருக்க வேண்டுமென்பதற்கு முக்கியமான காரணம் இளைஞர்கள்தான் மேலதிகாரிகளின் உருட்டல்களுக்கெல்லாம் கவலைப்படாமல் அதுவரை சோதிக்கப்படாத விஷயங்களைக்கூட துணிச்சலுடன் அணுகுவார்கள் என்பதே. இப்படி சற்று மீறிச் செல்லும் மனோபாவம் கலாச்சார மாற்றத்துக்கான ஒரு கருவியாகவும் பயன்பட்டது. சில சிறப்பான யோசனைகள் வரும் போது பழைய முறையில் செயல்படும் ஏதாவது ஒரு மேலாளர் இதற்கு முன் இது வெற்றி அடைந்த யோசனை என்பதற்கு உதாரணம் இல்லையே என்றெல்லாம் சொல்லி, அவற்றைத் தடுக்க முனைந்தாலும்கூட, அவற்றை ஆவணப்படுத்தி உயர்மட்டக் குழுவின் பார்வைக்குக் கொண்டுவரும் அதிகாரம் சவேரா குழுவிற்கு வழங்கப்பட்டிருந்தது. சவேரா குழு ஒரு வெற்றிகரமான முயற்சி. நிறுவனத்தின் வளங்களைப் பாதுகாப்பாக, அளவோடு பயன்படுத்துவதில் தொடங்கி பணியாளர்களிடையே நெருக்கத்தை வளர்ப்பது, பெருமிதத்தை வளர்ப்பது போன்ற நல்ல விளைவுகளை உருவாக்கிய யோசனைகள் பலவற்றையும் சவேரா கான்செர்வுக்கு அளித்தது.

அனைத்தையும் உள்ளடக்கிச் செயல்படுவது

இந்த ‘அனைத்தையும் உள்ளடக்கிச் செயல்படுவது’ என்பது இந்தியாவில் ஒரு மேலாண்மைக் கலைச்சொல்லாக மாறி அனைவராலும் பயன்படுத்தப்படும் முன்னரே கான்செர்வில் நாங்கள் இந்த விஷயத்தைக் கடைப்பிடித்துக்கொண்டிருந்தோம். ஆண்-பெண் பால் வேறுபாடுகளைத் தாண்டி (எங்களது தொழிற்சாலைப் பணியாளர்களில் பலரும் பெண்கள்) மொழி என்பது எங்களது உள்ளடக்கிய செயல்பாடுகளில் ஒன்றாக இணைந்தது. எங்களது பெரும்பாலான தொழிற்சாலைப் பணியாளர்களுக்கு ஆங்கிலத்தில் ஓரிரு வார்த்தைகளுக்கு மேல் தெரியாது. தென்னிந்திய மொழிகள் நான்கில்தான் பெரும்பாலானவர்கள் பேசிக்கொண்டிருந்தார்கள். ஆகவே 1998இல் இருந்து சரிபார்ப்புப் பட்டியல், வேலைக்கான செயல்முறைக் குறிப்புகள் ஆகியவற்றைப் படங்களாகவே வரைந்து வைத்தோம். பிறகு இவற்றையே அங்குள்ளோர் பேசும் மொழிகளில் மொழிபெயர்த்து வைத்தோம். எங்களது உயர் அதிகாரிகள் குழு இந்தியாவின் வெவ்வேறு பகுதிகளைச் சேர்ந்தவர்களாக இருந்தது இம்மாதிரியான நடைமுறைகளுக்கு சாதகமாக அமைந்தது.

தயாரிப்புச் செயல்பாடு வடிவமைப்பில் (மேனுஃபேக்சரிங் ப்ராஸஸ் டிசைன் - எம்.பி.டி) கவனம் செலுத்துதல்

எங்களது முந்தைய தோல்விகளிலிருந்து எம்.பி.டி. என்பது ஏன் முக்கியம் என்ற ஒரு பாடத்தைக் கற்றுக்கொண்டோம். வடிவமைப்புச் செயல்முறையில் எம்.பி.டி. தவிர்க்க முடியாத முக்கியத்துவம் கொண்டது என்பதோடு வடிவமைப்பும், தயாரிப்பும் எவ்வளவு இணக்கமாக ஒருவரை ஒருவர் புரிந்துகொள்கிறார்களோ அந்த அளவுதான் பெரும் உற்பத்தி இலக்குகளை சாத்தியமாக்க முடியும். மைய நோக்கம் என்னவென்றால் தயாரிப்புகளை உற்பத்தி வரிசை முறைகளில் நேர்த்தியாகத் தயாரித்து, அவற்றின் பயன்பாட்டுச் சுழற்சிக் காலம் முழுவதும் வெவ்வேறு கட்டங்களில் பொருத்தமான சேவையை வழங்கி, தொழிற்சாலையிலிருந்து வாடிக்கையாளர் கைகளை அடைவதில் தடையற்ற ஒழுங்குடனும் அமையும் விதத்தில் ஒரு பொருத்தமான வடிவமைப்பை உருவாக்குவதே. உற்பத்தி வரிசை முறைகள் மற்றும் செயல்திறன் மேம்பாடுகள் ஆகியவற்றைக் குறித்த விரிவான ஆழமான உரையாடல்கள் தொழிற்சாலைப் பணிக் குழுக்களுக்கும், வடிவமைப்புப் பிரிவினருக்கும் இடையே பலமுறை நடந்தன.

நிறுவனத்தின் செயல்முறையான இந்த விஷயத்தைக் கடுமையாகப் பின்பற்றவும், வாடிக்கையாளர் எதிர்பார்ப்பு அதில் பிரதிபலிக்குமாறு இருப்பதை உறுதிப்படுத்தவும் நாங்கள் சில செயல்பாடுகளை மேற் கொண்டோம். தயாரிப்புப் பிரிவைச் சேர்ந்தவர்கள் ஆண்டிற்கு இரு முறையாவது தொழில்நுட்ப சிறப்புத் தகுதி கொண்ட நுட்பமான பார்வை கொண்ட உயர்தரமான வாடிக்கையாளர்களையும், எங்களது தயாரிப்புகள் சரியாக வேலை செய்யாமல் தோல்வி அடைந்த வாடிக்கையாளர் இடங்களையும் நேரில் சென்று சந்தித்துப் பேசுவது அவற்றில் ஒன்று.

இத்தகைய சந்திப்புகள் தாங்கள் உற்பத்தி செய்யும் தயாரிப்புகள் எவ்வாறு நடைமுறை உலகில் பயன்படுத்தப்படுகின்றன என்பது குறித்த தெளிவான பார்வையைத் தயாரிப்புப் பிரிவினருக்கு வழங் கின. தயாரிப்புகள் பயன்படுத்தப்படும் சூழ்நிலைகள், தயாரிப்பைப் பயனாளர் அவரது நோக்கில் புரிந்துகொண்டிருப்பது (கள நிலவரம், வாடிக்கையாளரின் தொழிற்சாலை சூழ்நிலைகள் போன்றவை), தயாரிப்பைப் பயன்படுத்தும் இறுதிநிலைப் பணியாளர் வாடிக்கை யாளருக்கு அளிக்கும் அழுத்தங்கள், போட்டியாளர் தயாரிப்பையும்,

எங்கள் தயாரிப்பையும் வாடிக்கையாளர் ஒப்பிட்டுப் பார்க்கும் விதம், போக்குவரத்தால் தயாரிப்பில் ஏற்படும் மாற்றங்கள், எங்கள் தொழிற் சாலையிலிருந்து துல்லியமான தரத்துடன் வெளிப்பட்டு கையாளுதல் மற்றும் பத்திரப்படுத்தி வைப்பதால் வாடிக்கையாளர் இடத்தில் எங்கள் தயாரிப்புகள் அடையும் மாற்றங்கள் என பலவிதங்களிலும் புதிய கோணங்களில் விஷயங்களைத் தயாரிப்புப் பிரிவினர் பெற இந்தச் சந்திப்புகள் உதவின.

இப்படி 'வெளியிலிருந்து உள்ளுக்குள்' வரும் பார்வைக்கோணத் தால் தயாரிப்புப் பிரிவுக்குப் பல நுட்பமான விஷயங்கள் கிடைத்தன – உதாரணமாக, தயாரிப்புப் பிரிவிலிருந்து சென்று வாடிக்கையாளர் சந்திப்புகளை முடித்துவந்த குழுவினர் தாங்கள் களத்தில் அனுபவம் மூலம் கற்றவற்றை அடிப்படையாகக் கொண்டு தொழிற்சாலையின் செயல்முறைக் குறிப்புகள் மற்றும் பணிஒழுங்கை மேம்பட்டதாக மாற்றி அமைக்க ஆலோசனைகளை வழங்கினர். இந்தப் பணி அவர் களை மேலும் பொறுப்புள்ளவர்களாக மாற்றி தயாரிப்பின் பல்வேறு பணிக்குழுக்களுக்கும், பிற துறைகளுக்கும்கூட மேம்படுத்தப்பட்ட ஆலோசனை வழங்கினர். வாடிக்கையாளர்கள் கேட்கும் சந்தேகங்கள், கேள்விகள் ஆகியவற்றைத் தன்னம்பிக்கையுடன் அணுக ஆரம்பித்த தோடு மட்டுமல்லாமல் எங்கள் தொழிற்சாலைகளுக்கு வரும் செயல் முறை/தரக்கட்டுப்பாட்டு தணிக்கையாளர்களிடமும் நம்பிக்கையுடன் பேசினர்.

அனைத்திற்கும் மேலாக அவர்களுக்கு 'என்ன' என்பதிலிருந்து 'எதற்கு' என்பது ஆழமான கவனமாக மாறியது. ஏனென்றால் பலப் பல ஆண்டுகளாக 'என்ன' செய்கிறோம் என தெரிந்த அவர்களுக்கு இப்போது 'எதற்கு' செய்கிறோம் என்பது புரிந்துவிட்டது. இதில் கவனிக்க வேண்டிய அம்சம் அவர்களை அப்படி செய்யச் சொன்னதால் மட்டுமே அவர்கள் அப்படி மாறிவிடவில்லை; எதற்கு என்பது தெரியாமல் சிறப்பாகப் பணியாற்ற முடியாது எனபதை அவர்கள் உணர்ந்துவிட்டதால் இப்படிப் பணியாற்றுவதே இயல்பான ஒன்றாக கான்செர்வில் நிகழ்ந்தது.

பணிச் சுழற்சி

செயல்திறன் ஆய்வுக் கூட்டங்களிலிருந்தும், தொலைநோக்குப் பயிற்சிப் பட்டறைகளிலிருந்தும் வரக்கூடிய எதிர்வினைகளிலிருந்து நாங்கள் ஒரு விஷயத்தைக் கண்டுபிடித்தோம். தொழிற்சாலையில் பணிபுரியும் தொழிலாளர்களில் பலரும் தனிப்பட்ட லட்சிய உந்துதல்

உடையவர்களாக மேலும் சவாலான பணிகளில் ஈடுபட ஆர்வமாக இருந்தார்கள். அப்பணிகள் குறித்த ஆர்வம் தயாரிப்புப் பிரிவினைத் தாண்டியதாகவும் இருந்தது.

ஆகவே அவர்களது ஆர்வத்தை மேம்படுத்தும் விதத்தில் விற்பனை, சந்தைப்படுத்தல், ஏற்றுமதி (அவர்களில் சிலர் வெளிநாட்டு கிளைகளுக்குப் பொறுப்பாகவும் இருந்தார்கள்) மற்றும் மீனாற்றல் மேலாண்மை மென்பொருள் தயாரிப்புக்குழு ஆகியவற்றில் அவர்களுக்கு வாய்ப்புகள் வழங்கினோம். கான்செர்வில் இத்தகைய பணிச் சுழற்சி முறை மூலம் வெவ்வேறு பிரிவுகளுக்குச் சென்றவர்கள் ஷ்நீய்டர் எலக்ட்ரிக்காக நிறுவனம் மாறிய பின்பும்கூட புதிய உயரங்களை எட்டியபடியே இருக்கின்றனர்.

படிநிலைகளற்ற நிர்வாக அமைப்பும், சுயமேற்பார்வையும்

அன்றைய காலகட்டத்தில் அசாதாரணமாகக் கருதப்பட்ட ஒரு விஷயத்தை, சரவணா தொழிற்சாலையில் நடைமுறைக்குக் கொண்டு வந்தார். தொழிற்சாலையின் பணிக்குழுக்களைச் சிறுச்சிறு குறுங்குழுக்களாக மாற்றியமைத்தார். இதன் மூலம் மேற்பார்வையாளர் எனும் பணியை இல்லாமலாக்கிவிட்டார்.

இப்போது ஒவ்வொரு குறுங்குழுவினரும் அவரவர் பணிக்குக் கூட்டாகப் பொறுப்பு ஏற்பார்கள். தயாரிப்புப் பணியில் தரம் என்பதற்கு முதன்மைப் பொறுப்பேற்கும் ஒவ்வொரு குறுங்குழுவும் பழுதுடன் எந்தத் தயாரிப்பாவது வாடிக்கையாளரிடமிருந்து திரும்ப வந்தால் அதற்கும் பொறுப்பேற்றுக்கொண்டு அந்தத் தவறு எப்படி நிகழ்ந்தது, அதை சரிசெய்யும் விதம், இனி அத்தவறு நிகழாமலிருக்க கடைபிடிக்க வேண்டிய முன்னெச்சரிக்கை நடவடிக்கைகள் ஆகியவற்றை விவாதித்து முடிவு செய்வார்கள். இப்படியாகத் தயாரிப்பின் ஒவ்வொரு பகுதிநிலையிலும் ஒவ்வொரு குறுங்குழு அதற்குப் பொறுப்பேற்று செயல்பட்டதால் மேற்பார்வையாளர் என்ற வேலைக்கே தேவையில்லாமல் ஆகிவிட்டது. குழுவினர் ஒவ்வொருவரும் தங்கள் செயல்பாட்டைத் தாங்களே மேற்பார்வை செய்துகொண்டனர்.

குறித்த நேரத்தில் பணப்பட்டுவாடா

தங்களுக்குப் பொருட்கள் மற்றும் சேவைகளை வழங்கும் வழங்குநர்களுக்குப் பெரிய நிறுவனங்களேகூட பணத்தைத் தருவதற்கு நீண்ட காலம் எடுத்துக்கொள்கின்றன. என்னுடைய யுக்தி இந்த விஷயத்தில் அதற்கு நேர்மாறானது. எனது எண்ணம் அவர்கள் எங்களுக்கு

தொழிலில் கூட்டாளிகள் போன்றவர்கள். அவர்கள் பாதிக்கப்பட்டால் நாங்களும் பாதிக்கப்படுவோம். பரஸ்பர நம்பிக்கையுடன் கட்டமைக் கப்பட்ட இந்த உறவுமுறைக் கொள்கையால் எங்களுக்கு அவர்கள் எப்போதும் மிகவும் உதவிகரமாக இருப்பார்கள் என அறிந்திருந்தோம். உதாரணமாக, எங்களுக்கு மிகவும் தேவைப்படும் நேரங்களில் நாங்கள் கேட்பது மிகக் குறைந்த அளவு என்றாலும்கூட சரியான நேரத்துக்கு அளிப்பது, மிகக் குறைந்த கால அவகாசத்திலும்கூட தயாரிப்புகளை வாடிக்கையாளருக்குக் கொண்டுசேர்ப்பது என காலத்தால் உதவி செய்வதில் முன்னணியில் நிற்பார்கள்.

என் நினைவில் இப்போது இருக்கும் அனுபவம் இது. நாங்கள் பொருளாதார மந்த நிலையால் பாதிக்கப்பட்டு நிதிப் பற்றாக்குறையால் திணறிக்கொண்டிருந்த நேரம். நான் எங்களது வழங்குநர்கள் (சப்ளை யர்ஸ்) அனைவருக்கும் ஒரு கடிதம் அனுப்பினேன். அதில் எங்களது நிதிப்பற்றாக்குறை சூழலையும், அதைச் சமாளித்து பணச் சுழற்சிக் கான கூடுதல் முதலீட்டை ஏற்பாடு செய்துகொண்டிருப்பது பற்றியும் விளக்கியிருந்தேன். ஆகவே அவர்களுக்குச் சேரவேண்டிய தொகையைப் பெற குறித்த தேதியைவிட சற்று தாமதப்படலாம் என்றும் கூடுமானவரை, குறித்த நேரத்தில் கொடுத்துவிட முயற்சிப்ப தாகவும் எழுதியிருந்தேன்.

நான் அவர்களுக்கு விளக்கம் கொடுக்க முயற்சிப்பது அவர்களுக்கு வியப்பாக இருந்தது. அவர்களில் சிலர் என்னிடம் சொன்னார்கள்:- "எங்களிடம் பொருட்களை வாங்குவோர் இம்மாதிரி சூழல்களில் எதுவுமே பேச மாட்டார்கள். குறிப்பாக எப்போது பணத்தைக் கொடுப் போம் என்பது பற்றியெல்லாம் எதுவுமே சொல்ல மாட்டார்கள்" என்றனர்.

வணிக நற்பெயர் குறித்த கருத்தாய்வு ஒன்றில் கான்செர்வின் வணிக நற்பெயர் குறித்து சொல்லும்போது எங்களது வழங்குநர்களில் ஒருவர் சொன்னது இது:- "...கான்செர்வைப் பொறுத்தவரை அனுப்பிய பொருட்களுக்கான பணம் வருமா என்பதைப் பற்றிய கவலையே இல்லாமல் மனநிம்மதியாக உறங்கச் செல்வேன். அதைவிட முக்கிய மான நிம்மதி என்னவெனில் கான்செர்வின் பணப்பட்டுவாடாவை உறுதியாக நம்பி என்னுடைய பண வரவு செலவுகளைத் திட்டமிட்டு சிக்கலின்றி தொழிலை நடத்தலாம்."

தர ஒப்பீடு

தயாரிப்புத் துறையில் உலக அளவில் முன்னணி நிறுவனங்களில் ஒன்றாக வரவேண்டுமென்ற தணியாத ஆர்வத்தால் நாங்கள் தொடர்ச்சியாக மதிப்பு மிக்க, பெரிய நிறுவனங்களுக்குச் சென்று பார்த்து அவர்களுடைய செயல்பாடுகளுடன் எங்களை ஒப்பிட்டு தரமேம்பாடு செய்துகொள்வதை ஒரு வழக்கமாகவே கொண்டிருந்தோம்.

அஷோக் சொல்வதைப் போல:- "இந்தத் துல்லியமான தரம் என்பதில் பைத்தியக்காரத்தனமான வெறி எங்களைப் பிடித்து ஆட்டியது. இது ஜப்பானிய தரச் செயல்பாட்டு முறைகளிலிருந்து நாங்கள் பெற்றுக்கொண்ட ஒரு பாதிப்பு. துறையில் இருக்கும் பிரம்மாண்ட நிறுவனங்களின் தயாரிப்புகளோடு நாங்கள் தொடர்ச்சியாக எங்களை ஒப்பிட்டுக்கொள்வதை ஹேமா உறுதிப்படுத்திக்கொண்டே இருந்தார். இது சோர்வே இல்லாமல், தொடர்ந்து நடைபெறும் செயலாக மாறியிருந்தது. இந்தச் செயல்பாட்டின் தொடர்ச்சியில் எங்களைவிட பிறர் எந்தெந்த வகையிலெல்லாம் சிறப்பாகச் செயல்படுகிறார்கள் என்பதை விரைவாகப் புரிந்துகொண்டோம். மென்பொருள் செயல்முறைகள், தானியங்கி செயல்பாட்டு முறைகள், மின்னணு தயாரிப்பு செயல் முறைகள் ஆகியவற்றைப் பிறருடன் ஒப்பிட்டுப் பார்த்துக்கொண்டே இருந்தோம். ஏனெனில் இவற்றில் தேவைப்படும் எந்த தர மேம்பாட்டையும் செய்து முடிக்கத் தேவையான திறன் படைத்தவர்கள் எங்கள் நிறுவனத்திலேயே இருந்தார்கள். தொழில்நுட்ப எழுத்தர்கள், வடிவமைப்புப் பிரிவு, தொழில்நுட்ப வல்லுநர்கள், தயாரிப்பு அணியினர் என ஒரு தயாரிப்பின் முழு வாழ்க்கைச் சுழற்சிக்கும் தேவைப்படும் அனைத்து விஷயங்களும் எங்கள் நிறுவனத்திலேயே இருந்தன. சில குறிப்பிட்ட நிறுவனங்களுடன் நாங்கள் தொடர்ச்சியாக தர ஒப்பீடு செய்துகொண்டே இருப்போம். டி.வி.எஸ். மோட்டார்ஸ் லிமிடெட், டென்ஸோ, வெப் (விப்ரோ இ-பெரிஃபரல்ஸ்) ஆகியவை நாங்கள் தொடர்ந்து ஒப்பிட்டுக்கொள்ளும் நிறுவனங்களில் சில.

ஒட்டுமொத்தமாகத் தொகுத்துச் சொல்வதானால் கான்செர்வின் தயாரிப்புச் செயல்முறை முன்னெடுப்புகளும், மேம்படுத்தப்பட்ட செயல்பாட்டு முறைகளும் பல விதங்களில் பலனளித்தன. எங்கள் தயாரிப்புகள் கடின உழைப்புக்காகவும், நம்பகத்தன்மைக்காகவும் பெயர் பெற்றன. தொழிற்சாலையில் கடைப்பிடிக்கப்படும் மிகச் சிறந்த தயாரிப்பு முறைகளுக்காகவும், அதில் பூட்டப்பட்ட புதுமையான செயல்பாடுகளுக்காகவும் நாங்கள் பல விருதுகளை

வென்றோம். வளர்ந்து வந்த ஏற்றுமதிச் சந்தையில் தடம் பதிக்க கான்செர்வின் பணியாளர்கள் தன்னம்பிக்கையுடன் செயல்பட்டனர் (கௌதம் ஜிண்டாலின் கதையை இந்த அத்தியாயத்தின் முதலில் பார்த்தோம்). உலக அளவிலான நிறுவனங்களுடன் போட்டியிட்டு கான்செர்வின் தயாரிப்புத் தரத்தையும், நம்பகத்தன்மையையும் வெளி நாட்டு வாடிக்கையாளர் மற்றும் இணை விநியோகஸ்த அமைப்பினரிடமும் நிரூபிப்பதில் அவர்கள் விட்டுக்கொடுக்காமல் உறுதியாகவும், இயல்பாகவும் செயல்பட்டனர். நிறுவனத்தின் வளர்ச்சி விற்பனையிலும், லாபத்திலும் பன்மடங்காகப் பெருகியது. டிஜிட்டல் மீட்டர்கள் சந்தையில் 38%ஐ கையில் வைத்திருந்தது மட்டுமல்லாமல் சந்தையில் மதிப்பு மிக்க முதன்மையான வணிக நற்பெயரையும் நாங்கள் வைத்திருந்ததே எங்கள் தரத்திற்குச் சான்று. இதற்குக் காரணம் ஆராய்ச்சி மேம்பாட்டுத் துறை மட்டுமன்றி நாங்கள் கடைப்பிடித்த உறுதியான தயாரிப்பு முறைகளுமே.

அத்தியாயம் 11

வணிகப் பெயரைக் கட்டியெழுப்புதல்

2016ஆம் ஆண்டு நவம்பர் மாதத்தில் இந்தப் புத்தகத்துக்கான மதிப்புரைக் குறிப்பினைத் தருமாறு ஷ்நீய்டர் எலக்ட்ரிக் நிறுவனத்தின் மனிதவளப் பிரிவு தலைமை அதிகாரியான ஒலிவியர் ப்ளம்--ஐ கேட்டுக்கொண்டபோது அவர் சொன்னது:- "கான்செர்வ் எங்களுக்கு ஒரு தனித்துவமான மின்சார ஆற்றல் மேலாண்மை தயாரிப்பு வரிசையைக் கொடுத்தது. அத்தயாரிப்பு வரிசையானது தணிக்கை, அளவிடுதல், தீர்வு காணுதல், கண்காணித்தல் என பல விஷயங்களையும் உள்ளடக்கியது. இந்த இணைப்பில் நான் பெரிதும் மகிழ்ச்சி அடைந்தேன். ஏனென்றால் எங்களுக்குத் தரமான தயாரிப்புகளும், தொழில்நுட்பமும் மட்டும் கிடைக்கவில்லை. கூடவே இந்தியாவில் மின்னாற்றல் திறன் மேம்பாட்டில் எங்கள் நிறுவனத்தின் செயல்பாட்டை பெரிதும் மாற்றியமைக்கும் விதத்தில் திறமையும், அறிவுக்கூர்மையும் சேர்த்தே எங்களுக்குக் கிடைத்தது. எங்கள் நிறுவனத்தின் இந்திய வரலாற்றில் கான்செர்வ் இணைப்பு என்பது ஒரு முக்கியமான மைல்கல்..."

கடுமையான போட்டியாளர்களாலும், எண்ணிக்கையற்ற தயாரிப்புகளாலும் நிறைந்த சந்தையில் இவ்வளவு தூரம் உறுதியான வாடிக்கையாளர் நம்பிக்கையையும், விநியோகஸ்தர்களின் நம்பிக்கையையும் பெற்று கான்செர்வ் எனும் பெயரைத் தயாரிப்பு வரிசையில் மாற்றாமலேயே ஷ்நீய்டர் நிறுவனம் வைத்திருப்பது வரை கான்செர்வ் எப்படி சாத்தியமாக்கியது? ஒரு மின்மீட்டர் தயாரிக்கும் நிறுவனம் என்பதிலிருந்து மின்னாற்றல் பயன்பாட்டில் திறன் மேலாண்மை சேவை செய்து தரும் நிறுவனமாக கான்செர்வ் மாறியது எப்படி? அதுவும் தனது லாபத்தில் பெரும் பகுதி மீட்டர்கள் தயாரிப்பிலிருந்து கிடைக்கும்போது இதைச் சாதித்தது எப்படி? இந்த இடத்தை ஏற்கனவே இருக்கும் விற்பனைப் பிரிவை வைத்தே, யானைப் பசிக்கு அளிக்கப்பட்ட சோளப்பொரி போன்ற மிகக் குறைந்த விளம்பர செலவை வைத்தே எவ்வாறு அடைந்தது?

இதற்கான பதில்களைப் புரிந்துகொள்ள கான்செர்வ் செயல் பட்டுக்கொண்டிருந்த அன்றைய வணிகச் சூழ்நிலையை, அதன் முழுமையான அம்சங்களைப் புரிந்துகொள்ள வேண்டும். ஒவ் வொன்றாகப் பார்க்கலாம்.

தயாரிப்புப் பொருள்: மின் மீட்டர்கள் மற்றும் மின் மேலாண்மை மென்பொருட்கள்.

வாங்குபவர்/பெறுநர்:

அ. ஓ.ஈ.எம். (ஒன் எக்யூப்மெண்ட் மெனுபேக்சரர்ஸ்) அடிப் படையில் செயல்படும் பெரும் நிறுவனங்கள் - வழக்கமாக எலக்ட்ரிக் பேனல்கள் தயாரிக்கும் இவர்கள் அந்த பேனலின் ஒரு பகுதியாக மின்மீட்டர்களைப் பொருத்துவதற்கு வாங்கு வார்கள்.

ஆ. நாடெங்கும் இருக்கும் கான்செர்வின் வினியோகஸ்தர்கள் மற்றும் டீலர்கள்.

உபயோகிப்பாளர்: வணிக நோக்கிலும், தொழிற்சாலைகளுக்கும் மின்சாரம் பயன்படுத்துவோரே கான்செர்வ் தயாரிப்புகளின் இறுதி உபயோகிப்பாளர்கள். அதாவது, வணிக வளாகம், ஷாப்பிங் மால் போன்றவையும், சிமெண்ட்/பேப்பர்/டெக்ஸ்டைல்/ஸ்டீல் ஆகிய வற்றைத் தயாரிக்கும் தொழிற்சாலைகள் போன்றவை. இந்த நிறு வனங்களில் இருக்கும் பராமரிப்புப் பிரிவு அல்லது கொள்முதல் பிடிவின் தலைமை அதிகாரியே நாங்கள் தொடர்புகொள்ள வேண்டி யவர்.

சந்தை: அன்றைக்கு இந்தியாவின் சந்தை வளர்ச்சி ஆண்டுக்குக் கிட்டத்தட்ட 9% அளவுக்கு இருந்தபோது அன்றைய மின்சார விலை ஆண்டொன்றுக்கு 15%வரை அதிகரித்தபடியே இருந்தது. அதே நேரம் கிடைக்கும் மின்சாரமோ மின்னழுத்த மாறுபாடுகளுடன் தர மில்லாமல், நம்பகத்தன்மை இன்றி இருந்தது. இந்தச் சூழல்தான் ஒரு மிகப் பெரும் வாய்ப்பினை டிஜிட்டல் மீட்டர்களுக்கு உருவாக்கியது. தயாரிப்பில் பெரிய வேறுபாடு இல்லாமல் சிறிய மாற்றங்களுடன் பல புதிய தயாரிப்புகளும் சந்தையில் வெள்ளம்போல நுழைந்தன. குறைந்த விலையும், குறைந்த தரமுமே உண்மையான வேறுபாடுகள். இந்த மாதிரியான தயாரிப்புகளைவிட தரத்தில் பலமடங்கு மேம் பட்டிருந்த கான்செர்வின் தயாரிப்புகள்தான் இந்தச் சந்தையில் முன்னணியில் இருந்தன. அப்போதைய கணக்கில் கிட்டத்தட்ட

ஒட்டுமொத்த சந்தையில் 40 சதவீதம் கான்செர்வின் தயாரிப்புகளே ஆதிக்கம் செலுத்தின.

தயாரிப்பைக் குறித்த பார்வை: ஒரு எலக்ட்ரிக் பேனலைச் செய்யும் போது அதில் மி' மீட்டருக்கான இடம் என்பது 'க்ளாஸ் C அல்லது D' எனும் அளவில் மூன்றாம், நான்காம் நிலை முக்கியத்துவம்தான். பேனலின் அடிப்படையில் மின்மீட்டரின் அடக்கம் பேனல் விலையில் 5 சதவீதம்கூட வராது. அதாவது கூர்ந்து நோக்கி தரத்தை எல்லாம் ஆராய்ந்து வாங்க வேண்டிய அளவிலான பொருள் அல்ல இது என்பதே அன்றைய பொதுப் பார்வை. சுருக்கமாகச் சொன்னால் அவ்வளவு முக்கியத்துவம் இல்லாத பொருள் இது என வாடிக்கை யாளர் நினைத்ததால் இதை வாங்கும் முடிவை அவர் நேரடியாக எடுக்காமல் கீழ்க்கண்ட யாரிடமாவது விட்டுவிடுவார்.

அ. அவர்களது மின்சாரப் பணிக்கான ஆலோசகர்கள்.

ஆ. யாரிடம் வாங்க வேண்டும், விலை மற்றும் உத்திரவாதம் ஆகியவற்றில் பேரம் பேசும் வேலை போன்றவற்றை பேனல் தயாரிப்பாளர்களிடமோ, ஒருங்கிணைப்பாளர்களிடமோ விட்டுவிடுவது

இ. கொள்முதல் பிரிவில் பொறுப்பில் இருப்பவர்.

ஈ. நிறுவுதல் மற்றும் பணிக்கு உட்படுத்தும் பொறுப்பில் இருக்கும் பராமரிப்புப் பிரிவின் மேலாளர்கள்.

சந்தையில் பங்கு: 2007ஆம் ஆண்டு வாக்கில் மின்மீட்டர்களுக் கான சந்தையில் கான்செர்வ் 40 சதவீத அளவில் பங்கு கொண்டிருந்தது. ஆண்டு கூட்டு வளர்ச்சி விகிதம் 35 சதவீதத்துக்கும் அதிகமானதாக முந்தைய ஐந்து ஆண்டுகளாகத் தொடர்ந்து வந்தது. அனைத்து இடங்களிலும் கிடைப்பது, நம்பகமான செயல்திறன், விற்பனைக்குப் பிந்தைய சேவையில் கவனம் ஆகியவற்றால் போட்டியாளர்களை விடவும் கூடுதல் விலையில் கான்செர்வின் தயாரிப்புகள் விற்பனை ஆகிக்கொண்டிருந்தன. ஆனால், கடைசி சில ஆண்டுகளில் நிலைமை தலைகீழாக மாறத் தொடங்கியது. தயாரிப்புப் பொருட்கள் மதிப் பூட்டல் இல்லாத வெறும் பொருட்களாக மாறத் தொடங்கியது. அதிக எண்ணிக்கையில் உற்பத்தியாளர்கள் உள்ளே வந்து இறக்குமதி செய்தும் தயாரித்தும் சந்தையை நிறைத்தார்கள். அதன் விளை வாக உருவான கடும்போட்டியில் தரம் கவனிக்கப்படாமல் விலைக் குறைப்பு செய்து விற்பதே வழக்கமாக மாற ஆரம்பித்தது.

இந்தச் சூழ்நிலையைக் கையாள கான்செர்வ் பல்முனை விளைவு களை மனதில் கொண்டு அதற்கான செயல்திட்டங்களை நடை முறைப்படுத்த ஆரம்பித்தது. அதன் விளைவாக மிகுஎண்ணிக்கை கொண்ட போட்டியாளர்கள் நிறைந்த சந்தையில் கான்செர்வ் தனித் துவம் மிக்க வணிகப்பெயராக எழுந்தது மட்டுமல்லாமல் வெறுமே மின்மீட்டர்களைத் தயாரிக்கும் ஒரு சராசரி உற்பத்தியாளராக இல்லாமல் மின்னாற்றல் தீர்வுகளை அளிக்கும் ஆலோசனை நிறுவன மாகவும் உயர்ந்தது.

முதலாவதாக கான்செர்வ் தனது தயாரிப்புப் பொருட்களில் குறைந்த விலைப் பொருட்களிலிருந்து புதிய செயல்பாட்டு முயற்சி களைத் தொடங்கியது. வடிவமைப்பு மற்றும் உற்பத்தியில் செலவைக் குறைக்கும் யுக்திகளைக் கையாளத் தொடங்கியது

இரண்டாவதாக, இந்தியாவிலுள்ள வணிக நோக்கில் மற்றும் தொழிற்சாலைகளுக்கு தன் தயாரிப்புகளைப் பயன்படுத்தும் நேரடி உபயோகிப்பாளர்களுடன் கான்செர்வ் நேரடியான ஆழமான உரை யாடலைத் தொடங்கியது. இது இரண்டு வழிகளில் செய்யப்பட்டது:-

1. நேரடி மார்க்கெட்டிங் முறைகள்.
2. மின்னாற்றல் துறை ஆலோசகர்கள், மின்னாற்றல் பயன் பாட்டுத் தணிக்கையாளர்கள் என தனித்தன்மையான சிறப்பு அணியினரை உருவாக்கியது.

அன்று இருந்த மந்தமான தொழில்துறை-சார்ந்த சந்தைகளைப் பொறுத்தவரை நாங்கள் தொடங்கிய நேரடி மார்க்கெட்டிங் அணுகு முறை மிக அசாதாரணமானதுதான். வாடிக்கையாளர்களை செயல் படத் தூண்டும் நேரடியான கடிதங்கள், வரிசை எண்கள் இடப் பட்ட பத்திரிக்கை விளம்பரங்கள் (வெளியிட்ட எந்த விளம்பரத் திற்கு அதிக எதிர்வினை என அறிவதற்காக வரிசை எண்)எனப் பலவும் வடிவமைக்கப்பட்டு வெளியிடப்பட்டன. எல்லா வாடிக்கை யாளர்களுக்கும் பொதுவாக என இவை செய்யப்படவில்லை. கவன மாகத் தேர்ந்தெடுக்கப்பட்ட பொருத்தமான வாடிக்கையாளர்களுக்குத் தனித்தனியே கவனம் செலுத்தி வடிவமைக்கப்பட்ட உள்ளடக்கத்தைக் கொண்டே கடிதங்கள் அனுப்பப்பட்டன.

தொடக்கக்கால முயற்சியாக இவ்வகையில் அமைந்த ஒரு நேரடி மார்க்கெட்டிங் அணுகுமுறை நேரடியாக என்னுடைய தனி முத்திரை யிடப்பட்ட கடிதத்தாளில் கடிதங்கள் அனுப்புவது. அதாவது மின்சாரச் செலவு அதிகமாகச் செய்யும் முதல் 500 நிறுவனங்களின்

மேலாண்மை இயக்குநர் அல்லது தலைமைச் செயல் அதிகாரிக்கு நேரடியாக கடிதத்தை அனுப்புவது. மிக அதிக அளவில் உடனடி எதிர்வினையையும் பலனையும் அளித்த முறையாக இருந்தது இது. கடிதத்தில் இருப்பது மிக எளிமையான அதே சமயம் பயனுள்ள விஷயம்தான். அந்த நிறுவனத்தின் பதிப்பிக்கப்பட்ட காலாண்டு வரவு-செலவு கணக்குகளின் வழியே கடந்த ஆண்டுகளில் மின் சாரத்துக்குச் செய்யப்பட்ட செலவையும், இந்த ஆண்டு செய்யப்பட்ட செலவையும் ஒப்பிட்டு மின்பயன்பாடு எவ்வளவு சதவிகிதம் அதிகரித்துள்ளது, மின்சார செலவு எவ்வளவு அதிகமாகிறது என்றும் கணக்கிட்டுக் காட்டுவோம். கூடவே இந்தக் கூடுதல் மின் பயன்பாட்டைக் கட்டுப்படுத்துவதிலும், மின் செலவைக் குறைப் பதிலும் கான்செர்வ் எப்படி உதவ முடியும் என்றும் குறிப்பிடுவோம். அக்கடிதத்தில் இருக்கும் என் கையெழுத்தின் கீழே என் கைபேசி எண் குறிப்பிடப்பட்டிருக்கும். அனுப்பப்பட்ட கடிதங்களில் 50%க்கு உடனடி பலன் கிடைத்தது. சந்திப்பிற்கு அழைத்தும், உயர்மட்ட அதிகாரிகள் அளவில் செயல்முறை விளக்கம் அளிக்க வருமாறும் அழைப்புகள் வந்துகொண்டிருந்தன.

1995 அல்லது அதை ஒட்டிய நாட்களில் நிகழ்ந்த இந்த நேரடி அணுகுமுறையின் முதல் கட்டம் மறக்க முடியாத நிகழ்வாக மனதில் நிற்கிறது. எங்களது மார்க்கெட்டிங் ஏஜெண்டாக இருந்தவர்கள் எங்களை ஒரே நாளில் எப்படிக் குழியில் தள்ளினார்கள் என முந்தைய அத்தியாயங்களில் பார்த்திருக்கிறோம். அந்தக் கடுமையான சூழலில் அப்போதுதான் கிடைத்திருந்த வென்ச்சர் முதலீட்டை வைத்து நாங்கள் எப்படி மார்க்கெட்டிங் முயற்சிகளைக் கையாளப்போகிறோம் என அனைவராலும் கவனிக்கப்பட்டோம். ஒரு மத்திய தர விளம்பர ஏஜென்சியைக்கூட நியமிக்க முடியாத நிதிப்பற்றாக்குறை சூழலில் நான் பெங்களூருவில் பெரிய விளம்பர நிறுவனத்தில் பணியாற்றிக் கொண்டிருந்த என் நண்பரை அணுகினேன். எங்களது மிக முக்கிய தயாரிப்புக்கு (EM 3460 ஸ்மார்ட் டிமாண்ட் கண்ட்ரோல் என்ற இந்தத் தயாரிப்பு அஷோக்கின் வடிவமைப்பில் அதன் காலத்திற்கும் முந்தி உருவாக்கப்பட்ட ஒன்று) ஒரு கடித விளம்பரத்தை அவரது ஓய்வு நேரத்தில் உருவாக்கித் தர முடியுமா எனக் கேட்டேன். தன் இருபது வயதுகளின் மத்தியில் இருந்த அவர் ஒரு தொழில்துறை சார்ந்த கடித விளம்பரத்தை எழுதும் முயற்சியில் மகிழ்ச்சியுடன் ஈடுபட்டார். அதை முடித்து என்னிடம் கொண்டுவந்து கொடுக்கும்போது பளீரெனத் தெரியும் மஞ்சளும், வெண்மையும் கலந்த ஓர் உறையிலிருந்து அவர்

உருவாக்கிய கடிதத விளம்பர மாதிரியை வெளியில் எடுத்தார். ஒரே நேரத்தில் பல பந்துகளைத் தூக்கிப்போட்டு கீழே விழாமல் தொடர்ந்து பிடிக்கும் வித்தையைக் காட்டும் ஜக்ளர் (மாயாவித்தைக்காரர்) ஒரு வரின் படம். அவர் ஐந்து பந்துகளை ஒரே நேரத்தில் சுழற்றிப் போட்டுப் பிடிக்கிறார். ஒவ்வொரு பந்துக்கும் அருகே மின் திறனுக் கான ஒவ்வொரு அளவீடு குறிப்பிடப்பட்டிருக்கிறது. அதன் கீழ் ஒரே ஒரு வரி:– "உங்கள் மின்னாற்றல் செலவையும் கட்டுப்படுத்தி கட்டுப்பாட்டுக்குள்ளும் கொண்டுவருவது எப்படி?" அதற்கடுத்த பக்கத்தில் இருக்கும் மேலாண் இயக்குநர்/தலைமை செயல் அதிகாரிக் கான கடிதம் சுருக்கமாகவும், கச்சிதமாகவும் மின்சாரத்தை சேமிப்பது பற்றி பேசியது.

இதைப் பார்த்ததும் மிகவும் ஆர்வமாகிவிட்ட நான் இதைக் கொண்டுபோய் தாமஸிடமும், அவர் நிறுவன துணைத்தலைவரிடமும் காட்டினேன்:– "இதுவரை யாருமே மீட்டர்கள் விஷயத்தில் இப்படிச் செய்ததில்லை, இல்லையா?" என்றேன். தாமஸ் ஒரு கோமாளி போலத் தோன்றிய அந்த ஜக்ளரின் படத்தைப் பார்த்ததும் கடுப்பாகி விட்டார். குத்தலான குரலில், "நாமொன்றும் பள்ளிக்கூடப் பிள்ளை களுக்கு விற்கவில்லை, இல்லையா" என்றார். என் முகம் சுருங்கிப் போனதைப் பார்த்த துணைத் தலைவர், என்னை வெளியே அழைத்துச் சென்று, "இது சரியாக வேலைக்காகும் என்று தோன்றினால் செய். ஆனால், விற்பனை இலக்குகளை எட்டியிருக்க வேண்டும் என்ப தையும் நினைவில் வைத்துக்கொள்" என்றார்.

அந்தக் கடிதத் தொடர்பு முயற்சியில் 11 சதவீத அளவில் எதிர் வினைகள் தயாரிப்பைக் குறித்த தகவல்களைக் கேட்டு வந்தன. 5 சதவீத அளவுக்கு எதிர்வினைகள் வந்தாலே நல்விளைவு என இருந்த காலம் அது. நிர்ணயிக்கப்பட்ட விற்பனை இலக்குகள் எட்டப்பட்டு விட்டதால் அடுத்த செயல் ஆய்வுக் கூட்டத்தில் இந்த ஜக்ளர் விஷயம் பேசப்படவேயில்லை.

இந்த வடிவமைப்பைச் செய்து கொடுத்த இளைஞரான வாசுதேவ் பிரபு (வாசு) நான் இந்த யோசனையை ஏற்றதால் மட்டுமல்ல, இதை சந்தேகம் கொண்ட நிறுவனத் தலைவரிடமும் பேசி செயல்பாட்டிற்குக் கொண்டுவந்துவிட்டேன் என்பதில் பெரும் வியப்பு. அடுத்த பத்து ஆண்டுகளுக்கு அவர் எங்களுடன் இணைந்து டி.வி., அச்சிதழ்கள், நேரடிக் கடிதத விளம்பரங்கள் ஆகியவற்றை வழக்கத்துக்கு மாறாக

வித்தியாசமான முறையில் உருவாக்குவதில் உறுதுணையாக இருந்தார். இந்த வடிவமைப்புகள் நல்ல பலன்களைக் கொடுத்த அளவுக்குப் பெரிய செலவைக் கொடுக்காமல் இருந்ததுதான் சிறப்பு.

ஒருவேளை வழக்கமான சலிப்பூட்டும் அணுகுமுறைகளில் வேலை செய்த வாசுவுக்கு, இந்தத் தொழில்ரீதியிலான விளம்பரங்களில் ஒரு வழக்கத்துக்கு மாறான அணுகுமுறையைக் கடைப்பிடிப்பதில் நான் காட்டும் ஆர்வம் பிடித்துப் போயிருக்கலாம். அது வாசுவுக்கு ஒரு புதிய அனுபவமாக இருந்திருக்கும். இந்தப் புத்தகத்தின் இணை ஆசிரியரான ஆஷிஷ் ஸென் வாசுவிடம் பேசும்போது, என்னுடைய வித்தியாசமான மார்க்கெட்டிங் அணுகுமுறையை வைத்து என்னை அவர் ‘மார்க்கெட்டிங் ஹிப்பி’ என்று சொன்னார். வாசு தொடர்ந்து ஒரு முன்னணி காப்பி ரைட்டராக உயர்ந்து இந்தியாவின் முன்னணி விளம்பர நிறுவனங்களில் கிரியேட்டிவ் இயக்குநராகவும் இருந்தார்.

இந்த அணுகுமுறைகளுக்குக் கிடைத்த வெற்றியாக இன்னொரு சம்பவத்தைக் குறிப்பிடலாம். ஷ்நீய்டர் நிறுவனத்துடன் இணைந்ததும் அதன் முதுநிலை மேலாளர் ஒருவர் இப்படிக் கேட்டார்:- “இவ்வளவு சிறிய விளம்பர செலவை வைத்து சந்தையில் எப்படி கான்செர்வை ஒரு ஆற்றல் மேலாண்மை நிறுவனமாக நிலைநிறுத்தினீர்கள்?”

2002ஆம் ஆண்டில் ஒரு தனிப் பிரிவாக மின்னாற்றல் ஆலோசகர்கள் மற்றும் தணிக்கையாளர்கள் குழு கான்செர்வில் அமைக்கப்பட்டது (இதில் மெக்கானிக்கல், கெமிக்கல், எலக்ட்ரிக்கல் என பல்துறைப் பின்னணியிலும் இருந்து ஆட்கள் சேர்க்கப்பட்டனர்). தனியார் துறையில் இப்பிரிவினை உருவாக்கிய முதல் நிறுவனம் கான்செர்வ் தான். அப்போது டெல்லியில் மின்னாற்றல் சம்பந்தமான செயல்பாடுகளுக்குத் தனியாக ஆலோசனைகள் வழங்கிக்கொண்டிருந்த ஆபிரகாம் வர்கீஸை இப்பிரிவுக்குத் தலைமைப் பொறுப்பில் நியமித்து இந்தப் பிரிவினை உருவாக்கினோம். கான்செர்வ் ஷ்நீய்டர் நிறுவனத்துடன் இணைக்கப்படுகையில் இப்பிரிவு பலவிதமான திறமைகளையும், அனுபவமும் கொண்ட 44 மின்னாற்றல் தணிக்கையாளர்களுடன் இயங்கி வந்தது.

இன்றைக்கும் ஷ்நீய்டர் நிறுவனத்தில் உயர் அதிகாரியாகப் பணிபுரிந்து வரும் ஆபிரகாம் வர்கீஸ் 2002இல் கான்செர்வில் தான் பங்கேற்ற நேர்முகத்தேர்வைப் பற்றி பேசுகையில்:- “பெரும்பாலான நிறுவனத் தலைவர்கள் 3 முதல் 5 ஆண்டுகாலத் திட்டங்களைப் பற்றி பேசுவார்கள். ஆனால், ஹேமாவோ 15 ஆண்டுகாலத் திட்டங்களை

வைத்திருந்தார். நான் அவரிடம் நேரடியாகவே கேட்டேன், என்னைப் போல உள்ள ஒருவரது பணி உங்கள் நிறுவனத்தின் முக்கியப் பணியாக இல்லை. அவ்வப்போது வரும் பணிகளுக்காக எனில் என்னை ஒப்பந்த அடிப்படையில்கூட நீங்கள் நியமிக்கலாம். ஆனால், என்னை முழு நேரப் பணியாளராக, ஒரு பிரிவுக்குப் பொறுப்பாளராக ஏன் நியமிக்கிறீர்கள்? ஹேமா நிதானமாகச் சொன்னது:- "நான் நீண்ட காலத் திட்டமாக இதைப் பார்க்கிறேன்" என்றார்.

ஆபிரகாம் சொன்னது போல அந்த நாட்களில் வழக்கத்துக்கு மாறான, அதுவும் மீட்டர்கள் தயாரிப்புத் துறைக்கு இவையெல்லாம் வித்தியாசமான விஷயங்கள். அப்படிச் செய்த சில முடிவுகள் இவையெல்லாம்:-

இந்தப் பிரிவுக்கு விற்பனை இலக்கு என எதையும் கொடுப்பதில்லை. இப்பிரிவு வாடிக்கையாளர்களுக்கு நிபுணத்துவம் வாய்ந்த தனிப்பட்ட ஆலோசனைகளை மின்திறன் பயன்பாடு தொடர்பாக வழங்குவதில் கவனம் செலுத்தும். வாடிக்கையாளர்கள் மின்திறன் செயல்பாடுகளில் முழுமையான பலனைப் பெறும் விதத்தில் செயல்படுவதை நோக்கமாகக் கொண்டிருக்கும். (மின் செலவில் வாடிக்கையாளர்கள் ரத்தக் கண்ணீர் வடிக்கும் இடங்களைக் குறிப்பிட்டு வாடிக்கையாளர்களுக்கு விளக்கவும், அதற்கான பரிந்துரைகளைச் செய்யவும் இந்தப் பிரிவினருக்குப் பயிற்சிகள் வழங்கப்பட்டன.)

ஒட்டுமொத்த பங்களிப்பாகவே இப்பிரிவின் செயல்பாடுகளை மதிப்பிடுவது. அதாவது நிறுவனத்தின் மொத்த இலக்கை அடைவதில் இப்பிரிவின் பங்களிப்புகள் எவ்வளவு உறுதுணையாக இருந்தன என்றே மதிப்பிடப்படுமே அன்றி இப்பிரிவுக்கென தனி இலக்குகள் எனும் அடிப்படையில் மதிப்பீடு செய்யப்படாது. அதேபோல நிறுவனம் ஒரு நிலையான இடத்தை அடையும்வரை நிறுவனத்தின் மொத்தச் செலவுகளை இப்பிரிவு பகிர்ந்துகொள்ள வேண்டியதில்லை. (மொத்த செலவு என்பதில் நேரடிச் செலவுகள் தவிர்த்த பிற அனைத்தும்.)

இந்த இரு முடிவுகளாலும் கிடைத்த பெரிய பலன் என்பது நாட்டின் சிறந்த மின்னாற்றல் ஆலோசகர்களை கான்செர்வ் பணிக்கு அமர்த்த முடிந்தது. ஏனெனில் தனிப்பட்ட முறையில் வாடிக்கையாளருக்கு ஆலோசனை வழங்க முடியும் என்பது ஒரு பெரும் வாய்ப்பாகப் பார்க்கப்பட்டது. மேலும், வெறும் மின்மீட்டர் தயாரிப்பாளர்கள்

என்ற நிலையிலிருந்து மின்சாரத்தை சேமிப்பது, மின்சாரத்தைத் தரம் உயர்த்திப் பயன்படுத்துவது ஆகியவைத் தொடர்பான உயர்தரமான சிறந்த ஆலோசனைகளை வழங்கும் மின்னாற்றல் மேலாண்மை நிறுவனமாக கான்செர்வை இப்பிரிவின் செயல்பாடுகளே மாற்றின.

மூன்றாவதாக, நாங்கள் ஒரு துணிச்சலான மாற்றத்தை நடைமுறைப் படுத்தினோம். எங்களிடம் ஏற்கனவே இருக்கும் விற்பனைப் பிரிவினரை வெறும் விற்பனையாளர்களாக இல்லாமல் மின்னாற்றல் பயன்பாட்டு ஆலோசகர்களாகவும், நிபுணர்களாகவும் தரமுயர்த்தினோம். நிறுவனத்தில் இருக்கும் துறை-சார்ந்த பயிற்சியாளர்கள் மூலமாகவே விற்பனையாளர்களுக்குப் பயிற்சி அளிக்கப்பட்டு அவர்களது திறன் மேம்படுத்தப்பட்டது. விற்பனையாளர்களாக அவர்கள் சிந்திக்கும் விதம் மாற்றப்பட வகுப்பறைப் பயிற்சிகள் மட்டுமல்லாமல் களப் பயிற்சிகளும் அளிக்கப்பட்டன. மின்னாற்றல் பயன்பாட்டு முறைகள், மின்னாற்றல் நுகர்வு மற்றும் அதன் செலவைக் கணக்கிடுதல், அவற்றின் வழியே வெவ்வேறு தொழில்களின் மின் பயன்பாட்டில் செலவைக் குறைத்து தரமாக மின்சாரத்தைப் பயன்படுத்துவதற்கான ஆலோசனைகள் என பல விஷயங்கள் அவர்களுக்குப் பயிற்சியாக அளிக்கப்பட்டன. “வாடிக்கையாளரின் மொழியில் பேசு” என்பதே ஒற்றை நோக்கமாக மாறிவிட்டது.

இது குறித்து ஆபிரகாம்:- “நீங்கள் ஒரு நல்ல நாடகம் என்பதைப் படித்துப் பார்த்திருக்கலாம். ஆனால், அதை பார்வையாளர்களின் இடத்திலிருந்து பார்க்கக் கற்றுக்கொள்ள வேண்டும். ஒரு டெக்ஸ்டைல் மில்லுக்குப் போனால் அங்கு டெக்ஸ்டைல் குறித்தும், கெமிக்கல் தொழிற்சாலைக்குப் போனால் அங்கு கெமிக்கல்கள் குறித்தும்தான் பேச வேண்டும். ஒவ்வொரு வாடிக்கையாளருக்குமான அணுகுமுறையை நாங்கள் தனித்தனியாக வடிவமைத்தோம். அவ்வாறே ஒற்றை வரி ஆர்வத்தூண்டல்களையும் தனித்தனியே வடிவமைத்தோம்.

எங்கள் விற்பனையாளர்களைப் பொறுத்தவரை இப்பயிற்சிகள் அவர்களது வழக்கமான, பழகிவிட்ட விற்பனை முறைகளிலிருந்து மாற்றுவதால் இதனை சவாலாகத்தான் முதலில் பார்த்தனர். ஆனால், இதன் பலனளிப்பதைப் பார்க்க ஆரம்பித்ததும் மிக ஆர்வமாகக் கற்றுக்கொண்டு, பயன்படுத்த ஆரம்பித்தார்கள். இன்றும்கூட அப்பயிற்சிகளைப் பற்றி பேசுகிறார்கள். அதுவரை அவர்கள் விற்பதில் முக்கியமான தயாரிப்பான EM 6400ஐ அப்படியே விட்டுவிட்டு

சிமெண்ட் தொழிற்சாலையின் இயக்கத்தில் இருக்கும் சிக்கல் களைப் பேச ஆரம்பித்தார்கள். பொருத்தமான கேள்விகளை வாடிக்கையாளர்களிடம் கேட்டு, நீண்ட நேரம் பொறுமையாக அவர்கள் சொல்வதைக் கேட்டு, இறுதியில் நல்ல தீர்வாக சொன் னார்கள்" என்கிறார்.

பயிற்சி கச்சிதமாக இருந்தது, விற்பனையாளர்கள் பயிற்சியின் போது மின்பயன்பாட்டு முறைமைகள், வெவ்வேறு தொழிற்சாலை களில் பயன்படுத்தப்படும் ஒழுங்குமுறைகள், வாடிக்கையாளர் இடத்தில் பயன்படுத்தப்படும் மின்னமைப்புகள் ஆகியவற்றிலெல் லாம் தேர்வுகள் எழுதி வெற்றி பெற வேண்டியிருந்தது. அஷோக் மற்றும் கான்செர்வின் இயக்குநர் குழுவினருடன் (பன்னாட்டு நிறு வனங்களில் உயர்பதவிகளில் இருப்பவர்கள்) விற்பனையாளர்கள் மாதிரி விற்பனைப் பெஸ்சுகளைப் பேசிக் காட்ட வேண்டியிருந்தது. அஷோக்கும், இயக்குநர்களும் கடுமையான வாடிக்கையாளர்களாக வேறு நடித்து கடுமையான கேள்விகளைக் கேட்டு பயிற்சியை வலுவானதாக ஆக்கினார்கள். மிக முக்கியமாக ஒரு நிறுவனத்தின் தலைமைப் பொறுப்பில் இருக்கும் சி.இ.ஓ. அல்லது சி.எஃப்.ஓ. போன்றோரைச் சந்தித்து அவர்கள் நிறுவனத்தின் வீங்கும் செலவைச் சுட்டிக்காட்டி உயர்நிலைக் குழுவில் இருப்பவர்களிடம் எவ்வாறு பேச வேண்டும் என்பதில் விற்பனையாளர்கள் நன்கு தேர்ச்சி பெற்றார்கள். வெவ்வேறு துறை-சார்ந்த வாடிக்கையாளர்களிடமும் பேசும் திறனும் பெற்றார்கள்.

இதேபோல 'நிதிப் பிரிவை சாராதவர்களுக்கான நிதி' வகுப்பினை கான்செர்வின் நித்திப் பிரிவுத் தலைவரான ஜெயவந்த் தேசாய் நடத்தினார். ஒரு நிறுவனத்தின் வரவு-செலவுக் கணக்கை எப்படி வாசிப்பது, எப்படிப் புரிந்துகொள்வது, அவர்களது கணக்கிலிருந்தே மின்சாரத்துக்கான செலவுகள் எப்படி அதிகமாக இருப்பதைக் காட்டி அதைக் குறைத்தால் அது போட்டி மிக்க சூழலில் எப்படிச் சாதகமாக அமையும் என்பதையும் சொல்வது என வரவு-செலவு அடிப்படையில் வாடிக்கையாளரிடம் பேசுவதைப் பற்றி வகுப்புகள் எடுத்தார்.

ஒருவரிடம் எப்படிப் பேச வேண்டும், ஒரு மின்னாற்றல் துறை நிபுணராக எந்தெந்த வார்த்தைகளைத் தேர்ந்தெடுத்துப் பயன்படுத்த வேண்டும் என்பது போன்ற உரையாடல் திறன் பயிற்சிகளும், 'மீட்டருக்கான விலைப்புள்ளி' என்று எழுதாமல் 'உங்கள் தொழிலில் மின்னாற்றல் சேமிப்பை ஏற்படுத்த' என்பது போன்ற வரிகளைப் பயன்படுத்தி வாடிக்கையாளருக்குக் கடிதம் எழுதும் பயிற்சிகளும் வழங்கப்பட்டன.

துறை-சார் நிபுணத்துவம் பெற்ற தணிக்கை மற்றும் ஆலோசனைப் பிரிவின் ஆட்களுடண் இணைந்து ஒரு அணியாகஷ் சென்று வாடிக்கை யாளரைச் சந்தித்துப் பேசி ஆலோசனை வழங்கும் செயல்பாடுகளும் செய்யப்பட்டன. இரு அணியினரும் இணைந்து செல்வதால் வாடிக் கையாளர் தரப்பில் கேட்கப்படும் கடுமையான கேள்விகளுக்கும் தடுமாற்றமின்றி பதில் சொல்ல முடிந்தது.

இப்படியாக இடைவிடாத முயற்சிகளால் முழுமையாக மாற்றி யமைக்கப்பட்ட விற்பனை அணியினரின் பெயரையும் EEE (எனர்ஜி எஃபிஷியண்ட் எக்ஸ்பர்ட்ஸ்) என மாற்றி வைத்தோம்.

விற்பனையாளர்களைப் பொருத்தவரை இது அவர்களது வாழ்க் கையைய் மாற்றி அமைத்தது. அப்பிரிவில் இருந்த ஒருவர் சொன்னார்:- "முன்பெல்லாம் நாங்கள் வாடிக்கையாளர் அலுவலகத்துக்கு முன் அனுமதி பெற்றுவிட்டுப் போனால்கூட மணிக்கணக்கில் காத்திருக்க வேண்டும். ஆனால், இப்பயிற்சிகளுக்குப் பிறகு நாங்கள் வாடிக்கை யாளரின் ஆட்கள் சூழ்ந்து வர வாடிக்கையாளரின் தொழிற்சாலை களுக்கு வரவேற்று அழைத்துச் செல்லப்படுகிறோம். மின்னாற்றல் பயன்பாட்டில் ஒரு நிபுணராக எங்களை நடத்தும் வாடிக்கையாளர்கள் அவர்களது மின்னாற்றல் செயல்முறைகள் குறித்து எங்களிடம் கருத்து கேட்கிறார்கள்."

2003இலிருந்து எங்களுக்கு வரும் அழைப்புகளில் பேசும் வாடிக் கையாளர் நிறுவன தலைமைப் பொறுப்பில் இருப்பவர்கள்கூட மரியாதையான குரலில் பேச ஆரம்பித்தார்கள். முன்பெல்லாம் "எந்த மீட்டரை வாங்கலாம்?" என்று கேட்பவர்கள் இப்போது எங்கள் செயல்முறைக்குப் பொருத்தமான சிறப்பான ஆற்றலைத் தரும் எரி பொருளாக எட்டிப் பயன்படுத்தலாம் என்பதைச் சொல்லி உதவ முடியுமா?" என்று கேட்க ஆரம்பித்தார்கள்.

ஒவ்வொரு காலாண்டிலும் மின்பயன்பாட்டுத் தணிக்கையாளர்கள், விற்பனைக்குப் பிந்தைய சேவைப் பிரிவின் இஞ்சினியர்கள், அஷோக்கின் வடிவமைப்புப் பிரிவினர், விற்பனைப் பிரிவினர் ஆகி யோர் அனைவரையும் ஒரு கலந்தாலோசனைக் கூட்டம் நடத்தச் சொன்னோம். இவர்கள் அனைவரும் ஒன்றாகச் சேர்ந்து அவரவர் கள அனுபவங்கள், கற்றுக்கொண்ட பாடங்கள், போட்டியாளர்கள் மற்றும் வாடிக்கையாளர் இடங்களில் கவனித்த புத்திசாலித்தனமான விஷயங்கள், தொழிலை மேம்படுத்துவதற்கான வாய்ப்புகள், தயாரிப்பு களை உபயோகிப்பவர்களின் எதிர்வினைகள், புதிய தயாரிப்புகளைச்

சோதித்து அறிவதற்குப் பொருத்தமான இடங்கள் என அனைத்தையும் ஒருவரோடோருவர் பகிர்ந்துகொள்வார்கள். கணக்கிடவே முடியாத அளவிற்கு இந்த விஷயத்தில் ஈடுபட்ட அனைத்துத் துறையினருக்கும் பல நன்மைகளைச் செய்தது.

இப்படியாக மிகவும் ஆபத்தான முயற்சியாக கையில் எடுத்து விற்பனை அணியை மாற்றியமைத்த விஷயத்தில் ஆகப்பெரிய துணிச்சலான முடிவு விற்பனைப் பிரிவின் தலைமைப் பொறுப்பு தொடர்பானது. மின் தணிக்கை மற்றும் ஆலோசனைப் பிரிவை உருவாக்கி நடத்தும் ஆபிரகாம் வர்கீஸை நான் முதலில் வடஇந்திய விற்பனைப் பிரிவின் தலைமைப் பொறுப்பில் (விற்பனைக்கான வாய்ப்புகளிலும், ஒட்டுமொத்த விற்பனையில் பெரும்பங்கு வகிப் பதிலும் வட இந்திய சந்தை மிக முக்கியமானது) நியமித்து விட்டு, வெகு விரைவிலேயே ஒட்டுமொத்த இந்திய அளவிலான விற்பனைப் பிரிவின் தலைமைப் பொறுப்பிலும் நியமித்தேன்.

ஆபிரகாம் இதைக் குறித்து சொல்லும்போது:- "நான் டெல்லியில் செய்துகொண்டிருந்த என்னுடைய தனிப்பட்ட மின்திறன் மேம் பாட்டு ஆலோசனைப் பணிகளை நிறுத்திவிட்டு கான்செர்வில் சேர்ந்து மின் தணிக்கை மற்றும் ஆலோசனைப் பிரிவை உருவாக்கி நடத்தும் பணிக்கு வந்து சேர்ந்தபோது இதெல்லாம் நன்மைக்கே என்று நினைத்தேன். டெல்லியில் எனக்கு இருந்த அடுக்கு மாடிக் குடியிருப்பையும் விற்று விட்டு குடும்பத்துடன் பெங்களூருவுக்குக் குடிவந்து விட்டேன். பெங்களூருவில் இடம் வாங்கி ஒரு வீடும் காட்டிக் கொண்டோம். 9 மாதங்கள் முடிந்த நிலையில் ஒரு ஞாயிற்றுக்கிழமை காலை 7 மணிக்கு ஹேமா என்னை தொலைபேசியில் அழைத்தார். "ஆபிரகாம், எனக்கு ஒரு வித்தியாசமான யோசனை. நீங்கள் டெல்லிக்குச் சென்று அங்கிருந்து நம்முடைய வட இந்திய விற்பனைப் பிரிவை கவனித்துக் கொள்ள முடியுமா? கடுமையான விலைக் குறைப்புக்குப் பேர் போன அந்தச் சந்தையை நீங்கள்தான் நம்முடைய மின்திறன் ஆலோசனை அணுகுமுறைகள் மூலம் சமாளிக்க முடியும். மேலும் அங்குள்ள சில விநியோகஸ்தர்களிடமும் நீங்கள்தான் பேசி நல்ல உறவுமுறையை உருவாக்கி நம்மீது நம்பிக்கையை வரவைத்து சுமுகமாக விஷயங்கள் நடக்குமாறும் செய்ய வேண்டும். நீங்கள் இப்போது தேவாலயத்துக்குச் செல்லுங்கள். நன்றாகப் பிரார்த்தனை செய்யுங்கள். மனைவியிடமும் பேசுங்கள். நாளை அலுவலகம் வந்ததும் என்னைப் பாருங்கள்."

திங்கள்கிழமை காலை என்னைப் பார்த்ததும் நான் என்ன யோசித் திருக்கிறேன் என்று கேட்டார். ஏனென்றால் அவருக்கு நான்

அப்போதுதான் பெங்களூருவில் வீடு கட்டியிருப்பதும், என் மகள் ஒரு பள்ளியில் அப்போதுதான் சேர்ந்திருப்பதும் நன்றாகவே தெரியும். நான் சொன்னேன். தனிப்பட்ட முறையில் எனக்கு இதில் ஒரு துளி கூடத் தயக்கமில்லை. பிந்துவைப் (மனைவி) பொறுத்தவரை நிறுவனத்துக்கு நல்லது என்றால் அதில் குழப்பம் இல்லை எனச் சொல்லி விட்டார். ஆனால், என் யோசனை என்னவென்றால் நான் இதற்கு முன் தயாரிப்புகளை விற்ற அனுபவம் இல்லை என்பதோடு இந்த வரிகள் விஷயத்திலெல்லாம் எனக்கு ஒன்றுமே தெரியாது என்பதுதான் என்றேன். ஹேமாவால் என் தயக்கம் இந்த விஷயத்தில்தான் என்பதை நம்பவே முடியவில்லை. “அதையெல்லாம் நாங்கள் சொல்லித் தருகிறோம்” என்றார். அதன் பிறகு மறுயோசனையே இல்லை. இந்த மாற்றம் என் வாழ்க்கையையும், என் பணிவளர்ச்சியையும் புதிய பாதையில் மாற்றியமைத்தது. சில நிச்சயமற்ற தன்மைகள் இருந்தபோதிலும், இவ்வளவு விரைவாகவும், தெளிவாகவும் நானும் என் மனைவியும் இவ்விஷயத்தில் எடுத்த முடிவுகள் இந்த நிறுவனத்துடன் நாங்கள் கொண்டிருந்த நல்லுறவையும், பந்தத்தையும் தான் பிரதிபலிக்கிறது. நாங்கள் இப்படித்தான் இந்த விஷயத்தைப் பார்த்தோம்: கான்செர்வுக்கு இது தேவைப்படுகிறது. ஆகவே நாம் செய்வோம்.”

நான்காவதாக, நாங்கள் எதிர்கொண்ட விஷயம் வாடிக்கையாளர்கள் எங்கள் தயாரிப்புகளை ஒரு முக்கியத்துவமற்ற பொருளாக எண்ணி அதைப் பற்றிய முடிவுகளை, பேனலைச் செய்பவர்கள் வசமே விட்டுவிடுவதைப் பற்றியது. ஆனால் வாடிக்கையாளர் கருத்துக்கு மாறாக எங்கள் தயாரிப்புகள்தான் மின்சாரப் பயன்பாட்டைக் கட்டுப் படுத்தி, செலவைக் குறைப்பதில் முக்கியப் பங்காற்றின. ஆகவே, எங்கள் பொருளைப் பயன்படுத்தும் உபயோகிப்பாளரின் தரப்பில் இருக்கும் முக்கியமான முடிவுகளை எடுக்கும் அதிகாரம் உள்ள அதிகாரிகளுக்கு இவ்விஷயத்தில் ஒரு விழிப்புணர்வை உருவாக்கத் தீர்மானித்தேன். இதற்காகவே ஒரு தனிப்பிரிவை உருவாக்கும் எண்ணமும் வந்தது.

தொழிற்சாலைகளுடன் வியாபாரம் செய்யும் எந்தப் பெரிய நிறுவனமும்கூட அப்போது செய்திராத ஒரு வித்தியாசமான அணுகுமுறையாக இது அமைந்தது. இதற்கென தனி பயிற்சியாளர்களை நியமிக்கும் வசதி இல்லாததால் தணிக்கை மற்றும் ஆலோசனைக் குழுவினரே இந்த விழிப்புணர்வுப் பயிற்சியாளர் பொறுப்பையும் ஏற்றுக்கொண்டனர். சொல்லப்போனால் எண்ணற்றத் தொழில்

பிரிவுகளில், பலதரப்பட்ட இடங்களில் பணியாற்றிய அனுபவம் உள்ளவர்கள் அவர்கள். இன்னுமொரு சாதகமான விஷயம் என்ன வென்றால் அனுபவம் வாய்ந்த எங்கள் தணிக்கையாளர்களால் மிக இயல்பாக வாடிக்கையாளர்களின் கடுமையான கேள்விகளையும் கையாளும் விதத்தில் பேச முடிந்தது. தொழில்துறையின் குறிப்பிட்ட பயிற்சிக் கையேடுகளைத் தயாரிப்பதில் அவர்களது உதவி நல்ல விளைவுகளை ஏற்படுத்தியது.

எங்களது பயிற்சிக் கட்டணங்கள் மிகக் குறைந்த விலையில்தான் தரப்பட்டன (வாடிக்கையாளர்கள் பெரும் அளவில் மின்திறன் மேலாண் கருவிகளை வாங்குவார்கள் எனத் தெரிந்தால் பயிற்சியை விலையில்லாமல்கூட கொடுத்தோம்). வாங்கிப் பயன்படுத்திய வாடிக்கையாளர்களும் கொடுத்த பணத்திற்குத் தகுந்த பலன் இருந்த தாக உணர்ந்தார்கள். வாடிக்கையாளர் நிறுவனத்தின் சி.இ.ஓ., சி.எஃப்.ஓ., சி.ஐ.ஓ.க்களுக்குத் தனியே ஒரு செயல் அட்டவணையை உருவாக்கித் தந்தோம், அதன் மூலம் மின் பயன்பாட்டை துல்லிய மாகப் பார்த்து அதன் செலவுகளைக் குறைக்கும் கட்டுப்பாட்டு நடவடிக்கைகளை அவர்களால் எடுக்க முடியும். மனிதவளப் பிரிவுடன் கூட இணைந்து செயல்பட்டு உருவாக்கப்படும் ஒவ்வொரு யூனிட் மின்சாரத்துக்கும் ஊக்கத்தொகை கொடுப்பதைப் பற்றி ஆலோசனைகள் வழங்கினோம். இத்தனை அணுகுமுறைகளுக்குப் பிறகுதான் எங்கள் தயாரிப்புகளைக் குறித்த பார்வை அதன் உபயோகிப்பாளர்களிடம் மாறத் தொடங்கியது. ஏனென்றால் ஒரு எலக்ட்ரிக்கல் பேனல் தயாரிப்பில் மிக அடிப்படையாக கண்ணுக்கு உடனே தெரியாத அளவில் அமைக்கப்பட்டிருப்பது மின்மீட்டர். அதுவும் அதை வடிவமைக்க, கட்டுமானம் செய்ய, வழங்க, பராமரிப்புகள் மேற் கொள்ள என நான்கு விதமான சப்ளையர்கள் இருந்தார்கள். மேலும் வாடிக்கையாளர் நிறுவனத்தின் உயர்மட்ட அதிகாரிகளுடன் தொடர்பு கொண்டு விளக்கம் தரும் இந்த அணுகுமுறையால் அவர்கள் நிறுவனங் களில் இந்த விஷயத்தில் விரைவாக முடிவுகள் எடுக்கப்பட்டன. அதனால், கான்செர்வின் வணிகப் பெயர் அது ஒரு மீட்டர் தயாரிப்பு நிறுவனம் என்பதிலிருந்து மாறி மின்னாற்றல் திறன் மேம்பாட்டு நிறுவனமாக வாடிக்கையாளர்கள் மத்தியில் நிலைபெறத் தொடங்கியது.

இறுதியாக, எங்கள் நிறுவனத்தில் தலைமை அலுவலகம் மற்றும் வணிகப் பெயர் கருத்துருவாக்கம் ஆகியவற்றிலும் எங்கள் நிறு வனத்தை ஒரு மீட்டர் தயாரிப்பு நிறுவனம் என்பதிலிருந்து மாற்றி மின்னாற்றல் திறன் மேம்பாட்டு ஆலோசனை நிறுவனமாக

ஆக்கும் முயற்சிகளை செய்தோம். அதற்கான கலந்தாலோசனைக் கூட்டங்களில் ஒன்றில் இந்த மாற்றத்தை விளக்கி, நாம் அணுகு முறையில் கடைபிடிக்க வேண்டியவற்றை விளக்கும்போது இப்படிச் சொன்னேன்:- "உங்களுக்கு எலும்பு முறிவு ஏற்பட்டு அதை துல்லிய மாகத் தெரிந்துகொள்ள எக்ஸ் ரே எடுக்கச் செல்கிறீர்கள். அங்கு போய் அந்த எக்ஸ் ரே மிஷின் என்ன தயாரிப்பு, அதன் தரம், விலை ஆகியவற்றையெல்லாம் விசாரித்துக்கொண்டிருப்பதில்லை. நம் கவலையெல்லாம் நமக்கு ஏற்பட்டிருப்பது எலும்பு முறிவா அல்லது வெறும் சுளுக்கா என்பதுதானே. டாக்டர் பார்த்து சொல்லும்வரைகூட நாம் பொறுமையாக இருப்பதில்லை. அதற்கான கட்டணத்தை எந்த பேரமும் பேசாமல் கொடுத்துவிட்டு எவ்வளவு விரவில் நிலைமையை சரிசெய்ய முடியும் என்றுதான் யோசிக்க ஆரம்பிக்கிறோம், இல்லையா? அதைப் போலவே நம் வாடிக்கையாளர்களுக்கு மின்னாற்றல் செயல் முறைகளில் நாம் நிபுணர்கள் என்ற எண்ணம் வர வேண்டும். அந்த விஷயங்களில் எந்தச் சிக்கல் ஏற்பட்டாலும் நம்மை முதலில் அணுகும் எண்ணம் வாடிக்கையாளருக்கு வர வேண்டும். அதற்கு ஏற்றாற்போல நாமும் சிக்கல் என்ன என்பதைத் துல்லியமாகக் கண்டறிந்து அதற்குப் பொருத்தமான சரியான தீர்வைச் சொல்லவேண்டும். வெறுமே பேரம் பேசி மீட்டர் விற்கும் நிறுவனமாக நாம் இல்லாமல் நம்பகத்தன்மை மிக்க மின்திறன் மேம்பாட்டு ஆலோசகர்களாக நாம் அறியப்பட வேண்டும்."

அதுவரை எங்கள் நிறுவனத்தின் அடிக்குறிப்பு வாரியாக இருந்தது –"சிறப்பான மின்பயன்பாட்டிற்கு கான்செர்வின் மூன்று படிநிலை அணுகுமுறை: அளவிடுதல், கண்டறிதல், கட்டுப்படுத்துதல்

இந்த வரியை இப்படி மாற்றி அமைத்தோம்:- "ஆலோசனை, பயிற்சி, தயாரிப்புகள்: உங்கள் நிறுவனத்தின் சிறப்பான மின்திறன் பயன் பாட்டிற்கானதொலைநோக்கைஉருவாக்கி, பரப்பி, செயலாக்குங்கள்."

முதலில் இருந்த வரியில் வரும் 'அளவிடுதல்' என்ற வார்த்தையைக் கேட்டதுமே கவனம் மீன்மீட்டரை நோக்கித் திரும்பியது. ஆனால், புதிதாக உருவாக்கிய மூன்றடுக்கு செயல்திட்டம் எங்கள் நிறுவனத்தை மீட்டர் தயாரிப்பாளர்கள் என்ற இடத்திலிருந்து முழுவதுமாக மின் திறன் மேம்பாட்டு ஆலோசகர்களாக மாற்றியமைத்தது.

1. மின்னாற்றல் ஆலோசனை – வாடிக்கையாளருக்கு மின்பயன் பாட்டு சேமிப்பைக் குறித்த தொலைநோக்குக் குறிக்கோள் களை உருவாக்குவதில் உதவுவதோடு மட்டுமல்லாமல் மின்

பயன்பாடு தொடர்பாக அவருக்கு இருக்கும் சிக்களைக் கண்டறிந்து அதைத் தீர்க்கவும் உதவுவது,

2. மேற்சொன்ன விதங்களில் செயல்பட வாடிக்கையாளருக்குத் தேவையான பயிற்சிகளை வழங்குவது,

3. மின் பயன்பாட்டு மேலாண்மைக்குத் தேவையான தயாரிப்புகளான மீட்டர்கள், மென் பொருள் ஆகியவற்றை வழங்குதல்.

ப்ராண்ட் இமேஜில் (வணிக தோற்றம்) உருவான மாற்றங்கள் - படம் 1இலிருந்து 2க்கு மாறி தற்போது இருப்பது படம் 3இல்

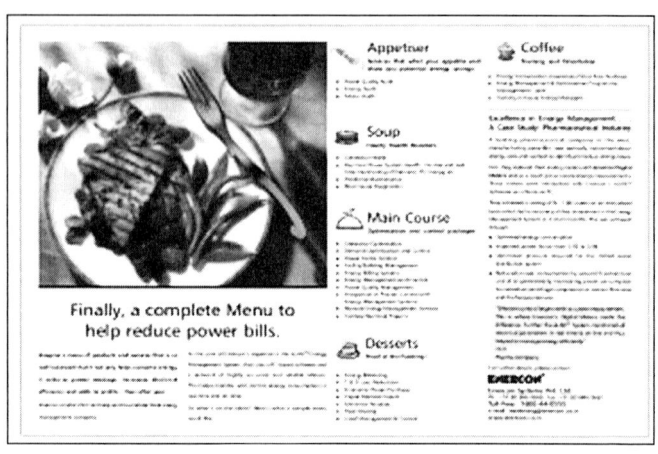

2001 வாக்கில் எங்கள் தயாரிப்பை பயன்படுத்துவோர்காக ஒரு தனித்தன்மையுடனான நிகழ்வாக 'உர்ஜோத்ஸவ்' எனும் பெயரிடப் பட்ட நிகழ்ச்சியைத் தொடங்கினேன். இப்பெயருக்கு நேரடி அர்த்தம் மின்னாற்றல் மேலாண்மைத் திருவிழா என்பதுதான். கான்செர்வை ஒரு மின்திறன் மேம்பாட்டு நிறுவனமாகக் காட்டும் விதமாக இந்நிகழ்வு நடத்தப்பட்டது. நாடு முழுவதிலுமிருந்து தயாரிப்பு மற்றும் உற்பத்தி நிறுவனங்களின் தலைமை அதிகாரிகள் இவ்விழாவில் பங்கேற்றனர். மின்னாற்றல் சேமிப்புக்கான ஆய்வு அறிக்கைகள், வெற்றிக் கதைகள், பொதுவான சவால்கள் ஆகியவற்றைக் குறித்து விவாதிக்கும் பொதுத்தளமாக இவ்விழா இருந்தது. விழாவின் மையக் கருத்தாகவும், குரலாகவும் மின்திறன் மேம்பாட்டில் உருவாகி வரும் வாய்ப்புகளே பேசப்பட்டன. கான்செர்வின் தயாரிப்புகள் குறித்த பேச்சு மிகக் குறைவாகவே இடம் பெற்றது. கிட்டத்தட்ட 20இலிருந்து 25 பெருநகரங்கள் மற்றும் சிறுநகரங்களில், குறிப்பாக தொழில் பூங்காக்களுக்கு அருகாமையில் இவ்விழா ஆண்டுதோறும் நடத்தப் பட்டது. அப்பகுதி விநியோகஸ்தர்களின் அதிகபட்ச பங்கேற்பு இருக்கும் விதத்தில்தான் இவ்விழாக்கள் வடிவமைக்கப்பட்டன. இதற் காகவே ஒரு செயல்திட்ட அட்டவணை உருவாக்கப்பட்டு கடிகாரம் ஓடுவது போல வழக்கமாக நடக்கும் வேலையாகக் கையாளப்பட்டது. விற்பனைப் பிரிவு மற்றும் மார்க்கெட்டிங் பிரிவுகளுக்கு உர்ஜோத்ஸவ் விழாக்களைச் சிறப்பாக நடத்தி அதன் மூலம் புதிய மற்றும் மறு விற்பனை செய்வது அவர்களது முக்கிய செயல்பாட்டு அளவீடுகளில் ஒன்றாக இருந்தது.

இச்செயல்பாடுகளின் முடிவுகள் ஊக்கமூட்டும் விதத்தில் அமைந் திருந்தன. தொடர்ந்து விசாரணைகள் குவிந்தன. உறவுமுறைகள் உருவாயின (அல்லது புதுப்பிக்கப்பட்டன). கான்செர்வைப் பொறுத்த வரை அஷோக் அணியினர், தயாரிப்பு, மனிதவளம், நிதி ஆகிய பிரிவுகளின் உயர் அதிகாரிகளுக்கு இவ்விழா மூலம் வாடிக்கையாளர் தரப்பில் என்ன நிகழ்கிறது என்பதை அறிந்துகொள்ள முடிந்தது. வாடிக்கையாளர் தரப்பைப் பொறுத்தவரை அஷோக் அணியினர், தயாரிப்பு, மனிதவளம், நிதி ஆகிய பிரிவுகளின் உயர் அதிகாரிகளை இவ்விழா மூலம் சந்தித்து தங்களது கருத்துகளையும், அவதானிப்பு களையும் சொல்ல முடிந்தது. சந்தை மற்றும் போட்டியாளர்கள் குறித்த விவரங்களை சேகரிக்க முடிந்தது.

ஆபிரகாம் சொல்வதைப் போல:- “நாங்கள் பயணித்துக்கொண்டே இருக்கும் ஒரு நாடகக் குழு போல இயங்கினோம். முதல்நாள் மாலையில் ஒரு இடத்தில் விழாவை நடத்தி முடித்து விட்டு இரவே அனைத்தையும் கட்டி எடுத்துக் கொண்டு அடுத்த நாள் விழாவுக்கு வேறு ஊருக்குக் கிளம்பிச் செல்வது வழக்கமாயிற்று. காஷ்மீர் மற்றும் வடகிழக்கு மாநிலங்கள் தவிர நாட்டின் அனைத்து முக்கிய நகரங்களின் தொழில்மையங்களுக்கு நாங்கள் சென்றிருக்கிறோம். வாடிக்கையாளரை நேரில் சந்தித்து உரையாடி தொடர்பு ஏற்படுத்திக் கொள்வதில் எங்களுக்கு மிகவும் மகிழ்ச்சியாகவே இருந்தது. அதனால் தான் 40 டிகிரி உஷ்ணம் இருக்கும் கடும்கோடையில்கூட மஹா ராஷ்ட்ராவின் உள்பகுதிக்குச் சென்று இவ்விழாவை நடத்துவது எங்க ளுக்கு ஒரு சிரமமாகவே தெரிந்ததில்லை. எந்தச் சூழலானாலும் விழா நிகழ்வது நிற்காமல் நடந்துகொண்டே இருக்கும்...”

தொகுத்து மொத்தமாகச் சொல்வதானால், மீட்டர் தயாரிப்பு கம்பெனி எனும் இடத்திலிருந்து மின்திறன் மேம்பாட்டு ஆலோசனை நிறுவனமாக நாங்கள் எங்களை மறு உருவாக்கம் செய்துகொள்வதற்கு உதவிய மூன்று முக்கிய யுக்திச் செயல்பாடுகள் இவைதாம்:

- நிபுணத்துவம் வாய்ந்த ஒரு மின் தணிக்கைக் குழுவை உருவாக்கியது.
- தயாரிப்புகளை விற்பனை மட்டுமே செய்துகொண்டிருந்த விற்பனை அணியினரை மின்பயன்பாடு மேம்பாட்டு அணி யினராக மாற்றியமைத்தது(தலைமை மின் தணிக்கையாளரை விற்பனைப் பிரிவின் தலைவராக ஆக்கியதும்).

- மின்னாற்றல் மேலாண்மைக்குப் பயன்படுத்தப்படும் வன் பொருட்கள், மென்பொருட்கள் ஆகியவற்றைத் தயாரிக்கும் பிரிவுகளை மின் தணிக்கையாளர்களுடன் இணைத்து நேரடி நேரக் கணக்கில் தகவல்களைத் தொடர்ந்து அளிக்கும் செயல் பாட்டு அட்டவணை மேசைகளை இறுதிப் பயன்பாட்டில் இருக்கும் வாடிக்கையாளருக்கு அளித்தது.

2006லேயே தொலைதூர நேரடிக் நேரக் கணக்கில் ஆலோசனை வழங்கும் ஒரு ரிமோட் ஆலோசனை மையத்தை கான்செர்வ் நிறு வியது. நாடு முழுவதுமாக இருக்கும் வெவ்வேறு இடங்களில் உள்ள வாடிக்கையாளர்களின் இடங்களில் நிறுவப்பட்டிருக்கும் கான்செர்வின் மின்னாற்றல் மேலாண்மை அமைப்புகளை கான் செர்வின் தகவல் மையத்தில் இருக்கும் மின் தணிக்கையாளர்கள் நேரடி இணைப்பில் தொடர்ந்து கண்காணிப்பார்கள். மின்பயன் பாட்டு செயல்முறைகளில் உருவாகும் ஏற்றத்தாழ்வுகளை உடனே கவனித்து அவற்றைச் சரி செய்யும் ஆலோசனைகளையும் உடனுக் குடன் வழங்குவார்கள். மின்னாற்றல் சேமிப்புக்கும், முழுமையான தரமான பயன்பாட்டிற்கும் இந்த மையம் பெரும் உதவியாக இருந்தது.

காான்செர்வ் (எனர்கார்ன் சிஸ்டம்ஸ்) முதல் தயாரிப்பு
தொழிற்சாலை, வடக்கு பெங்களூரு, 1990

காான்செர்வ் இயக்குநர் குழுமம், 2000.

(இடமிருந்து வலம்) மறைந்த டி. தாமஸ் (தலைவர்),
மறைந்த ஆர். வாசுதேவன், ஹேமா ஹட்டங்காடி,
அஷோக் ஹட்டங்காடி, மறைந்த ப்ரேம் சத்தா, கே.கே. நாயர்.

காான்செர்வின் கார்ப்பரேட் அலுவலகம் மற்றும் முக்கிய தயாரிப்புத் தொழிற்சாலை, எலக்ட்ரானிக்ஸ் சிட்டி, பெங்களூரு. துவக்கத் தேதி 27th Oct 2003.

5. கான்செர்வின் தொழிற்சாலைக்குள் ஒரு காட்சி, 2004

கான்செர்வின் ELF 3200 மற்றும் EM 6400
சிறப்பாக விற்பனையாகும் இரு தயாரிப்புகள்

தாட் லீடர்ஷிப் இன் ஆக்சன்: அஷோக் ஹட்டங்காடி
ஒரு குழு உரையாடலில், 2002

சிறப்பான நேர்மையான வணிகச் செயல்பாடுகளுக்காக "ஜம்னாலால் பஜாஜ் கௌன்சிலின் விருது" கான்செர்வுக்கு "சிறந்த வணிக நெறிமுறைகள்" பிரிவின் கீழ் 2006ஆம் ஆண்டில் வழங்கப்படுகிறது. புகழ்பெற்ற தொழிலதிபரான திருமதி. கிரண் மஜூம்தார் ஷா அவர்களிடமிருந்து விருதினை ஹேமா பெறுகிறார்.

188/செயல் தலைவர்/ஹேமா ஹட்டங்காடி, ஆஷிஷ் ஸென்

மும்பை எலக்ரமாவில் 2006இல் நடைபெற்ற புதிய தயாரிப்பான ELF 3200இன் அறிமுக விழாவில்.

இடமிருந்து வலம் – பாராளுமன்ற உறுப்பினர் சுரேஷ் பிரபு, அஷோக் & ஹேமா, டி. தாமஸ்.

கான்செர்வ் குடும்ப தினம் 2007இல் கான்செர்வ் மை கேம்பஸ் அரங்கில் பள்ளிக் குழந்தைகள்.

AEEE யால் நடத்தப்பட்ட மின்னாற்றல் மேம்பாட்டுக்கான வட்டமேஜை மாநாட்டில் உரையாற்றுதல் ஆகஸ்ட், 2009. வலது ஓரம் டாக்டர் அஜய் மாத்தூர், மேனாள் பொது இயக்குநர், ஆற்றல் மேம்பாட்டுக் கழகம், மின்துறை அமைச்சகம், இந்திய அரசு

ஹேமா (வலப்பக்கம் இரண்டாவதாக) – 2018இல் அம்மா, சகோதரிகளுடன் ஒரு குடும்ப விழாவில்.

ஹெச். வசந்த் ராவ், நிறுவனர், எனர்கார்ன் ஸிஸ்டம்ஸ் (பின்னர் கான்செர்வ்), வடிவமைப்பு நிபுணர், புதுமைச் செயல்பாட்டாளர், ஆற்றல் மேலாண்மைத் துறையில் முன்னோடி

ஆர் ஆர் நாயர்

அஷோக், அனன்யா, ஹேமா , ராகவ்

அத்தியாயம் 12

விநியோகம்

2009ஆம் ஆண்டு ஷ்நீய்டர் எலக்ட்ரிக் நிறுவனத்துடன் இணையும் போது கான்செர்வுக்கு 140 விநியோகஸ்தர்கள் கொண்ட விநியோகஸ்த வலைப்பின்னல் இருந்தது. அன்றைய இந்திய மின்மீட்டர் தொழில் துறையில் மிகப் பெரிய விநியோகஸ்த வலைப்பின்னல் கான்செர்வுடையதுதான். முழுவதும் குடும்பத்தால் நடத்தப்பட்ட தொழிலாக 90களின் மத்தியில் இருந்த எங்களுக்கு இந்த இடம் பெரும் வெற்றியின் அடையாளம். குடும்ப உறுப்பினர்களாலேயே நடத்தப் பட்ட மார்க்கெட்டிங் நிறுவனத்தால் ஏமாற்றப்பட்டு எந்த முன்னறி விப்பும் இல்லாமல் மார்க்கெட்டிங் ஒப்பந்தத்தை ரத்து செய்து விநியோகஸ்தர்கள் என ஒருவர்கூட இல்லாமல் திகைத்து நின்ற இடத்திலிருந்து (அத்தியாயம் 3இல் வாசித்திருப்பீர்கள்) நாட்டின் பெரிய விநியோகஸ்த வலைப்பின்னல் கொண்டவர்களாக நாங்கள் மாறிய விதத்தை இந்த அத்தியாயத்தில் பார்க்கலாம்.

ஒரு விநியோகஸ்தரும்கூட இல்லாத நிலையில் ஆரம்பித்த நாங்கள் முதலில் தெற்கு, மேற்குப் பகுதிகளில் கவனம் செலுத்தினோம். அதன் பின் வடக்கு, கிழக்கு இந்தியாவில் காலூன்றினோம். இந்தத் துறையின் முக்கியத் தயாரிப்பான மின் மீட்டர்களைப் பொறுத்தவரை இடைநிலையில் இருக்கும் எலக்ட்ரிக்கல் பேனல் செய்வோர், எலக்ட்ரிக்கல் காண்ட்ராக்ட் பணி செய்வோர் ஆகியோர்தாம் அதிக மாக வாங்குவார்கள். அதுவும் கடைசி நிமிடப் பணியின்போது வந்து விநியோகஸ்தர்களிடம் வாங்குவோர்தான் அதிகம். ஆகவே அதிக இடங்களில் பரவலாகக் கிடைப்பதுதான் நம் வெற்றியை இத்துறை யில் உறுதி செய்யும் முக்கியமான விஷயம்.

விநியோகஸ்த வலைப்பின்னலை உருவாக்கி வளர்ப்பது என்பது சோர்வும், சலிப்பும் தரக்கூடிய வழக்கமான சவால்கள் கொண்ட விஷயம்தான்: பெருமளவில் செயல்படும், நிதிச் சிக்கல்கள் இல்லாத, உறுதியான நிலைத்த வாடிக்கையாளர்களைக் கொண்ட பெரிய விநியோகஸ்தர்களை கவர்தல், விநியோகத்தில் ஒரு சமநிலையை

பேணுதல் (அதாவது விநியோகஸ்தர் செலுத்த வேண்டிய பாக்கித் தொகை அதிகமாகும்போது பொருட்களை அனுப்பவதைக் குறைப்பது, அதே நேரம் அந்தப் பகுதியில் நம் பொருட்கள் கிடைப்பதில்லை என்று சொல்லப்படாத அளவுக்கு அனுப்புதல்), டீலர்களுக்கு தரப் படும் கமிஷன் தொகை மகிழ்ச்சிகரமான ஒன்றாக இருக்குமாறு பார்த்துக்கொள்ளுதல், அதே நேரம் நமக்கும் கட்டுப்படியாகக் கூடிய அளவில் இருக்குமாறும் பார்த்துக்கொள்ளுதல், வெறும் பொருளாதார கணக்குகள் அடிப்படையில் மட்டுமல்லாது வெளிப்படையான செயல் பாடுகள், நியாயமான நடைமுறைகள், நேரடியான தொடர்பு ஆகிய வற்றின் மூலம் நீண்டகால நல்லுறவை உருவாக்கி வளர்த்தல் ஆகிய அனைத்துமே இதில் அடங்கும். இவை ஒரு முறை உருவாக்கி நிலையாக நிற்கும் அமைப்புகள் அல்ல. தொடர்ந்து இயங்கும் மாறிலிகளால் ஆனவை என்பதால் தொடர் செயல்பாடுகள்தான் இவற்றை உயிரோட்டமாக வைத்திருக்கும்.

பலமுறை தவறான விதத்தில் செயல்பட்டு அடிவாங்கி கடுமையான முறையினில் பாடங்களைப் படித்துத்தான் இறுதியில் விஷயங்கள் சரியான விதத்தில் அமைந்தன. கான்செர்வுக்கு டீலர்களாக இருந்த பெரும்பாலான டீலர்கள் இன்றும் ஷ்நீய்டர் எலக்ட்ரிக் நிறுவனத்துக்கு டீலர்களாகத் தொடர்கிறார்கள். கூடுதல் எண்ணிக்கையிலான தயாரிப்பு களையும் விற்பனை செய்கிறார்கள்.

வட இந்திய பிராந்தியத்தின் பெரிய விநியோகஸ்தரான டெல்லி யைச் சேர்ந்த துர்கா பாய் & கோவின் உரிமையாளரான தீபக் கோயல் கான்செர்வின் முதல் விநியோகஸ்தர். இவரது வளர்ச்சி நல்லதொரு உதாரணம். கான்செர்வை இணைத்துக் கொண்டபின் ஷ்நீய்டர் எலக்ட்ரிக் நிறுவனத்தின் விநியோகஸ்தராகத் தொடரும் இவரது வருமானம் முன்பைவிட இப்போது பத்து மடங்கு உயர்ந்திருக்கிறது.

மிகவும் பிரியத்துடன் அவர்:- “கான்செர்வுடன் இணைந்து வேலை செய்த நாட்களில் நாங்கள் ஒரு விநியோகஸ்தராகவே உணர்ந்ததில்லை. ஒரு குடும்ப உறுப்பினர் போலத்தான் கான்செர்வுடன் இணைந்திருந் தோம். எங்களைப் பாதிக்கும் விஷயங்கள், நிறுவனத்தின் முக்கிய முடிவுகள் ஆகியவற்றில் எங்களைக் கலந்தாலோசித்து எங்கள் யோசனைகளையும் கேட்பது கான்செர்வின் வழக்கம். அதேபோல எங்களுக்குத் தேவையான உதவிகளைச் செய்யவும் கான்செர்வ் தயங்கியதில்லை. என் பிறந்த நாளிலும், என் திருமண நாளிலும் அவர்களிடமிருந்து தவறாமல் வாழ்த்துகள் வரும்” என்றார்.

இந்த முயற்சியில் நாங்கள் சில புதிய யோசனைகளை செயல் படுத்திப் பார்த்தோம். அவை:

1. முதலீட்டின் மீதான வருவாய் எனும் கணக்கீட்டு மாடல்

விநியோகஸ்தர்களுக்கு வழக்கமாக அவர்கள் விற்பனை செய்யும் தயாரிப்பின் விலையில் ஒரு குறிப்பிட்ட சதவீதமே கமிஷனாகக் கணக்கிடப்பட்டு தரப்படும். அதை மாற்றி இக்கமிஷன் கணக்கீட்டை தொழில் முதலீட்டின் மீதான வருவாய் என்ற மாடலில் தருவது குறித்து முயற்சித்தோம். கான்செர்வ் விநியோகஸ்தர்களை வாடிக்கை யாளர்களுக்கு கடன் அடிப்படையில் விற்குமாறோ, அதிக பொருட் களை வாங்கி இருப்பு வைக்குமாறோ சொல்லவில்லை. ஆகவே அவர்கள் கான்செர்வின் விற்பனையைப் பொறுத்தவரை எந்தப் பெரிய முதலீட்டையும் செய்யவில்லை. கான்செர்வ் தயாரிப்புகளை விற்ப தற்கு அவர்கள் செய்த முதலீட்டையும் அதிலிருந்து அவர்களுக்குக் கிடைக்கும் கமிஷன் வருமானத்தையும் வகுத்தால் விடையே கண்டு பிடிக்க முடியாது (அதுதான் முதலீட்டின் மீதான வருவாய் எனும் கணக்கீட்டு மாடல் – அதாவது செலவுகள் போக வரும் லாபத்தை முதலீட்டுத் தொகையால் வகுத்தால் வருவதே முதலீட்டின் மீதான வருவாய்; விநியோகஸ்தர்களைப் பொறுத்தவரை முதலீடு மிகமிக சொற்பமான தொகைதான்).

ஆகவே நாங்கள் முதலீட்டின் மீதான வருவாய் எனும் கணக் கீட்டுத்தொகை சரியாக இருப்பதை அடிப்படையாகக் கொண்டு கமிஷன் தொகை குறைந்து வருமாறு ஒரு மாதிரி அறிக்கையை தயாரித்தோம். விநியோகஸ்தர்களைப் பொறுத்தவரை இது ஒரு பெரும் மாற்றம். ஏனென்றால் ஒவ்வொரு விற்பனைக்குமான வரு மானம் என்பதிலிருந்து ஒட்டுமொத்த தொழிலின் பார்வையில் வரு மானத்தைக் கணக்கிட்டுப் பார்க்கும் முழுமைப் பார்வைக்கு மாற வேண்டிய இடம் இது. ஆகவே நாங்கள் அவர்களுக்கு இதைத் தெளிவாகப் புரியவைக்க வேண்டுமென நினைத்தோம்.

முதல் 20 இடங்களில் இருக்கும் விநியோகஸ்தர்களை அழைத்து பெங்களூரு கான்செர்வில் ஒரு சந்திப்பு நடத்தினோம். அதில் கான்செர்வ் டீலர் கமிஷனால் சந்திக்கும் நெருக்கடியைக் குறித்த ஒரு மாதிரி அறிக்கையை அவர்களிடம் கொடுத்தோம். வெவ்வேறு பகுதிகளிலிருந்து வந்தவர்கள் கலந்திருக்கும் விதத்தில் ஒரு குழுவுக்கு ஐந்து பேர்கள் என இருக்குமாறு நான்கு குழுக்களாக அவர்களைப் பிரித்து விவாதிக்க வைத்தோம். நிறுவனத்தின் சி.ஐ.ஓ.வாக தம்மை

நினைத்துக்கொண்டு ஒவ்வொரு குழுவினரும் பேசி நிறுவனத்தின் லாப அளவு கரைந்துகொண்டே வருவதற்கு ஒரு தீர்வைச் சொல்ல வேண்டும் என்பதுதான் ஒவ்வொரு குழுவும் செய்ய வேண்டிய பணி.

அனைத்து குழுக்களும் முன்வைத்த தீர்வுகளிலிருந்து மூன்று முக்கிய விஷயங்கள் கிடைத்தன:

a. முதலில் எங்களது கடினமான நிலை குறித்து எங்கள் நிலை யிலிருந்து யோசித்துப் புரிந்துகொண்ட விநியோகஸ்தர்கள் லாப விகிதத்தை நாங்கள் அதிகரிக்கவேண்டியதன் தவிர்க்க முடியாத அவசியத்தையும் புரிந்துகொண்டார்கள்

b. இரண்டாவதாக, நாங்கள் மிக வெளிப்படையாக எங்களது நிதி நிலைமையைப் பகிர்ந்துகொண்டதில் நெகிழ்ந்துவிட்டனர். இரு தரப்புக்கும் இடையே நல்லுறவு வலுப்பட இது தகுந்த காரண மாகியது

c. மூன்றாவதும், முக்கியமானதுமான விஷயம் ஒவ்வொரு குழுவும் தீர்வைப் பற்றி பேசும்போது அதாவது கான்செர்வ் என்ன செய்ய வேண்டுமென சொல்லும்போதே முதலீட்டின் மீதான வருவாய் அடிப்படையில் கமிஷன் என்பது நீண்ட கால அளவில் இரு தரப்புக்குமே நன்மையாக இருக்கும் என்பதை உணர்ந்து கொண் டார்கள். கமிஷன் சதவிகிதத்தைக் குறைத்துக்கொள்ளவும் அவர்கள் ஒப்புக்கொண்டார்கள்.

2. விநியோகஸ்த வலைப்பின்னலுடன் தொடர்புகொள்ளுதல்

நாங்கள் விநியோகஸ்தர்களுடன் தொடர்புகொள்ள "சம்பார்க்" (ஹிந்தியில் தொடர்பு என அர்த்தம்) எனும் பெயரில் ஒரு செயல் பாட்டை முன்னெடுத்தோம். இந்தச் செயல்பாடு பல விதங்களிலும் நடைபெற்றது. ஒவ்வொரு காலாண்டிலும் ஒரு செய்தி அறிக்கை அச்சிடப்பட்டு விநியோகஸ்தர்களுக்கு அனுப்பப்பட்டது. அதில் நிறுவனம் பற்றிய செய்திகள், நிகழ்வுகள், புதிய தயாரிப்புகளின் அறிமுகங்கள், வணிகப்பெயர் உருவாக்கம், விளம்பர நிகழ்ச்சிகள் குறித்த செய்திகள், நிறுவனத்தின் சமூக பொறுப்பு நிகழ்ச்சிகள் ஆகியவை இடம்பெற்றிருக்கும். ஒவ்வொரு முக்கிய டீலருக்கும் அவருடைய பிறந்த நாள், திருமண நாள் வாழ்த்துகளை மனித வளப் பிரிவு தவறாமல் அனுப்பி வைத்தது. பிராந்திய அளவில் விநியோகஸ்தர்களுடன் எங்களது உயர் அதிகாரிகள் அடங்கிய குழு சிறு சுற்றுலா போல வழக்கமாகச் சென்றுவந்தனர். நாட்டின் வெவ்வேறு

பகுதிகளில் கான்செர்வ் முன்னெடுத்த நற்காரியங்களுக்காக நன்கொடை வழங்கும் நிகழ்வுகளால் பல விநியோகஸ்தர்கள் மகிழ்ச்சி அடைந்தனர்.

கான்செர்வின் பெரிய டீலராக மும்பையில் இருந்த திலீப் வோரா இப்போது ஷ்நீய்டர் எலக்ட்ரிக்கலின் டீலராக இருக்கிறார். அவர் சொல்வது:- "எனக்கு சரியான நேரத்தில் சரியான இடத்தில் இருக்கும் அதிர்ஷ்டம் கிடைத்தது என்பேன். 1998இல் நான் கான்செர்வின் டீலராக ஆகும்போது அவர்களது ஆண்டு வருவாய் 2 கோடி ரூபாயாக (20 மில்லியன்) இருந்தது. சந்தையைப் பொறுத்தவரை மக்கள் ஆனலாக் மீட்டரிலிருந்து டிஜிட்டல் மீட்டருக்கு மாறிக்கொண்டிருந்தார்கள். சந்தையில் நுழைவதற்கான முன்னெடுப்புப் பணிகள் அனைத்தையுமே ஹேமா, அஷோக் ஹட்டங்காடிகள் செய்து வைத்திருந்தார்கள். ஆகவே எங்களுக்குத் தயாரிப்புகளை விற்பது எளிதாக இருந்தது. விற்பனையில் நாங்கள் கொடி கட்டிப் பறந்தோம் என்றே சொல்ல வேண்டும். அன்றும் சரி, இன்றும் சரி கான்செர்வின் தயாரிப்புகள் சிறப்பான தரம் உடையவை. அவர்களுடன் இணைந்து மூன்றே ஆண்டுகளில் நானே எதிர்பாராத அளவுக்குப் பல மடங்கு பெரிய வளர்ச்சியை அடைந்தேன். ஹேமா ஒரு தனித்துவம் வாய்ந்த தலைமைப் பண்பை வெளிப்படுத்தினார். ஆகவே ஒவ்வொருவரும் கான்செர்வ் எனும் பெயரில் மாறாத நன்றியுணர்வும், அன்பும் உடையவர்களாக இருந்தார்கள். தயாரிப்பைப் பயன்படுத்தும் உபயோகிப்பாளர்களிடம் தயாரிப்புகளைப் பிரபலப்படுத்தவும், வணிகப் பெயர் குறித்த விழிப்புணர்வை ஏற்படுத்தவும் கான்செர்வ் நிறைய முதலீடு செய்து உழைத்தனர். இத்தனை ஆண்டுகள் கழிந்த பிறகு, இன்றும்கூட, ஒவ்வொருவரும் கான்செர்வ் குறித்துப் பேசிக்கொண்டிருக்கிறோம். நிறுவனத்தின் நிர்வாகம் மிகச் சிறப்பாக செயல்பட்டது. அவர்களது செயல்பாட்டுக் கொள்கைகள் சிறப்பானவை. கான்செர்வின் அணுகுமுறை ஒரு குடும்பத்தில் இருப்பது போன்ற உணர்வைத் தரும் அணுகுமுறையாகவே இருந்தது. ஆகவேதான் கான்செர்வ் என்ற பெயர் வணிக நற்பெயராக மாற ஒவ்வொருவரும் அவரவர் பங்கிற்கு உழைத்தோம்.

கான்செர்வ் குறித்த அனுபவங்களில் நான் எப்போதும் பெருமையாக நினைவுகூரும் நிகழ்வு மும்பையில் உள்ள 'நியாயமான தொழில் செயல்பாடுகளுக்கான கவுன்சில்' கான்செர்வ் நிறுவனத்திற்கு அவர்களது அறம் மீறாத தொழில் செயல்பாடுகளுக்கான 'ஜம்னாலால் பஜாஜ் பரிசை' வழங்கிய தருணம்தான். அந்த பரிசு விழாவிற்கு

நானும் சென்றிருந்தேன். அப்பரிசை கான்செர்வ் பெற்ற கணத்தில் மிகப் பெருமிதமாக உணர்ந்தேன். ஒரு ஆர்டருக்குக்கூட தனிப்பட்ட லஞ்சமோ, ஏமாற்றுக் கமிஷனோ தராமல்தான் ஆர்டர்களைப் பெற்று தொழில் செய்தோம் என்பதில் எங்களுக்கெல்லாம் பெருமிதம்தான். கான்செர்வைப் பொறுத்தவரை அவர்களது தயாரிப்புகளின் தரம், வணிக நற்பெயர் ஆகியவற்றுக்காக மட்டுமே ஒரு ஆர்டர் என்பது கிடைக்க வேண்டும் என்பதில் உறுதியாக இருந்தனர்."

கிழக்கு இந்தியப் பகுதிகளுக்கு நீண்ட காலமாக விநியோகஸ்தராக இருந்த கொல்கத்தாவைச் சேர்ந்த வினய் ஜெயின் இதை ஒட்டிப் பேசும்போது:- "அருமையான தரமான தயாரிப்புகள், சிறப்பான தலைமை, வாடிக்கையாளருக்குச் சிறந்த சேவை, நியாயமான வணிகச் செயல்பாடுகள், விநியோகஸ்தர்களுடன் தொடர்ந்து உரையாடல் என அனைத்தும் கலந்த மிகச் சிறப்பான கலவையாக இருந்தது கான்செர்வ் நிறுவனம். இதன் காரணமாகவே அவர்களது வளர்ச்சி அபாரமாக இருந்தது. மகிழ்ச்சியுடன் தொழிலைச் செய்யும் கலையைப் பொறுத்த வரை கான்செர்வ் மிகச் சிறந்த உதாரணம். பதிலளிப்பதில் பொறுப் புணர்வு, உறவுகளுக்கு முக்கியத்துவம் அளிப்பது, அற அடிப்படை மாறாமல் பணியாற்றுவது ஆகியவை உண்மையாகவே நாங்கள் கான்செர்விடமிருந்து கற்றுக்கொண்டவை. சில நேரங்களில் கூடுதல் ஆர்டர்கள் கிடைக்கும் என நம்பி சற்று அப்படி இப்படி நடந்து கொள்ளும் தூண்டுதல்கள் எங்களுக்கு ஏற்பட்டிருக்கின்றன. ஆனால் கான்செர்வ் அவற்றை அனுமதிப்பதில்லை. ஆனால் சிறிது கலமானதும் நடைமுறையில் ஒன்றைப் புரிந்துகொண்டோம். அறம் மீறாமல் கான்செர்வ் பின்பற்றும் முறைகளில் வணிகம் செய்தால் அதிகமாகவே செய்ய முடிகிறது என்ற உண்மையை உணர்ந்தோம்" என்றார்.

முடிவாக, நாடெங்கும் விநியோகஸ்த வலைப்பின்னலை உரு வாக்கி கட்டியெழுப்பும் கான்செர்வின் முயற்சிகளும், முன்னெடுப்பு களும் தகுந்த பலன்களை அளித்தன. விற்பனையில் ஆரோக்கியமான வளர்ச்சி, அதிகாரிக்கும் லாபம், வாடிக்கையாளருடன் நல்லுறவு ஆகியவை மேம்பட்டன. ஷ்நீய்டர் எலக்ட்ரிக் இந்தியப் பிரிவின் தலைவரும், மேலாண் இயக்குநருமான அனில் சௌத்ரி இது பற்றிப் பேசும்போது:- "கான்செர்வின் மகத்தான சொத்துகளில் ஒன்று அத னுடைய உறுதியான, மாறாத விசுவாசமுடைய விநியோகஸ்த வலைப் பின்னல். அவர்கள் விற்பனை செய்யும் பொருட்களின் வரிசையில் மின்மீட்டர்கள் மட்டுமல்லாது எங்களது முழு தயாரிப்பு வரிசையின் பொருட்களையும் சேர்த்து விற்கும் வாய்ப்பினைத் தந்திருக்கிறோம்.

இன்று எங்களுக்குப் பெரிய விநியோகஸ்தர்களாக இருக்கும் பலரும் கான்செர்வின் விநியோகஸ்த குடும்பத்திலிருந்து வந்தவர்கள்தான்... இப்படிப்பட்ட சிறப்பான விநியோகஸ்த வலைப்பின்னலை உரு வாக்கியதில் முக்கியப் பங்கை அளித்து அதற்காக உழைத்தவர்கள் ஹேமாவும், அஷோக்கும்தான்" என்றார்.

அத்தியாயம் 13

நீடித்து நிலைக்கும் நிறுவனமாக உருவாக்குதல்

நான் விரும்புகிறேனோ இல்லையோ, பல முறை இக் கேள்வியை வெவ்வேறு சந்தர்ப்பங்களில் எதிர்கொண்டிருக்கிறேன்:- "உங்களுக்கு லாட்டரியில் பலகோடி ரூபாய் பரிசு விழுந்தால் என்ன செய்வீர்கள்?" (சற்று இரக்க சுபாவம் உள்ளவர்கள் கேட்பது). அல்லது அதே கேள்வியை இப்படி எதிர்கொள்ள வேண்டும்:- "திடீரென நீங்கள் இல்லாமலாகிவிட்டால் என்ன ஆகும்?" (இரக்கமேயில்லாத கேள்விதான்!). எப்படிக் கேட்டாலும் அர்த்தமென்ன? நீங்கள் இவ் வளவு கடினமாக உழைத்து உருவாக்கும் நிறுவனம் உங்கள் காலத் துக்குப் பிறகு என்னவாகும் என்பதுதான். சொல்லப்போனால் அதிர்ஷ்ட வசமாக இப்படிக் கேள்விகள் கேட்கப்பட்டதால்தான் நாங்கள் இப்படிச் சிந்திக்க முடிந்தது என நினைத்துக்கொள்வோம். இவற்றின் விளை வாக எங்கள் காலத்தையும் தாண்டி நிலைத்து நிற்கும் நிறுவனமாக எங்கள் நிறுவனத்தை உருவாக்கும் முயற்சிகளில் முதலீடு செய்ய ஆரம்பித்தோம்.

இந்த முயற்சியில் நாங்கள் எதிர்கொண்ட முதல் கேள்வி நாங்கள் எவ்வளவு தூரம் நிலைத்து நிற்க முடியாத அளவில் இருக்கிறோம் என்பதைப் புரிந்து கொள்வதுதான். அதன் பின் அந்த விஷயங்களை சரி செய்யும் விதமாக செயல்படுதல். அச்செயல்பாடுகளில் நாங்கள் கவனம் செலுத்திய விஷயங்கள்:

1. அடுத்த படிநிலைக்கான மேலாளர்களையும், தலைவர்களையும் தயார் செய்தல் (அத்தியாயம் 15இல் விரிவாகப் பார்க்கலாம்).

2. சிறந்த தயாரிப்பு வடிவமைப்பு, தயாரிப்பு, வாடிக்கையாளர் சேவை ஆகியவற்றை அடிப்படையாகக் கொண்ட வணிக நற்பெயரை உருவாக்குதல் (அத்தியாயம் 11இல் விரிவாகப் பார்க்கலாம்)

3. 'பிரம்மாண்டமான' ஆளுமைகளை வளர்த்தெடுத்தல், பணியாளர்களின் நலத்தில் அக்கறை செலுத்துதல் ஆகியவற்றை நிறுவனத்தில் கலாச்சாரமாக மாற்றுதல் (அத்தியாயம் 14இல் விரிவாகப் பார்க்கலாம்)

4. நல்ல ஈ.ஆர்.பி. (எண்டர்ப்ரைஸ் ரிசோர்ஸ் ப்ளானிங்) மூலம் செயல்படும் அமைப்பு முறைகளும், செயல்முறைகளும் தெளிவான, உறுதியான விதத்தில் ஆவணப்படுத்தப்பட்டு பாதுகாக்கப்படுதல் (அத்தியாயம் 13இல் விரிவாகப் பார்க்கலாம்)

பின்னணி

80களின் பிற்பகுதியில் எங்கள் நிறுவனத்தில் தோற்றம் ஒரு சிறிய மெக்கானிக் ஷெட் இயங்குவதுபோலத்தான் ஆரம்பித்தது. குடியிருந்த வீட்டின் மாடியிலேயே மிகக் குறைவான ஆபரேட்டர்களுடன் இயங்கியது. அப்போது இருந்த சூழலில் தொழில்முறை செயல்பாடுகளாக இல்லாமல் மிகவும் நேரடியான விதத்தில்தான் அவர்களுக்கு செய்ய வேண்டிய பணிகள் சொல்லப்பட்டன. பற்ற வைப்பது, பரிசோதனை செய்வது போன்ற முக்கிய விஷயங்கள் எப்படிச் செய்யப்பட வேண்டுமென வாய் வார்த்தையாக விளக்கப்படும். ஒவ்வொரு ஆபரேட்டரும் அவருக்குத் தெரிந்த மொழியில் அதைக் குறிப்பெடுத்துக் கொண்டு அந்த அடிப்படையில் வேலையில் ஈடுபட ஆரம்பிப்பார்கள். ஒரு பிரிண்டட் சர்க்யூட் போர்ட் சரியாக வரவில்லை என்றால்கூட அஷோக்கோ, அவர் அப்பாவோ அழைக்கப்படுவார்கள். அவர்கள் சென்றுதான் அதைச் சரிசெய்ய வேண்டும். அதாவது தோல்வி அடைந்த முந்தைய பணிகள் குறித்த ஆய்வோ, தவறுகளைச் சரி செய்யும் முறைகளோ வகுக்கப்படவேயில்லை. வடிவமைப்புக்கான வரைபடங்களைப் பொறுத்தவரை, அவை ஓர் ஓவியக்கலைப்பணி போலவே கருதப்பட்டன. மிகுந்த சிரமம் எடுத்து கையால் வரைந்து கொண்டிருந்தார்கள். அடிக்கடி பயன்படுத்தப்படும் வடிவமைப்புக்கான வரைதாளை பசை கொண்டும், ஒட்டுத்தாள் கொண்டும் ஒட்டி வைத்து வேலை செய்தார்கள். அன்றைக்குப் புதுமையான தயாரிப்பாகவும், ஓரளவு உறுதியான தயாரிப்பாகவும் கருதப்பட்ட தயாரிப்பான டிஜிட்டல் வோல்டேஜ் ஸ்டெப்லைசர்களைப் பொறுத்தவரை இந்தத் தயாரிப்பு முறை பலன் தந்துகொண்டிருந்தது. விற்பனையும் நன்றாக அதிகரிக்க ஆரம்பித்திருந்தது.

வென்ச்சர் முதலீட்டு நிறுவனத்திடமிருந்து கூடுதல் முதலீட்டைப் பெற்று, தொழிற்சாலைக்கான தகுந்த வடிவமைப்புடன் தொழிற்

கூடத்தைக் கட்டி அங்கு தயாரிப்பை மாற்றியதும் மேலே சொன்ன தயாரிப்பு முறைமைகளை மாற்றியாக வேண்டிய கட்டாயம் ஏற் பட்டது. வேலைக்கான குறிப்புகள், தயாரிப்புச் செயல்முறைகள் ஆகியவற்றை ஆவணப்படுத்தி வைக்க வேண்டிய கட்டாயம் ஏற் பட்டது. ஏனென்றால் நுணுக்கமான தயாரிப்புகளை உருவாக்கி பெரும் விநியோகஸ்த வலைப்பின்னலுக்கு அளிக்க வேண்டிய அதிக அளவு உற்பத்தி செய்ய வேண்டுமெனில் ஆவணப்படுத்தப்பட்ட செயல் முறைகளே சரியாக வரும். ஆகவே, இதைச் செய்ய ஒரு தனி தரக் கட்டுப்பாட்டு மேலாளரைப் பணிக்கு அமர்த்தினோம்.

வடிவமைப்பாளர்களே நிறுவனத்தைத் தொடங்கி நடத்துபவர்கள் என்பதால் இந்த ஆவணப்படுத்தலுக்காக விஷயங்களை வாங்கு வதற்கு அவர்களைத் தனி சாதுர்யத்துடன் வெகு கவனமாக கையாள வேண்டியிருந்தது. இது கிட்டத்தட்ட என்னுடைய தனிப்பட்ட வேலை யாகவே மாறிப்போனது. சொல்வதைவிட செய்வதில் கடும் சவாலாக இருந்த வேலை. ஏனென்றால் இது விஷயமாக நான் வேலை வாங்க வேண்டியது என் கணவரையும், மாமனாரையும் எனும்போது அந்த சிரமம் உங்களுக்குப் புரிந்திருக்கும். அவர்களோ தொழில்நுட்பத்தில் பெரியதாகச் சிந்தித்து அடுத்தக் கட்ட தொழில்நுட்பம், கூடுதலான தயாரிப்புத் திறன், அதற்கான யோசனைகள் என உட்காரக்கூட நேரமில்லாமல் அடுத்தக் கட்டத்திற்குத் தாவிக்கொண்டே இருப்ப வர்கள். அவர்களிடம் போய் ஏற்கனவே இருக்கும் ஒரு தயாரிப்புக்கான விஷயங்களைக் கேட்பது எவ்வளவு கடினமாக இருக்கும்?

பின்னாளில் தயாரிப்புப் பிரிவுக்குத் தலைமையேற்ற வி.எஸ். சரவணாதான் அப்போது தரக்கட்டுப்பாட்டு மேலாளராக பணியாற்றி யவர். இவ்விஷயம் குறித்து அவர் பேசும்போது:- “1997ஆம் ஆண்டின் இறுதியில் கிட்டத்தட்ட அனைத்துத் தயாரிப்பு செயல்முறைகளுக்கு மான ஆவணப்படுத்துதல் முடிவடைந்திருந்தது. செயல்முறை போக்குகள், பணிக் குறிப்புகள், செய்ய வேண்டியவையும், செய்யக் கூடாதவையும், ஒப்பீட்டு அளவீடுகள் செய்வதற்கான செயல்முறைக் கையேடுகள் தயாரித்தல் என அனைத்துமே தெளிவாக ஆவணப் படுத்தப்பட்டன. இவற்றைப் பெரும்பாலும் வரைபடங்களாகவே செய்து ஆவணப்படுத்தினோம். இவற்றைப் படித்து புரிந்துகொள்ளும் போது மொழி ஒரு தடையாக இருக்கக் கூடாது என்பதே இதன் நோக்கம்.”

இவ்வாறாக முதல் படி முடிந்தது. அடுத்த பெரும் மாற்றம் என்பது 2000ஆவது ஆண்டில் துவங்கியது. ஐ.எஸ்.ஓ 9001-க்கான

சான்றிதழைப் பெறுவதற்கான பணியாகத் தொடங்கிய அது ஒரு இயக்கம் போல மாறியது.[11]

எங்கள் நிறுவனம் இந்தச் சான்றிதழுக்கு முயல்கிறது எனத் தெரிந்த வுடன் திடீரென காளான்கள் முளைத்தது போல ஒரே நாளில் பல ஏஜென்ஸிக்கள் எங்களை நோக்கிப் படையெடுத்தன. முண்டியடித்த படி வந்த அவர்கள் முதல் கட்ட தணிக்கைகளை நடத்தி எங்களைத் தயார்படுத்தவும், பின்னர் நிஜமான தணிக்கையை நடத்தி முடித்து சான்றிதழைப் பெற்றுத் தருவோமென்றும் சொன்னார்கள். அதே நேரத்தில்தான் நாங்களும் தென்கிழக்காசிய நாடுகளுக்கு ஏற்றுமதி செய்யும் முயற்சியில் மும்முரமாக இருந்ததால் இந்த ஐ.எஸ்.ஓ. 9001 சான்றிதழ் எங்களுக்கு அவசரமான அவசியமாக இருந்தது. வெவ்வேறு ஏஜென்ஸிக்களில் இருந்து வந்த தணிக்கையாளர்கள் எங்களிடம் காட்டிய மேட்டிமைத்தனம் எங்களை ஏமாற்றமடையச் செய்தது. அவர்கள் நினைத்தால் சான்றிதழ் வழங்கலாம் அல்லது மறுக்கலாம் என்பதைத்தான் அப்படியெல்லாம் காட்டிக்கொண்டார்கள். எங்க ளுக்கு, எங்களது செயல்முறைகளுக்கு வலுவூட்டும், அவற்றைச் செறி வாக்கும் சிறு திறனைக்கூட, அதற்கான ஆவலைக்கூட எங்களால் அவர்களிடம் பார்க்க முடியவில்லை.

ஒரு சில ஏஜென்சிக்களை முயற்சிசெய்து பார்த்தும் திருப்தி வராமல் அவர்களை நிறுத்திவிட்டு என் முயற்சியில் சோர்ந்து உட் கார்ந்துவிட்ட நிலையில்தான் 2002ஆம் ஆண்டு ஒரு முன்னணி தணிக்கையாளரை சந்தித்தேன். மிகத் திறமையும், கூர்மையான அம்பைப்போல செயல்படுபவரும், நல்லவேளையாக எளிமையும், பாசாங்குகள் எதுவும் இல்லாதவருமான எஸ்.கே.எம். என்றழைக் கப்படும் எஸ்.கே. மஞ்சுநாத்தான் அவர். இது மிகச் சிறந்த ஒரு கூட்டு செயல்பாட்டுக்கான தொடக்கம் என்றோ, துறையின் மிகச் சிறந்த திறனாளர் ஒருவருடன் தொடர்ந்து பணி செய்வோம் என்றோ அவருடனான முதல் சந்திப்பின்போது யோசித்திருக்கவில்லை.

அவருடனான முதல் சந்திப்பிலேயே நான் சொன்னேன்:- "இது வரை பல தணிக்கையாளர்களைச் சந்தித்து பல மணி நேரங்கள் எனக்கு வீணாகப்போனதுதான் மிச்சம். ஆகவே நான் உங்களை ஏன் ஐ.எஸ்.ஓ. தரச் சான்றிதழுக்கான தணிக்கையாளராகத் தேர்ந்தெடுக்க வேண்டும்? உங்கள் மதிப்பீட்டை வைத்து நீங்கள் எனக்கு என்ன கூடுதல் மதிப்பை நீங்கள் தருவீர்கள்?"

ஒருநொடி தன் நிதானத்தை இழந்துவிட்ட அவர் உடனே தன்னை நிலைப்படுத்திக்கொண்டு மிகுந்த நிதானத்துடனும், பொறுமையுடனும் தன்னுடைய உயர் தகுதிகள், அனுபவங்கள், தான் இதற்கு முன் ஐ.எஸ்.ஓ. தரத் தணிக்கையாளராகப் பணியாற்றிய நிறுவனங்களில் சான்றிதழுக்கான மதிப்பீடுகளையும் தாண்டி எந்தெந்த விதங்களில் அந்த நிறுவனங்களுக்குக் கூடுதல் மதிப்பூட்டும் செயல்களைச் செய்திருக்கிறார் என விளக்கினார். (பல ஆண்டுகள் கழித்து எங்கள் நிறுவனத்தில் அவர் முழுநேரப் பணியாளராகச் சேர்ந்தபோது இந்த நிகழ்வைச் சொல்லி ஒரு தணிக்கைக்கு உட்படும் நிறுவனத்திலிருந்து தன்னிடம் இப்படி ஒரு கேள்வியை அதுவரை எவருமே கேட்டதில்லை என்றார்)

நாங்கள் எதிர்பார்த்த அத்தனைத் தகுதிகளும் அவருக்கு இருந்தன: நேர்மையான, தகுந்த திறனுள்ள, கூர்மையான அவதானிப்புள்ள, விரைந்து செயலாற்றும், தன்மையான, பணிவான ஒருவர். இத்தனை சிறப்புகளோடு கடுமையான, கூர்மையான, குத்தலான விமரிசனங்களையும் வைக்கத் தயங்காதவர். தொழில்துறையின் பலவகைப் பிரிவுகளையும் தணிக்கை செய்து சான்றிதழ் வழங்கும் ஒரே தலைமை தணிக்கையாளராகவும் அவர்தான் இருந்தார். சொன்ன சொல் தவறாத தொழில்முறை செயல்பாடுகள் உடையவராக இருந்தார். அவர் இருந்த ஏஜென்சியையே ஒப்பந்தம் செய்துகொண்டு தொடர்ந்து வரும் வெவ்வேறு பிரிவுகளின் அத்தனை தணிக்கைகளுக்கும் அவரையே தலைமைத் தணிக்கையாளராக இருக்கும்படியும் கேட்டுக்கொண்டோம். அவரது பணியில் கான்செர்வ் மக்கள் உண்மையிலேயே மகிழ்ச்சி அடைந்தார்கள். அவரது தணிக்கை அறிக்கையை ஆவலுடன் எதிர்பார்த்தார்கள். ஏனெனில் அவர் தணிக்கை மூலம் கண்டறிந்து சொன்ன விஷயங்கள் அவர்களுக்கு மிகப் பயனளிக்கக்கூடியவையாக இருந்தன.

என் பங்கிற்கு நான் அணியினரை அழைத்து நமது செயல்முறை ஆவணங்களை ஐ.எஸ்.ஓ. தர அளவுகளின்படி மாற்றி எழுத வேண்டும் என்றேன். அதே நேரம் இன்னொரு விஷயத்தையும் குறிப்பிட்டேன்- "நீங்கள் என்னென்ன செய்கிறீர்களோ அவற்றை எல்லாம் ஆவணப்படுத்துங்கள். எவற்றையெல்லாம் ஆவணப்படுத்துகிறீர்களோ அவற்றையே செய்யுங்கள். இதைக் குறித்து கவனிக்காமல் தன் போக்கில் தணிக்கையாளர் அவரது தணிக்கை முறைகளையே பேசிக்கொண்டிருந்தால் அவரிடம் நிமிர்ந்து உறுதியாக நீங்கள் செய்வதை விளக்கிப் பேசுங்கள்" என்றேன்.

இதில் கடைசியாகக் குறிப்பிட்டது செய்து முடிக்க சற்று சவாலான விஷயம்தான். மிகத் திறமையான சொற்களால் ஜாக் வெல்ச் சொன்னதுபோல:- “அலுப்பூட்டும் விதத்திலும், மீண்டும் மீண்டும் இடைவிடாமல் தொடர்பு கொள்வது”. குறைந்தது மூன்று வெவ்வேறு மொழிகள் பேசும் பணியாளர்கள் நிறைந்த தொழிற்சாலையில் ஒவ் வொன்றையும் ஒவ்வொரு மொழியிலும் விளக்கிச் சொல்வது கடினம் தான். ஆனால், எஸ்.கே.எம். இந்தச் சூழலை மிகச் சிறப்பாகக் கையாண்டார். தணிக்கையில் செய்யப்பட மதிப்பீடுகள், சான்றிதழுக் கான தனி தணிக்கைகள் ஆகியவற்றால் எங்கள் நிறுவனப் பணி யாளர்கள் நல்ல விதத்தில் தயாராகி, உற்சாகமுடன், பலனடையும் விதத்தில் கவனம் செலுத்தி தரசான்றுக்கான வழிமுறைகள் எப்படி தகுந்த விதத்தில் பலனளிக்கின்றன என்பதைப் புரிந்துகொண்டார்கள். தரக்கட்டுப்பாடு சான்றிதழுக்கான முறைமைகள் அலுப்பூட்டும் நீண்ட பேச்சாகவோ, இருப்பதை எடுத்து வைக்கும் ரப்பர் ஸ்டாம்ப் அடிக்கும் வேலையாகவோ இல்லை என்பதில் அவர்களுக்கு மகிழ்ச்சியே.

இதைக் குறித்து நினைவுகூர்கையில் எஸ் கே மஞ்சுநாத்:- “எனக்குக் கடும் சவாலான பணி கான்செர்வில் நான் செய்தது. நான் ஒவ்வொரு செயல்முறைகளையும் பார்த்து என்னுடைய மதிப்பீடுகளை உடனுக் குடன் ஹேமாவிற்குத் தெரிவிக்க வேண்டியிருந்தது. அப்போதுதான் நான் செய்யும் மதிப்பீடுகள் வழியே அவர்களது செயல்முறைகளுக்கு மதிப்பு கூட்டப்படும் என அவரைத் திருப்திப்படுத்த முடியும். கான்செர்வில் தணிக்கை செய்யும் நாட்களில் நொடிகூட உட்கார முடியாமல் பரபரப்பாக இருந்தேன். ஆனால், அவைதான் மிகவும் மகிழ்ச்சியான நாட்கள். வழக்கத்துக்கு மாறான இன்னொரு விஷயத் தையும் கான்செர்வில் கவனித்தேன். இந்தத் தணிக்கையின்போது நிறுவனத்தின் நிர்வாகப் பிரதிநிதியாக என்னுடன் இருந்தவர் சரவணா. தணிக்கை நாட்களில் சொல்லப்பட்ட நேரத்துக்குச் சற்று முன்பாகவே நான் தங்கியிருக்கும் இடத்துக்கு ஒரு டாக்ஸியில் வரும் சரவணா, அன்றைய தணிக்கைக்குத் தேவைப்படும் ஆவணங்கள், கோப்புகள் அனைத்தையும் குறிப்புகளுடன் தயாராகக் கையோடு கொண்டு வருவார். நான் காரில் ஏறி அமர்ந்ததுமே அன்றைய தினத்துக்கான கடைசி நிமிடம்வரை என்ன செய்யப்போகிறோம் என்பதற்கான நேர அட்டவணையைக் கையில் கொடுத்து விளக்க ஆரம்பித்துவிடுவார். அதுவரை நான் செய்த எந்தத் தணிக்கைகளிலும் நான் நிறுவனத்துக்குள் நுழையுமுன்பே ஆரம்பிக்கும்படி எவரும் சொன்னதில்லை. அதே போல செய்யவேண்டியவற்றைச் சொல்லிவிட்டு ஒரு கோப்பைத்

தண்ணீர் குடிக்குமுன்னே தனியே என் வேலையைப் பார்க்குமாறு விடப்பட்டதும் கிடையாது.

காரில் வரும்போதே சரவணா தேவையான குறிப்புகளைத் தயாரித்துப் பேசிக்கொண்டுவருவதால் சரவணாவுடனான நிர்வாக பிரதிநிதிக்கான தணிக்கைப் பணி நிறுவனத்திற்குள் வந்துசேரும் முன்பே முடிந்திருக்கும். இந்த அளவு செய்யப்பட முன்தயாரிப்புகளால் எனக்குத் தொழிற்சாலையில் அதிக நேரம் கிடைத்தது. ஒவ்வொரு செயல்பாட்டையும் என்னால் உற்றுக் கவனிக்க முடிந்தது. இந்த அனுபவத்தை மனதில் கொண்டு நான் தணிக்கை செய்யும் பிற நிறுவனங்களையும் இம்முறையில் செயல்படச் சொன்னேன். ஆனால், அவர்களால் முடியவில்லை. இப்படிச் செய்வதில் அவர்கள் வசதிக் குறைவாக உணர்ந்தார்கள்.

இன்னுமொரு அசாதாரணமான விஷயம் என்னவென்றால், நான் தரக்கட்டுப்பாட்டு ஏஜென்சியில் பணிபுரிந்து வந்தபோது ஹேமா என்னை திடீர் தணிக்கை ஆய்வுக்கு தன் தொழிற்சாலைக்குச் சென்று அந்த அறிக்கையைத் தருமாறு கேட்பார். அவரது முக்கியமான நோக்கம் என்னவென்றால், "பணியாளர்கள் தணிக்கைக்குத் தயாராகக் கூடாது; அவர்கள் எப்போதும் போல இயல்பாகச் செய்வதே தணிக்கைக்கு முற்றிலும் பொருந்தும் விதத்தில் சரியான பணியாக இருக்க வேண்டும்" என்பதுதான். எல்லாவற்றுக்கும் மேலாக இந்த தணிக்கைக்கான தயாரிப்புச் செயல்பாடுகள் நிறுவனத்துடன் தொடர்புடைய அனைவருக்கும் பயனுள்ள விதத்தில் இருக்க வேண்டும் என்பதுதான். தணிக்கைக்கு முந்தைய இரவுகளில் பணியாளர்கள் நீண்ட நேரம் அமர்ந்து, ஆவணங்களைத் திருத்தி எழுதி, ஒவ்வொன்றையும் சரி பார்த்து என எந்த அவதியும் அவசரமும் இங்கே இல்லை. எங்கள் ஏஜென்சியிடம் இந்தத் திடீர் தணிக்கைகளுக்கு நான் சிறப்பு அனுமதி வாங்க வேண்டியிருந்தது. ஏனென்றால் தணிக்கையின் வழக்கமான செயல்முறைகளில் இந்த மாதிரியான திடீர் தணிக்கைகள் இடம் பெற்றிருக்கவில்லை" என்றார்.

எஸ்.கே.எம். பணியாற்றிய ஏஜென்சியுடன் நாங்கள் மூன்று ஆண்டுகள் தரக்கட்டுப்பாட்டுத் தணிக்கைக்கான ஒப்பந்தத்தைத் தொடர்ந்தோம். இறுதியாக 2005ஆம் ஆண்டில் நான் எஸ்.கே. மஞ்சு நாத்தை எங்கள் நிறுவனத்தில் முழுநேரமாக இணைந்து தரக்கட்டுப் பாட்டுப் பிரிவின் தலைமைப் பொறுப்பை ஏற்குமாறும், டிசைன் அண்ட் இஞ்சினியரிங்குக்கான செயல்முறைகளை வடிவமைப்பதில் அஷோக்குக்கு உதவுமாறும் கேட்டுக்கொண்டேன். கான்செர்வின்

கலாச்சாரத்துக்கும், மதிப்பீடுகளுக்கும் மிகச் சிறப்பாகப் பொருந்தி வருபவர். எந்தப் பதற்றத்திலும் நிதானம் இழக்காமல் வேலையைச் செய்து முடிப்பார். அவரைப் போன்ற தன் செயல்பாடுகளின் தரத்தை சுய ஊக்கத்துடன் தானே முயன்று உயர்த்திக்கொண்டும், பிறரையும் அவர்களது பணித்தரத்தில் உயர்த்தி மேலும் சிறப்பாகப் பணி செய்ய வைப்பதில் ஆர்வமுள்ளவராகவும் இருப்பவரையே நாங்களும் கார்ஸெர்வின் முதுநிலை பணிகளுக்குப் பொருத்தமாக நினைத்தோம். எங்களது கோரிக்கையை உடனே ஏற்றுக்கொண்டு எஸ்.கே. மஞ்சுநாத் கான்செர்வில் இணைந்தார். அவர் கான்செர்வில் பணியாற்றிய நாட்களில் பல்வேறு பொறுப்புகளையும் திறம்படக் கையாண்டார். ஆராய்ச்சி மற்றும் மேம்பாட்டுப் பிரிவு, தயாரிப்புச் செயல்முறைகள் வடிவமைப்பு ஆகியவற்றில் சிறப்பாகப் பணி யாற்றியதோடு மட்டுமல்லாமல் சிறிது காலத்திற்கு தென்னிந்தியாவின் நான்கு மாநிலங்களுக்கான பிராந்திய விற்பனைத் தலைமைப் பொறுப் பையும் கையாண்டார். அவரது சிறப்புகளைச் சொல்வதானால் இப்படிச் சொல்லலாம்:- "ஒரு தரக்கட்டுப்பாடு தணிக்கையாளர் என்ற இடத்திலிருந்து ஆரம்பித்த அவர் தரப்பட்ட வெவ்வேறு பொறுப்பு களை ஆராய்ந்து அதற்கான திறன்களில் ஒவ்வொரு முறையும் தன்னை மேம்படுத்திக்கொண்டு வளர்ந்தார். ஆர்வத்துடிப்பு மிக்க விற்பனை அணியினரைக் கையாண்டு என அனைத்திலும் முத்திரை பத்தித்தார். அனைத்திற்கும் மேலாக அவர் தான் சொல்வது என்னவோ அதையே தானும் கடைப்பிடிப்பவராக இருந்தார்."

எஸ்.கே.மஞ்சுநாத்தின் நிலைத்து நிற்கக்கூடிய விதத்திலான பங் களிப்பு அன்று இந்தியாவின் எந்தச் சிறு மற்றும் நடுத்தர தொழிற் சாலைகளும் யோசித்தே பார்க்காத ஒரு விஷயத்தை கான்செர்வில் நடைமுறைப்படுத்தியதுதான். எஸ்.கே.எம். பெரும் எண்ணிக்கை யிலான உள்தணிக்கையாளர்கள் நிறைந்த குழுவை கான்செர்வில் உருவாக்கினார். தொடர்ச்சியாக 5 முதல் 7 பேர் வரை அடங்கிய குழுவைப் பணியாளர்களிலிருந்து தேர்ந்தெடுத்து, பயிற்சி அளித்து, அவர்களுக்குச் சான்றிதழும் கொடுத்து உருவாக்கியபடியே இருந்தார் மஞ்சுநாத். ஆகவே எப்போதுமே தணிக்கைத் தயார் நிலைக்கு குழுக்கள் முன்னேற்பாடுகளுடன் இருந்தன. அவரது பயிற்சிகளின் தரம் மிகச் சிறப்பானதாக இருந்தது. அன்று அவரது பயிற்சிகளில் கலந்துகொண்டவர்கள், அவரது தணிக்கைகளில் பங்கு பெற்றவர்கள் இன்றும் அவற்றின் வழியாக தாம் கற்றுக்கொண்டதை, தாம் பெற்ற பலன்களை மிக மதிப்புடன் நினைவுகூர்கிறார்கள்.

எங்களது செயல்முறைகள் மீதான உள்தணிக்கை காலாண்டுக்கு ஒருமுறை நடக்கும். அந்தத் தணிக்கை அறிக்கைகளை முக்கியமான தாகக் கருதி அவற்றின் அடிப்படையிலேயே எங்களது டி.க்யூ.எம். (டோட்டல் க்வாலிட்டி மேனேஜ்மெண்ட்) தரச்சான்றுக்கான முயற்சி களையும், முன்னெடுப்புகளையும் செய்தோம். தொடர்ச்சியான இந்தச் செயல்பாடுகளால் 'ரூட் காஸ் அனலைசிஸ்', 'லூப் க்ளோஷர்', 'டிஃபெக்ட் இஸ் தி ஆப்சென்ஸ் ஆஃப் க்வாலிட்டி இன் எனி ப்ராஸஸ்' போன்ற தரக்கட்டுப்பாட்டுத் துறையின் கலைச்சொற்கள் அவற்றின் சரியான அர்த்தத்தில் எங்கள் நிறுவனம் முழுவதும் புரிந்து பயன்படுத்தப்பட்டன.

இவற்றுடன் நாங்கள் கவனம் செலுத்திய மற்றொரு விஷயம் மீண்டும்மீண்டும் நிகழும் தவறுகளைக் கவனத்தில் கொண்டுவந்து அதற்கான தீர்வைக் கண்டறிதல். இந்த விஷயத்தில் எங்களது பார்வை இப்படி இருந்தது – "தவறுகளைச் சரிசெய்யும் செயல்பாடு ஒருமுறை மட்டுமே பயன்படுத்தப்பட வேண்டும். அந்த ஒருமுறையிலும் தவறு சரியாகாமல் மறுபடியும் சரிசெய்யும் செயல்பாட்டை மேற்கொள்ள வேண்டுமானால், அந்தச் சரிசெய்யும் செயல்பாட்டின் தரத்தை ஆய்வு செய்ய வேண்டும். சரிசெய்யும் செயல் தொடர்ந்து கவனிக்கப்பட்டு அதன் தரம் மேம்படுத்தப்பட வேண்டும். அதுபோலவே முன்தடுப்பு செயல்பாடுகளும் ஒரு துறையில் என இல்லாமல் அனைத்துத் துறை களிலும் பின்பற்றப்பட வேண்டும். அப்போதுதான் ஒரே தவறைப் பலரும் செய்வது நடக்காமலிருக்கும்."

இப்படி நிறுவனத்தின் உள்தணிக்கை அமைப்பு வலுவாக இயங்கி யதும், அதன் அறிக்கைகளை நாங்கள் கவனத்துடன் ஆராய்ந்து நட வடிக்கைகளை எடுத்ததும் மொத்த நிறுவனத்திலும் ஒரு விழிப் புணர்வை உருவாக்கியது. குறிப்பாக, செலவுகள் செய்வதில் நல்ல மாற்றம் உருவானது. ஒரு கருத்தரங்கு/கண்காட்சி/விளம்பரம் ஆகிய வற்றுக்காக செலவளித்த ஒவ்வொரு ரூபாயையும் அதன் பலனைத் தெரிந்துகொள்ளும் விதத்தில் கண்காணித்து செலவு செய்தோம். இப்படிக் கண்காணிப்பது என்பது சோர்வே இல்லாமல் தொடர்ந்து செய்யப்படும் பணியாக இருக்கும். எதுவரை என்றால் அந்த வழிகளில் வந்த தொழில்-சார் விசாரணைகளில் ஒன்றுகூட உருப்படியானவை இல்லை என்றும், அந்தச் செலவு ஒரு வீண்செலவுதான் என்பதை உறுதிப்படுத்திக்கொள்ளும் வரையிலும் விடாமல் கண்காணிப்பு தொடரும்.

இதே முறையில் பணியாளர்களுக்கு அளிக்கப்பட்ட பயிற்சி களையும் அவற்றின் செலவு மற்றும் பலன்களை ஒப்பிட்டு கண் காணித்தோம். தொடர் கண்காணிப்பில் வேறுபாடு இல்லாமல் நிறுவனத்தின் உள் பயிற்சி, வெளியிலிருந்து ஏற்பாடு செய்யப்படும் பயிற்சி என இரண்டையுமே ஒன்று போலவே கண்காணித்தோம். பயிற்சியின் பலனை உள்தணிக்கை செய்து பார்த்தபோது ஒரு விஷயம் தெரிந்தது. அதாவது பணியாளர்கள் பயிற்சியில் சொல்லப்பட்டவற்றை மறந்துவிட்டிருந்தார்கள் அல்லது செய்முறைப் பயிற்சியில் சொல்லித் தரப்பட்டு, பயிற்சியின்போது செய்தவற்றைப் பணிச்சூழலில் செய்ய மறந்துவிட்டார்கள். ஆகவே நான் ஒரு சொற்றொடரை உருவாக் கினேன்:- “பயிற்சிக்குச் செல்வது என்பது இன்பச்சுற்றுலாவுக்குச் செல்வது அல்ல.”

இந்த அறிக்கையைத் தீவிரமாக ஆலோசித்த பின் நாங்கள் இந்தப் பயிற்சிகள் குறித்து ஒரு முடிவுக்கு வந்தோம். பணியாளர்களில் யாராவது ஒரு பயிற்சிக்கு அல்லது கருத்தரங்குக்குச் சென்றுவந்தால் அடுத்த மூன்று நாட்களுக்குள் அங்கு தான் கற்றுக்கொண்டவற்றைத் தன் அணியினர் மட்டுமல்லாது அனைவருக்கும் பகிர்ந்துகொள்ள வேண்டும். ஒருவேளை சென்று வந்த பயிற்சியோ, கருத்தரங்கோ தனக்கோ, நிறுவனத்துக்கோ எந்த வகையிலும் உதவாது என்றால் அதை உடனடியாகத் தகுந்த காரணங்களுடன் விளக்கி ஆவணப் படுத்த வேண்டும். மனிதவளப் பிரிவு இதை கணக்கில் எடுத்துக் கொண்டு வருங்காலத்தில் அந்த வகைப் பயிற்சிக்கோ, கருத்தரங் குக்கோ எவரும் செல்ல வேண்டியதில்லை என்பதை உறுதிப்படுத்திக் கொள்ளும். அதற்கான செலவும், நேரமும் சேமிக்கப்படும். பயிற்சி களில் பயனுள்ளவற்றை இப்படித்தான் தேர்ந்தெடுத்தோமே தவிர விளம்பரங்கள், கடித விளம்பரங்கள், ‘பெரும் தள்ளுபடி விலையில்’ என்றெல்லாம் வரும் எந்தப் பயிற்சியையும் நாங்கள் தேர்ந்தெடுக்க வில்லை.

இதற்கு இணையாக பி.பி.ஆர். ராவ் (இவரைக் குறித்து விரிவாக அத்தியாயம் 8இல் பார்க்கலாம்) ஜப்பானிய நாட்டின் சமீபத்தைய கருத்துகளான அலைன்மெண்ட் அண்ட் க்வாலிட்டி மேனேஜ்மெண்ட் குறித்து சில முன்னெடுப்புகளைச் செய்ய ஆரம்பித்தார். சில ஆண்டு களில் எஸ்.கே.எம்., பி.பி.ஆர். இருவரையும் நாங்கள் அலைன் மெண்ட்டின் இரட்டைப் பிறவிகள்” என அழைக்க ஆரம்பித்தோம்.

இருவருமாக இணைந்து நிறுவனம் மேலிருந்து கீழ் அடுக்கு வரை ஒருங்கிணைவுடன், ஒத்திசைந்து செயல்பட ஒரு அமைப்புச் சட்டகத்தை உருவாக்கினார்கள். அதன் முக்கிய விஷயங்கள்:

1. முதலில் இயக்குநர் குழு ஒப்புதல் அளித்த மூன்றாண்டு வணிகத் திட்டத்தின் அடிப்படையில் ஐந்து தொழில் நோக்கங்களை ஒப்புக் கொண்டோம். இதில் உள்நாட்டுச் சந்தை, ஏற்றுமதி வழி விற்பனைகள், லாப விகிதாசாரங்கள், மனித வள அடிப்படை யிலான இலக்குகள், சாதனை/பாராட்டுகளுக்கான ஊக்கப்பரிசுகள் ஆகியவை அடங்கும்,

2. தொழில் நோக்கங்களை 'செயல்பாட்டு நோக்கங்களாக' பிரித்து ஒவ்வொரு துறைக்கும் அதைப் பொறுத்த வேண்டும்.

3. செயல்பாடு நோக்கங்களை அத்துறையில் பணிபுரியும் ஒவ்வொரு பணியாளரும் அடையவேண்டிய KRA (கீ ரிசல்ட் ஏரியா) அல்லது KPI (கீ பெர்ஃபார்மன்ஸ் இண்டிகேட்டர்) ஆக பிரிக்க வேண்டும்.

4. நிறுவனத்தின் ஒவ்வொரு செயல்முறையும் ஐ.எஸ்.ஓ. தர அளவின் படி ஆவணப்படுத்தப்பட வேணடும். இதன் கூடவே நாங்கள் இன்புட் ப்ராஸஸ் அவுட்புட் (ஐ.பி.ஓ.பி.) எனும் வரைபட விளக்கக் குறிப்பையும் கொண்டிருந்தோம். இதன்படி ஒவ்வொரு செயல் முறையிலும் எவையெல்லாம் உள்ளே செலுத்தப்படும் அளவீடுகள் என்பதும், எவையெல்லாம் செயல்முறையின் விளைவாகக் கிடைக்கும் அளவீடுகள் என்பதும் வரையறுக்கப்பட்டிருக்கும். விளைவாகக் கிடைக்கும் அளவீடுகள் மூலமாகத்தான் அதன் பொறுப்பாளரின் பணிச்செயல்பாடு மதிப்பிடப்படும். யாரெல்லாம் அந்தச் செயல்முறைக்கு உள்ளீடு அளிக்கவேண்டியவர்கள், அச் செயல்முறைக்கான நிறுவனப் பயனாளர் யார்யாரெல்லாம் முதலிய அனைத்துமே ஐ.பி.ஓ.பி.யில் ஆவணப்படுத்தப்படும். இந்த ஐ.பி.ஓ.பி.யை ஒவ்வொரு பணியாளரின் KPIயுடன் இணைத்திருந் தோம். அதன் காரணமாக ஒருவரது பணித்திறன் அளவீடு என்பது அவரது செயல்முறையை அவர் சிறப்பாகக் கையாள்வதையும் உள்ளடக்கியிருந்தது. ஆகவே பணித்திறனும், செயல்முறை அள வீடுகளும் சிறப்பாக ஒருங்கிணைக்கப்பட்டிருந்தன. செயல்முறை களுக்கான உள்தணிக்கைகள் மூலமாகவும், பணிச்செயல்பாட்டு ஆய்வுகள் மூலமாகவும் இந்த ஒருங்கிணைவு தொடர்ந்து கவனிக்கப் பட்டது.

5. நிறுவனத்தின் வெவ்வேறு செயல்முறைகளையும் ஒட்டுமொத்த மாக ஒருங்கிணைத்து ஒவ்வொரு செயல்பாடும் மற்றொன்றுடன் இயைந்து சுமுகமாக நிறுவனம் நடப்பதை நிரூபிக்கும் இறுதி சான்றாக 'க்ராஸ் ரெஃபரன்ஸிங்க் (குறுக்கு குறிப்பிடல்) முறையை

சொல்லலாம். மாதாமாதம் நடக்கும் நிர்வாக செயல்பாடு ஆய்வு களின்போது தொழில் நோக்கங்கள் குறித்த ஆய்வு எப்படி செயல் பாட்டு நோக்கங்களிலும் பாதிப்பை ஏற்படுத்தி உள்ளது என்பதைக் குறுக்குக் குறிப்பாக ஆவணப்படுத்துவோம். செயல்பாட்டு நோக்கங் களை இவ்வாறே ஆய்வு செய்யும்போது அவற்றின் பாதிப்புகள் எவ்வாறு அப்பிரிவின் KRAக்களில் வெளிப்படுகின்றன என்பதும் ஆவணப்படுத்தப்படும். அதாவது ஐ.பி.ஓ.பி.க்களில், இந்த ஐ.பி.ஓ.பி.க்களில் செய்யப்படும் செயல்பாட்டு ஆய்வு ஆய்வாளரின் செயல்பாடுகளின் பாதிப்பு தொடர்புடைய தனிப்பட்ட ஒவ் வொரு பணியாளரின் KRAவிலும் எப்படி பிரதிபலிக்கிறது என்பது ஆவணப்படுத்தப்படும். இப்படியாக நிறுவனத்தின் பிரிக்கப்பட்ட ஒவ்வொரு நோக்கமும் குறுக்குக் குறிப்புகளின் மூலம் தொகுக்கப் பட்டு நிறுவனத்தின் ஒட்டுமொத்த செயல்பாடு குறித்த முழு வடிவமும் இந்த முறையால் நமக்குக் கிடைக்கும்.

6. இவற்றுக்கான ஒரு முழுமையான செயல்திட்ட அட்டவணையை உருவாக்கியதும் விலகல்களையும், விடுபடல்களையும் துல்லிய மாகக் கண்டறிந்து அவற்றைச் சரிசெய்வது எளிதாக இருந்தது.

இன்று திரும்பிப் பார்க்கையில் உனக்கு லாட்டரி விழுந்தால் என்ன செய்வாய், லாரி மோதி இறந்து போனால் என்ன ஆகும் என்றெல் லாம் கேட்டவர்களை நன்றியுடன் நினைத்துக்கொள்கிறேன். நிலைத்து நிற்கும் நிறுவனமாக கான்செர்வை மாற்றுவதற்கான முன்னெடுப்பு களை நாங்கள் செய்ய அவர்களே ஒருவகையில் தூண்டுகோல்கள். நாங்கள் உருவாக்கி நிலைநிறுத்திய அமைப்புகள், செயல்முறைகள், ஆவணப்படுத்தல்கள் ஆகியவற்றின் சிறப்புக்கு சான்று கான்செர்வை இணைத்ததும் கிடைத்தது. அது நிறுவனத்தை இணைத்ததுமே நானும், அஷோக்கும் செயல்பாட்டுப் பணிகளிலிருந்து உடனடியாக விலகி ஆலோசகர்களாக மாற முடிந்ததுதான். நாங்கள் செயல் பாட்டில் ஈடுபடவில்லையென்றாலும் நாங்கள் உருவாக்கிய செயல் முறைகளால் நிறுவனம் எவ்வித சிறுதடங்கலும் இல்லாமல் இயங் கியது. சில ஆண்டுகளுக்கு முன்பு வரை “அம்மா அப்பா நடத்தும் பெட்டிக்கடை” என கிண்டலாகச் சொல்லப்பட்ட ஒரு நிறுவனத்துக்கு இந்த சாதனை நிச்சயம் சாதாரணமானதல்ல.

அத்தியாயம் 14

நிறுவனத்தின் கலாச்சாரம்

என்னுடைய நண்பர்களும், தொழில்ரீதியாக என்னைத் தெரிந்தவர்களும் அடிக்கடி என்னிடம் கான்செர்வின் கதையை எழுதும்படி கேட்டுக்கொண்டே இருப்பார்கள்.

பொதுவான நோக்கில் செயல்படும் என் நண்பரான முனிரா ஸென் அவரது தலைமைப் பண்புப் பயிற்சி நிறுவனத்தின் சார்பில் நடத்தும் 'பேஷன் அண்ட் ரிஸோனன்ஸ்' என்ற பயிற்சிக்காக பங்கேற்பாளர்களை கான்செர்வுக்கு அழைத்து வருவார். பயிற்சியின் ஒரு பகுதியான அதில் கான்செர்வின் செயல்பாடுகள் குறித்து அறிந்துகொண்டு அவற்றை நேரில் பார்ப்பது பல ஆண்டுகளாக நடக்கும் வழக்கம். கான்செர்வ் நிறுவனம் கையகப்படுத்தப்பட்ட பின்பு முனிரா சற்று வருத்தமானார். கான்செர்வின் கதை சொல்லப்படாமலேயே இருக்கிறது இன்னும் என்றார். அவரது தொடர்ச்சியான சற்று அழுத்தமான வற்புறுத்தல் காரணமாக கான்செர்வ் குறித்த வரலாறை எழுதுவதைக் குறித்து உண்மையிலேயே சிந்திக்க ஆரம்பித்தேன்.

ஒரு முடிவுக்கு வந்ததும் முனிராவிடமே கேட்டேன். "இந்தக் கதையை யார் எழுத முன்வருவார்கள்?"

"நீங்கள் ஏன் ஆஷிஷைக் கேட்கக் கூடாது?" என்றார் முனிரா.

நாடக அரங்கில் செயல்படுபவரும், சமூக வானொலி நிபுணரும், எழுத்தாளருமாகப் பல ஆண்டுகளாகச் செயல்பட்டு வரும் ஆஷிஷ் ஸென் முனிராவின் கணவர்.

"நல்ல யோசனைதான். முயற்சித்துப் பார்க்கலாம்" என்றேன்.

ஆஷிஷைச் சந்தித்து அவரிடம் மனதில் இருக்கும் கான்செர்வ் பற்றிய கதைகளைப் பேசியதும் அதிர்ஷ்டவசமாக அவர் ஒப்புக் கொண்டார். இந்த விஷயங்களைக் குறித்து தான் இன்னும் மேலதிக விவரங்களைச் சேகரித்துக்கொண்டு வந்து அதன் பின் இக்கதையை எழுத உதவி செய்கிறேன் என்றார். இது 2016ஆம் ஆண்டு ஏப்ரல் மாதத்தில் நடந்தது.

அதன் பின் கான்செர்வில் பணிபுரிந்தவர்கள், ஆலோசகர்கள், பொருட்களை அளித்தவர்கள், விநியோகஸ்தர்கள், அறிவுரை வழங்கியோர் என கான்செர்வுடன் தொடர்புடைய 100க்கும் மேற்பட்டவர்களைச் சந்தித்து அவர்களது அனுபவங்களை, அவர்கள் சொன்ன கதைகளை ஆஷிஷ் கேட்டறிந்தார். 2016ஆம் ஆண்டின் ஆகஸ்ட் மாதத்தில் கான்செர்வ் நாட்களில் நாட்டின் மேற்கு பிராந்தியத்தில் விற்பனைப் பிரிவில் பணியாற்ற சிலரை மும்பையில் ஆஷிஷ் சந்தித்துப் பேச ஏற்பாடு செய்திருந்தோம். சந்திப்பை முடித்துத் திரும்பிய ஆஷிஷ் நாம் சந்திக்க முடியுமா எனக் கேட்டார்.

“நிச்சயமாக, உடனே சந்திக்கலாம்” என்றேன். ஆஷிஷ் தனது சந்திப்புகளில் பெரும்பங்கினை முடித்துவிட்டிருந்தார். கடைசியாக அவர் வெள்ளம் சூழ்ந்த மும்பையில் 15 கான்செர்வ் பணியாளர்களையும், இரு முக்கிய விநியோகஸ்தர்களையும் சந்தித்திருந்தார். அவர்கள் வெவ்வேறு இடங்களிலிருந்து, இரு மாநில எல்லைப் பகுதிகளிலிருந்து மிகுந்த சிரமத்துடன் தம் சொந்த முயற்சியில் வந்து கான்செர்வுடனான தம் அனுபவங்களை ஆஷிஷ் உடன் பகிர்ந்து கொண்டிருந்தனர்.

ஆஷிஷைச் சந்திக்கச் சென்றபோது மூச்சைப் பிடித்துக்கொண்டு என்னைப் பார்த்த கணத்திலேயே பொங்கிவிட்டார்:- “இப்போது உண்மையில் இல்லவே இல்லாத ஒரு நிறுவனம் மக்கள் மனதில் இன்னும் வாழ்ந்துகொண்டிருக்கிறது என்பதைப் பற்றி என்ன சொல்கிறீர்கள்? இப்படிப்பட்ட ஒரு நிறுவனத்தை எப்படி உங்களால் விற்க முடிந்தது? அவர்கள் ஒவ்வொருவரும் சொல்வதைக் கேட்டு, அவர்கள் மனநிலையைப் பார்த்து நானே நெகிழ்ந்துபோயிருக்கிறேன்” என்றார் ஆஷிஷ்.

அவரது அந்த வேகத்தால் நான் சற்றுத் திகைத்துவிட்டேன். “ஏன், என்ன நடந்தது? என்ன சொன்னார்கள்?” என மெல்லக் கேட்டேன்.

“சரி, ஒவ்வொன்றாகச் சொல்கிறேன். முதல் விஷயம், வழக்கமான ஒன்றாக என்னிடம் பேசிய அனைவருமே ஒரே மாதிரியான சொற்களைப் பயன்படுத்திப் பேசியாது. ஆனால், அதில் வழக்கத்துக்கு மாறான விஷயம் அவர்கள் ஒவ்வொருவரும் வெவ்வேறு பகுதிகளிலிருந்து வந்தவர்கள். இரண்டாவது விஷயம் இன்னும் அவர்கள் கான்செர்வ்மேல் எவ்வளவு ஆழமான பற்றுடன் இருக்கிறார்கள் என்பது. மூன்றாவது, கான்செர்வுடன் அவர்கள் சம்பந்தப்பட்ட ஒவ்வொரு விஷயத்தையும் இப்போதும் மனதில் பசுமையாக மறக்காமல்

வைத்திருக்கிறார்கள். அவர்கள் பேசும்போது தங்கள் நிறுவனம் அது என்னும் முழு உரிமையுடன்தான் பேசுகிறார்கள். சகபணியாளர்கள், வாடிக்கையாளர்கள் என்பது போன்றவற்றையெல்லாம் தாண்டிய விஷயமாக இருக்கிறது அது. "நாங்கள் ஒரு குடும்பமாக இருந்தோம்", "நாங்கள்தான் நிறுவனத்தின் உரிமையாளர்கள் என்பதுபோல செயல் பட்டோம்" என்பது அவர்கள் அனைவரும் பேசியவற்றில் பொது வான, திரும்ப, திரும்ப வரும் விஷயமாக இருந்தது" என்றார் ஆஷிஷ்.

ஆஷிஷ் சொன்னவையே கான்செர்வின் கலாச்சாரம் என்ன என்பதன் சாராம்சமான, ரத்னசுருக்கமான விளக்கம்.

"பணியாளர்கள் எவ்வளவு கடுமையாக உழைப்பார்கள், தம் வழக்கமான எல்லைகளையும் தாண்டி எவ்வளது தூரம் சென்று சிக்கலில் இருக்கும் தம் சகபணியாளருக்கு உதவுவார்கள், வாடிக்கை யாளரைத் திருப்திப்படுத்த எவ்வளது தூரம் முயற்சிப்பார்கள் ஆகிய வற்றைத் தீர்மானிக்கும் இறுதியான காரணி என்று நிறுவனத்தின் கலாச்சாரத்தை சொல்லலாம். நிறுவனத்தின் கலாச்சாரம் என்பதை எழுத்தில் கொண்டுவந்து பெரும் பதாகைகளாக எழுதுவதாலோ, எழுதி அனுப்புவதாலோ, உணர்ச்சி மிக்க மேலாண்மைப் பேச்சுக் களால் மட்டுமோ நிறுவனத்தில் உருவாக்கிவிட முடியாது. ஆயிரக் கணக்கான சின்னச்சின்ன உரையாடல்கள், சிறு செயல்பாடுகள் வழியாகத்தான் சொல்வதைக் காட்டிலும் வலுவாக அதை நிறு வனத்தில் ஒவ்வொருவருக்கும் கடத்த முடியும்..." – இது நிறு வனத்தின் கலாச்சாரம் குறித்த மேகன் மெகார்டில் கூற்று.[12]

ஆஷிஷ் உடன் கான்செர்வ் கலாச்சாரம் குறித்து பேசிய ஓரிரு மாதங்களிலேயே சொல்லி வைத்தது போல சைனேஷ் பாட்டீல் அழைத்தார். கான்செர்வின் நீண்ட நாள் விற்பனை மேலாளராக இருந்த சைனேஷ் இப்போது ஷ்நீய்டரின் உயர்நிலை விற்பனைப் பிரிவில் பணிபுரிகிறார்.

சைனேஷ் என்னை அழைத்துச் சொன்ன விஷயம் சுவாரசியமானது. சைனேஷ் பதினான்கு ஆண்டுகளுக்கு முன்பு கான்செர்வின் விற்பனை யாளராகப் பணியாற்றிக்கொண்டிருந்தபோது ஒரு வாடிக்கையாளருக்கு கான்செர்வின் தயாரிப்பு ஒன்றை விற்பனை செய்திருக்கிறார். மிகவும் உள்ளடங்கிய பகுதி ஒன்றில் இருக்கும் ஒரு டெக்ஸ்டைல் மில் உரிமையாளர்தான் அந்த வாடிக்கையாளர். அந்த மில்லில் நிறுவப் பட்டிருக்கும், பதினான்கு ஆண்டுகள் உழைத்த கான்செர்வின் தயாரிப்பில் இப்போது ஏதோ சிக்கல் என அந்த வாடிக்கையாளர்

சைனேஷை அழைத்து உதவி கேட்டிருக்கிறார். விஷயத்தைக் கேட்டுக் கொண்ட சைனேஷ் அவரிடம்:- "சார், அழைத்து விஷயத்தைச் சொன்னதற்கு நன்றி. 7 ஆண்டுகளுக்கு முன்பே ஷ்நீய்டர் நிறுவனம் கான்செர்வை வாங்கி இணைத்துக்கொண்டுவிட்டது. ஆனாலும் நான் உங்கள் இடத்துக்கு வந்து என்ன விதத்தில் உதவி செய்ய முடியும் என பார்க்கிறேன்" என்று சொல்லியிருக்கிறார்.

வாடிக்கையாளரிடம் இருக்கும் அந்தத் தயாரிப்பின் இடத்தைத் தற்போது ஷ்நீய்டரின் வேறொரு தயாரிப்பு நிரப்பிவிட்டது என்றாலும் சைனேஷ் அந்தப் பழைய கான்செர்வ் தயாரிப்புடன் உள்ளார்ந்த பிரியம் கொண்டிருந்ததால் அதைப் பார்க்க 270 கி.மீ. வண்டி ஓட்டிக் கொண்டு போயிருக்கிறார். அவர் போகாமலேகூட இருந்திருக்கலாம். ஆனால், அவருக்கு அந்தத் தயாரிப்புடன் இருந்த பந்தம் அப்படி இருக்க விடவில்லை.

அங்கு சென்று சோதித்துப் பார்த்ததில் மின்சாரக் கோளாறு காரணமாக அந்தத் தயாரிப்பு இயங்காமல் ஆகியிருக்கிறது எனத் தெரியவந்தது. சைனேஷ் மிக விரைவில் அதைச் சரிசெய்ததும் புதிய தயாரிப்பைப் போல அந்த மீட்டர் இயங்க ஆரம்பித்ததில் சைனே ஷுக்கு அடக்க முடியாத மகிழ்ச்சி. அதைவிட முக்கியமாக அந்த மீட்டரின் புதிய வடிவத்திற்கான ஆர்டரும் கையோடு கிடைத்ததில் இரட்டிப்பு மகிழ்ச்சி. சைனேஷால் அதை என்னுடனும், அஷோக் குடனும் பகிர்ந்துகொள்ளாமல் இருக்க முடியவில்லை. ஆகவே அழைத்து விஷயத்தைச் சொல்லி மகிழ்ந்தார்.

இதைப் போலவே ஒரு விநியோகஸ்தர் ஒருவர் சொன்ன விஷயம் இது:- கான்செர்வின் முக்கிய அடையாளத் தயாரிப்பை வாடிக்கையாளரின் முக்கியமான இடத்தில் பொறுத்தும்போது அது சரியாக வேலை செய்யவில்லை. தகவலைக் கேள்விப்பட்டவுடன் அஷோக் உடனே மாற்றுத் தயாரிப்பைக் கையோடு எடுத்து வந்து பொருத்தி, அது சரியாகப் பணி செய்வதை உறுதிப்படுத்திக் கொண்டு விட்டே சென்றார். அது மட்டுமல்லாமல் தொடர்ந்து வெகு நாட்களுக்கு அத்தயாரிப்பு சரியாக இயங்குகிறதா என்பதையும் வெகுநாட்களுக்கு விசாரித்து உறுதி செய்துகொண்டார். மெக்கார்டில் சொன்னதுபோல "செயல்கள் மூலம் கலாச்சாரத்தைத் தெரியப்படுத்துதல்" என்பதற்கு இந்த சம்பவம் ஒருவேளை சிறந்த உதாரணமாக இருக்கக்கூடும்.

ஆஷிஷ் உடனான சந்திப்புக்குத் திரும்புவோம். பருவமழை வெளுத்து வாங்கிக்கொண்டிருந்த மும்பையில் ஆஷிஷிடம் முதலில்

பேசியது தற்போது வெற்றிகரமான தொழில் முனைவோராக இருக்கும் சாகர் படேல்.

"ஒரு முத்து உருவாவது மிகக் கடினமான விஷயம். நீங்கள் ஒரு செயல்முறையை வெற்றிகரமாகச் செய்து முடிக்க வேண்டும். இங்கே அமர்ந்திருக்கும் ஒவ்வொருவரும் முத்துகள்தான். கான்செர்வின் தலைமைப் பண்புதான் எங்களை முத்துக்களாக்கிய செயல்முறை. அதன்வழியே சென்று அதில் தேர்ச்சி பெற்றே நாங்கள் முத்துகள் ஆகியிருக்கிறோம். கான்செர்வ் ஒரு முத்துமாலை. ஒரு தனி முத்துக்கு இவ்வளவு ரூபாய் என மதிப்பிடலாம். ஆனால், மிகச் சரியான முத்துகளால் கோர்க்கப்பட்ட முத்துமாலையோ தனித்தனி முத்து களைவிட 100 மடங்கு விலைமதிப்பு உடையது... அந்த மதிப்புதான் இப்போது ஷ்நீய்டரின் கரங்களுக்குச் சென்றிருப்பது" – சாகர் படேல் தன் பெயருக்கேற்றவாறு கான்செர்வ் குறித்து இப்படிச் சொல்லி யிருக்கிறார்.

இணைப்பின்போது செழுமையான மேற்கு பிராந்தியத்தின் தலைமைப் பொறுப்பில் இருந்தவர் மிலிந்த் ஜோஷி. "கான்செர்வ் இன்றும் வாழ்ந்துகொண்டிருக்கும் நிறுவனம். அதனால்தான் நாங்கள் அனைவரும் இங்கே இருக்கிறோம். சில மாற்றங்களுக்கு நாங்கள் உள்ளாகியிருப்பதோ, எங்களில் சிலர் வேறு நிறுவனங்களில் தற் போது பணியாற்றுவதோ ஒரு விஷயமே இல்லை" என்ற ஜோஷி ஒரு இடைவெளி விட்டு, அந்த அறைக்குள் இருக்கும் சிலரைக் காட்டி தொடர்கிறார்:- "இதோ இவரை மூன்றாண்டுகளுக்குப் பின் சந்திக்கிறேன், இவரை இரண்டாண்டுகளுக்குப் பின் சந்திக்கிறேன். ஆனால் நாங்கள் இணைந்தே இருக்கிறோம்... ஏனெனில் கான்செர்வ் எங்களது டி.என்.ஏ." என்று நெகிழ்வுடன் முடிக்கிறார்.

கான்செர்வின் மேற்குப் பிராந்திய விநியோகஸ்தர்களில் ஒருவரான திலீப் வோரா வியப்புடம் சொல்கிறார்:- "இவ்வளவு பெரிய எண்ணிக்கையிலான நபர்கள் தாங்கள் பணி செய்த நிறுவனத்துக்கு இவ்வளவு விசுவாசமாக இருப்பதை, அதுவும் பணியை விட்டுச் சென்ற பல ஆண்டுகளுக்குப் பின்னும் அப்படியே இருப்பதை நான் இதுவரை பார்த்ததே இல்லை... அவர்களில் சிலருக்கு இன்று கான்செர்வால் ஆகக்கூடியது என எதுவும் இல்லை. ஆனால், அந்த நிறுவனத்தின் மீது அவர்கள் கொண்டிருக்கும் உரிமை மிகுந்த பற்று வேறெந்த நிறுவனத்தின் மீதும் இருக்க வாய்ப்பே இல்லை." கூடவே சொல்கிறார்:- "இன்றுமேகூட தயாரிப்புகளை நாங்கள் கான்செர்வின் தயாரிப்புகள் என்று சொல்லித்தான் விற்கிறோம்."

அந்தச் சந்திப்புக்கு வந்தவர்களிலேயே இளையவரான அத்ரி பட் மிக அழுத்தமாகவும், உறுதியாகவும் சொன்னது:- "இங்கிருக்கும் அனைவருமே கான்செர்வ் மரபினை விடாமல் முன்னெடுத்துச் செல் பவர்கள். நாங்கள் அதை விட்டுக்கொடுக்க விரும்பவில்லை, நாங்கள் கான்செர்வை அடுத்தக் கட்டத்துக்கு எடுத்துச்செல்ல நினைக்கிறோம். ஆம், விற்பனையைப் பொறுத்தவரை நான் சரியாகவே செய்திருக் கிறேன் என ஹேமா அவர்களைப் பெருமையுடன் நினைத்துக் கொள்ளும்படியாக நாங்கள் செயல்படுவதை உறுதிப்படுத்துகிறோம்."

'பிரம்மாண்டமான ஆளுமைகளை' வளர்த்தெடுப்பது என்பது கான்செர்வின் மனிதவள அடிப்படை அஸ்திவாரங்களில் ஒன்று. இன்று நீடித்து நிற்கும் ஒரு கான்செர்வ் சமூகத்தை உருவாக்கியதில் அதன் பங்கு சரியாகவே செயல்பட்டிருக்கிறது எனலாம். மும்பையின் விடுதி அறை ஒன்றில் தான் கேட்ட இக்குரல்கள்தான் இன்றைக்கும் நாட்டின் எந்த மூலையிலும், நாட்டிற்கு வெளியிலும் எதிரொலிக்கும் என ஆஷிஷ் உறுதியாக நம்புகிறார்.

பத்து ஆண்டுகள் கான்செர்வில் நிதிப் பிரிவின் தலைமைப் பொறுப்பில் இருந்த ஜெயவந்த் தேசாய் இப்படிச் சொல்வார்:- "ஓர் அணியாகத் திரண்டு பணியாற்றுவதுதான் கான்செர்வின் பிரம்மாண்ட மான வளர்ச்சிக்கான முக்கியக் காரணிகளில் ஒன்று. கான்செர்வின் மதிப்பீடு முறைமைகள் 'ஐபேக்ட்' (IPACT) என அழைக்கப்பட்டது. நேர்மை, தொழில்முறை செயல்பாடு, அக்கறை, ஓரணியாகத் திரண்டு பணியாற்றுதல் ஆகியவற்றை உள்ளடக்கியது இந்த மதிப்பீடு முறைமை. நாங்கள் கமுக்கமாகப் பணியாற்றுவதையோ பெரும் சாம் ராஜ்யங்களை உருவாக்குவதையோ விரும்பியதில்லை. நிறுவனத்தில் யாருக்கேனும் சொல்ல ஏதேனும் இருக்குமானால் அவர்கள் தாராள மாகச் சொல்லலாம் அல்லது தகுந்த காரணம் இருக்கும் பட்சத்தில் அந்தப் பிரிவின் தலைமைப் பொறுப்பில் இருப்பவரின் முடிவை மறுத்தும்கூடப் பேசலாம். இதன் விளைவாக ஒவ்வொரு துறை வாரியாக மட்டுமல்லாமல் மொத்த நிறுவனமுமே ஒரே அணியாகத் திரண்டு பணியாற்றும் உத்வேகத்தைக் கொண்டிருந்தது. ஒவ்வொரு துறையும் பிற துறையுடன் நெருக்கமாக இருந்தன. மற்ற நிறுவனங் களில் இப்படி இல்லை. அங்கே நீங்கள் தனித்தனியாகப் பணி செய்ய வேண்டியிருக்கும். நிறுவனத்தின் தலைமைச் செயல் அதிகாரியி லிருந்து தேநீர் தருபவர்வரை அனைவரையும் மரியாதையுடன் அணுகும் வழக்கம் கான்செர்வில் இருந்த ஒவ்வொருவருக்கும் இருந்தது."

காான்செர்வில் பணியாற்றி துணைத்தலைவராக வளர்ந்து வந்து தற்போது ஷ்நீய்டர் எலக்ட்ரிக்கலின் பன்னாட்டுத் தலைமைப் பொறுப்பு களை வகிக்கும் அணியில் உயர் அதிகாரியாக இருப்பவர் முகுந்த் பாபட். அவருக்கு என்னிடம் ஒரு விஷயம் வியப்பளித்தது. எனக்கு நிறுவனத்தில் இருக்கும் ஒவ்வொருவரின் பெயரும் தெரியும். இந்த வழக்கத்தை அவரும் வளர்த்துக்கொண்டார். பாபட்டின் நம்பிக்கை என்னவென்றால் மனிதவளத்தின் அடிப்படைப் புரிதல்களாக கான் செர்வ் கொண்டிருந்த கருணையும், தொடர்பில் இருப்பதுமே கான் செர்வை காலங்களையும், தூரங்களையும் தாண்டி வளர்த்திருக்கிறது என்பதுதான். ஒரு மனிதவளப் பிரிவு பணியாளருக்கு எந்தப் பட்டப் படிப்பாலும் தர முடியாத பாடங்கள் இவை என்கிறார்.

மேலே சொன்னவை எப்போதுமே கான்செர்வில் நிலவி வரும் கலாச்சாரம் என்று சொல்ல முடியாது. ஆரம்ப காலங்களில் கான் செர்வில் கலாச்சாரம் வித்தியாசமாக இருந்தது. மிகக் கடினமான சவாலான காலகட்டங்களில் ஒரு நம்பிக்கைக்குரிய மாற்றத்திற்காகக் கடுமையாகப் போராடிய காலங்கள் அவை. விவாதிப்பதற்கு அணி யினர் என யாரும் கிடையாது. ஒரு ஆளைப் பணிக்கு எடுப்பதானால் கூடுதல் எண்ணிக்கையிலான ஆட்களை நேர்மைக் குறைவு, திறமைக் குறைவு போன்ற ஏதாவது ஒரு காரணத்துக்காக இழக்க வேண்டி யிருந்தது. மனிதர்களை நம்பலாம் என்ற முடிவுக்கு நான் வரும் முன்னர் பல தவறுகளைக் கடந்தும், பல ஆண்டுகளைச் செலவழித்து செயல் அமைப்புகளை நிலைநிறுத்தியும்தான் இலக்கை அடைய முடிந்தது. அதுவரையில் உண்மையில் மனிதர்களை முழுமையாக நம்ப முடியவில்லை எனக்கு. ஆனால், அந்த இலக்கிற்கு வந்துசேர்ந்த பின் அந்த நம்பிக்கையே எங்களது கலாச்சாரத்தின் ஒரு பகுதியாக மாறியது- பொறுப்பை நிறைவேற்ற அதிகாரம் அளிப்பதும், நம்பு வதும். (இது எல்லா நேரங்களிலும் முழுமையாக வேலை செய்ய வில்லை என்றுதான் சொல்ல வேண்டும். ஏனென்றால் எங்களுடைய அறிவு-சார் சொத்துகள் (இண்டெலக்சுவல் ப்ராபர்ட்டி) நாங்கள் மிகவும் நம்பிக்கை வைத்திருந்த சிலர் மூலமாக திருடப்பட்டது).

ஒரு தலைவராகத் தலைமைப் பொறுப்பில் இருந்த நான் கற்றுக் கொண்ட விஷயம் ஒன்றுண்டு. பணிபுரிபவர்களிடம் நிஜமான அக்கறையுடன் பேச வேண்டும். அதுவும் விற்பனை, இலக்கு போன்ற தொழில்-சார் விஷயங்களைத் தாண்டி. நம்முடன் பேசுபவர்கள் இயல்பாகவும், அவர்களாகவே இருந்து பேசும்விதத்திலும் ஒரு இசை வான உரையாடலாகவும் அது அமைய வேண்டும்.

கலாச்சாரமும், பணியாளர் கிளர்ச்சியும்

2002ஆம் ஆண்டு வெளியிலிருக்கும் சிலராலும், அரசியல்ரீதியிலும் தூண்டப்பட்டு பணியாளர்கள் கிளர்ச்சியில் ஈடுபடும் ஆபத்து நேர்ந்த போது நான் நேரடியாகக் களத்தில் இறங்கி சூழ்நிலையைச் சரிசெய்ய முயன்றேன். தொழிற்சாலையின் கருவிகள் வைப்பறையைக் கையாளும் பணியாளரைச் சில வெளியாட்கள் சந்தித்துப் பேசி அவரை ஒரு கருவியாக்கி, அவர் மூலம் நிறுவனத்துக்குள் ஒரு கிளர்ச்சியை உருவாக்கத் திட்டமிட்டிருந்தனர். யாருக்கும் எதுவும் உறுதியாகத் தெரியவில்லை. ஆனால், தொழிற்சாலை முழுவதும் இருந்த பணியாளர்களிடையே ஒரு விரும்பத்தகாத இறுக்கமும், பதற்றமும் ஒரு வாரமாக அதிகரித்தபடியே இருந்தன. அப்போதிருந்த மனிதவளப் பிரிவின் பொறுப்பாளர் எதையும் பெரிதுபடுத்தாமல் மேலே செல்ல விடாமல் அப்படியே விட்டுவிட்டால் நிலைமை அதுவாகவே சீராகி விடும் என நம்பினார். ஆனால், நான் அதற்கு நேர்மாறாக யோசித்தேன். பல ஆண்டுகளாகப் பிரியத்துடன், தினமும் கடமை தவறாமல் வேலைக்கு வந்து உதவிய பணியாளர்களை வெளியிலிருக்கும் யாரோ சிலர் மிரட்டி 'கோரிக்கைகள்' வைக்கும்படித் தூண்டுவது சட்டப்படியே குற்றம் என்பதில் தெளிவாக இருந்தேன்.

பணியாளர்கள், குறிப்பாக ஆபரேட்டர்கள் அனைவரையும் ஆலோசனை அறைக்கு வரச்செய்தேன். 13 ஆண்டுகாலமாக வேலை செய்து வருகிறார்கள் அவர்கள். நான் பேசினேன்:- "பாருங்கள், நாம் பேசித் தீர்ப்போம். இப்போது நீங்கள் வெளிப்படையாகப் பேச முன்வரவில்லையென்றால் விஷயம் கைமீறிப் போய்விடும். மீண்டும் சரிசெய்யும் வாய்ப்பை நாம் இழந்துவிடுவோம். என்னதான் நடக்கிறது எனச் சொல்லுங்கள். நாங்கள் எப்படி உதவ முடியும் எனச் சொல்லுங்கள்..."

பதற்றம் குறைந்து இறுக்கம் தளர்ந்து பேச ஆரம்பித்தார்கள். அவர்கள் உடனே ஒரு 'கோரிக்கைப் பட்டியலை' தயாரித்து, கையெழுத்திட்டு நிர்வாகத்திடம் கொடுக்கவில்லையென்றால் அவர்களுக்கும், அவர்கள் குடும்பத்தாருக்கும் விபரீதமான விளைவுகள் ஏற்படும் என மிரட்டப்பட்டதைச் சொன்னார்கள். பணியாளர்கள் பயத்துடனும், குழப்பத்துடனும் இருந்தார்கள். அவர்களைப் பொறுத்தவரை தேவைக்கான எல்லாமே கிடைக்கும்போது அதற்கு மேல் எதுவுமே தேவைப்படாதபோது எப்படித் தேவைகளைக் கேட்பது? அதே நேரம் பயமுறுத்தியபடி ஏதாவது விபரீதமாக நிகழ்ந்தால் என்ன செய்வது? அவர்கள் நிலை புரிந்தது.

உரையாடல் மெல்ல பழைய நிகழ்ச்சிகளுக்குச் சென்றது. ஒன்றுமே இல்லாத இடத்திலிருந்து நிறுவனம் எப்படி ஒரு மதிக்கத்தக்க வணிக நற்பெயருடன் வளர்ந்திருக்கிறது, அதில் அவர்களது பங்கும் எப்படி இணைந்து செயல்பட்டிருக்கிறது என நினைவுகூர்ந்தோம். அவர்களும் குடும்பமாக வளர்ந்து, வருமானத்திலும், தொழில் திறனிலும் முன்னேற்றம் பெற்றிருப்பதைப் பேசினோம். புதுமனைப் புகு விழாக்கள், அவர்களது குழந்தைகளின் திருமண விழாக்கள், வீடு கட்ட, கல்லூரிக் கட்டணம் கட்ட, வட்டியில்லா கடன்கள் என நிறுவனம் அவர்கள் வாழ்வில் பங்கேற்றதை நினைவுகூர்ந்தோம். தொடர்ந்து பேசியதில் ஒரு விஷயம் எங்களுக்குப் புரிந்தது. நாங்கள் எங்களை 'தொழிலாளி- முதலாளி' எனப் பிரித்து வைத்துக்கொண்டு பேசினால் வேலைக்காகாது. ஏனென்றால் ஒரு 'முதலாளியாக' நாங்கள் பணியாளர்களுக்குச் செய்த உதவிகளும், நலப்பணிகளும் எங்கள் இதயத்திலிருந்து செய்யப்பட்டவை. சட்டம் சொல்வதானால் செய்யப்பட்டவை அல்ல. ஆனால், சட்டப்படி செல்ல வேண்டு மானால் அந்தச் சூழ்நிலையில் நாங்கள் தொழிற்சாலைத் தாவா சாட்டத்தின்படி (இண்டஸ்ட்ரியல் டிஸ்ப்யூட் ஆக்ட்) செயல்பட வேண்டியிருக்கும். அதன்பின் விஷயத்தின் மொத்தக் கட்டுப்பாடும் தொழிலாளர் நல நிபுணர்களான வழக்கறிஞர்கள், நீதிமன்றத்தின் கைகளுக்குப் போய்விடும். உண்மையாகவே இப்படித்தான் ஆக வேண்டும் என நாம் நினைக்கிறோமா? என்ற கேள்வியை முன் வைத்தேன்.

சற்றுநேரம் கனத்த மௌனம் நீடித்தது. அதன்பின் அனைவரையும் படுகுழியில் விழவைக்கும் கடைசி அடியிலிருந்து மீண்டதன் ஆனந்தக் கண்ணீர். நிலைமை கைமீறுமுன் எங்களுக்குள் இருந்த பந்தத்தை, ஒற்றுமையை மீண்டும் ஒருமுறை கண்டறிந்ததன், பகிர்ந்து கொண் டதன் ஆனந்தக் கண்ணீர். பேச்சே எழவில்லை. அடுத்த ஒரு மணி நேரத்தில் போதுமான அளவுக்கும் மேலாகவே பணியாளர்கள் தாங்கள் எவ்வாறு 'கோரிக்கைப் பட்டியலை' நிர்வாகத்திடம் வைக்கும் படி நிர்ப்பந்திக்கப்பட்டோம் என எழுத்துபூர்வமாக எழுதிக் கையெழுத்திட்டுக் கொடுத்தனர். ஆகவே அவர்கள் கொடுத்திருந்த 'கோரிக்கை' இப்போது தேவையில்லாததாகிவிட்டது. அதோடு அந்தக் குழப்பமும், பதற்றமும் முடிவுக்கு வந்தன.

குடும்பமே பணியில் ஈடுபடுதல்

தகுந்த கல்வித்தகுதிகளும், தேவையான திறமைகளும் இருக்கும் பட்சத்தில் எங்கள் நிறுவனப் பணியாளர்களின் மனைவியர்,

கணவன்மார்கள், இரட்டைப்பிறவியர், உடன்பிறந்தோர், ஏன் பெற்றோர், குழந்தைகளைக்கூட எங்கள் நிறுவனத்தில் பணிக்குச் சேர ஊக்கப்படுத்தினோம். அவர்களில் பலரும் பிற பெரிய நிறுவனங்களில் குடும்பத்தைச் சேர்ந்த ஒருவர் பணியாற்றினால் அதே குடும்பத்தைச் சேர்ந்த இன்னொருவருக்குப் பணி அளிப்பதில்லை எனும் கொள்கையால் பாதிக்கப்பட்டவர்கள். அப்படியான பல வெற்றிகரமான அனுபவங்களில் திருமணம் நிச்சயமாகியிருந்த பிரதீப், ஏக்தா ஜோடியின் கதை சுவாரசியமானது.

ஏக்தா நாயக் ஆஷிஷ் உடன் பேசுகையில் சொன்னது:-" என்னுடைய வருங்காலக் கணவரான பிரதீப் நான் இண்டர்நேஷனல் பிஸினஸில் பட்டப்படிப்பை முடித்தது பற்றி ஹேமா அவர்களிடம் சொல்லியிருக்கிறார். நானும், பிரதீப்பும் அடுத்த சில மாதங்களில் திருமணம் செய்துகொள்ள முடிவு செய்யப்பட்டிருந்தது. அதே நேரம் கான்செர்வும் அவர்களது இந்தோனேசிய நாட்டின் செயல்பாடுகளுக்குத் தலைமைப் பொறுப்பேற்க பிரதீப்பை ஜகார்த்தாவுக்கு அனுப்புவது பற்றி யோசித்து வந்தது. நான் படிப்பை முடித்த தகவலைக் கேள்விப்பட்டதும் என்னையும் இந்தோனேசியாவிற்கு அனுப்பி பிரதீப்புடன் இணைந்து வணிக மேம்பாட்டுப் பணியை மேற்கொள்ள வாய்ப்புள்ளதா என யோசிப்பதற்காக ஹேமா அவர்கள், அவரை வந்து சந்திக்கும்படி சொன்னார். முதல் சுற்று பேசியதுமே நான் பணிக்குத் தேர்வாகிவிட்டேன்! ஆறு மாதங்கள் மட்டும் டெல்லியில் உள்ள கான்செர்வின் பிராந்திய அலுவலகத்தில் தொழிலின் அடிப்படைகளைப் புரிந்துகொண்டு ஜகார்த்தாவில் இருக்கும் பிரதீப்புக்குப் பணியில் உதவ சென்று சேர்ந்தேன். அங்கு கான்செர்வில் நாங்கள் இருவரும் இணைந்து பணி செய்தோம். அது நல்ல அனுபவமாக மட்டுமல்லாமல் நாங்கள் ஒரு நல்ல திறமையான அணி என நிரூபிக்க முடிந்ததாகவே நினைக்கிறேன். சில நல்ல குழப்பச் சூழல்களும்கூட சாதகமாகவே இருந்தன. கணவருடன் இணைந்து ஒரே அலுவலகத்தில் வேலை பார்ப்பது நமது பாதுகாப்பு உணர்வை மேம்படுத்தும் ஒரு அம்சமாக இருக்கிறது."

ஏக்தாவின் கணவரான பிரதீப் பேசும்போது:- "என் மனைவி என்னுடன் இணைந்து வேலை பார்ப்பார் என நான் நினைத்தே பார்த்திருக்கவில்லை. ஆனால், கணவனும் மனைவியுமாக நீங்கள் இருவரும் ஒரே நிறுவனத்தில் வேலை செய்வதானால், நீங்கள் உங்கள் திறனில் 100%-க்கும் அதிகமாகவே வேலையில் வெளிப்படுத்துவீர்கள். வழக்கமாக நிறுவனங்கள் ஆட்கள் எண்ணிக்கையை ஒரு செலவாகவே

கருதும். ஆனால், ஹேமா வருங்காலத்தை மனதில் வைத்து என் மனைவிக்காக ஒரு பணியிடத்தை உருவாக்கித் தந்தார். இருவரும் இணைந்து பணிபுரிந்தால் செயல்பாடுகள் மிகச் சிறப்பான விளைவையே அளிக்கும் என உறுதியாக நம்பினார். அவரைப் பொறுத்த வரை இது ஒரு செலவல்ல; இது ஒரு முதலீடு."

இவர்களைப் போலவே இன்னுமொரு வெற்றிகரமான தம்பதியினர் பிந்து, ஆபிரகாம் வர்கீஸ். இன்றும் ஷ்நீய்டர் நிறுவனத்தின் முக்கியப் பொறுப்பில் இருவரும் தொடர்கிறார்கள். மின் தணிக்கை மற்றும் மின்திறன் மேம்பாட்டு பயிற்சிப் பிரிவுகளைத் தொடங்கி நிலைநிறுத்தியதில் இருவரின் பங்கும் மிக முக்கியமானது. அவர்கள் சொல்வது:- "கான்செர்வ் எங்களைப் பொறுத்தவரை ஒரு குடும்பம் தான். இங்கே எவரும் சம்பளத்துக்காக வேலை செய்வதில்லை. நீங்கள் இங்கே வேலை செய்வது உங்கள் குடும்பத்துக்காக."

பிந்துவைப் பொறுத்தவரை இந்த இணைப்பு 'நெஞ்சில் நீங்காமல் எழுதப்பட்டுள்ள' விஷயம். அவர் சொல்வது:- "என் கணவர் ஏற்கனவே கான்செர்வில் பணிபுரிந்து கொண்டிருந்தார். நிறுவனம் ஏற்பாடு செய்திருந்த விருந்து ஒன்றில் கலந்துகொண்டபோது ஹேமாவைச் சந்தித்தேன். பேசிக்கொண்டிருக்கையில் நானும் என் கணவர் படித்த அதே இஞ்சினியரிங் கல்லூரியில் படித்தேன் என்றும் தற்போது வீட்டில் இருப்பதாகவும் சொன்னபோது அவர் சற்று அதிர்ச்சியான வியப்பு அடைந்தார். வேலை காரணமாக வெளியூருக்குச் சென்றிருந்த ஆபிரகாம் வந்ததும், அவரிடம் ஹேமா அடக்க முடியாமல் இப்படிச் சொன்னார்:- எப்படி நீங்கள் உங்கள் மனைவியை வீட்டில் இருக்க விடலாம்? அவரும் ஒரு இன்ஜினியர். அவரை நம் அலுவலகத்துக்கு வரச் சொல்லுங்கள். நாம் அவரிடம் இங்கு வேலை செய்ய முடியுமா என்பதைப் பேசிப்பார்க்கலாம். சில மாதங்களிலேயே எனக்கு ஹேமா விடமிருந்து தனிப்பட்ட அழைப்பு வந்தது. அவர் சொன்னார்:- வரிசையாக நடந்த நேர்முகத் தேர்வுகளில், எழுத்துத் தேர்வுகளில் நான் வெற்றிகரமாகத் தேர்ச்சி பெற்றுவிட்டதாகவும் எவ்வளவு விரைவில் முடியுமோ அவ்வளவு விரைவில் தரக்கட்டுப்பாட்டுப் பிரிவில் மின்தணிக்கைப் பணியில் சேரலாம் என்றும் சொன்னார். நான் உண்மையில் அதிர்ச்சி அடைந்து எழுந்து நின்றுவிட்டேன். ஒரு இஞ்சினியரிங் படிப்பை முடித்த நான் வேறெங்கும் வேலை செய்த முன்அனுபவம் எதுவுமில்லாத குடும்பத் தலைவியாக வீட்டைக் கவனித்துக்கொண்டிருந்தேன்... வாழ்நாளில் மறக்கவே முடியாத

அனுபவம் அது. மின் தணிக்கையாளர்கள் மற்றும் வாடிக்கையாளர் களுக்கு ஆற்றல் மேலாண்மையில் பயிற்சி அளிப்பதற்காக நாங்கள் உருவாக்கிய பயிற்சிக் கையேடுகளும், பயிற்சி முறைகளும், உள்ளடக் கங்களும் இணைப்பிற்குப் பிறகு அப்படியே ஷ்நீய்டர் எலக்ட்ரிக்கல் நிறுவனத்தால் எடுத்துக்கொள்ளப்பட்டு பயன்படுத்தப்பட்டன. அதோடு மட்டுமல்லாது ஷ்நீய்டர் பல்கலைக்கழகப் பாடத்திட்டத்திலும் சேர்க்கப்பட்டது."

கலாச்சாரத்தை சோதித்துக் கண்டறிதல்

கலாச்சாரத்தை நிறுவனத்தின் நோக்கம், தொழில் திட்டம், செயல் முறைகள் ஆகியவற்றுடன் ஒன்றிணைத்துச் செயல்படுத்தும் ஒரு கருவியாக நாங்கள் குறிப்பிட்ட இடைவெளிகளில் கலாச்சாரத்தை சோதித்து அறியும் முயற்சிகளில் ஈடுபட்டோம். இதைச் செய்வதற்கு இரு ஆண்டுகளுக்கு ஒருமுறை ஒரு பயிற்சிப்பட்டறையை நடத்தி னோம். அதன் வழியாக நிறுவனம் புரிந்துகொள்ள முயற்சித்தவை இவை:

a) பணியிடத்தில் பின்பற்றப்படும் ஒவ்வொருவரது உண்மையான நடத்தை/ மதிப்பீடு.

b) மூன்றாண்டு தொழில் திட்டங்களுக்கு அல்லது தற்போதைய நோக்கங்களுக்குப் பொருத்தமாக தேவைப்படும் நடத்தை/ மதிப்பீடு.

c) மேற்சொன்ன இரண்டுக்குமிடையே இருக்கும் வேறுபாடுகள்.

d) செயல் முக்கியத்துவம் வாய்ந்த மூன்று முக்கிய நடத்தைகளை நிறுவனம் முழுவதுக்குமாகக் கொண்டு வருதல்.

கலாச்சார கமிட்டிகள்:

ஒவ்வொரு கலாச்சார சோதனைப் பயிற்சிப் பட்டறை முடிந்த பின்பு அல்லது நிறுவனத்தின் உள்ளேயே நடக்கும் மாற்றங்களுக்கான பயிற்சி அரங்கோ நிறைவு பெற்றதும் இருபது வயதுகளின் நடுவில் இருக்கும் பணியாளர்கள் 4 அல்லது 5 பேர் கொண்ட குழுக்களை உருவாக்குவோம். அக்குழுக்களின் முக்கியச் செயல்பாடு என்ன வென்றால் மாற்றத்தை நடைமுறைப்படுத்த மிகப் பொருத்தமான செயல்முறையைக் கண்டறிவது மற்றும் உயர்நிலை அதிகாரிகளுடன் கலந்தாலோசித்து தக்க ஒப்புதலுடன் செயல்முறையை நடைமுறைப் படுத்துவது. இதில் மூத்த உறுப்பினருடன் கருத்து வேறுபாடு ஏதேனும்

ஏற்பட்டால் இயல்பாகவே மூத்த உறுப்பினர்தான் இதைப்பற்றி பேசி சரி செய்வார். நிறுவனத்தின் செயல்பாட்டு அட்டவணையில் கலாச்சார சிக்கல்களால் ஏற்படும் குறைபாடுகளைக் கண்டறிந்து, ஆராய்ந்து, அதற்கான தீர்வுகளைக் கண்டறிந்து, அவற்றை நீக்கும் பணியினை இந்தக் கலாச்சார கமிட்டிகள் மூலம் செய்துவந்தோம்.

உதாரணமாக 2007இல் நடந்த ஒன்றைக் கூறலாம். அந்த ஆண்டு நடந்த கலாச்சார சோதனைக் கண்டறிதலில் நான்குவிதமான நடத்தைகள் நிறுவனம் முழுவதும் ஒரேபோல கடைப்பிடிக்கப்படுவதில்லை என்றும் அவற்றைச் சரிசெய்து நடத்தைக் கலாச்சாரத்தை நிறுவன நோக்கங்களுக்கு ஒத்திசைவாக மாற்ற வேண்டும் எனவும் தெரிய வந்தது. உணர்ந்து செயலாற்றுதல், புதிய யோசனைகளுடன் செயல்படுதல் அல்லது படைப்புத்திறனுடன் செயல்படுதல், பொறுப்பதிகாரம் கொண்ட நடத்தை மற்றும் ஒரே அணியாக இணைந்து பணி செய்தல் ஆகிய நான்கும்தான் கவனத்துக்கு வந்த நடத்தைகள். நான்கு குழுக்கள் நியமிக்கப்பட்டு கலாச்சார வேறுபாடு இந்நான்கு நடத்தைகளிலும் ஏன் ஏற்பட்டது எனக் கண்டறிந்து அவற்றைச் சரி செய்யும் யுக்தியைக் கண்டறியும் பொறுப்பும் வழங்கப்பட்டது.

நிறுவனத்தின் பணியாளர்கள் ஒவ்வொருவரும் நிறுவனத்தின் வாடிக்கையாளர் சேவை எதிர்பார்ப்பு விதிமுறைகளின் அடிப்படையில் நிறுவனத்தின் உள்ளிருக்கும் வாடிக்கையாளர்கள் மற்றும் வெளியிலிருக்கும் வாடிக்கையாளர்கள் ஆகிய இருதரப்பின் தேவை உணர்ந்து செயல்படுவது குறித்து பெரிய அளவில் ஒரு இயக்கம் போன்ற விழிப்புணர்வு நிகழ்வுகள் நடத்தப்பட்டன. இதற்கான விளைவுகளை அறிய நடத்தை வழிமுறைகளை ஐ.பி.ஓ.பி. (முந்தைய அத்தியாயத்தில் இதைக் குறித்து பார்க்கலாம்) அட்டவணையில் குறிப்பிட்டிருந்தோம். அதையே செயல்பாடுகளுக்கான அட்டவணையிலும் இருக்குமாறு பார்த்துக்கொண்டோம். ஆகவே ஒப்புக்கொண்ட செயல்பாடுகளுக்கும், நடந்துகொண்டிருக்கும் செயல்பாடுகளுக்குமான வித்தியாசங்கள் ஒவ்வொரு துறைக்கும், ஒவ்வொரு பிரிவுக்கும் அட்டவணையில் தெளிவாகத் தெரிய ஆரம்பித்தன. இந்த வித்தியாசங்களை அனைவரும் கவனிக்கும்படி செய்தோம். முக்கியப் பணியிடத்தின் நடுச் சுவரில் இந்த அட்டவணையை வைத்து, கண்டறியப்படும் வித்தியாசங்களை அதில் சிவப்பு நிறத்தில் தனியாக எடுத்துக்காட்டும்படி வைத்தோம். ஆகவே ஒருவர் தன் பிரிவில் இருக்கும் வித்தியாசங்கள் தன் பார்வைக்கு வரவில்லை என்றோ, தான் அவற்றைக் கவனிக்கவில்லை என்றோ சொல்லிவிட முடியாது.

இப்படி மையமான இடத்தில் செயல் அட்டவணையை வைத்து அதில் வளர்ச்சி, வேறுபாடுகள் ஆகியவற்றைக் காட்ட ஆரம்பித்ததும் நிறுவனத்தில் மின்சாரம் பாய்ந்தது போல் துடிப்பு ஏற்பட்டது. அட்டவணையில் சுட்டிக்காட்டப்படும் வேறுபாடுகள் உடனடியாக உணர்ந்து கொள்ளப்பட்டு ஒரு வார காலத்திற்குள் விரைந்து சரி செய்யும் நடவடிக்கைகள் அனைத்து துறையினராலும் எடுக்கப் பட்டன.

குழந்தைகளிடமிருந்து கற்பது:

எங்களது பணிச்செயல்பாட்டு ஆய்வுகளின்போது சில நேரம் எங்களது மேலாளர்களின் குழந்தைகளை, பத்திலிருந்து பதினைந்து வயதுக்குள் இருப்பவர்களை, அழைத்து அமர வைப்போம். கூட்டத் தின்போது பெரியவர்கள் எப்படி நடந்துகொண்டார்கள் என்பதைக் குறித்தும், எங்களது நிறுவனத்தின் நடத்தை விதிமுறையான 'ஐபேக்ட்'-இன்படி நடந்துகொண்டார்களா என்பதையும் குறித்து அவர்களைக் குறிப்புகள் எடுக்கும்படி சொல்லுவோம். அதன்பின் அவர்களை எந்தக் குறிப்பிட்ட நோக்கமும் இல்லாமல் இயல்பாக சென்று பேசுமாறு வெவ்வேறு துறைகளுக்கும், பிரிவுகளுக்கும் அனுப்பி வைப்போம். குழந்தைகள் திரும்பி வந்து தரும் குறிப்புகள் மூலம் பல நேரங்களில் நீண்ட நாள் இழுத்தடித்த சிக்கல்களுக்குக் கூட எதிர்பாராத கோணத்திலிருந்து தீர்வு கிடைத்திருக்கிறது.

தொழில்ரீதியிலான வல்லுநர்களுக்கு மரியாதை:

கான்செர்வின் ஐபேக்ட் நடத்தை விதிமுறைகளில் *IPACT* ல் இருக்கும் *P* எனும் எழுத்துக்கு நாங்கள் ப்ரொஃபஷனல் என்றுதான் வரையறுத்திருந்தோம். கான்செர்வைப் பொறுத்தவரை தொழில் முறையாக கான்செர்வுடன் இணைந்து பணிபுரியும் ஆடிட்டர்கள், விளம்பர ஏஜென்ஸியினர், ஆலோசகர்கள் மற்றும் அறிவுரை வழங்குனர்கள் ஆகியோரை அதிகபட்ச மரியாதையுடன் அணுகிச் செயல்படுவதை உறுதிப்படுத்திக் கொண்டோம்.

பெங்களூருவின் முன்னணி கணக்கியல் நிறுவனத்தை இணைந்து உருவாக்கியவரும், எங்களது நிறுவனத்தின் கட்டாய தணிக்கை களுக்கான ஆடிட்டருமான மறைந்த பத்ரி நாராயண் ஒரு முறை சொன்னார்:- "என் 35 வருட தொழில்-வாழ்க்கையில் ஒரு வாடிக்கை யாளர்கூட என்னிடம் உங்கள் பணியை நீங்கள் சிறப்பாகச் செய் தீர்கள் எனச் சொன்னதில்லை. வாடிக்கையாளர்களைப் பொறுத்தவரை தணிக்கை என்பது வேண்டாத விருந்தாளி. கான்செர்வில் மட்டும்தான்

இணைந்து பணியாற்றுபவர்களுக்கான விழாவிற்கு நான் அழைக்கப் படுகிறேன். வழக்கமாகப் பிற நிறுவனங்களில் மூலப்பொருள் சப்ளை செய்பவரும், உற்பத்தி, விற்பனை சார்ந்தவர்களும்தான் இம்மாதிரி விழாக்களுக்கு அழைக்கப்படுவார்கள். கான்செர்வ் தனக்கு சேவை வழங்கும் ஒவ்வொருவரையும் தன் நலனில் பங்கு கொண்டவர் களாகவே கருதுகிறது. ஹேமாவிடம் மரியாதை அளிக்கும் பண்பும், உறவுகளை மேம்படுத்திக்கொள்ள எண்ணும் மனப்பான்மையும் இருக் கிறது. அவர் நன்றாக வேலை வாங்கத் தெரிந்த முடியும் அளவுக்கு பதவியும், அதிகாரமும் உள்ளவர் என்பதால் கிடைக்கும் மரியாதை அல்ல நான் சொல்வது. அவர் தொழில்முறையாளர்களுக்குத் தரும் நிஜமான மரியாதையே அவருக்கும் கிடைக்கிறது". நாராயண் 2006ஆம் ஆண்டுக்கான 'சிறப்பான சேவை அளித்தவர்' எனும் விருதை கான்செர்விடமிருந்து பெற்றார்.

இறுதியாக ஒரு கேள்வி எழலாம்:- கான்செர்வின் கலாச்சாரம் அத்தனை சிறப்பானது என்றால் ஷ்நீய்டருடன் கான்செர்வின் இணைப்பை அது எளிதாக்கியதா? கான்செர்வியன்களை புதிய நிறுவனத்துடன் ஒத்திசைந்து செயலாற்ற அக்கலாச்சாரம் உதவியதா? உதவியது என்றால் எப்படி?

இக்கேள்விகளுக்கான விடையாக கான்செர்வ், ஷ்நீய்டர் இரண் டிலும் இருந்தவர்கள், இருப்பவர்களை இந்தப் புத்தகத்துக்காக எடுத்த பேட்டியில் அவர்கள் சொன்னதை எடுத்துக்கொள்ளலாம். அவர்கள் குரலாகவே இப்பதில் கிடைக்கும். ஷ்நீய்டரின் உயர்மட்ட அதிகாரி களான ஜீன் பாஸ்கல் ட்ரெகொய்ர், ஒளிவியர் ப்ளூ, ஜீன் கீய்ஃபர் (தற்போது ஓய்வு பெற்றுவிட்டார்) மற்றும் அனில் சௌத்ரி ஆகி யோர் இணைப்பின்போது கான்செர்விடமிருந்து கிடைத்த ஒத்துழைப் பால் இணைப்பு வெற்றிகரமாக சாத்தியமாகியதைக் குறிப்பிட்டிருக் கின்றனர்.

கான்செர்வில் பணியாற்றிய உஷா லிங்கப்பா சொல்வது:- "இவ்வளவு பெரிய நிறுவனத்தில் பணிக்குச் சேர்ந்து மிக விரைவாகப் பணியைக் கற்றுக்கொண்டும், அதைவிட முக்கியமாக எனது சாதனைகள் பாராட்டப்பட்டு அனைவருக்கும் தெரியப்படுத்தப் பட்டதும் சாத்தியமானது ஒரே காரணத்தால்தான். அது ஒரு மாற்றத்தை எப்படி எதிர்கொள்வது, அதைப் பயன்படுத்தி எப்படி வெற்றி காண்பது என கான்செர்வில் எங்களுக்கு கற்றுக்கொடுக்கப் பட்டதால்."

தாம் கான்செர்வில் கற்றுக்கொண்டவற்றை எப்படி புதிய இடங்களில் பயன்படுத்தி வெற்றி பெற முடிந்தது என பலரும் சொல்லியிருக்கிறார்கள். கான்செர்வியன்கள் பலரும் உலகின் பல இடங்களில், பல பன்னாட்டு நிறுவனங்களின் உயர் பொறுப்புகளில் இன்றும் பணிபுரிகிறார்கள். அதற்கான பாராட்டுகளில் ஷ்நீய்டரின் தலைவர்களுக்கும் சமமான பங்கு உண்டு.

இணைப்புக்கு முந்தைய ஆய்வுகளின்போது, ஷ்நீய்டரின் நடத்தை விதிமுறைகளில் கான்செர்வின் மதிப்பீட்டு வழிமுறைகள் பிரதிபலிப்பதை நானும், அஷோக்கும் கவனித்தோம். அவ்வகையில், நாங்கள் கொண்டிருந்த கலாச்சாரமும், மதிப்பீடுகளும் இணைப்பிற்குப் பின்னும் உயிர்ப்புடன் இருப்பதைக் காண்கிறோம். பத்து ஆண்டுகள் ஆன பிறகும்கூட கான்செர்விலிருந்து வந்த பணியாளர்கள் அவர்களது புதிய நிறுவனத்தில் வளர்ந்து உயர் பதவிகளை அடைவதைப் பார்க்கையில் மனம் நெகிழ்ச்சி கொள்கிறது.

கான்செர்வின் கலாச்சாரம் என்னையும் மாற்றியிருக்கிறது. இத்தனை ஆண்டுகளில் நான் பிறர் பேசுவதைப் பொறுமையுடன் கேட்கும் ஆளாக, அக்கறை கொள்ளும் ஆளாக, பிறரது சூழலைப் புரிந்துகொள்ளும் ஆளாக மாறியிருக்கிறேன். சர்வாதிகாரமாகப் பேசுவதிலிருந்து ஆலோசனைகளைப் பெற்றுக் கொண்டு பேசும் ஆளாக மாறியிருக்கிறேன். அனைத்திலும் முக்கியமாக மனிதர்கள் மீது நம்பிக்கை கொள்ள கற்றுக்கொண்டிருக்கிறேன். அக்கறையும், அன்பும் காட்டப்படும் பட்சத்தில் ஒவ்வொருவரும் அவரவருக்கான தகுதியில் தன்னிச்சையாகச் செயல்பட்டு சிறப்பான சாதனைகளைச் செய்யமுடியும் என்பதை உறுதியாக இன்று நம்புகிறேன்.

அத்தியாயம் 15

மனித வள முதலீட்டை உருவாக்குதல்

ஒரு பன்னாட்டு நிறுவனத்தின் தலைவர் பொறுப்பில் இருக்கும் ஒருவரிடம் பேசிக்கொண்டிருக்கும்போது சொன்னார்:- 'எங்களைப் போன்ற பெரிய நிறுவனங்களைப் பொறுத்தவரை, பணத்தை கணக்குப் பார்க்காமல் வீசி அடித்து எந்தச் சிக்கலையும் இல்லாமலாக்கி விடுவோம்". என்னால் அப்படி ஒரு விஷயத்தை யோசித்துப் பார்க்கவே முடியவில்லை. அப்படி வீசி அடித்து சிக்கல்களைத் தீர்க்க எங்களிடம் அத்தனை பணமுமில்லை. ஆனால், நாங்கள் நிச்சயமாக நிறையவே செலவு செய்து சிறப்பான ஆட்களையும், சிறப்பான தயாரிப்புப் பொருட்களையும் உருவாக்கியிருக்கிறோம்.

மக்களுடன் நல்ல தொடர்பினை ஏற்படுத்திக்கொள்ளும் என் முயற்சி ஆர்.ஆர். நாயரால் எனக்கு அனுப்பப்பட்ட ராபர்ட் அப்டக்ரெஃப் எழுதிய மேற்கோளை வாசித்ததிலிருந்து ஆரம்பித்தது. 1997களில் ஆர்.ஆர். நாயரை மாதம் ஒரு முறை சந்தித்துக்கொண் டிருந்தேன். அப்படியான ஒரு சந்திப்பில் நான் வழக்கம்போல என் பணி எவ்வளவு கடினமாக இருக்கிறது, பகிர்ந்துகொள்ள எப்படி ஒரு அணி உறுப்பினர்கூட இல்லாமல் வேலை செய்கிறேன் என பலவற்றையும் அடுக்கினேன். என்னுடைய புலம்பலால் கடுப்பாகிப் போன நாயர் இப்படிக் கேட்டார்:- "ஹேமா, நான் ராபர்ட் அப்டக்ரெஃப் எழுதிய மேற்கோள் ஒன்றை அனுப்பியுள்ளேன். அதைப் படித்து விட்டு அது குறித்து உன் கருத்தைக் கூறு. அதன் பின் நாம் உன்னுடைய சிக்கல்களைக் குறித்து பேசலாம், சரியா?"

வேறு வழியின்றி சென்று எனக்கு அவர் அனுப்பியிருந்த அந்த மேற்கோளைப் படித்தேன். அது:-

"உன்னுடைய பணியில் வரும் சிக்கல்களுக்கு நன்றியுடன் இரு. அவைதான் உன் சம்பளத்தில் பாதியை உருவாக்கித் தருகின்றன. நீ செய்யும் வேலையில் விஷயங்கள் தவறாகப் போகவில்லை

என்றால், வேலை காரணமாக நீ கையாள வேண்டிய மனிதர்கள் கடினமாக இல்லை என்றால், உன் வேலைநாளில் ஒரு சிக்கலும் இல்லை என்றால், உன் வேலையை வேறெவர் வேண்டுமானாலும் செய்து முடித்துவிடலாம், நீ வாங்கும் சம்பளத்தில் பாதி சம்பளத்தை மட்டுமே வாங்கிக்கொண்டு."

இந்த நேரடியான அதிரடி செய்தி எனக்கு மிகச் சரியாகத் தேவைப்படும் நேரத்தில் என்னை வந்துசேர்ந்தது. நான் குறை சொல்லிப் புலம்புவதை நிறுத்திவிட்டு, சாத்தியங்களை உருவாக்க ஆரம்பித்தேன். அது தொடர்பாக நாங்கள் செய்த சில விஷயங்களை இங்கு பார்க்கலாம்.

பிரம்மாண்டமான ஆளுமைகளை உருவாக்குதல்

ஒகில்வி & மாதர் எனும் விளம்பர நிறுவனத்தை நிறுவியவரும், 'ஒகில்வி ஆன் அட்வர்டைஸிங்' எனும் புத்தகத்தை எழுதியவருமான டேவிட் ஒகில்வி சொல்வது:- "பல இடங்களிலும் இருக்கும் ஒகில்வி & மாதர் நிறுவனத்தின் அலுவலகங்களில் ஏதேனும் ஒன்றுக்குத் தலைமைப் பொறுப்பில் ஒருவர் நியமிக்கப்பட்டால் நான் அவருக்கு கோர்க்கியிலிருந்து செய்யப்பட்டு வரும் மட்ரியோஷ்கா பொம்மை ஒன்றை அனுப்பி வைப்பேன். ஒன்றுக்குள் ஒன்றாகப் பொதிந்து வைக்கப்பட்டிருக்கும் அதைப் பொறுமையுடன் ஒவ்வொன்றாக எடுத்து விலக்கினால் கடைசியில் வரும் குட்டி பொம்மையுடன் ஒரு செய்தியை இணைத்து வைப்பேன். அச்செய்தி இதுதான்- நாம் ஒவ்வொருவரும் நம்மைவிடச் சிறிய ஆட்களை நிறுவனத்தில் நியமித்தால் நாளடைவில் நிறுவனமே மிகச் சிறியதாக ஆகிவிடும். ஆனால், நாம் நம்மைவிடப் பெரியவர்களை நியமித்தால் நாம் ஒரு நாள் பிரம்மாண்டமான நிறுவனமாக மாறியிருப்போம்."

இந்தச் சிந்தனையால் கான்செர்வில் இருப்போர் பெரிதும் கவரப் பட்டோம். ஆகவே, கான்செர்வின் மனிதவளப் பிரிவைப் பொறுத்த வரை இந்தச் சிந்தனையையே பின்பற்றும் முடிவுடன் நிறுவனத்தில் 'பிரம்மாண்ட/பெரும் ஆளுமைகளை' வளர்க்கும் முயற்சிகளை முன்னெடுத்தோம். பணியாளர்களிடையே திறன் மேம்பாடுகளை ஊக்குவித்தல் மற்றும் திறன்-சார் இயல்புகளைக் கண்டறிதல் ஆகிய வற்றின் வழியே இதை சாத்தியமாக்கினோம். முதலில் நாங்கள் 'விரைவு ஓட்டக்காரர்களை' அதாவது திறன்-சார் இயல்பு கொண்ட துடிப்பானவர்களைக் கண்டறிந்தோம். இந்த வளரும் வருங்கால நட்சத்திரங்களைப் பேணி வரும் பொறுப்பு அவர்கள் பணிபுரியும்

பிரிவின் பொறுப்பாளராகவோ, முதுநிலை மேலாண்மைக் குழுவில் ஒருவராகவோ இருப்பார்கள். இந்த வருங்கால நட்சத்திரங்களிலேயே தனித்து ஒளிரும் திறமை கொண்டவர்களை நிறுவனத்தின் துணைத் தலைவர்களோ, நானோ தனிப்பட்ட கவனம் செலுத்தி பயிற்சி அளித்து வளர்த்தெடுப்போம்.

ஒவ்வொரு ஆண்டும் 'வளரும் பெரும் ஆளுமை' என்ற விருதினை நட்சத்திரப் பணியாளர் மற்றும் அவரது மேலாளர் இருவருக்கும் வழங்கும்படியான விருது ஒன்றை உருவாக்கினோம். தனது அணியில் நட்சத்திரங்களை உருவாக்கும் ஆர்வத்துடன், அவர்களது செயல் பாடுகளில் அந்த எண்ணத்தைப் புகுத்தும் ஆர்வத்துடன் செயல்பட்டு தன் அணியை முன்னிறுத்தும் உத்வேகமே ஒரு மேலாளருக்கு இந்த விருதுக்கான தகுதி. அப்படியாக இல்லாமல் அணியினருக்கு வாய்ப்பு களை வழங்காமல் அதே சமயம் தன் தனித்திறனாலும், அறிவுத் திறனாலும் பணிகளைச் செய்து முடிக்கும் மேலாளர்களை அடை யாளம் கண்டு, அணியினர் தேவைப்படாத தனிப்பணியாக இருக்கும் சிறப்புப் பணிகளுக்கு அவர்களை அனுப்புவோம். அப்பணியும் அவர்களது தகுதிக்கும், திறனுக்கும் பொருத்தமானதாகவே இருக்கு மாறும் பார்த்துக்கொள்வோம். ஆனால், அனைத்து இடங்களிலும் இது சாத்தியமல்ல. குறிப்பாக, உயர் அதிகாரியாகப் பணியாற்றும் போது இப்படி அணியினர் இல்லாமல் தனியாகப் பணியாற்றுவது சாத்தியமல்ல. அப்படிப்பட்ட சூழ்நிலைகள் வரும்போது நிறுவனத் தின் நலனைக் கருதி அப்படிப்பட்ட மேலாளர்களைப் பணியிலிருந்து விலக்கி வைப்போம்.

தயாரிப்புப் பிரிவினைப் பொறுத்தவரை பெரும் ஆளுமை என்பது விரைவான ஓட்டக்காரர்களாக அறியப்பட்ட பல ஆபரேட்டர்களின் விரைவான வளர்ச்சியே. அவர்களில் பலரும் நிர்வாக மேலாண்மைப் பணிகளுக்குச் சென்றனர். இன்னும் சிலர் வெளிநாடுகளில் நிறு வனத்தின் தலைமைப் பொறுப்பை ஏற்று நடத்தும் அளவுக்கு வளர்ச்சி கண்டனர்.

மின் தணிக்கைப் பிரிவின் தலைவராக இருந்த ஆபிரகாம் வர்கீஸ் தன் பிரிவில் எப்படி இந்தப் பெரும் ஆளுமைகளை வளர்த்தெடுத்தார் என்பதை நகைச்சுவையுடன் சொல்வார். இந்திய அரசாங்கத்தின் மின்னாற்றல் திறன் மேம்பாட்டுக் கழகம் மின் தணிக்கையாளர்களுக்கு ஒரு சான்றிதழ் தேர்வினை அறிமுகம் செய்து நடத்தியது. ஆபிரகாமும், அவர் பிரிவில் முதல் பணியாளராக இணைந்தவரும் அந்தத் தேர்வை எழுதினார்கள். அத்தேர்வில் ஆபிரகாமின் பிரிவைச் சேர்ந்த

பணியாளர் தேர்வு பெற்றுவிட, ஆபிரகாம் தேர்வு பெறவில்லை. உடனே ஆபிரகாம், "பெருமையுடன்" தான் ஒரு பெரும் ஆளுமையை உருவாக்கிவிட்டதாக நகைச்சுவையுடன் சொல்ல ஆரம்பித்தார். இப்படிச் சொல்லி அவர் செய்த இத்தனை விளையாட்டு, சிரிப்புக்கு மத்தியிலும் அவர் தனக்குக் கீழ் பணி செய்யும் ஒருவர் திறன் வெளிப்பாட்டில் தன்னைத் தாண்டிச் சென்றதைக் குறித்து எந்த பொறாமையும் இல்லாமல் எளிதாக எடுத்துக்கொண்டார் என்பதை எங்களால் உணர முடிந்தது. மேலும் அவர் தேர்ச்சி பெறாமல் போனதற்கான உண்மையான காரணங்கள் என்று பார்த்தால், ஒன்று அந்தத் தேர்வு அதிகமும் மெக்கானிக்கல் இஞ்சினியரிங்கை அடிப் படையாகக் கொண்டு வடிவமைக்கப்பட்டிருந்தது. ஆபிரகாமோ எலக்ட்ரிக்கல் இன்ஜினியர். இரண்டாவதாக அவருக்கு இருந்த தொடர் பயணங்களுக்கு இடையே அவரால் போதுமான நேரம் ஒதுக்கி தேர்வுக்குத் தயாராக முடியவில்லை.

ஈடுபாட்டுடன் பணிபுரியச் செய்தல்

2004 ஆம் ஆண்டின் மத்தியில் நாங்கள் எதிர்நோக்கிய ஒரு சிக்கலின் முன்பு விழிவிரிய நின்றுகொண்டிருந்தோம். ஏறத்தாழ 40 சதவீத பணியாளர்கள் சாஃப்ட்வேர் மற்றும் ஃபர்ம்வேர் பிரிவுகளிலிருந்து வேலையை விட்டு நின்றுவிட்டார்கள். அப்படி வேலையை விட்டு நின்றவர்கள் அனைவருமே இருபது வயதுகளின் மத்தியில் இருக்கும் இஞ்சினியர்கள். பணியில் சேர்ந்த 24 மாதங்களுக்குள் இங்கு பணியை விட்டுவிட்டு பன்னாட்டு நிறுவனங்களுக்குச் சென்று விட்டார்கள். ஒரு பணியாளரைத் தேர்ந்தெடுப்பது, பணியைக் குறித்து முழு அறிமுகம் செய்விப்பது, நிறுவனத்துக்குள்ளாகவே திறன் மேம்பாட்டு சான்றிதழ்களைப் பெறச் செய்வது, தகுந்த பயிற்சிகளை அளிப்பது என கான்செர்வ் தன் பணியாளர்களை உருவாக்கும் விதம் குறித்து வெளியில் பலரும் அறிவார்கள். ஆகவே பல மிகப் பெரிய நிறுவனங்களும்கூட தங்களுக்கான திறமை வாய்ந்த பணியாளர்களை எங்களிடமிருந்து 'வேட்டையாட' தொடங்கினார்கள். பணியை விட்டுச் செல்வதற்கான ராஜினாமா கடிதம், நாங்கள் அதை ஏற்றுக்கொண்டு பணியாளரைப் பணியிருந்து விடுவிக்கும் பணி விடுவிப்புக் கடிதம் போன்ற எந்த முறைமைகளும்கூட இல்லாமல் இங்கிருக்கும் பணி யாளர்களைப் பிற நிறுவனங்கள் உடனே சேர்த்துக்கொண்டன. அதாவது, நாங்கள் மிகுந்த உழைப்புடன் ஒரு பணியாளரை உருவாக்கி வைத்ததும் பிற நிறுவனங்கள் மிக எளிதாக அவர்களை எடுத்துக் கொண்டன.

நாங்கள் இந்தச் சிக்கலுக்குத் தீர்வு காண்பதென முடிவு செய்தோம். அதற்கான முன்னெடுப்புகளில் கவனம் செலுத்தினோம். மனிதவள ஆய்வுக் கருவிகள் சிலவற்றைப் பயன்படுத்தினோம். அதில் சில நான் உருவாக்கியவை. அவற்றின் மூலம் எங்களால் பணியை விட்டுச் செல்வோரின் சதவிகிதத்தை 40 சதவீதத்திலிருந்து 8 சதவீதமாக ஓராண்டுக்குள் குறைக்க முடிந்தது.

நாங்கள் பயன்படுத்திய கருவிகளில் சில:

அ) சரியான பொருத்தத்தை உறுதிசெய்தல்: ELF முக்கோணம்

ஒரு பணியாளரின் பணிக்குத் தேவையான/வேலையில் பணியாளர் அளித்த மூன்று விஷயங்களையே ELF குறிக்கிறது. E என்பது எமோஷன் (உணர்வு), L என்பது லேர்னிங் (கற்றல்), F என்பது ஃபினான்ஷியல் வேல்யூ (பண மதிப்பு). பெங்களூரு எலக்ட்ரானிக் சிட்டியில் இருக்கும் இன்போஸிஸ் அலுவலகத்துக்கு 2004இல் சென்றேன். அப்போது அங்கு முதுநிலை துணைத் தலைவராகவும், நிறுவனத்தின் உலக அளவிலான மனிதவளப் பிரிவின் தலைமைப் பொறுப்பை ஏற்றிருந்தவருமான ஹேமா ரவிச்சந்திரனுடன் பேசிய போது ஒரு விஷயம் சொன்னார்:- Earning (சம்பாதித்தல்), Learning (கற்றல்), Yearning (ஆழந்த விருப்பத்துடன் இருத்தல்) ஆகிய மூன்றும் தான் ஒரு பணியாளரின் நலத்திற்கு அடிப்படை என்றார். ஆகவே இன்போஸிஸ் நிறுவனத்தின் மனிதவளக் கொள்கைகள் அனைத்துமே பணியாளர்களின் நிதிசார் நலம், கற்றலுக்கான வாய்ப்பளித்தல், உணர்வுபூர்வமான தேவைகளைப் புரிந்துகொள்ளுதல் ஆகியவற்றை அடிப்படையாகக் கொண்டிருந்தன.

இந்த சந்திப்பிற்குச் சென்று வந்த சில வாரங்களுக்குப் பிறகு கான்செர்வில் நடந்த ஒரு நிர்வாக மேலாண்மைக் குழுவின் செயல் பாடு ஆய்வுக்கூட்டத்தில் தலைவராக உட்கார்ந்திருந்தேன். வெகு நேரம் நீடித்த விவாதம் நீண்டு நீண்டு மூளையை மரத்துப் போகச் செய்யும் அளவுக்கு முடிவில்லாமல் போய்க்கொண்டிருந்தது. நான் அலுத்துப்போய் நாற்காலியில் பின்னுக்கு சாய்ந்தேன். அனைவரையும் ஒருமுறை நிதானமாகப் பார்த்துவிட்டு கேட்டேன்:- “இந்தப் பேச்சை இதோடு விடுங்கள். நாம் சுவாரசியமாக வேறொன்றைச் செய்வோமா?” கேட்டுவிட்டு பதிலை எதிர்பார்க்காமல் எந்த யோசனையும் செய்யாமல் நேரே சென்று இன்ஃபோஸிஸ்ல் நான் கேட்ட பணியாளர் நலனுக்கான மூன்று அடிப்படைகளை மனதில் வைத்துக்கொண்டு ஒரு அளவிடும் கருவியை வரைந்தேன். அதுதான் ELF கருவி.

இன்றும்கூட தொடக்க நிறுவனங்களாலும், அரசு-சாரா நிறுவனங் களாலும் தன் பணியாளரின் பணிப்பொருத்தத்தை அளவிடப் பயன் படுத்தப்படுகிறது.

இந்த அளவீடு மூன்று அம்சங்களில் பணியாளருக்கு எந்த அம்சம் அதிகமாக கைவருகிறது, அதனுடைய ஒப்பீட்டு முக்கியத்துவம் பிற அம்சங்களுடன் எவ்வாறு இருக்கிறது என்பதைக் காட்டும். இந்த ஒப்பீட்டு வரிசை முறை நிறுவனத்தின் கலாச்சாரம்/பணிச்சூழல் ஆகியவற்றுடன் பொருந்தினால் 'பொருத்தம்' நன்றாக உள்ளது. பொருந்தாவிட்டால் 'பொருத்தம்' இல்லை. அதாவது பணியாளரின் விருப்பங்கள்/எதிர்பார்ப்புகள் அளவிடப்பட்டு நிறுவனம் அவர் களுக்குச் செய்யும் வழங்கல்/அளிப்புடன் ஒப்பிட்டுப் பார்க்கப்படும்.

இந்த அளவீட்டைப் பணியாளர்களுக்குச் செய்து பார்த்தோம். பணியாளர்களின் விருப்பங்களுக்கும், நிறுவனம் வழங்குவதற்கும் இடையே பெரும் வேறுபாடுகள் இருந்தால் அத்தகைய பணியாளர்கள் கான்செர்வில் நீண்ட காலம் பணியில் தொடரப் போவதில்லை எனப் புரிந்துகொள்ள முடிந்தது. அவர்களிடமிருந்து விரைவில் பிறருடன் உரசலோ, பணியில் அதிருப்தியோ வெளிப்பட்டு அவை அப்படியே அவர்கள் பணியில் பட்டும், படாமலும் இருப்பதுவரை நிகழும். இப்படி ஆர்வமின்றி சலிப்புடன் இருக்கும் பணியாளர் வேலையையும் விடாமல் நீடித்துக்கொண்டிருப்பது மிக மோசமான விளைவுகளையே நிறுவனத்தில் உருவாக்கும். இத்தகைய பொருத்த மற்ற பணியாளர்களைக் கண்டறிந்து தாமதமாவதற்கு முன்பே அவர் களைக் கையாளும் சூழலை ELF நிறுவனத்துக்குத் தந்தது.

இதற்கு இணையாகத் தாம் எதிர்பார்த்ததைவிட அதிகமாகவே பெறுவதாகச் சொன்ன பணியாளர்கள் 'பொருத்தமாக' இருந்ததோடு சிறப்பான பணித்திறனையும் வெளிப்படுத்துபவர்களாகவும், இயல் பாக நிறுவனத்துடன் இணைந்து பணிபுரிபவர்களாகவும் இருந்தார்கள்.

ஹாவர்ட் பிஸினஸ் ஸ்கூல் அதன் கல்விப்புல ஆய்வு அறிக்கையில் குறிப்பிட்டிருப்பது போல:- "ELF ஒரு பயனுள்ள குறிப்புணர்த்தியாக செயல்பட்டது. ஒரு பணியாளரின் நிறுவனத்துடனான கலாச்சாரப் பொருத்தம், பணியை விட்டுச் செல்லப்போகும் பணியாளர்களின் நிலை ஆகியவற்றைக் குறித்த முன்னறிவிப்பை ELF கொடுத்துக் கொண்டேயிருந்தது. இநத் அளவீடு ஒரு பணியாளர் தன் பணியி லிருந்து தான் எதிர்பார்ப்பது என்ன என்பதற்கும் தன் பணியிலிருந்து தான் பெற்றதாக நினைப்பவை எவை என்பதற்குமான இடை வெளியை அளவிடும் வேலையைச் செய்தது"

தொடர்ந்து நாங்கள் ELF அளவீடுகளைக் கீழ்கண்ட இடங்களில் பயன்படுத்தினோம்-

1. பணியாளர் தேர்வு மற்றும் பணிக்கு அமர்த்துதல்
2. பயிற்சிக் காலம் முடித்து பணியை உறுதி செய்யும்போது
3. ‘பொருத்தமற்றவற்றுக்கான’ காரணத்தைக் கண்டறிதல்
4. அரையாண்டு/ஆண்டு பணிச் செயல்பாட்டு ஆய்வுகளில்
5. ஒருவர் பணியை விட்டுச் செல்கையில்

இந்தக் கருவி மிகப் பயனளிப்பதை உணர முடிந்தது. ஏனெனில் ஒருவரது உள்ளார்ந்த எதிர்பார்ப்புகள் வழக்கமாகப் பொது உரையாடலில் வெளிப்படாது. அப்படி வெளிப்பட நேர்கையில் விஷயம் கையை மீறிப் போயிருக்கும். ஆனால், ELF இதை சில நிமிடங்களிலேயே கண்டறிந்துவிடும். ELFஇன் படிவத்தை ஒரு பணியாளர் நிரப்புவதற்குச் சில நிமிடங்களும், அதை ஆய்வு செய்து முடிவுக்கு வர சில நிமிடங்களுமே போதும். இதன்மூலம் ஒரு திறமையான, நல்ல பணியாளர் கலாச்சாரரீதியில் பொருத்தமற்றவர் என முடிவு வந்தால் அந்த இடைவெளிக்கான காரணத்தைக் கண்டறிந்து சரி செய்யும் முயற்சி உடனடியாகவும், தீவிரமாகவும் நடைபெறும். நல்ல திறனைத் தக்க வைத்துக்கொள்ளும் முயற்சிதான் இது. மாறாக இந்த ELFஇன் முடிவு பொருத்தமற்ற பணியாளர் எனக் காட்டி, அம்முடிவை ஆய்வுசெய்து திறன்குறைவு, அணியாக இணைந்து பணி செய்யாமலிருத்தல் போன்ற காரணங்களால்தான் பொறுத்தமில்லை எனக் கண்டறியப்படால் அவரை அனுப்பி வைக்கும் பணி வேகப்படுத்தப்படும்.

b) சமநிலையை உறுதி செய்தல்: ஸ்ட்ரெச்/சப்போர்ட் மேட்ரிக்ஸ்

சில பன்னாட்டு நிறுவனங்களில் பயன்படுத்தப்படும் முறையினை அடிப்படையாகக் கொண்டது இது. ஒரு பணியாளர் தனது பணி சுவாரசியமூட்டும் அளவுக்குத் தனக்கு சவாலாக இருப்பதாக உணர்கிறாரா என்பதையும், அப்படி உணராத பட்சத்தில் அதற்கேற்ற விதத்தில் மனரீதியாகவோ, உடல்ரீதியாகவோ, நிதி சார்ந்தோ அவருக்கு ஆதரவளித்து அவருக்குப் பணியில் ஈடுபாடு உருவாக்குமாறு செய்வதற்கான அளவீட்டுக் கருவி இது. இந்த 2 X 2 மேசைக்கட்டம் நான்கு பகுதிகளைக் கொண்டது. மாதிரிப் படம்: →

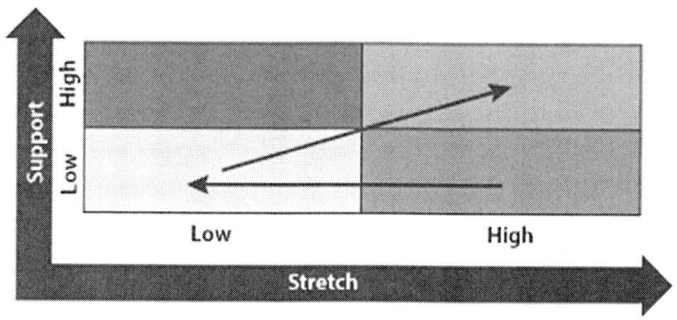

கான்செர்வ் தன் பணியாளர்களை இந்தக் கட்டத்தின் நான்காம் பகுதியில் இருக்குமாறு செய்வதற்கான முயற்சிகளையும், முன்னெடுப்புகளையும் செய்தது. இந்த நான்காம் பகுதி என்பது ஒரு பணியாளர் தெளிவான, சுவாரசியமூட்டும் சவாலையும் (பார்த்துக் கொண்டிருக்கும் பணி, அதன் அதிகார நிலை, பொறுப்புகள்), அச்சவாலுக்கான தகுந்த ஆதரவும் (மனரீதியில், உணர்வுரீதியில், பண அளவில், தேவைப்படும் பொருட்கள் அளிக்கப்படுவதில்... போன்றவை) தரப்படுவதாக உணர்வதையும் ஒருங்கே குறிப்பிடுகிறது. பணியில் சுவாரசியமும், பலன்களில் திருப்தியும் என சுருக்கமாகச் சொல்லலாம். இப்படி இரண்டுக்குமான சமநிலை பேணப்படுவதுதான் பணியாளரின் நலன் பாதுகாக்கப்படும் அளவில் இருப்பதாக அர்த்தம். பிற மூன்று பகுதிக் கட்டங்களில் இருப்பவர்களுக்கு அந்த வேறுபாடுக்கான காரணத்தைக் கண்டறிவதும், அதைச் சரி செய்வதுமான முயற்சிகளில் கான்செர்வ் ஈடுபடும்.

இந்த ஸ்ட்ரெச்/சப்போர்ட் மேட்ரிக்ஸ் அளவீட்டைக் கீழ்கண்ட இடங்களில் பயன்படுத்தியிருக்கிறோம்.

1. பணியாளர் தேர்வு மற்றும் பணிக்கு அமர்த்துதல்
2. பயிற்சிக் காலம் முடித்து பணியை உறுதி செய்யும்போது
3. அரையாண்டு/ஆண்டு பணிச் செயல்பாட்டு ஆய்வுகளில்
4. ஒருவர் பணியை விட்டுச் செல்கையில்

c) 'குழந்தை மரணங்'களைத் தடுத்தல்

ஒரு பணியாளர் பணிக்குச் சேர்ந்த முதல் 12 மாதங்களிலிருந்து 24 மாதங்களுக்குள் பணியை விட்டுச் செல்வதைத் தவிர்க்க 'நியூ எம்ப்ளாயீ வெல்கம் டிராக்கர்' (NEWT) என்ற அவதானிப்பு அட்டவணையை நான் வடிவமைத்தேன்.

பணி அறிமுகம், ஒருங்கிணைப்பு, உள்ளே இணைத்துக்கொள்ளுதல் ஆகியவற்றின் அடிப்படையில் பணியாளர் எந்தக் கட்டத்தில் இருக்கிறார் என்பதையும், எவ்வளவு தூரம் அதில் இயல்பாகப் பொருந்தி வருகிறார் என்பதையும் இந்த அவதானிப்பு அட்டவணை வழியே அறிய முடியும். இயல்பாகப் பொருந்தி வரும் நல்ல பணியாளர் என்பவர் நிறுவனத்துடன் தன்னை இணைத்து யோசிப்பவர். நிறுவனத்திற்கோ, அதன் பங்கு மதிப்புகளுக்கோ ஒரு சிக்கல் எனில் இவர்கள் வருத்தமடைவர். நிறுவனத்திற்கு ஒரு பெரிய ஆர்டர் கிடைப்பதே கூட அவர்களை மகிழ்ச்சியாக்கும். ஹெர்ஸ்பர்க் சொல்லும் அதிருப்திக்கான காரணிகள் அல்லது ஆரோக்கியக் காரணிகளான அதிக சம்பளம், நல்ல பணிச் சூழல் போன்றவை இல்லாதபோதும்கூட நிறுவனத்தின் வளர்ச்சியால் இவர்கள் மகிழ்ச்சி அடைந்திருப்பார்கள். இதற்குச் சமமாக அவர்களை உத்வேகமான மகிழ்ச்சி கொள்ள வைப்பவை மேற்சொன்ன அதிருப்திக் காரணிகளாக இல்லாமல் பணியில் கற்றுக்கொள்ளும் வாய்ப்பு, மேலே முன்னேறிச் செல்லும் வாய்ப்பு, சாதனைகளுக்கான அங்கீகாரம், பொறுப்புகளில் வளர்ச்சி ஆகியவையே அமைந்திருக்கும்.

இதிலுள்ள நான்கு கட்டங்களில் முதலிரண்டு கட்டங்களில் இருப்பவர்களை அடுத்த இரண்டு கட்டங்களுக்கு நகர்த்துவதற்கே NEWT அளவீட்டைப் பயன்படுத்தினேன். குறிப்பாக, புதிதாகப் பணியில் சேர்ந்தவர்களுக்கு 30, 60, 90, 180 நாட்கள் இடைவெளியில் இந்த அளவீடு மேற்கொள்ளப்படும். ஒரு கேள்வித்தாள் அவர்களுக்குக் கொடுக்கப்பட்டு, அக்கேள்விகளுக்கான பதில்களிலிருந்து ஆய்வு மேற்கொள்ளப்பட்டு, அவரது நிலை எந்தக் கட்டத்தில் இருக்கிறது என கண்டறியப்படும். இந்த ஆய்வு அறிக்கையை அடிப்படையாகக் கொண்டே அவரது வேறுபாட்டுக்கான காரணத்தைக் கண்டறிதல், அவற்றுக்கான தீர்வுகளை உருவாக்கி, அவரை அடுத்த அடுத்த கட்டத்திற்கு நகர்த்திச் செல்லுதல் ஆகியவை செய்யப்படும். அப்புதிய பணியாளரின் மேலாளர், மனிதவள மேலாளர் ஆகியோரின் பொறுப்பில் இந்தக் காலமுறை ஆய்வுகள் மேற்கொள்ளப்படும். இத்தகைய சந்திப்புகள் சிலவற்றில் நான் அவ்வப்போது கலந்துகொள்வேன். ஏனெனில், பொதுவாக விஷயங்கள் எப்படிச் செயல்படுகின்றன, பொதுப்போக்கு எப்படி இருக்கிறது, அதிருப்தி ஏற்படுவதன் அடிப்படையில் இயங்கும் விஷயங்கள் என்ன ஆகியவற்றை அறிந்து கொள்ள அது நல்ல வழிமுறையாக இருந்தது.

d) 'பணியாளர்த் தன்மையை' உறுதிப்படுத்துதல்

'பணியாளர்த் தன்மை' என்பது ஒரு பணியாளர் தான் பணி புரியும் நிறுவனத்தைத் தன் சொந்த நிறுவனம் போலக் கருதி, அந்த உரிமையுடனும், பொறுப்புணர்வுடனும் செயல்படுமாறு தூண்டும் கலாச்சார அணுகுமுறையைக் குறிக்கும். இந்தக் கருத்து விரிவான அளவில் ஆராயப்பட்டு ஸ்வீடன் நாட்டில் பரவலாகப் பயன்படுத்தப் படுகிறது. கான்செர்வில் எவ்வாறு இந்த 'பணியாளர்த் தன்மை' என்பதன் அம்சங்களை மனிதவள அடிப்படை செயல்பாடுகளோடும், ஆவணங்களோடும் இணைத்து நடைமுறைப்படுத்துவது என ஆலோசித்து கீழ்கண்ட செயல்முறைகளை வகுத்தோம்.

a. உனது பணியை அறிந்துகொள்: ஒரு பணியாளர் தன்னுடைய பணியின் பங்கினைக் குறித்து அறிந்துகொள்ள ஒரு ஆவணத்தை ஒவ்வொரு பணியிடத்துக்கும் உருவாக்கினோம். அதில் பணி யாளரின் பங்கு, அவரது மேலாளருடனான உறவுமுறைகள், அப்பணியின் அதிகார வரம்புகள் போன்றவை அந்த ஆவ ணத்தில் முழுமையாகக் குறிப்பிடப்பட்டிருக்கும். இதை வாசித்து கையெழுத்திட்ட பின் ஒரு பணியாளரால் பணியில் தன் பங்கு குறித்து தனக்குத் தெளிவாகச் சொல்லப்படவில்லை என மறுக்க முடியாது. இந்த ஆவணத்தை நாங்கள் 'உனது பணியை அறிந்து கொள்' என்ற பெயரிலேயே அழைத்தோம். பணியாளர் தன்மையை உருவாக்கும் முயற்சியின் முதல் அடி எடுத்து வைக்கும் அம்சமாக இந்த ஆவணம் இருந்தது.

b. எப்படிச் செய்வது என அறிந்துகொள்: ஒவ்வொரு பணியாளரும் அவரது பணிப்பங்கு மற்றும் பணியிடம் ஆகியவற்றின் அடிப் படையில் திறன்-சார் அணிவரிசை கட்டத்தின் ஒரு இடத்தில் இணைக்கப்படுவார். பணியிடம் கோரும் திறனுக்கும், பணி யாளர் இணைக்கப்பட இடத்துக்கும் இடைவெளி இருந்தால் அப்பணியாளரை அதற்கு ஏற்ற வகையில் பயிற்சிகளுக்கும்/மேம் பாட்டு செயல்பாடுகளுக்கும் அவர் பரிந்துரைக்கப்படுவார். இதனால் ஒருவர் தன் பணிக்குத் தேவையான திறன்களை வளர்த்துக் கொள்ளவும், அதற்குச் செய்ய வேண்டியவையும் தெளி வாக அவருக்கும், அவரது மேலாளருக்கும் உணர்த்தப்படுகிறது. இந்த ஆவணத்தையும் அந்தச் செயலின் பெயராலேயே "எப்படி செய்வது என அறிந்துகொள்" ஆவணம் என அழைத்தோம்.

c. செய்து பார்: பணியாளர்த் தன்மையை உருவாக்குவதில் இந்த செய்துபார் எனும் அம்சம் பயன்படுத்த இடங்கள் இவை:

- கீ ரிசல்ட் ஏரியா டாகுமெண்ட் எனப்படும் இந்த ஆவணம் ஒரு பணியாளரிடம் எதிர்பார்க்கப்படும் பணி சார்ந்த இலக்கு களை, அதாவது கீ பெர்ஃபார்மன்ஸ் இண்டிகேட்டர்கள் (முக்கிய செயல்திறன் உணர்த்திகள்) எனப்படும் ஒரு பணி யாளரின் செயல்திறன்களை அளவிடப் பயன்படுத்தப்படும் காரணிகளை ஆண்டின் துவக்கத்திலேயே அவருக்குக் கிடைக்கு மாறு செய்தல்
- இந்தச் செயல்திறன் காரணிகளின் எதிர்பார்ப்புக்கும், பணி யாளரின் உண்மையான செயல்பாட்டுக்குமான ஒப்பீட்டு ஆய்வு பணிச்செயல்பாட்டு ஆய்வு என்று அழைக்கப்படும். இந்த ஒப்பீட்டு ஆய்வுக்கு கான்செர்வ் வில் PRDIE (ப்ரைட் – பெர்ஃபார்மன்ஸ் ரிவியூ ஃபார் இண்டிவிஜுவல் டெவலப் மெண்ட் அண்ட் எக்ஸலன்ஸ்) எனப் பெயரிட்டிருந்தோம். ஆண்டுக்கு இருமுறை இந்த ஆய்வு ஒவ்வொரு பணி யாளருக்கும் நடத்தப்பட்டு ஆவணப்படுத்தப்படும்.

e) "வைரம் பாய்ந்த வயதானவர்களை" மறக்க வேண்டாம்:

பணியில் சேர்ந்து மூன்று அல்லது அதற்கு மேற்பட்ட ஆண்டு களைக் கடந்த பணியாளர்களுக்கு 'மீள் ஒருங்கிணைப்பு' நிகழ்ச்சிகள் இரண்டு அல்லது மூன்று ஆண்டுகளுக்கு ஒருமுறை நடத்தப்படும். புதிதாகப் பணியில் இணையும் பணியாளர்களுக்கு வழங்கப்படும் பணி அறிமுகப் பயிற்சியைப் போன்றது இது. நிறுவனத்தின் நோக்கம், செயல்திட்டம், மதிப்பீடுகள் அல்லது ஐபேக்ட் நடத்தை விதிமுறைகள் ஆகியவற்றை மீண்டும் ஒருமுறை புத்துணர்வுடன் தெரிந்துகொண்டு தெளிவடைய இந்த மீள் ஒருங்கிணைப்பு நிகழ்ச்சிகள் பயன்பட்டன. மேலும் இந்தியப் பொருளாதாரம், சந்தைப் போக்குகள், போட்டி யாளர்களின் நிலை, தயாரிப்புகள், சேவைகள் ஆகியவற்றைக் குறித்தும், துறை அளவில் உலக அளவிலான சமீபத்தைய நிலவரங்கள் குறித்தும் அறிந்துகொள்ளவும் உதவியாக இருந்தன.

பணியாளர்களின் எதிர்வினையிலிருந்து நீண்ட நாள் பணியாளர் களை மகிழச் செய்யும் ஏதாவது ஒன்றையும் கூடுதலாகச் செய்யலாம் என தெரிந்தது. ஆகவே, ஒவ்வொரு ஆண்டும் வரும் பணியாளர் பணியில் சேர்ந்த தினத்தன்று 'ஹலோ அகெய்ன்' எனும் புதுமையான யோசனை அறிமுகப்படுத்தப்பட்டது. அந்தப் பணியாளர் குறித்த

சிறு அறிமுகத்துடன் அவர் அண்ட் ஆண்டில் கான்செர்வில் செய்த சாதனைகளைக் குறிப்பிட்டு ஒரு தகவல் நிறுவனத்தின் அனைத்துப் பணியாளர்களுக்கும் 'இண்ட்ராநெட்' மூலம் பகிரப்படும். ஆகவே, அனுபவம் மிக்க பணியாளர்களின் ஆலோசனை தேவைப்படுவோர் அவர்களை அணுகிப் பேச முடியும். வயதானதால் ஒடுக்கப்படும் உணர்வை எந்தப் பணியாளரும் கான்செர்வில் பெற்றதில்லை.

f) பணியிலிருந்து சென்ற பின்னும் பயன்படுத்திக் கொள்ளுதல்:

பணியிலிருந்து விலகிச் சென்ற பணியாளர்களில் சிலர் திறமையானவர்கள். அவர்கள் பணியை விட்டுச் சென்றது வருத்தம் தரக் கூடியது. அப்படிப்பட்ட பணியாளர்களைக் குறித்த அவதானிப்பு அட்டவணை ஒன்றை நாங்கள் பராமரித்து வந்தோம். இந்த வகைப் பணியாளர்கள் வேறு நிறுவனங்களில் பணியில் அமர்ந்ததும் அவர்களிடம் தொடர்புகொண்டு சில விஷயங்களைக் கேட்டு எங்கள் மேம்பாட்டிற்குப் பயன்படுத்திக்கொண்டோம்.

1. அவர்கள் உண்மையாகவே இங்கு பணியை விடக் காரணம் என்ன? பணியை விடும்போது நடத்தப்பட்ட வெளியேறும் போதான நேர்முகத்தின்போது இதே கேள்விக்கு அவர்கள் பதிலாகச் சொல்லியிருப்பது பெரும்பாலும் நம்பத்தகுந்த தகவலாக இருப்பதில்லை.
2. நாங்கள் வித்தியாசமாகச் செய்ய வேண்டியது என்ன?
3. புதிய நிறுவனத்தில் அவர்களைக் கவர்ந்த எந்த விஷயத்தை நாங்கள் கான்செர்வில் நடைமுறைப்படுத்தலாம்?

தற்போதைய பணியின் செயல்முறைகளைச் சிறப்பாக மாற்றியமைப்பதில் இப்படிக் கேட்டுப்பெற்ற தகவல்கள் பெருமளவு உதவி செய்திருக்கின்றன.

g) பணி ஈடுபாட்டை அதிகரிப்பதில் திரைப்படங்களைப் பயன்படுத்துதல்:

2006ஆம் ஆண்டில் நியூயார்க் ஃபிலிம் அகாடமியில் பட்டம் பெற்றுத் திரும்பிய பவித்ரா சலம் என்பவரை நிறுவனத்திற்காகப் படமெடுக்க அமர்த்தினேன். அணியாக ஒருங்கிணைதல் என்பதை மையமாக வைத்து தொடர் படங்களை நிறுவனத்தின் செலவில் நிறுவனத்தின் வேலைநேரங்களில் எடுப்பதுதான் அவருக்கான பணி.

இந்தச் செயல்திட்டத்தின் பெயர் 'மேரா மூவி மேரா கான்செர்வ்' (என் படம், என் கான்செர்வ்). நிறுவனத்துக்குள் இப்படமெடுப்பது

ஒரு பெரிய கொண்டாட்டத்தை ஏற்படுத்தியது. பவித்ரா நிறுவனத்தின் ஆறில் ஒரு பங்கு, அதாவது 45 பணியாளர்களைத் தேர்ந்தெடுத்தார். அவர்களை நான்கு குழுக்களாகப் பிரித்து ஒவ்வொரு குழுவுக்கும் தனித்தனியே ஒளிப்பதிவுக் கருவிகளை வழங்கி, படமெடுப்பதன் அடிப்படை விஷயங்களை, அடிப்படைத் தொழில்நுட்பங்களை விளக்கினார். ஒவ்வொரு குழுவும் பத்து சிறு படத்துணுக்குகளுக்குள் 'அவர்களைப் பொறுத்தவரை' கான்செர்வ் என்றால் என்ன நினைக்கிறார்கள் என்பதை விளக்கிக் காட்சிப்படுத்த வேண்டும். பல மாதங்களுக்கு இக்குழுக்கள் பணிநேரத்துக்குப் பின் சந்தித்து விவாதிப்பதும், வார இறுதி நாட்களில் கூடி படப்பிடிப்பை நடத்துவதும், பணிநேரத்திற்குப் பின் அமர்ந்து படத்தொகுப்பு செய்வதும் என மிக ஆர்வத்துடன், ஈடுபாட்டுடன் இருந்தார்கள்.

இந்த ஆர்வம் மிக்க ஈடுபாட்டுடன் கூடிய உழைப்பின் விளைவாக மூன்று நிமிடங்கள் ஓடக்கூடிய பல குறும்படங்கள் உருவாகி வந்தன. நிறுவனத்தின் சமூகப் பொறுப்பு செயல்பாடுகள் குறித்து, மின்னாற்றல் மேம்பாட்டிற்கு நிறுவனத்தின் பங்களிப்பு குறித்து, இந்தோனேசியாவில் சுனாமியால் 2004ஆம் ஆண்டு கொல்லப்பட்ட கான்செர்வின் பணியாளர் குடும்பத்திற்கு நிறுவனம் உறுதுணையாக விளங்குவது குறித்து என பல பரிமாணங்களில் படங்கள் உருவாகி வந்தன. இவை நிறுவனத்திற்கு வெளியே இருப்பவர்களுக்காகவும் திரையிடப்பட்டு காட்டப்பட்டன. இந்தச் செயல்பாட்டில் ஈடுபட்டவர்களுக்கிடையேயும் நிறுவனத்துக்கிடையேயும் ஆழமான பிணைப்பு உருவானதோடு மட்டுமல்லாமல் இன்றளவும் நினைத்துப் பார்த்து மகிழும்படியான இனிமையான நினைவுகளையும் இச்செயல்பாடுகள் கொடுத்துள்ளன.

2018ஆம் ஆண்டின் நவம்பர் மாதம் மிஷயில் பொப்பன் எனும் கான்செர்வின் மனிதவளப் பிரிவில் முன்பு பணியாற்றி தற்போது வெளிநாட்டில் வேறோர் நிறுவனத்தில் முக்கியப் பொறுப்பில் இருப்பவர் எனக்கு எழுதிய கடிதத்தில் இப்படி எழுதியிருக்கிறார்:- "உண்மை என்னவென்றால், 11 ஆண்டுகள் கழிந்த பின்னரும்கூட எங்களில் ஒருவராலும் கான்செர்வை மறக்கவே முடியவில்லை. ஒரு மாயம் போல இருந்தன அந்த நாட்கள். நேர்மையாகச் சொல்லுவதென்றால் பணியாற்றுவோரின் வளர்ச்சியிலும், முன்னேற்றத்திலும், அவற்றுக்கான வாய்ப்புகளை உருவாக்கித் தருவதிலும் நிஜமான அக்கறை கொண்டு பணியாற்றும் தலைமைப் பொறுப்பில் இருப்பவர்களை கான்செர்வில் பார்த்தது போல வேறெந்த நிறுவனத்திலும் நான்

பார்த்ததில்லை. கான்செர்வில் எதுவுமே ஏட்டுப் படிப்பாக இருந்த தில்லை. அனைத்துமே தனித்தன்மையுடன், புரட்சிகரமானதாக இருந்தன. பணி ஈடுபாட்டை மேம்படுத்தும் நிகழ்ச்சிகளைக் குறித்து நினைத்துப் பார்க்கையில், அந்த முன்னெடுப்புகளில் பங்கு கொண்ட நாங்கள் எவ்வளவு அதிர்ஷ்டசாலிகள் என மனம் நிறைய புன்னகை யுடன் மட்டுமே நினைத்துப்பார்க்க முடிகிறது.

தனது பணியாளர்கள் ஒரு படத்தை உருவாக்கக் கற்றுக்கொள்ளவும், அவர்களை சுதந்திரமாக விட்டு ஒரு கார்ப்பரேட் படத்தை உரு வாக்கவும், அதைத் திரையிட்டு அனைவருக்கும் காட்டவும் தன் பணிநேரத்தில் அனுமதித்து அதற்கு சம்பளமும் கொடுக்கும் ஒரு நிறுவனத்தை நான் இதுவரையில் பார்க்கவேயில்லை. கான்செர்வ் செய்தது போல ஒரு ஒற்றைப் புள்ளியில் ஒரே இடத்தில் தன் பணியாளர்களை ஒருங்கிணைத்து நிகழ்வுகளை நடத்தச் செய்யும் இன்னொரு நிறுவனத்தை நான் கண்டதேயில்லை. இத்தனை ஆண்டுகள் கழிந்த பின்னர் இப்போதும் நான் என் குடும்பத்தாரிடம் சொல்லிக்கொண்டே இருக்கிறேன் – கான்செர்வ் போல இன்னொரு இடம் எங்கேயும் இல்லை."

மக்களைக் கொண்டாடுதல்

ஏ.ஆர்.சி. என சுருக்கமாக அழைக்கப்படும் அவார்ட் (விருது), ரிக்காக்நிஷன் (அங்கீகாரம்), செலிப்ரேஷன் (கொண்டாட்டம்) ஆகிய மூன்றும் கான்செர்வின் கலாச்சாரத்தோடு நெருக்கமாகப் பின்னிப் பிணைந்தவை. பணியாளர்கள் தினமும் அவர்களது வழக்கமான தினசரி வேலைகளில் மூழ்கிவிடுவதால் அவர்கள் செய்யும் சிறு சாதனைகளைக்கூட கவனிப்பதில்லை என்பதைப் பார்த்திருக் கிறோம். செயலால் சிறிதாக இருக்கும் சாதனைகள் பெரும் மாற்றங் களை, விளைவுகளை உருவாக்கக்கூடியவை. அதைச் செய்தவர்களோ அல்லது அவரைச் சுற்றி இருப்பவர்களோ ஒருவர்கூட அந்தச் சாதனையை, அதன் பலனளிக்கும் விளைவை உணர்ந்திருப்பதாகத் தெரியவில்லை. இந்த இடத்தில்தான் சிறு சாதனைகளுக்கும்கூட அளிக்கப்படும் விருதும், அங்கீகாரமும் சுற்றியிருப்பவர்களுக்கு ஒரு விழிப்பை உருவாக்குகிறது. அந்த அங்கீகாரத்தைப் பெறுபவர்களுக்கும் பணியில் தன் பங்கை சிறப்பாக நிறைவேற்றியதற்கான உத்வேகத்தைப் பெற்று மகிழ்ச்சியுடன் பணியாற்றுவார்.

கான்செர்வின் ஏ.ஆர்.சி. முறைப்படி ஒவ்வொரு துறை/பிரிவு/ குழுவின் தலைமைப் பொறுப்பில் இருப்பவர் ஒவ்வொரு

காலாண்டிலும் தன் பொறுப்பிலிருக்கும் துறை/பிரிவு/குழு அந்தக் காலாண்டில் எந்தக் காரணியை/நடத்தையை/மதிப்பீட்டை கொண்டாடவிருக்கிறது என்றும், அதற்கான காரணத்தையும் சொல்ல வேண்டும். ஏ.ஆர்.சி. ஒவ்வொரு பணியாளரின் சுயஎல்லைகளைத் தாண்டி செயல்புரிய உதவியது. ஒரு முழுமையான செயல்பாட்டை அவர்கள் செய்துமுடிக்க தூண்டுதலாக இருந்தது. இதற்கான செயல் பாடுகளை ஒருங்கிணைக்கும்போது ஒரு விஷயத்தை உணர்ந்தோம்- ஒவ்வொரு நாளும் செய்யப்படும் ஏதோ ஒரு செயல் நிறுவனத்தை முன்னேற்றுவதில் தன் பங்களிப்பைச் செய்கிறது.

மேலாளர்களை வளர்த்தெடுத்தல்

மேலாண்மையின், தலைமைப்பண்பின் அடிப்படைகளை வலியுறுத்தும் பயிற்சிகளைத் தகுந்த கால இடைவெளிகளில் நாங்கள் தொடர்ந்து நடத்துவோம். எங்கள் எண்ணம் என்னவென்றால் ஒருவர் மேலாளராகப் பதவியைப் பெற்றாலோ, அதற்குரிய படிப்பைப் படித்துவிட்டாலோ மட்டும் நடைமுறையில் மேலாளராக பெரும் பெயரைப் பெற்றுவிட முடிவதில்லை. ஆகவே பயிற்சியில் பணிப் பங்கு, அதிகாரம், பொறுப்பு, சுய ஒழுங்கு, பொறுப்பைப் பகிர்ந் தளித்தல் போன்ற விஷயங்களில் தொடர்ந்து பயிற்சிகள் கொடுத்து வந்தோம்.

பல ஆண்டுகளுக்கு நானே நேரடியாக மேலாளர்களுக்கான பயிற்சி வகுப்புகளை நடத்தி வந்தேன். தயாரிப்புப் பிரிவிலிருந்து அனைத்துப் பிரிவுகளின் மேலாளர்களுக்கும் நானே பயிற்சி அளித்து வந்தேன். அதன் மூலம் நான் கற்றுக்கொண்ட விஷயம் இது:- மேலாளராக ஆக்கப்படுவதால் மட்டுமே ஒருவரால் மேலாளராக ஆக முடியாது. அணியினரை ஊக்கப்படுத்தி, நல்ல விதங்களில் பாதித்து, தங்கள் அணியினரைச் சிறப்பாகப் பணிபுரியச் செய்து முன்னேற்றும் பணியை ஒரு மாயமந்திரம் போல செய்ய ஒருவரால் கற்றுக்கொள்ள முடியாது. நிறுவனம் வளர்ந்து மேலாளர்களின் எண்ணிக்கை அதிகரித்ததால் எனது பயிற்சியை முழுவதுமாக ஆவணப்படுத்தி மேலாளர்களின் உயர் அதிகாரிகள் அவர்களுக்குப் பயிற்சி அளிக்கும் ஏற்பாட்டைச் செய் தேன். இந்தப் பயிற்சியில் நிறுவனத்தின் நோக்கம், செயல்திட்டம், மதிப்பீடுகள், தொழில் லட்சியங்கள், நிர்வாக மேலாண்மையின் அடிப்படைகள் (பணிப்பங்கு, அதிகாரம், பொறுப்பு, சுய ஒழுங்கு, பொறுப்பைப் பகிர்ந்தளித்தல் போன்றவை), மனிதவள செயல்கருவி களைப் பயன்படுத்தி அணியினரை எவ்வாறு கையாண்டு முன் னேற்றுவது, நாமிருக்கும் தொழில் சூழலின் நிலவரம், நாட்டின்

பொதுவான பொருளாதார சூழல்கள் ஆகிய அனைத்தும் உள்ளடக்க மாக இருக்கும்.

2000ஆவது ஆண்டிலிருந்தே மாற்றங்களுக்கான மேலாண்மைப் பயிற்சிகளை அளித்து மாற்றத்துக்கான முகவர்கள் அல்லது ICF (இன்டர்னல் சேஞ்ச் ஃபெசிலிடேட்டர்ஸ்) நிறுவனத்துக்குள்ளேயே இருக்கும் மாற்றத்துக்கான உதவி செய்வோர்களை உருவாக்கினோம். இவர்களுக்கு மாற்றத்தை எப்படி உருவாக்குவது, எதிர்பார்க்க வைப்பது, மாற்றங்களைக் கடைப்பிடிப்பது ஆகியவற்றிலும், இவை அனைத்திலும் பிறருக்கு உதவுவது எப்படி எனவும் பயிற்சி அளிக்கப் பட்டது. எந்தப் புதிய முன்னெடுப்புகள் வந்தாலும் இந்தக் குழுவினர் மூலமாகவே அவை பணியாளர்களுக்குக் கொண்டுசெல்லப்பட்டது. இப்பயிற்சி முடித்து ICF முகவர்களாக/மாற்றங்களில் உதவுபவராக இருப்பவர்களுக்கு அவர்களது பணிச்செயல்பாடு குறித்த ஆய்வுகளில் அதற்குரிய பாராட்டுகள் வழங்கப்பட்டன.

நீடித்து நிலைத்தல், ஆகச் சிறந்த தொழில்திறன் வெளிப்பாடு, வாடிக்கையாளரை மையப்படுத்திய அணுகுமுறை, கலாச்சார மாற்றத்தைக் கையாளுதல் போன்ற பல வகைகளிலும் நிறுவனம் பலவிதமான முன்னெடுப்புகளைச் செய்து வந்ததால் இந்த ICF முகவர் குழுக்களின் பங்களிப்பு மிக அவசியமாக இருந்தது. ஒரு விஷயத்தில் நிறுவனம் தனக்குத்தானே விதித்துக்கொண்ட ஒன்று – ஒரு மாற்றத்தை ஏற்றுக்கொள்ளும் வலியைவிட முன்பைப்போலவே சிறப்பான இடத் திற்கு வந்துசேரும் வலியையே முன்னிருத்த வேண்டும். அதாவது மக்கள் மாற்றத்தைக் கடைப்பிடிக்க செய்யும் உதவி என்பதே மாற்றத்தின் வலி என்பதைவிட முன்பைவிட சிறப்பான இடத்தை அடைவதற்கான வலியாக அது இருக்க வேண்டும் என்பதே. நடத்தைகளில் பெரும் அளவிலான மாற்றங்கள் ஏற்பட்டு அது நிறுவனத்தின் கலாச்சார மாற்றமாக வெற்றிகரமாக மாறியதை இந்தப் புத்தகத்தில் வரும் சேவை வழங்குவோர், விநியோகஸ்தர்கள், வாடிக்கையாளர்கள் ஆகியோரது குரல்களில் நம்மால் உணர முடியும் (இந்த அத்தியாயத்தின் இறுதியில் வரும் மாற்ற மேலாண்மைப் பகுதியில் விரிவாகப் பார்க்கலாம்).

நிர்வாக மேம்பாட்டு பயிற்சிப்பட்டறைகள் நிறுவனத்திற்கு வெளியே நடத்தப்பட்டன. ஐம்பது பேர் வரையிலான எண்ணிக்கையில் மேலாளர் களும், செயல் அலுவலர்களும் கலந்துகொள்ளும் பயிற்சியாக இருந்தது இது. மாதிரி சூழ்நிலைகளை விளக்கும் அறிக்கை வடிவங்கள் கொடுக்கப்பட்டு அதன் வழியே நடக்கும் பயிற்சி முறை. பங்கேற்

பாளர்கள் அவர்களே தயாரித்த மாதிரி சூழல்களை முன்வைத்து பேசலாம் அல்லது கொடுக்கப்படும் உண்மையான சூழ்நிலை (சந்தை தகவல்கள், நிதி-சார் தகவல்களுடன்) அறிக்கைகளைப் பார்த்து அவற்றை ஆராய்ந்து தீர்வுகளை முன்வைத்துப் பேசலாம். வெவ்வேறு அதிகாரப் படிநிலையில், வெவ்வேறு துறைகளில் இருப்பவர்களைக் கலந்து குழுக்களாகப் பிரித்து விவாதம் நடத்தப்படும். தங்களை அவர்கள் சி.இ.ஓ/சி.எம்.ஓ./சி.டி.ஓ.வாக நினைத்துக்கொண்டு அணுகலாம். ஒரு குழு முன்வைக்கும் தீர்வை பிற குழுக்கள் மதிப் பீடு செய்யும். சில நேரங்களில் வெளியிலிருந்து நடுவர்கள் அழைக்கப் படுவார்கள். நடைமுறைக்கு உகந்த சிறந்த தீர்வுகளுக்கு விருதுகள் உண்டு. இதில் உள்ளவற்றை நிறுவனத்தில் யுக்திகளாகப் பயன் படுத்துவதை பொறுப்பேற்றுச் செய்யும் செயல் குழுவும் இந்த ஐம்பது பேரிலிருந்து உருவாக்கப்பட்டு விடும். ஆகவே இங்கு விவாதித்து ஏற்கப்பட்ட தீர்வை நிறுவனத்தில் நடைமுறைப்படுத்தும் பொறுப்பை இந்தச் செயல் குழு எடுத்துக்கொள்ளும். பெரும் முடிவு களை எடுத்தல், யுக்திபூர்வமான சிந்தனை, இணைந்து பணி செய்தல் ஆகியவற்றை ஊக்குவிக்கும் மிகத் திறன் வாய்ந்த பயிற்சியாக அமைந்தது இது. எல்லாவற்றுக்கும் மேலாக அணிகளுக்கிடையே பிராந்திய மாறுபாடுகளையும், தூரங்களையும் தாண்டிய பந்தத்தை இந்தச் செயல்முறை நிறுவனத்தில் வளர்த்தது.

மனித வளப் பிரிவும், வாடிக்கையாளர்களும்

ஆர்.ஆர். நாயர் சொல்வது இது:- "கான்செர்வின் வெற்றி என்பது மனிதவள முதலீட்டை வணிக யுக்திகளுடன் நெருக்கமாகப் பிணைந் திருக்குமாறு பார்த்துக்கொள்வது". பணி புரிவதில் மகிழ்ச்சியும், திருப்தியும் இருக்கும் ஒரு பணியாளர்தான் மகிழ்ச்சியான, திருப்தி யான வாடிக்கையாளரை உருவாக்க முடியும். ஆகவேதான் பணியாளர் திருப்தி, பணி ஈடுபாட்டு செயல்பாடுகள், அர்ப்பணிப்பு ஆகியவை முதன்மையான முக்கியத்துவம் வாய்ந்தவை.

கான்செர்வ் அதன் வாடிக்கையாளர்களிடமிருந்து எதிர்வினைகளைப் பெற ஒரு வலுவான, தணிக்கைக்கு உட்பட்ட செயல்முறையைக் கொண்டிருந்தது. இந்த எதிர்வினைக் கருத்துகள் கான்செர்வின் தயாரிப்புகள் குறித்து மட்டுமல்லாமல் அதன் கள விற்பனை அலுவலர்கள் குறித்தும் இருக்கும். நாடு முழுவதும் அனைத்து பிராந்தியங்களிலும் எடுக்கப்படும் இந்த கருத்துக் கேட்பு மனித வளப் பிரிவினால் ஆய்வு செய்யப்பட்டு அதற்கு ஏற்றவாறு பயிற்சி களை மனித வளப் பிரிவு ஏற்பாடு செய்வதுவரை தொடரும்.

பயனுள்ள பல முக்கிய நுட்பங்களை இக்கருத்துகளிலிருந்து பெற்று நடைமுறைப்படுத்தியிருக்கிறோம்.

மனித வளப் பிரிவும், நிறுவனத்தின் சமூகப் பொறுப்பு செயல்பாடுகளும்

சமூகச் செயல்பாடுகள் பணியாளர்களை மட்டும் உள்ளடக்கிய தல்ல; அவர்களது குடும்பத்தாரையும், அதன் நீட்சியான சமூகத்தையும் உள்ளடக்கியதே என்பதில் நாங்கள் தெளிவாக இருந்தோம். சமூகச் செயல்பாடுகளைப் பொறுத்தவரை அவை தலைமை அலுவலகத்தை அல்லது உயர் அதிகாரிகள் இருக்கும் இடங்களைச் சுற்றி மட்டுமே நடக்கக் கூடாது என்பதில் கவனமாக இருந்தோம். நிறுவனத்தின் ஒவ்வொருவரும் இந்த விஷயத்தில் நம்பிக்கை கொள்ள வேண்டு மென்றும், கொடுப்பதிலும், பகிர்ந்துகொள்வதிலும் இருக்கும் மகிழ்ச் சியை ஒவ்வொருவரும் அனுபவிக்க வேண்டுமென்றும் நான் நினைத் தேன். ஆகவே நாடெங்கும் நடைபெறும் எங்களது சமூகப் பொறுப்பு செயல்பாடுகளில் பணியாளர்கள் மட்டுமன்றி அவர்களது குடும்பத் தாரும் ஈடுபட ஊக்கமூட்டினோம். ஆதரவற்றோர் இல்லங்களுக்குச் செல்வது, ஊனமுற்றோருடன் வெளியே செல்வது போன்றவற்றில் பணியாளர்கள் குடும்பங்கள் ஆர்வத்துடன் கலந்துகொண்டன. சமூகப் பொறுப்பு செயல்பாடுகளை இப்படி நாடு முழுவதும் பரவலாக்கு வதையும், எங்கு அச்செயல்பாடுகள் நடைபெற்றாலும் பின்னணி யிலிருந்து தேவையான உதவிகளை வழங்கி நிகழ்வுகளைச் சிறப்பாக நடத்துவதையும் மனிதவளப் பிரிவு பொறுப்பேற்று செயல்படுத்தியது. அப்பணி மனிதவளப் பிரிவுக்கு முக்கியமான பணியாகவும் ஆனது.

குடும்ப சங்கமம்

கான்செர்வின் ஆழமான குடும்பக் கலாச்சாரம் எல்லோராலும் ஏற்றுக்கொள்ளப்பட முடியாதது. நாங்கள் உங்கள் குடும்பத்திற்கு அளிக்கும் கவனத்தை நீங்கள் தொழில்-சார் ஆபத்து என்றுகூட நினைக்கக் கூடும்.

பணியாளர் குடும்பங்களில் மிக முக்கியமான நிகழ்வுகள் எது நடந்தாலும் நாங்கள் அங்கே இருப்போம். அவ்வாறே நிறுவனத்தில் மிக முக்கியமான நிகழ்வுகள் எது நடந்தாலும் பணியாளர்களின் குடும்பத்தார் அங்கே இருப்பார்கள். ஒவ்வொரு காலாண்டிலும் ‘கான்செர்வேஷியன்ஸ்’ என்ற தனி அச்சிதழ் தபாலில் பணியாளர்களின் இல்லங்களுக்கு அனுப்பி வைக்கப்படும். பணியாளர்களின் இல்லக் குழந்தைகள் வரைந்த ஓவியங்கள், எழுதிய கதைகள் ஆகியவை அதில் இடம்பெறும். சில சிறப்புப் பணியிடங்களுக்கான தகுதிகளைக்

கொண்டவர்களைத் தேடிக் கண்டுபிடிப்பது சிரமமாக இருக்கும் பட்சத்தில் இந்த அச்சிதழில் தகவலை வெளியிட்டு பணியாளர் குடும்பங்களுக்குள் மறைந்து கிடக்கும் அத்தகைய திறமைகள் கொண்டவர்களை வெளிக்கொண்டு வந்துள்ளோம். சிறப்பான மதிப்பீடுகளைக் குறித்து அருமையாக வெளிப்படுத்திய குழந்தைகளின் பெற்றோருக்கு நான் என் கைப்பட பாராட்டுக் கடிதம் எழுதி அனுப்புவதும் வழக்கமான ஒன்று.

பராமரிப்பு இடைவேளை (கட்டாயமாக்கப்பட்ட குடும்ப நேரம்)

குளிர்காலத்தில் ஒருமுறை, கோடைகாலத்தில் ஒருமுறை என ஆண்டிற்கு இருமுறை மூன்று தொழிற்சாலைகள் உட்பட முழு நிறுவனமும் ஒரு வாரத்திற்கு முழுமையாக மூடப்படும். அனைவருக்கும் விடுமுறை. வார இறுதிநாட்களையும் கணக்கில் கொண்டால் ஒவ்வொரு முறையும் 9 தினங்கள் நீண்ட விடுமுறை கிடைக்கும்.

ஆனால், நான் ஒரு விசித்திரமான விஷயத்தைக் கவனித்தேன். பல முதுநிலை மேலாளர்கள் முன்கூட்டியே அறிவித்து விட்டு விடுமுறை எடுத்துக்கொண்டு, குடும்பத்தாருடன் இருந்தாலும் மின்னஞ்சல்களுக்கு உடனே பதிலளிப்பதைப் பார்த்தேன். அதுவும், அத்தனை அவசரப் பணிக்கான மின்னஞ்சல்கூட கிடையாது. இப்பழக்கம் எவ்வளவு ஆழமாக ஒரு பணியாளரின் குடும்ப நேரங்களிலும், அவரது ஆரோக்கியமான ஓய்வு நேரத்திலும் ஊடுருவியிருக்கிறது என்பது எனக்கு வியப்பாக இருந்தது. விடுப்புகள் எடுக்கப்பட்ட ஆவணங்களை ஆய்வு செய்தபோது ஒவ்வொருவரும் அவர்களுக்கு தரப்பட்ட விடுமுறை எடுத்துக்கொள்வதற்கான வாய்ப்புகளை விடவும் மிகக் குறைவான அளவில்தான் எடுத்துக்கொண்டிருக்கிறார்கள். பலரும் ஓரிரு நாட்கள் மட்டுமே விடுப்பு எடுத்துக்கொண்டிருக்கிறார்கள், அதுவும் உடல்நிலை சரியில்லாமல் அல்லது திருமணம் போன்ற தவிர்க்க இயலாத குடும்ப நிகழ்வுகளுக்கு என மட்டுமே. ஆனால் எவருமே நல்ல ஓய்வுக்கான நீண்ட விடுமுறையை எடுத்துக்கொள்ளவே இல்லை,

இதற்குப் பின்னர் நான் அமெரிக்கா மற்றும் ஐரோப்பாவில் எப்படி கட்டாய விடுமுறைகள் அளிக்கப்படுகின்றன என கவனித்தேன். பெரும்பாலும் நீண்ட வார இறுதி நாட்களுடன் இணைத்தும், நினைவு நாள்/நன்றி செலுத்தும் நாள்/கிறிஸ்துமஸ்/புத்தாண்டு போன்றவற்றுடன் இணைந்து வருமாறும் நீண்ட விடுமுறைகள் அங்கு அளிக்கப்படுகின்றன. அப்படியானால் எங்களால் துணிச்சலாக ஆண்டின்

குறிப்பிட்ட கால அளவில் கட்டாயமாக இயக்கங்களை நிறுத்திக் கொண்டு கட்டாய விடுமுறையை அளிக்க முடியாதா (எங்கள் நிறு வனத்தின் அளவையும் கருத்தில் கொண்டுதான்)? மிகமிக அடிப் படையான பணிகளுக்கும், அவசர கால ஆர்டர்களைச் சமாளிக்கவும் வெகு சொற்ப எண்ணிக்கையில் பணியாளர்களை விட்டுவிட்டு பள்ளி விடுமுறை நாட்களோடு இணைந்திருக்கும்படியாக நீண்ட விடுமுறை களை எங்களால் திட்டமிட முடியாதா? கோடையிலும், குளிர்காலத் திலுமாக இதைச் செய்ய முடியாதா? இப்படிச் செய்வது உற்பத்தியை, லாபத்தை எப்படிப் பாதிக்கும்? – இப்படிப் பலவிதங்களிலும் யோசித்து அவற்றுக்கான தீர்வுகளைக் கண்டறிந்து நாடு முழுவதுமுள்ள விநியோகஸ்தர்களிடம் போதுமான சரக்கு கையிருப்பாக இருப்பதை உறுதிசெய்துகொண்டு, இந்த நீண்ட விடுமுறை திட்டத்தை நடை முறைக்கு கொண்டுவந்தோம். ஒப்புமையே இல்லாத எதிர்பாராத அபார வெற்றி. வாடிக்கையாளர், விநியோகஸ்தர் இடையிலான தொடர்பில் எந்தப் பாதிப்பும் இல்லை. ஆர்டர்கள் தொடர்ந்து வந்து சேர்ந்த வண்ணம் இருந்தன. சரக்குகள் திட்டமிட்டபடி அனுப்பப் பட்டபடியே இருந்தன. விடுமுறை முடித்து வந்தவர்கள் புத்துணர்ச்சி யுடன் திரும்பி வந்து உத்வேகத்துடன் பணிகளைத் தொடர்ந்தனர்.

விடுமுறையில் இருந்த நாட்களில் பலரும் உணர்ந்திருக்கிறார்கள் – அதுவரை தாங்கள் குடும்பத்திற்கான பொறுப்புகளை கவனிக் காமலோ, தவிர்த்தோ வந்திருக்கிறோம் என. குறிப்பாக குழந்தை களுக்கு நேரம் ஒதுக்கி அவர்களுடன் இருக்கவில்லை என. ஒரு முதுநிலை மேலாளரின் மனைவி மனிதவளப் பிரிவின் தலைவருக்கு தொலைபேசியில் அழைத்து இப்படி ஒரு நீண்ட விடுமுறையை தன் கணவருக்கு அளித்ததற்கு நெகிழ்ச்சியுடன் நன்றி சொன்னார். கூடவே ஒரு சுவாரசியமான சம்பவத்தையும். விடுமுறையின்போது வீட்டை சரி செய்யும் பணிகளை மனைவி செய்யலாமென நினைத்து அதற்கான ஏற்பாடுகளைச் செய்திருக்கிறார். விடுமுறையின் முதல் நாள் கணவர் வழக்கம் போல எழுந்து கிளம்பி அலுவலகம் செல்வதற்கான பையை எடுத்துக்கொண்டு கிளம்பிவிட்டார். மனைவி திகைத்து எங்கே கிளம்பி விட்டீர்கள் எனக் கேட்க இவர் வேறெங்கே, அலுவலகத்துக்குதான் என்று பதில் சொல்லியிருக்கிறார். மனைவி உங்கள் அலுவலகம்தான் ஒரு வாரத்துக்கு மூடப்பட்டிருக்கிறதே, கான்சர்வேஷியன் இதழில் தேதிகளைக் குறிப்பிட்டு எழுதியிருக்கிறார்கள் என்றாராம். அலுவலகப் பை அதற்குரிய இடத்தில் மீண்டும் வைக்கப்பட்டது. வீட்டைச் சரி செய்யும் வேலைகள் சிறப்பாக நடந்து முடிந்தன. மனைவிக்கோ மனம் கொள்ளாத மகிழ்ச்சி.

அதேநேரம் இந்தப் பணி ஈடுபாட்டைத் தூண்டும் விஷயத்தில் சிறிய தவறும் நேராமல் பார்த்துக்கொள்ள வேண்டும். பணியாளர்களின் மீதான நல்மதிப்பு என்பது ஒருவழிப்பாதை அல்ல என்பதில் நான் தெளிவான புரிதலுடன் இருந்தேன். நமது மதிப்பைப் பெற்றவர்கள் அதற்குரிய அர்ப்பணிப்பு உணர்வுடன் இருக்க வேண்டும். நிர்வாகத்தின் மீது நம்பிக்கையும், நல்லெண்ணமும் கொண்டிருக்க வேண்டும். ஒரு ஒத்திசைந்த முயற்சியின் வழியே ஒரு அணியை கூடுதல் பொறுப்புக்கும், அதிகாரத்துக்கும் கொண்டு வரும்போது அந்த அணி உயர்ந்த அளவில் தமது செயல்பாடுகளுக்கான வரையறைகளை, இலக்குகளை நிர்ணயித்து அடைவதை அவர்களது பொறுப்பாகக் கொள்கிறார்களா என்பதையும் கவனிப்பேன். அதுவும் அந்த தர அளவீடுகளை அவர்களே அவர்களுக்கு விதித்துக் கொண்டு செயல்படுகிறார்களா என்பதையும் உறுதி செய்துகொள்வேன்.

ஆர்.ஆர். நாயர் கருத்துப்படி, “பணியாளர்கள் நல்ல முறையில் நடத்தப்பட்டு, அவர்களது முயற்சிகள் உண்மையாகவே அங்கீகரிக்கப்பட்டு பாராட்டப்பட்டால், இருதரப்பு உறவுகளில், நிறுவனத்தின் தலைமைப் பொறுப்பில் இருப்பவர்கள் மேல் அர்ப்பணிப்பு உணர்வுடன் கூடிய நம்பிக்கையை அவர்கள் வெளிப்படுத்துவார்கள். இந்த முறையில் கிடைக்கும் பலன்கள் அனைத்துமே நிர்வாகத்துக்கும், பணியாளர்களுக்குமிடையேதான் பகிர்ந்தளிக்கப்படுகிறது.”

இது சொல்வதைக் காட்டிலும் செய்வதற்கு கடினமான சவால். ஆரம்ப நாட்களில் தலைமையில் சிறு மாற்றமும் வெளிப்படையாகவே எதிர்க்கப்படும். நம்பிக்கை, ஐயங்களற்ற நம்பிக்கை மற்றும் ஏற்பு மனநிலை ஆகியவையே மாற்றத்திற்கான செயல் காரணிகள். எங்களுக்கு ஏற்பு மனநிலை தேவையை விடவும் கூடுதலாகாவே தேவைப்பட்டது. ஆம், எங்களுக்கு ஏற்பு மனநிலையை உருவாக்குவதற்கான துணிச்சல் அதிகமும் தேவைப்பட்டது. என்னுடைய திறன் சார் தகுதியாக ஆர்.ஆர். நாயர் குறிப்பிடும் அம்சம் இந்த அடிப்படையிலேயே எனக்குள் எழுந்தது – அனைத்து மாற்றங்களையும் ஏற்கும் அதே நேரம் நிறுவனத்தின் நோக்கம் மற்றும் இலக்கில் எந்த விட்டுக் கொடுத்தலும் செய்யாமல் இருப்பது. அதாவது, ‘நல்லவிதமான ஆனால் உறுதி மாறாத’ என என்னைக் குறித்து சொல்லப்படுவது இங்கிருந்துதான் உருவாகி எனக்குள் வந்தது.

பகுதி 3

இப்பகுதியில் கான்செர்வ் எவ்வாறு எல்லைகளைத் தாண்டி செயல்பட்டது என்பது ஆஷிஷ் ஸென் அவர்களின் பார்வையில் விளக்கப்படுகிறது. கான்செர்வ் தன் தொழிலில் வளர்ச்சி அடையும் போதும் சரி, கான்செர்வ் ஷ்நீய்டருடன் இணைக்கப்பட பின்பும் சரி அதன் தலைமை உறுப்பினர்களின் 'சிந்தனைத் தலைமைப்பண்பு' சிறப்பாக செயலாற்றியது. கான்செர்வின் வணிக அளவோடு ஒப்பிட்டால் அது வழக்கத்தில் இல்லாதது. இப்போது தொழிலில் இருந்து வெளிவந்த பின்பும் அஷோக்கும், ஹேமாவும் சமூகத்திற் கான பல்வேறு பணிகளிலும் தொடர்ச்சியாக ஈடுபட்டு வருகிறார்கள். இப்பகுதியில் இவற்றையே விரிவாகப் பேசப்போகிறோம்.

அத்தியாயம் 16

சிந்தனைத் தலைமைப்பண்பு

இன்றைக்குச் சிந்தனைத் தலைமைப் பண்பு என்பது அதிகரித்து வரும் முக்கியத்துவத்தைப் பெற்றுவருகிறது. நீடித்த நிலையான வளர்ச்சிக்கும், வெற்றிக்கும் மிக அவசியமான மூலப்பொருளாகப் பார்க்கப்படுகிறது. ஆனால், சிந்தனைத் தலைமைப்பண்பின் உள்ளடக்கம் எது? யார் ஒரு சிந்தனைத் தலைவர்? ஏன் சிந்தனைத் தலைமைப் பண்பு முக்கியமான ஒன்று?

பல மாதங்களுக்கு இக்கேள்விகள் என்னைத் துளைத்தன. இதற்கான விடைகளைத் தேடும் என் முயற்சி தீவிரமானதற்கு இப்புத்தகத்தின் சில பகுதிகளை உருவாக்க உதவியவர்களுக்குத்தான் நன்றி சொல்ல வேண்டும். இப்புத்தகத்திற்காகப் பேசிய பலரும் கான்செர்வின் உருவாக்கத்தில் சிந்தனைத் தலைமைப்பண்பு பெருமளவு பங்களித்ததை குறிப்பிட்டிருக்கிறார்கள். நான் பல புத்தகங்களைப் புரட்டியும், பல கட்டுரைகளை வாசித்தும் என் அறிவுக்கு இதுதான் விடை என கலந்தடித்து எதையோ வைத்து சமாளிக்க முயன்றேன். ஆனால், ஒரு தெளிவான விடையாக இல்லாமல் வெறும் மழுப்பலான புரிதலாகத்தான் அது இருந்தது.

"ஆஹா! கண்டேன் சீதையை" என்பது போன்ற புரிதல்கள் எதிர்பாரா இடங்களிலிருந்தும், ஊகிக்க முடியாத உரையாடல்களிலும் இருந்து கிடைத்தது. 'ஆர்ட் இன் பப்ளிக் டுவேர்ட்ஸ் எ க்ரிட்டிகல் ரீ இமேஜினிங்' என்ற பெயரில் நடத்தப்பட்ட கலை சார்ந்த ஒரு கருத்தரங்கை நம்மால் ஒரு தொழிலுடன் இணைத்துப் பார்த்திருக்கவே முடியாதுதான் அல்லது நான் அப்படி நினைத்துக்கொண்டிருந்தேன். பெங்களூருவின் புறநகரில் இருந்த வெங்கடப்பா கல்லூரியின் கலைக் கண்காட்சி வளாகத்திற்குள் இருக்கும் அரங்கத்திற்கு செல்லும்வரையில் அப்படித்தான் நினைத்துக்கொண்டு போனேன். ஆனால், அங்கு விவாதங்கள் நடப்பதைத் தொடர்ந்து கவனிக்க ஆரம்பித்ததும் என் மனதை மாற்றிக்கொண்டேன். கலை செறிவடைய வேண்டுமானால் அதன் எல்லைகளைக் குறித்து மீள்கற்பனையும், மீள்சிந்தனையும்

செய்வதன் வழியாகவே சாத்தியம் என அங்கே பேசிய கலைஞர்கள் ஒவ்வொருவரும் சொன்னார்கள். இதைச் சொல்வதற்கு ஒவ்வொரு கலைஞரும் பயன்படுத்திய படத்துணுக்குகள் வழியே கலையின் எல்லையை மீறிச் செல்லும் விஷயங்களும், அதன் வளர்ச்சி மேம்பாடு குறித்தும் பல கேள்விகள் எழுந்தன. தனிமனித வெளியையும், பொது வெளியையும் எது உருவாக்குகிறது? அவை ஒன்றுக்கொன்று தொடர்பற்றவையா?

இப்படியான கேள்விகளுக்குள் நான் சிக்கித் திணறிக்கொண்டிருந்த போது ஹட்டங்காடி குடும்பத்தின் 21 வயது மகனான ராகவ்வுடன் பல மாதங்களுக்கு முன் நடந்த உரையாடல் நினைவுக்கு வந்தது. கான்செர்வ் குறித்த ராகவ்வின் மனப்பதிவு என்ன என நான் கேட்டபோது கான்செர்வை வணிகக்கண்ணாடி அணிந்து பார்க்கும் பார்வையே தவறானது என்றார். மேலும் எனக்குத் தோன்றும் காட்சி என்னவென்றால் இந்த விசித்திரமான, வழக்கத்துக்கு மாறான வித்தியாசமான ஒரு வடிவம் உறுதியான மதிப்பீடுகளால் கட்டப்பட்ட ஒரு பெட்டியில் திணித்து வைக்கப்பட்டிருப்பதுதான்" என்றார்.

நிகழ்வில் கலைஞர்கள் தனிமனித – பொது வெளிகளைக் குறித்த வரையறைகளை மறுபரிசீலனை செய்வதைக் குறித்துப் பேசும்போது எனக்கு ராகவ் குறிப்பிட்ட அந்தக் காட்சி நிஜம்போல கண்களுக்குள் தோன்றியது. கான்செர்வின் தனித்தன்மை வாய்ந்த அம்சமாக விளங்கிய அதன் மூலமாகத்தான் தொடர்ந்து பலரது மனதிலும், இதயத்திலும் கான்செர்வ் கல்வெட்டு போல பதிந்திருக்கிறது. கான்செர்வை ஒரு வெற்றிகரமான கார்ப்பரேட் நிறுவனம் என சொல்வதுகூட தவறு தான்; கான்செர்வ் என் மூலக்கூறில் (டி.என்.ஏ.) கலந்துள்ளது என உறுதிபடச் சொல்லும் கான்செர்வியன்களை முழுமையாகப் புரிந்து கொள்ளவில்லை எனக் காட்டுவது அது.

கான்செர்வின் என்றும் நிலைத்திருக்கும் பெருமிதம் என்பது பொது-தனி எனும் இடைவெளிகளை மங்கலாக்கி அதனை பொது நன்மையை நோக்கிக் கொண்டு செல்வதுதான். கான்செர்வின் ஒவ்வொரு சிறு விஷயங்களையும் நுணுக்கமாக அணுகி ஆராய்ந்து செயல்படுத்தும் திறன் காரணமாக அவர்களால் விளிம்பு நிலை சிந்தனைகளின் பொறியில் சிக்காமல் அதனைத் தாண்டி வருங்கால நலனைச் சிந்தித்து செயல்பட முடிந்தது. இன்னும் சொன்னால் அதன் 'விசித்திரமான, வித்தியாசமான வடிவம்' என்பதுகூட உறுதியான மதிப்பீடுகளால் கட்டப்பட்ட பெட்டிகளின் உலகில் ஒரு விதிவிலக்காகவே இருந்தது.

நான் புரிந்துகொண்டு சொல்லும் இது பாடப்புத்தகங்களில் இருக்கும் சிந்தனை தலைமைப்பண்பு என்பதற்கான வரையறை களுக்குள் பொருந்துமா என எனக்குத் தெரியாது. ஆனால், எனக்கு இது முழுமையாக அர்த்தப்படுகிறது. மாற்றங்கள் நிறைந்த இன்றைய வணிக உலகில் நிச்சயமாக விசித்திரமான, வித்தியாசமான வடிவங் களே உடனடித் தேவை.

ஹேமா ஹட்டங்காடியின் அர்ப்பணிப்பு உணர்வு பற்றி ஆர்.ஆர். நாயர் கூறியது நினைவுக்கு வந்தது. பணியாளர் நலன், பணியாளர் முன்னேற்றம், ELF (அத்தியாயம் 15இல் விரிவாகப் பார்க்கலாம்) மூலமாக பணியாளர் திருப்தி மற்றும் பணி ஈடுபாடு ஆகியவற்றை வளர்த்தெடுப்பது என ஹேமாவின் அர்ப்பணிப்புக்கு அவரது உழைப்பே சான்று. ஆர்.ஆர். நாயர் தனது கருத்தை அழுத்தமாக இப்படிச் சொன்னார்:- "இந்தத் திறன்கள் எவையும் மேலாண்மைப் பள்ளிகளில் கற்றுத்தரப்படுபவை அல்ல... இருந்தாலும், அந்தத் திறன்கள் அவரது சிந்தனைத் தலைமைப் பண்பில், அவருக்கே உரிய முறைகளில் சிக்கலுக்கு தீர்வு காணும் நேரங்களில், சவால்களைத் தன் திறமையால் சந்திக்கும் தருணங்களில் வெளிப்பட்டன."

இன்றைய தினம் வரை கான்செர்வ் நிறுவனத்தின் முன்னெடுப்பு களான 'கான்செர்வ் மை கேம்பஸ்' (இப்போது ஷ்நீய்டர் ஃபவுண்டேஷ னால் கான்செர்வ் மை ப்ளாநெட் எனப் பெயர் மாற்றம் ஆகியிருக்கிறது) மற்றும் AEEE (மின்னாற்றல் திறன் பொருளாதாரத்துக்கான கூட் டமைப்பு – அல்லயன்ஸ் ஃபார் எனர்ஜி எஃபிஷியன்ஸி எகானமி) ஆகிய இரண்டும் மேலும் அதிகச் சிறப்புடன் வளர்ந்து வருகின்றன. 'கான்செர்வினா' என்ற பெயரில் கான்செர்வோடு தொடர்புடைய பெண்களின் நெட்வொர்க்கான மூன்றாவது முன்னெடுப்பு அவர் களுக்கிடையே உள்ள நெருக்கமான பிணைப்பால் இன்றும் இயங்கிக் கொண்டிருக்கிறது. இந்த மூன்றுமே வெவ்வேறு களங்களில் கான் செர்வின் பெருமை மிக்க செயல்பாடுகளுக்கான சிறந்த உதாரணங் களாக விளங்குகின்றன. ஒவ்வொரு முன்னெடுப்பும் வெவ்வேறு விதமாகச் செயல்பட்டாலும் அவற்றை அடிப்படையில் இணைக்கும் விஷயம் ஒன்றாக இருக்கிறது - ஒவ்வொன்றும் அதன் வழிமுறைகளில் கான்செர்வின் சிந்தனைத் தலைமைப் பண்பின் சாரத்தை எடுத்துக் காட்டும் உதாரணங்களாக விளங்குகின்றன.

கான்செர்வினா

'2050 ஆம் ஆண்டு... இந்திய கார்ப்பரேட் நிர்வாக முறைமைகளின் வரலாறு' எனும் புத்தகம் வெளியிடப்படுகிறது. நிறுவனத்தின்

இயக்குநர் குழு செயல்பாடுகளில் முக்கியமான மைல்கல்களை எட்டியதற்குக் காரணம் 2015இலிருந்து பெண்களை இயக்குநர் குழுவில் இணைத்துக்கொண்டதுதான் – இது ஒரு உன்னதமான பார்வையா அல்லது அபத்தமான கற்பனையா?[13]

மேற்சொன்ன வாக்கியங்கள் இடம்பெற்ற கருத்துகள் கொண்ட கட்டுரை 'பிஸினஸ் வேர்ல்ட்' இதழில் வெளிவந்து மூன்றாண்டுகள் ஆகிவிட்டது. அதாவது இப்புத்தகத்தை நான் எழுதிக்கொண்டிருந்த நாட்கள். வருத்தத்துக்குரிய விஷயமாக இன்றுவரை இந்தியப் பெண்களின் நிலைமையில் பெரிய மாற்றம் ஏதுமில்லை. உலகப் பொருளாதாரக் கூட்டமைப்பின் உலக பால் வேறுபாட்டு இடைவெளி அறிக்கையின்படி பால் வேறுபாடுகளைக் களைவதில் இந்தியாவின் இடம் இறங்கியிருக்கிறது. 2016இல் 87ஆம் இடத்திலிருந்த இந்தியா 2017ஆம் ஆண்டில் 108ஆவது இடத்துக்கு வந்துவிட்டது (ஆய்வு நடத்தப்பட்ட நாடுகளின் எண்ணிக்கை 144).

2017ஆம் ஆண்டில் மார்ட் (MART) என்ற முன்னணி இஞ்சினியரிங் இதழுக்கு அளித்த பேட்டியில் ஹேமா இப்படிச் சொல்கிறார்:- "தடைகளும், சிக்கல்களும் படிப்படியாக அடுக்கப்படுவது உற்பத்தி மற்றும் தயாரிப்புத் துறைகளில் உயர் பதவிக்கு வரும் பெண் மேலாளர்களுக்குத்தான். மனிதவளம், நிதி, சட்டம், சந்தைப்படுத்தல் போன்ற துறைகளில் பெண்களின் பங்களிப்பு அதிகரித்து வரும் நிலையில் தொழிற்சாலைப் பணிகள் மற்றும் விற்பனைத் துறைகளில் பெண்களின் எண்ணிக்கை வெகு சொற்பமே."

இதைச் சரி செய்யும் முயற்சியாக கான்செர்வில் ஹேமா என்ன செய்தார்?

"கான்செர்வில் பணிபுரிபவர்களின் மனைவிகள் இஞ்சினியரிங் படித்துவிட்டு குடும்பத் தலைவிகளாக மட்டுமே வீட்டில் குழந்தைகளைக் கவனித்துக்கொண்டு இருக்க நேர்ந்தால் அவர்களுக்கு என தனியாகத் திட்டமிட்டு சிறப்புப் பயிற்சிகள் அளித்து அவர்களையும் பணியில் சேர்த்து கணவருக்கு இணையாகப் பணிபுரிய வைத்தோம்" என்றார் ஹேமா.

அப்படிப் பணிக்கு வந்த பல பெண்கள் இன்றும் ஷ்நீய்டர் இந்தியா நிறுவனத்தில் பணிபுரிகிறார்கள். கான்செர்வ் அவர்களுக்காக செய்த முன்னெடுப்பைத் தங்கள் வாழ்க்கையை மாற்றிய நிகழ்வாகவே இன்றும் பார்க்கிறார்கள். தொழிற்சாலைப் பணிகளில் பெண்களையும் ஈடுபடுத்துவது ஒரு விஷயம் என்றால் அவர்களது நலனில்

அக்கறையுடன் இருப்பது இன்னொரு விஷயம். இந்தப் புள்ளியில் தான் 'கான்செர்வினா' பிறந்தது. பெண்களே பெண்களுக்குப் பாது காப்பு வலையாக இருப்பது.

"எல்லாப் பெண்களுக்கும் ஒரு பாதுகாப்பு வலை இருக்கிறது – உணர்வுபூர்வமாகவும், உடல்ரீதியாகவும்" ஹேமா உறுதியாகச் சொல்கிறார். "நாங்கள் நேர்மையான, வெளிப்படையான நிர்வாகமாக அறியப்பட்டதால் ஆண்களுக்குத் தாங்கள் ஒதுக்கப்பட்டதாக எண்ணம் தோன்றவில்லை. சொல்லப்போனால், அவர்கள்தான் 'கான்செர் வினா'க்கு பெரும் ஆதரவு அளித்தார்கள். ஒருசில முதுநிலை ஆண் மேலாளர்கள் 'கான்செர்வினா'வின் கூட்டங்களுக்கு அழைக்கப்படு வதை நான் உறுதி செய்தேன். அந்த ஆண் மேலாளர்களையும் கான்செர்வினா குழுவினரே தேர்ந்தெடுக்கவும் செய்தார்கள். அக் கூட்டத்தில் விவாதிக்கப்படும் கொள்கைகள் மற்றும் சிறப்பு விஷயங் களை நிறுவனத்தின் பிறருக்குக் கொண்டுசேர்க்கும் இணைப்பாக அந்த ஆண் மேலாளர்கள் செயல்பட்டனர்."

இந்தப் புத்தகத்துக்காக 50க்கும் மேற்பட்ட கான்செர்வின் பெண் பணியாளர்களைச் சந்தித்தோம். கான்செர்வினா அனுபவங்களை மனதில் இன்னும் பசுமையாக அவர்கள் ஒவ்வொருவரும் வைத்திருப் பதை வெளிப்படையாகவே உணர முடிந்தது. அவர்கள் உருவாக்கிக் கொண்ட உள்ளார்ந்த நட்பு வட்டம் இன்னும் பிணைப்பை விடாமல் தொடர்ந்துகொண்டிருக்கிறது, அதை உருவாக்கிய நிறுவனம் வெகு நாட்களுக்கு முன்னரே இல்லாமல் ஆன பின்னரும் கூட.

சமீப காலங்களில் பெரும்பாலான இந்திய நிறுவனங்களில் (குறிப்பாக பட்டியலிடப்பட்ட நிறுவனங்கள்) பெண் பணியாளர் களைப் பாதுகாக்க எடுக்கப்படும் முயற்சிகளும், முன்னெடுப்புகளும் 'பணியிடத்தில் பெண்களுக்கெதிரான பாலியல் தொல்லைகளைத் தடுத்தல், தடை செய்தல் மற்றும் எதிரான நடவடிக்கை எடுத்தல் சட்டம், 2013இல் குறிப்பிடப்பட்டு கட்டாயமாக்கப்பட்டுள்ளதால் செய்யப்படுகின்றன." பெண்களைப் பேணி வளர்க்கும் நோக்கு, அவர்களுக்குத் தகுந்த அங்கீகாரம் வழங்குவது ஆகிய நோக்கங்களை விட சட்டம் கட்டாயமாக்கியதே இவற்றை நிறுவனங்கள் செய்வதற்கு காரணமாக இருக்கிறது.

ஷ்நீய்டர் எலக்ட்ரிக் நிறுவனத்தில் தற்போது துணைப் பொது மேலாளராக இருக்கும் உஷா லிங்கப்பா கான்செர்வினா நிர்வாகக் கமிட்டியின் கடைசி தலைவராக இருந்தார். அவர் கான்செர்வின்

வெற்றிக்கு மிக அடிப்படையான காரணம் பெண்களைத் தலைமைப் பொறுப்பிற்குக் கொண்டுவர ஹேமா காட்டிய நிஜமான அக்கறையே என்கிறார். மேலும் அவர் சொல்லும்போது:- “நாங்கள் வெவ்வேறு குடும்பங்களிலிருந்து, மாறுபட்ட பல கலாச்சாரங்களிலிருந்து வந்த வர்கள். ஆனால், இந்த கமிட்டி எங்களைத் தொழில்ரீதியிலானவர் களாக மாற்றி அமைத்தது. ஒருவருக்கொருவர் நாங்கள் கலந்து பழகவும், எங்களது தொழில்-சார் திறன்களை இணைந்து வளர்த்துக் கொள்ளவும் இந்த முன்னெடுப்பு எங்களுக்கு உதவியது.”

“ஒவ்வொரு பதினைந்து தினங்களுக்கு ஒருமுறை கான்செர்வினா சந்திப்பு நிகழும். ஏதாவது ஒரு தலைப்பில் யாராவது பேசுவார்கள் அல்லது ஏதாவது ஒரு பயிற்சி அல்லது யாராவது ஒருவர் அவரது சிறப்பான பணி ஆலோசனையை சொல்வார்கள். எங்கள் ஒவ்வொரு வரையும் தைரியத்துடன் மேடையேறவும், பேசவும் வைக்கும் ஊக்கம் அந்தச் சந்திப்புகளிலிருந்து கிடைத்தது.”

“உறுப்பினர்கள் விரைவிலேயே மிக வெளிப்படையாக கலந்து பழகி, பல யோசனைகளையும் பகிர்ந்துகொண்டார்கள். வீட்டில் குழப்பங்கள் இருக்கும் பெண்கள் அதைக் குறித்து சொல்லி ஆலோசனை பெறுவதும் ஊக்கப்படுத்தப்பட்டது.”

ஒட்டுமொத்தப் பலன் என்னவென்றால் எந்தப் பெண்ணும் நிறுவனத்தில் தன்னைத் தனியாளாக உணரவில்லை.

கான்செர்வினாவின் மற்றொரு உறுப்பினரான கிரிஜா சொல்வது:- “கான்செர்வினா அளித்த இடம் மிகச் சுதந்திரமானது. காலை 11 மணி யிலிருந்து மதியம் 2 மணிவரை நாங்கள் எங்கள் வேலையிலிருந்து குடும்ப விஷயங்கள்வரை எல்லாவற்றையும் பேசுவோம். ஒவ்வொரு வரும் மற்றவரிடமிருந்து கற்றுக்கொண்டோம்.”

கான்செர்வின் தொழிற்சாலையில் பணியாற்ற ஆரம்பித்து தற்போது ஷ்நீய்டர் எலக்ட்ரிக் நிறுவனத்திலும் பணியாற்றிக்கொண்டிருக்கும் ருக்மிணி, நாகம்மா, பத்மாவதி ஆகியோரைச் சந்தித்துப் பேசும் வரையில்கூட கான்செர்வினாவை வழக்கமான பெண்கள் குழு என்று தான் நினைத்திருந்தேன். அவர்களைச் சந்தித்ததும்தான் கான்செர்வினா உருவாக்கிய மாற்றத்தின் சக்தியை உணர்ந்தேன். ருக்மிணி பேசி யதையேதான் பெரும்பாலும் பிறரும் எதிரொலித்தார்கள்- அவர்கள் சொல்வதிலிருந்து கான்செர்வ் என்பது ஒரு ஆடம்பரம் அல்ல, எவ்வளவு அத்தியாவசியமான தேவை என்பதை உணர முடிந்தது.

"ஹேமா எங்களுக்கு ஒரு பாதுகாவலர். எங்களது வாழ்க்கையையும், வசதிகளையும் நாங்கள் வளர்த்துக்கொண்டது இந்த நிறுவனத்தால் தான். இந்த நிறுவனம் இந்த வாய்ப்பை வழங்கியிருக்காவிட்டால் வேறெந்த வழிமுறையிலும் நாங்கள் இப்படி முன்னேறி இருக்க முடியாது. நாங்கள் ஒரு குடும்பம் போல மகிழ்ச்சியுடன் வேலை செய்தோம். மதம், சாதி, மொழி போன்ற எந்த வேறுபாடுகளும் எங்களுக்குள் இருந்ததில்லை. நாங்கள் பணியில்தான் ஆர்வமாக இருந்தோம். எங்களது சொந்த நிறுவனம் என்ற உணர்வுடன் பணி யாற்றியதால் கூடுதல் நேரம் வேலையிருந்தால்கூட செய்து முடித்து விட்டுத்தான் போவோம். கான்செர்வினா போன்ற ஒரு குழு இந்த உணர்வுகளையும், பந்தத்தையும் நன்கு பிணைத்துவிட்டது. தேவைப் பட்டால் தாமதமாக வீட்டுக்குப் போவதற்கோ அல்லது இங்கேயே தங்குவதற்கோ நாங்கள் தயங்கியதே இல்லை..."

ருக்மிணி, சாதி, மாத வேறுபாடுகளைக் கடந்தவர்களாக இருந் தோம் எனச் சொல்லும்போது எனக்கு அதன் முழு அர்த்தமும் புரிய வில்லை. அதாவது, எனக்குப் புரியவில்லை அல்லது எவ்வளவு குறைவாக அந்தச் சொற்களைப் புரிந்துகொண்டிருக்கிறேன் என்பது இன்னொரு கான்செர்வியன் தனது அனுபவக் கதையைச் சொல்லும் போதுதான் தெரிந்தது.

இவர் இரண்டு ஆண்டுகள் கான்செர்வில் பணியாற்றிவிட்டு வேறு வேலைக்குச் சென்று பத்து ஆண்டுகள் ஆகிவிட்டன. ஆனாலும், அவர் தொடர்ந்து ஹேமா, அஷோக் இருவருடனும் தொடர்பில் இருந்தார். அவரது பணிவாழ்க்கை தொடர்பான ஒவ்வொரு முக்கியக் கட்டத்திலும் இருவரது ஆலோசனைகளைக் கேட்டு செயல்பட்டு வந்தார். அவரது குடும்பத்தைப் பொறுத்தவரை ஒரு வித்தியாசமான அம்சம் இருந்தது. அவரது பெற்றோர், அவர் அப்பா இஸ்லாமிய ராகவும், அம்மா இந்துவாகவும் இருந்தார்கள். ஆகவே இவரது முழு பெயரின் இடையே இஸ்லாமியப் பெயர் இருக்கும். ஒருமுறை இவர் இந்தியாவின் பெரிய நிறுவனம் ஒன்றின் உயர் பதவிக்கு விண்ணப்பித்தார். அப்பதவிக்கான அனைத்துத் தகுதிகளும் கொண் டவர் என்றாலும் நேர்முகத் தேர்வு முடித்தும் முடிவினைச் சொல் லாமல் இழுத்துக்கொண்டே இருந்திருக்கிறார்கள். கிட்டத்தட்ட இரண்டு மாதங்கள் ஏற்பையோ, மறுப்பையோ சொல்லாமல் இழுத் தடித்த பின்னர் அவருக்குப் பணியில் சேரும் விருப்பக் கடிதத்தை அனுப்பி வைத்தனர். அவர் ஏற்றுக்கொண்டு பணியில் சேர்ந்து விட்டாலும் ஏன் தனக்கு அத்தனை தாமதம் ஆனது என அறிந்து

கொள்வதில் ஆர்வம் வந்தது. அவரது மேலாளர் அவரிடம் தனிப் பட்ட முறையில் தாமதத்துக்குக் காரணமாகச் சொன்னது – அவரது பெயரில் இருக்கும் வித்தியாசம், அவரது அப்பாவின் மதம் ஆகியவை உருவாக்கிய விவாதங்களும், நீண்ட பேச்சுகளும். தான் கான்செர்வில் இருந்தவரையில் இதெல்லாம் ஒரு பேச்சுக்குக்கூட வந்ததில்லை என்பதையும், இது ஒரு விவாதப்பொருளாக இருக்கும் என்ற எண்ணமும்கூட ஏற்பட்டதில்லை என்றும் அவர் சொன்னார். கான்செர்வின் தனித்தன்மை மிக்க நாகரிகமான கலாச்சாரமே இதற்குக் காரணம் என்றும் நம்புகிறார்.

கான்செர்வ் மை கேம்பஸ் (CMC) - என் வளாகத்தைப் பாதுகாப்பது

அனைவருக்கும் தெரிந்த ஒரு நல்மொழி -குழந்தையே ஒரு மனிதனின் தகப்பன். இதற்கு கான்செர்வ் நிறுவனம் உருவாக்கிய இந்த CMC எனும் முன்னெடுப்பு தனித்தன்மை வாய்ந்த சிறப்பான உதாரணம். கொள்கையை நடைமுறைப்படுத்துவது என்பதற்கும் இதுவே முற்றிலும் பொருத்தமான உதாரணம்.

நடுநிலைப் பள்ளி மாணவர்களுக்காக இந்த நிகழ்ச்சி 2006ஆம் ஆண்டு ஹேமாவால் வடிவமைக்கப்பட்டது. இந்தியாவில் ஒரு கார்ப்பரேட் நிறுவனத்தால் வடிவமைக்கப்பட்டு, மாணவர்களுக்கும், பள்ளிகளுக்கும் எவ்விதக் கட்டணங்களுமின்றி நடத்தப்பட்ட இந்த நிகழ்வு போல வேறொன்றும் அன்று கிடையாது. வெகு விரைவிலேயே இந்த முன்னெடுப்பின் வெற்றி அரசு சாரா சேவை நிறுவனங்களையும், தொடக்க நிலை தொழில்முனைவு நிறுவனங்களையும் திரும்பிப் பார்க்க வைத்தது. ஒரு முன்னுதாரணமான நிகழ்வாக இதை வைத்து அவர்கள் இளைய தலைமுறையிடம் அவர்களது குடிமைப் பொறுப்புகளை நினைவுப்படுத்தும், குப்பைகளை மறுசுழற்சி செய்யும் என்பது போல பல சமூகப் பொறுப்பு முன்னெடுப்புகளையும் நிகழ்த்த ஆரம்பித்தார்கள்.

2005 வாக்கில் நிகழ்ந்த இரு சம்பவங்களிலிருந்து இந்த முன்னெடுப்பை உருவாக்கும் யோசனை ஹேமாவின் மனதில் தோன்றி வளர ஆரம்பித்தது.

ஒருமுறை முதுநிலை துணைத்தலைவரும், பன்னாட்டு மனித வளப் பிரிவுகளின் தலைமை அதிகாரியாகவும் அப்போது இன்போஸிஸ் நிறுவனத்தில் இருந்த ஹேமா ரவிச்சந்தர் பெங்களூருவில் ஏற்பாடு செய்யப்பட்டிருந்த சி.இ.ஓ. சந்திப்பு ஒன்றில் பேசினார். அதில் தங்களது நிறுவனம் தங்கள் வணிக நற்பெயரை எப்படி கல்லூரி

வளாகங்களில் உருவாக்கியது எனச் சொன்னார். அதற்கான விளம்பரத் தூதர்கள் நியமிக்கப்பட்டு அவர்களுக்குத் தேவையான நிதிஉதவிகள் வழங்கப்பட்டன. நிறுவனத்தின் நற்பெயரை உருவாக்கும் நோக்கம் மாறாமல் கொண்டாட்டமான நிகழ்வுகளான JAM (ஜஸ்ட் எ மினிட்) போன்றவையும், வினாடிவினா நிகழ்வுகளும் அவர்களால் கல்லூரி வளாகங்களில் நடத்தப்பட்டன. இந்த நிகழ்ச்சிகளின் நோக்கம் நிறுவனத்தின் பெயரை மாணவர்களிடையே முன்கூட்டியே கொண்டு சேர்ப்பது. அப்படி இல்லாமல் கல்லூரி வளாகத்தினுள் நடக்கும் நேர்முகத் தேர்வுக்கு வரும்போதுதான் நிறுவனத்தின் பெயரையே அவர்கள் கேள்விப்படுவதாக இருக்கக் கூடாது.

ஹேமா ஹட்டங்காடிக்கு இந்த விஷயம் மிகவும் பிடித்துப் போனது.

இரண்டாவது சம்பவம், ஹட்டங்காடியின் குடும்ப நண்பரின் மகளான அபூர்வா அகர்வால் அவருடைய கோடை விடுமுறையின் போது இவர்கள் வீட்டிற்கு வந்திருந்தபோது நடந்தது. அப்போது ஏழாம் வகுப்பு படித்துக்கொண்டிருந்த அபூர்வா மிக புத்திசாலித் தனமான குழந்தை. தனக்கு வேலை எதுவும் இல்லாமல் தான் சும்மா இருப்பதாக உணர்வதால் தனக்கு ஏதேனும் செயல்பணி (ப்ராஜெக்ட்) ஒன்றைத் தருமாறு அவர் அஷோக்கிடம் கேட்டார்.

சுவாரசியமான அஷோக் அபூர்வாவிடம் சொன்னார்:- "நாங்கள் நிறுவனங்களுக்கும், தொழிற்சாலைகளுக்கும் மின் பயன்பாட்டுத் தணிக்கை செய்கிறோம். அதே முறையைப் பயன்படுத்தி நீ ஏன் இந்த வீட்டின் மின் பயன்பாட்டைத் தணிக்கை செய்து பார்க்கக் கூடாது? ஒவ்வொரு மின்கருவிகளும் ஒருநாளில் எவ்வளவு நேரம் பயன்படுத்தப்படுகின்றன, அதன் மூலம் எவ்வளவு மின்னாற்றல் நுகர்வு நடந்திருக்கும் என கணக்கிட்டு அனைத்துப் பயன்பாட்டு அளவுகளையும் மொத்தமாகக் கூட்டி அதை மின் கட்டண (ஒரு யூனிட்டுக்கு எவ்வளவு என) தொகையோடு பெருக்கி கண்டுபிடித்து வைத்துக்கொள். பின் அதனை முந்தய மின்கட்டணத்தோடு ஒப்பிட்டுப்பார்."

சற்று குழப்பமான கணக்கீடுகளை உடைய மின் நுகர்வு பகுப் பாய்வு செய்வதில், ஒரு ஏழாம் வகுப்பு படிக்கும் சிறுமியிடம் எதிர்பார்க்க பெரிதாக எதுவும் இருக்காது என்ற எண்ணத்துடனே அஷோக்கும், ஹேமாவும் வீட்டிற்குத் திரும்பினார்கள். நடந்தது வியப்பான விஷயம். சிறுமியான அபூர்வா மிகத் தெளிவாக

அட்டவணை இட்டு, வரிசைப்படுத்தி ஒவ்வொரு மின்சாதனமும் மாதத்திற்கு எவ்வளவு மின்சாரத்தைப் பயன்படுத்துகிறது, அதற்கு ஆகும் செலவு ஆகியவற்றை நிரப்பி மாதத்தின் மொத்த மின்செலவை கண்டுபிடித்து எழுதி வைத்திருந்தார். "நான் கணக்கிட்டதைவிட உங்கள் மின்கட்டணம் 5% அதிகமாகி இருக்கிறது" என்றும் சொல்லி முடித்தார்.

கவனத்துடனும், நுட்பத்துடனும் தயாரிக்கப்பட்டிருந்த அந்த அட்டவணைப் பட்டியலைக் கூர்ந்து கவனித்தனர் இருவரும். ஹேமாவின் மனதில் அந்த நொடியில் பல சாத்தியங்கள் பளிச்சிட்டன. ஒரு புதிரின் துண்டுகள் சரசரவென பொருந்தி ஒன்றுசேர்வது போல அவர் மனதில் யோசனைகள் உருவாகின. ஹேமா ரவிச்சந்தர் பேசிய விளம்பரத் தூதர்கள் எனும் கருத்தும், கான்செர்வின் வெறும் மீட்டர் தயாரிப்பு நிறுவனம் என்பதிலிருந்து மின்னாற்றல் பயன்பாட்டு நிபுணர்கள் என்று தங்களை நிலைநிறுத்தும் முயற்சியும் ஒன்று சேர்ந்தன. கான்செர்வியன்களின் இல்லக் குழந்தைகளுக்கான முன் னெடுப்புகளில் கிடைத்த நம்பிக்கையூட்டும் விளைவுகள், அதனுடன் இணைந்த கான்செர்வின் எப்போதும் பெரிதாகச் சிந்திக்கும் மனோ பாவமும் இணைந்துகொள்ள இந்த முன்னெடுப்பு பிறந்தது.

அனைத்து விஷயங்களையும் ஒருங்கிணைத்து 2006ஆம் ஆண்டில் CMC- கான்செர்வ் மை கேம்பஸ் எனும் முன்னெடுப்பின் வடிவமைப்பு செயலுக்கு வந்தது. இதனை ஹேமா மூன்று தெளிவான நோக்கங் களுடன் துவக்கினார்;

1. மின்னாற்றல் பயன்பாட்டில் திறன்மிக்க இளையத் தலை முறையை உருவாக்கும் நோக்கில் அவர்களை அணுகுதல்

2. கான்செர்வின் வணிக நற்பெயரை அவர்களுக்கிடையே கொண்டு சேர்த்தல்

3. மின்னாற்றல் பயன்பாட்டு திறனை வளர்ப்பதில் மாணவர்களை ஈடுபடுத்தி அவர்களையும், அவர்களது அண்டை வீட்டாரையும், ஆசிரியர்களையும், பெற்றோர்களையும் ஒன்றிணைத்து கான் செர்வின் சமூகத்தை விரிவாக்குதல்

பெங்களூருவின் அடையாளமான பல சிறந்த கல்லூரிகளில் ஆசிரியப் பணியில் இருந்த டாக்டர் டி.என். கமலாவை இந்த முன்னெடுப்பை நடத்தும் பொறுப்பில் ஹேமா நியமித்தார். இந்த நிகழ்ச்சி இரு பகுதிகளைக் கொண்டது; 'இல்லத்தில் மின் சிக்கனம்'

மற்றும் 'பள்ளியில் மின் சிக்கனம்'. முதல் பகுதியில் வீட்டில் மின் பயன்பாட்டின் அளவைக் கண்டறிந்து மின் சிக்கனத்தை மாணவர்கள் வலியுறுத்துவது போலவே இரண்டாவது பகுதியில் மாணவர்கள் பயிலும் பள்ளியில் மின் பயன்பாட்டு அளவைக் கண்டறிந்து அதைச் சிக்கனமாகப் பயன்படுத்துவதற்கான தங்கள் கண்டறிதல்களைத் தலைமை ஆசிரியரிடம் அல்லது பள்ளித் தாளாளரிடம் கொடுப்பார்கள்.

இதன்பின் நடந்ததை வரலாறு என்றுதான் சொல்ல வேண்டும். கான்செர்வ் மை கேம்பஸ் நிகழ்ச்சி மேலும் மேலும் வலுவாக வளர்ந்து வந்தது. யாரிடம் இந்தக் கருத்துகள் சென்றுசேர வேண்டுமென நினைத்து நிகழ்ச்சி உருவாக்கப்பட்டதோ அவர்கள் நடுவே இந்த நிகழ்ச்சி ஆழமாகப் பதிந்தது. மாணவர்களின் மனநிலையைப் புரிந்து உருவாக்கப்பட்ட நிகழ்ச்சி நிரல்களால் நிகழ்வின் முக்கியச் செய்திகள் மாணவர்களிடையே தூண்டுதல், ஊக்குவிப்பு, மிக முக்கியமாக நல்லவிதமான பாதிப்பு ஆகியவை நிகழ்ந்தன. செய்முறை வழிக் கற்றலாக மட்டும் இல்லாமல், இப்பயிற்சி 'மனதில் ஆழப் பதியும்' ஒன்றாகவும் இருந்தது.

மாணவர்களை (மின்சார வீணடிப்பு) திருட்டைக் கண்டுபிடிக்கும் (மின்சார) துப்பறிவாளர்களாகக் கற்பனைசெய்து பேசுவது அவர்களை உற்சாகப்படுத்தியது. பசுமை நிற டி-ஷர்ட்களை, பச்சை நிறத் தொப்பிகளை அணிந்துகொள்வதிலும் பெரும் ஆர்வம் காட்டிய மாணவர்கள் அவர்களுக்கான 'க்ரீன் பாஸ்போர்ட்'டைப் பெறுவதற்காக அதிக எண்ணிக்கையில் பதிவுகளைச் செய்யவும், பசுமை உரைகள் ஆற்றவும் முண்டியடித்தனர். இந்த நிகழ்ச்சியில் பங்குபெற்ற மாணவர்களின் பள்ளிகளிலும், இல்லங்களிலும் மின்சாரம் வீணடிக்கப் படுவது குறைந்தது. மாணவர்களின் தணிக்கை மற்றும் நடவடிக்கை களால் மின்செலவு கணிசமான அளவில் குறைந்ததாக அனைவரும் மகிழ்வுடன் தெரிவித்தார்கள்.

பெங்களூருவின் பள்ளி ஒன்றில் இந்த நிகழ்வின் மூலம் 'பசுமைத் தூதராக' நியமிக்கப்பட்ட ஒரு மாணவியின் அம்மா தன்னுடன் பேசியதை ஹேமா நினைவு கூர்ந்தார்.

"நிகழ்வில் பங்குபெற்ற ஒரு மாணவியின் அம்மா என்னிடம் வந்தார். உங்களைப் பாராட்டுவதா, திட்டுவதா என்றே தெரிய வில்லை. இந்த நிகழ்ச்சியில் பங்கேற்று வந்ததும் என் மகள் என்னை வீட்டில் படுத்தி எடுக்கிறாள். நீண்ட நேரம் ஷவரில் குளிக்கவிடுவ தில்லை. டி.வி. ரிமோட்டைப் பயன்படுத்தி டி.வி.யை அணைக்க

அனுமதிப்பதில்லை. ஸ்டாண்ட் பையில் டி.வி. இருந்தால் மின்சாரம் வீணாகும் என்கிறாள்...”- ஹேமா புன்னகையுடன் இதைச் சொன்னார்.

ஷ்நீய்டர் எலக்ட்ரிக்கின் ஆசிய பசிபிக் பிராந்திய வணிக மேம்பாட்டுப் பிரிவின் இயக்குநர் அபிமன்யு சாஹூ தான் தற்போது இந்த முன்னெடுப்பை பொறுப்பேற்று நடத்தி வருகிறார். அவரும் இதைப் போலவே ஒரு சம்பவத்தைச் சொன்னார்:- “அது ஒரு குளிர்ந்த சூழல். திறந்த அரங்கம். நான் மாணவர்கள் மத்தியில் மின்வீணடிப்பை தவிர்ப்பது, மின் சிக்கனத்தைக் கடைப்பிடிப்பது பற்றி பேசிக்கொண்டிருந்தேன். கூட்டத்தில் ஒரு குழந்தை கையை உயர்த்தி, எழுந்து என்னை நோக்கி ஒரு கேள்வியைக் கேட்டது; இப்போது ஏன் இவ்வளவு விளக்குகளும், ஃபேன்களும் இயங்குகின்றன? புவி வெப்பமயமாதலைக் குறைக்க உங்கள் பங்கைச் செய்ய மாட்டீர்களா..? உறுதியாகச் சொல்கிறேன், காலம் இந்த அசாதாரணமான மிகச் சிறந்த நிகழ்ச்சியில் பங்கு பெறுபவரின் ஆர்வத்தை துளிகூடக் குறைக்கவில்லை”

CMCயின் இந்த நீடித்த வெற்றியிலிருந்து நாம் என்னென்ன கற்றுக் கொள்ள முடியும்?

முதலாவதாக நமக்கு வலுவான யோசனை வேண்டும். கான்செர்வ் மை கேம்பஸ் மனதாலும், மூளையாலும் உணரப்படும் ஒரு நிகழ்ச்சியாக இருக்கிறது. சாஹூ இந்த முன்னெடுப்பின் வெற்றியை கான்செர்வின் தலைமைக்கான பாராட்டாகக் கருதுகிறார். இப்படி ஒரு கருத்தை உருவாக்கி, வடிவமைத்து, அதை பங்கேற்பாளர்கள் ஆர்வத்துடன் கிரகித்துக்கொள்ளும் விதத்தில் நடைமுறைக்குக் கொண்டுவந்ததில் தலைமையின் பங்கு பாராட்டுக்குரியது என்கிறார். மேலும் அவர் பார்வையில் இந்த நிகழ்ச்சி ‘மின்னாற்றல் முரண்பாடுகள்’ என அவர் கருதும் விஷயங்களைத் திறம்பட தீர்ப்பதில் ஒரு தொலைநோக்கோடு கூடிய தீர்வுகளை முன்வைப்பதாகவும் சொல்கிறார். “ஒருபுறம் புவி வெப்பமயமாதல் பற்றிப் பேசுகிறோம், மறுபுறம் உலக அளவில் 1.2 பில்லியன் மக்களுக்கு மின்சாரம் இன்னும் கிடைக்கவேயில்லை. இவர்களுக்கு மின்சாரம் தரவேண்டுமானால் நாம் இன்னும் அதிகம் மின்சார உற்பத்தி செய்ய வேண்டும்; அதேநேரம் அதிக மின் உற்பத்தி அதிக புவி வெப்பமயமாதலை உண்டாக்கும் (இதைத்தான் ‘மின்னாற்றல் முரண்பாடுகள்’ என்கிறார் சாஹூ). ஆகவே அதற்கான தீர்வாகக் கையில் இருப்பது மின் சேமிப்பும், மின்னாற்றலை திறம் படக் கையாள்வதும்தான்.”

இரண்டாவது, ஒரு யோசனை என்பது அதனளவிலேயே குறுகிய வாழ்நாளை உடையது-. எதிர்காலம் குறித்து பேசுபவரும், திரைப்படப் படைப்பாளியும், எழுத்தாளருமான ஜோயல் பார்க்கர் சொல்லும் விஷயம் சுவாரசியமானது:- “செயல் இல்லாத நோக்கம் வெறும் கனவு. நோக்கம் இல்லாத செயல் என்பது நேரத்தைக் கொல்லுவது. நோக்கத் தோடு கூடிய செயலே உலகை மாற்றும் வல்லமை கொண்டது.” ஆகவே யோசனை என்பது வெகு விரைவிலேயே செயலாக மாற வேண்டும். யோசனையாகவே நீடிக்கக் கூடாது. அதற்கு ஒரு கட்டமைப்பு தேவை. ஒரு வலுவான அடித்தளம் அமையாமல் அக்கட்டமைப்பை உருவாக்க முடியாது. கான்செர்வ் மை கேம்பஸ் என்பது கான்செர்வ் மை ப்ளாநெட் என அடைந்திருக்கும் வளர்ச்சி வேறெந்த வழியிலும் சாத்தியமில்லை.

சாஹூ ஒரு விஷயத்தை ஒப்புக்கொள்கிறார்:- “கான்செர்வ் மை ப்ளாநெட் நிகழ்ச்சி ஒரு வலுவான அடித்தளத்தின் மீது உருவாக்கப்பட்டுள்ளது. சில சமயங்களில் நம்முடைய நோக்கம் மிகச் சிறப்பானதாக, உயர்வானதாக இருக்கலாம். ஆனால் அதற்குத் தகுந்த வலுவான அடித்தளம் இல்லையென்றால் நம்மால் அந்த நோக்கத்தை அடையவே முடியாமல் ஆகும்.... ஒரு நல்ல பலமான அடித்தளத்தை அமைப்பதற்கு ஹேமா ஹட்டங்காடி மிகப் பொருத்தமானவர். தலைமை மற்றும் உயர் நிர்வாகத்தின் அர்ப்பணிப்பு மிக்க உழைப்பு இல்லையென்றால் இந்த முன்னெடுப்பு இப்படிப்பட்ட பெரும் வெற்றியை அடைந்திருக்கவே முடியாது”

இதற்கு சற்று முன்பு ஹேமாவுடன் பேசியபோது இதே விஷயத்தை வேறுவிதமாக அவர் சொன்னார் – ஒன்றைத் தெரிந்து கொள்வது மட்டும் போதுமானது அல்ல; அதை(மின்சாரத்தை) சேமிக்க விரும்பினால் நீங்கள் செயல்பட்டாக வேண்டியது முக்கியம். நீங்கள் மின்சாரத்தை அப்படி சேமிக்க ஆரம்பித்தால் அது உங்கள் வழக்கமாக மாறும். மின்சாரத்தை சேமிக்க முடிந்த பள்ளிகள் அதை வழக்கமாக ஆக்கியிருந்தன. இந்தக் காரணத்தால் நாங்கள் பள்ளிகளின் நிர்வாகக்குழு ஆளுநர்களை இதில் தொடர்புப்படுத்தினோம். பயிற்சி பெற்ற மாணவர்கள் தங்களது தகவல் உரைகளை இக்குழுவினரின் முன்வைப்பார்கள். அதிகபட்ச செயல் நடப்பதற்கு இது உதவும். ஆளுநர் குழுவின் பணி என்பது பள்ளிகள் மின்சாரத்தை வீணடிக்காமல் இருப்பதை உறுதி செய்வதுதானே? இதிலுள்ள சுவையான முரண்பாடு என்னவென்றால் செயலில் இருக்கும் இடைவெளியை வளர்ந்தவர்களுக்குக் காட்டித்தருவது இங்கு சிறார்களே.”

மூன்றாவது, ஒத்திசைவு மிக முக்கியமானது. சாஹூ குறிப்பிடுவது போல 'கான்செர்வ் மை கேம்பஸ் என்பது முழுமையாக உலக அளவில் ஷ்நீய்டர் எலக்ட்ரிக்கின் தொலைநோக்கோடு ஒத்து வரக் கூடியது. ஆகவேதான் அந்த முன்னெடுப்பை மேலும் உயரே கொண்டுசெல்வது அர்த்தமுள்ளதாக இருக்கிறது" என்று சொல்லும் சாஹூ விரைவில் கான்செர்வ் மை ப்ளாநெட் உலக அளவில் முன்னெடுக்கப்பட உள்ளது என்பதையும் மகிழ்வுடன் தெரிவித்தார்.

தற்போது இந்த நிகழ்வை ஒருங்கிணைத்து வரும் பிரஷாந்த் ஷெட்டி டாக்டர் கமலாவால் CMC அணிக்குத் தேர்ந்தெடுக்கப்பட்ட முதல் பணியாளர். அவர் சொல்வது:- "தொடக்கத்தில் இந்த நிகழ்ச்சிக்குப் பள்ளிகளைப் பதிவு செய்ய வைப்பது மிக சிரமமாக இருந்தது. ஒரு முன்னோட்ட நிகழ்ச்சியை 2007இல் நடத்திப் பார்த்தோம். 2008ஆம் ஆண்டில் டெல்லி, மும்பை, பெங்களூரு ஆகிய மூன்று நகரங் களில் இந்த நிகழ்ச்சியைத் துவக்கினோம். பள்ளிகளை இந்த நிகழ்ச் சிக்குப் பதிவு செய்ய வைக்க கடும் முயற்சிகளை மேற்கொள்ள வேண்டியிருந்தது. இத்தனைக்கும் பள்ளிகளுக்கு நாங்கள் பயிற்சிக் கட்டணம் எதையும் விதிக்கவுமில்லை. ஆனால் ஒருமுறை தொடங்கி நடந்துவிட்டால் பள்ளிகள் தொடர்ந்து நடத்த ஆர்வம் காட்டின. ஏனென்றால் இந்த நிகழ்ச்சியால் அவர்களுக்குப் பலன் ஏற்பட்டதை அவர்களால் உணர முடிந்தது. சில பள்ளிகளின் மின்சார கட்டணம் 50 சதவீதம் வரை குறைந்தது. பெற்றோர்களும்கூட இந்த நிகழ்ச்சிக்கு ஆதரவளித்தார்கள். ஏனென்றால் இந்த நிகழ்ச்சியில் பங்கு பெற்ற பின் அக்குழந்தைகள் வீடுகளில் எடுத்துக்கொண்ட முயற்சியால் வீட்டு மின் கட்டணமும் குறைய ஆரம்பித்ததே பெற்றோரின் ஆதரவுக்கு காரணம்."

இதற்கிடையே பெற்றோரும், பள்ளிகளும், மாணவர்களும் விரும்ப ஆரம்பித்துவிட்ட இந்த நிகழ்வைக் குறித்து கான்செர்வியன்களுக்கு ஏற்பு குறைவாகவே இருந்தது. அவர்களுக்கு இந்த நிகழ்வின் நோக்கத் தைப் புரிய வைப்பது சற்று கடினமான சவாலாகவே இருந்தது. அவர்களது கேள்வி இதுதான்:- எந்த விதமான வருமானமும் இல்லாத இந்த நிகழ்ச்சிக்கு நம் நிறுவனம் ஏன் இவ்வளவு அதிகமாகச் செலவு செய்து இவ்வளவு முயற்சிகளைச் செய்து நடத்துகிறது? அதற்கான அவசியம் என்ன?

ஹேமா சொல்கிறார்:- "என் பதில் எளிமையானது. இது நமது நிறுவனத்தின் சமூகப் பொறுப்புச் செயல்பாடு (CSR). இதனை இந்தியாவில் சட்டம் கட்டாயமாக்குவதற்கு வெகுநாட்களுக்கு

முன்பே நாங்கள் நடைமுறைப்படுத்திவிட்டோம். நாங்கள் அதைச் செய்தாக வேண்டியிருந்தது. பசுமையான உலகை உருவாக்குவதில் நமக்கு அடுத்த தலைமுறைக்குக் கற்பிக்க வேண்டியது நாம் செய்தாக வேண்டிய காரியம். மேலும் கான்செர்வின் வணிக நற்பெயர் மற்றும் விளம்பர காரணங்களுக்கான நீண்டகால செயல்பாடும்கூட. நிச்சயம் நீண்டகால அளவில் பலனளிக்கும் முன்னெடுப்பு இது. அதை இப் போது நீங்கள் பார்க்க முடியும். இதன் மூலம் ஷ்நீய்டர் ஃபவுண் டேஷன் இன்று உருவாக்கி இருக்கும் பெரும் மாற்றத்தைப் பார்க் கிறீர்கள் இல்லையா, இந்த முன்னெடுப்பில் முதலீடு செய்தது குறித்து நாங்கள் மிகவும் மகிழ்ச்சியாக உணர்கிறோம்."

2009ஆம் ஆண்டின் துவக்கத்திலேயே, இரு நிறுவனங்களின் இணைப்பின்போதே, இந்த CMC நிகழ்ச்சியின் சிறப்பை ஷ்நீய்டர் பொதுவெளியில் கூறியது. அதோடு ஆசிய பசிபிக் பிராந்தியத்தில் தனது நிறுவனத்தின் சிறப்பான ஏழு முன்னெடுப்புகளில் இந்த நிகழ்ச்சி யையும் இணைத்து சிறப்பித்தது. இந்த சாதனைக்கான பாராட்டுப் பத்திரத்தில் (இந்த நிகழ்வை நடத்தும் ஷ்நீய்டர் நிறுவனத்தின் மேலாளர் அதை எனக்கு மின்னஞ்சலில் அனுப்பியிருந்தார்) இப்படிச் சொல்லப்பட்டிருந்தது:- "கான்செர்வ் மை ப்ளாநெட் எனும் இந்த சிறப்பான நிகழ்வு இந்த உலகுக்கும், சமூகத்துக்கும் செய்த பங்களிப் பைப் பாராட்டி 2009ஆம் ஆண்டுக்கான ஆசிய பசிபிக் பிராந்திய அளவிலான 'சிறந்த நிகழ்வு' என்ற அங்கீகாரத்தை அளிக்கிறோம்..."

இந்தப் பாராட்டுப் பத்திரம் உற்சாக ஒளியூட்டுவதாகவும், கான்செர்வ்- ஷ்நீய்டர் இடையேயான நெருங்கிய ஒத்திசைவை மறுபடியும் நினை வூட்டுவதாகவும் இருந்தது.

நான்காவதாக, உங்கள் வாடிக்கையாளரை நீங்கள் அறிந்துவைத் திருக்க வேண்டும். கான்செர்வ் மை கேம்பஸ் நிகழ்ச்சியின் முதுகெலும் பாக அமைந்ததே அந்த நிகழ்வு அதன் வாடிக்கையாளர்களின் தேவையை நன்கு புரிந்துகொள்ளும் விதமும், அதன் வடிவமைப்புமே ஆகும்.

இந்த வடிவமைப்பு என்பது வாழ்க்கையையே வடிவமைப்பது என்ற அளவில்கூட மாற முடியும் என்பதற்கு சான்று இப்புத்தகத் திற்காகச் சந்திக்க நேர்ந்த ருத்ரா ராமகிருஷ்ணன். சமீபத்தில் பன்னி ரண்டாம் வகுப்பு முடித்த ருத்ரா தன்னுடைய இஞ்சினியரிங் படிப்பின் பல்வேறு சிறப்புப் பிரிவுகளைக் குறித்து ஆராய்ந்து கொண்டிருக்கிறார். குறிப்பிடத்தக்க விஷயம் என்னவென்றால்

ருத்ராவும், அவர் அம்மாவும் "உலகின் நன்மைக்காக ஏதாவது" செய்யுமாறு CMCயில் சொல்லப்பட்டிருந்ததை இன்னும் நினைவில் கொண்டு அதை இஞ்சினியரிங் மூலம் செய்யும் ஆவலை இப்போதும் விடாமல் வைத்திருப்பதுதான்.

"இந்த உலகை சிறப்பான ஒன்றாக மாற்றுவதைப் பற்றி எப்போதுமே யோசித்து வந்திருக்கிறேன். கான்செர்வ் மை கேம்பஸ் அந்தப் பாதையில் என் ஆர்வத்தைத் தூண்டி உற்சாகமூட்டியது. அந்த நிகழ்ச்சி எங்களுக்கு வெகு முன்பாகவே வளங்களை நாம் எப்படி வீணாக்குகிறோம் என்பதையும், அதை சேமித்துப் பாதுகாப்பது பற்றியும் கற்றுக்கொடுத்தது. என் பெற்றோர் எனக்கு அதுவரை சொல்லிக் கொடுத்ததை மீண்டும் CMCயில் கற்றுக்கொண்டேன்" என்கிறார் ருத்ரா ராமகிருஷ்ணன்.

AEEE *(மின்னாற்றல் திறன் பொருளாதாரத்துக்கான கூட்டமைப்பு – அல்லயன்ஸ் ஃபார் எனர்ஜி எஃபிஷியன்ஸி எகானமி)*[14]

"ஹேமா ஹட்டங்காடியின் தொலைநோக்கு காலத்தைத் தாண்டியது. இந்தியாவில் ஆற்றல் மேலாண்மைக்கான இயக்கம் ஒன்று தேவைப் படுவதை ஹேமா உணர்ந்தார். இதனை நடைமுறைப்படுத்த, தொழிற் துறை, வணிகத்துறை ஆகியோரின் குரலாக ஒலிக்க, கொள்கைகளை வகுப்பதிலும், செயல்முறைகளை உருவாக்குவதிலும் அரசாங்கத்துக்கு உதவ ஒரு கூட்டமைப்பு இருக்க வேண்டுமென மிகச் சரியாக ஹேமா சிந்தித்தார். AEEE உருவாக முழுமுதற் காரணமாக இருந்தவர் ஹேமாதான்" – ஷ்நீய்டர் எலக்ட்ரிக்கில் பவர் சொலுஷன்ஸ் (IMEA) பிரிவின் இயக்குநரும், கான்செர்வில் முன்னாள் முதுநிலை துணைத் தலைவருமான முகுந்த் பாபட் சொன்னவையே மேலே நாம் பார்த்தது.

இந்த முன்னெடுப்பின் கதையைப் பொறுத்தவரை யு.எஸ்.ஏ.ஐ.டி. திட்டத்தின் தலைவராக நியூ டெல்லியில் இருந்த டாக்டர் சதீஷ் குமாருடன் ஹேமா பேசிய நீண்ட உரையாடல்தான் துவக்கப் புள்ளியாகக் கருதப்பட வேண்டும். இந்தியாவில் மின்னாற்றல் மேலாண்மையை ஒரு பொதுமக்கள் இயக்கமாகக் கொண்டுசெல்வதைப் பற்றிய உரையாடலாக இருந்தது அது. நெடுஞ்சாலையில் வழக்கப்படி போக்குவரத்து நெரிசலில் வாகனங்கள் நிற்பதைபோல ஆகிவிட்டதால் நிறைய நேரம் கிடைத்தது. விரிவாகப் பேச முடிந்தது. அமெரிக்காவின் கலிஃபோர்னியாவில் இருக்கும் லாரன்ஸ் பெர்க்லே லேபரட்டரியின் பணியிலிருந்து இந்தியாவிற்கு சதீஷ்குமார் திரும்பிய நாளிலிருந்தே ஹேமாவும், அவரும் தொடர்ந்து உரையாடி இந்தியாவில்

மின்னாற்றல் திறன் மேம்பாடு குறித்த விழிப்புணர்வை உருவாக்குவது பற்றி பல யோசனைகளைப் பகிர்ந்துகொண்டனர். சதீஷோ கொள்கை/ வடிவமைப்பு/மேம்பாடு என்ற பின்னணியிலிருந்தும் அதற்குரிய மனநிலையிலிருந்தும் வந்தவர். ஹேமாவோ எதையுமே 'பிரம்மாண்ட மாகச் செய்யும்' கார்ப்பரேட் அணியிலிருந்து வந்தவர். இருவரும் சரியான முரண்பாட்டுப் பொருத்தம் என்றாலும் இன்னும் அந்த முன்னெடுப்பை எப்படித் துவக்குவது என்பதில் இருவருக்குமே ஒத்த ஒரு திட்டம் அமையவில்லை. அதைப் பற்றி மீண்டும், மீண்டும் பேசிக்கொண்டிருந்தபோது எந்த யோசனையுமின்றி மனதில் தோன்றிய ஒன்றை ஹேமா கேட்டார்:- "சதீஷ், நாம் இன்னும் செயல்பட ஆரம்பிக்கவில்லை என்பதைக் குறித்து ஒன்றுசேர்ந்து அழலாம் அல்லது எதையாவது செய்ய ஆரம்பிக்கலாம். நாம் ஏன் ஒரு லாப நோக்கற்ற அமைப்பை உருவாக்கக் கூடாது? அந்த அமைப்பு மின்னாற்றல் திறன் மேம்பாடு என்பதற்காக மட்டுமே மத்திய அரசின் மின்னாற்றல் திறன் மேம்பாட்டுக் கழகத்தோடு இணைந்து பணிகளைச் செய்வதாக ஏன் இருக்கக் கூடாது?" எனக் கேட்டார்.

"நிச்சயம். இது வேலைக்கு ஆகும்" என்றார் சதீஷ். இந்த உரை யாடல் நடந்துகொண்டிருந்தது ஒரு வெள்ளிக்கிழமையில்.

ஹேமா கேட்டார்:- "சதீஷ், நான் திங்கட்கிழமையன்று டெல்லிக்கு வந்து உங்களைச் சந்திக்கும்போது நம்மைப் போலவே சிந்திக்கும் சிலரையும் நீங்கள் வரச்சொன்னால் அனைவருமாகக் கலந்து பேசி உடனே ஆரம்பித்துவிடலாம். சரிதானே?"

"செய்து விடுகிறேன்" என்றார் சதீஷ்.

இவ்வாறாகத்தான் AEEE (மின்னாற்றல் திறன் பொருளாதாரத்துக் கான கூட்டமைப்பு – அல்லயன்ஸ் ஃபார் எனர்ஜி எஃபிஷியன்ஸி எகானமி) உருவானது.

ஒரு தொழிற் கூட்டமைப்பாகவும், உறவுப் பின்னலாகவும் ஒரே நேரத்தில் AEEE செயல்பட்டது. நிறுவனங்கள் இணைந்து பணிசெய் வதற்கான காரணியாக இருந்த AEEE அரசாங்கத்துடன் பேசுவதற்கான ஒரு கூட்டுக்குரலாகவும் இருந்தது. இப்படி தொழிற்துறையின் தேவை களை முன்னெடுக்கும் ஒரு அமைப்பு இந்தியா போன்ற ஒரு நாட்டில், அதுவும் மின்னாற்றல் மதிப்பு மிக்க ஒரு வளமாக இருக்கும் நாட்டில் வெகுநாட்களாக நிலுவையில் இருந்த ஒரு விஷயம். தற்போது இந்த அமைப்பு அந்தத் தேவையை நிறைவேற்றியது.

AEEE தனது பயணத்தை ஆரம்பித்த நவம்பர் 2008இலிருந்து இன்று வெகு தூரம் தாண்டிச் சென்றுவிட்டது. இன்றும்கூட இந்தியாவின் மின்னாற்றல் துறையில் இதைப் போன்ற ஒரு அமைப்பு இன்னொன்று இல்லை.

AEEE, CEC ஆகிய இரண்டு முன்னெடுப்புகளுக்கான விதை கான்செர்வின் மனதில் தோன்றி, கான்செர்வின் இதயத்தால் வளர்க்கப் பட்டு, கான்செர்வின் நிதியால் செழுமை பெற்று நிலைத்திருப்பவை. இத்தனைக்கும் இதனைச் சாதித்த கான்செர்வ் ஒரு SME *(சிறு மற்றும் நடுத்தர தொழில் நிறுவனம்)* வகைப்பாட்டில் வரும் நிறுவனம். பெருநிறுவனம் அல்ல. இந்த இரண்டு முன்னெடுப்புகளும் இனி வரும் காலங்களிலும் நீடித்து வளரும். அதிலிருந்து எனக்கு இரு கேள்விகள் தோன்றின; சிந்தனைத் தலைமைப் பண்பின் அடிப் படையில் இருப்பது என்ன? என்ன விதமான உள்ளீடு அதன் திறனை வளர்த்தெடுக்கிறது?

இதற்கான விடை ஒரே வார்த்தையில் கிடைக்கிறது. கிளேய்ட்டன் எம் கிறிஸ்டென்ஸன், ஜேம்ஸ் ஆல்வொர்த், கேரன் டில்லான் ஆகிய மூவரும் இணைந்து எழுதிய 'ஹவ் வில் யூ மெஷர் யுவர் லைஃப்?' என்ற புத்தகத்தில்தான் இந்த விடை வருகிறது:-

"அந்த ஒரு வார்த்தை -காரணம். ஒவ்வொரு நிறுவனத்துக்கும் ஒவ்வொரு காரணம் இருக்கும். அது அந்த நிறுவனத்தின் முன் னுரிமைகளில் தெரியும். அந்த நிறுவனத்தின் மேலாளர்களும், பணி யாளர்களும் தனித்தன்மை வாய்ந்த சூழல்களில் எதை மிக முக்கியம் எனத் தீர்மானிக்கும் விதிமுறைகளைக்கூட நுணுக்கமாக வடிவமைப் பதும் "காரணமே". பல நிறுவனங்களில் இந்தக் காரணம் என்பது ஒரு உயர்ந்து நிற்கும் ஒரு யுக்திபூர்வமான நுழைவாயிலாகப் பயன் படுத்தப்படுகிறது. சில அதிகாரம் வாய்ந்த மேலாளர்களும், பணி யாளர்களும் தனிப்பட்ட தேவைகளை அடைவதற்கு நிறுவனமே முழுமையாக அவர்களுக்கு உதவ வேண்டுமென நினைப்பதையே "காரணம்" என ஆக்குகிறார்கள். இப்படிப்பட்ட நடைமுறை காரணங் களை முன்னிறுத்தி செயல்படும் நிறுவனங்கள் விரைவிலேயே மறைந்துவிடும். மிக விரைவாக அதன் தலைவர்கள், அதன் தயா ரிப்புகள் மறக்கப்பட்டு விடும். ஆனால், ஒரு நிறுவனம் தெளிவான, வலியுறுத்தும் விதத்திலான 'காரணத்தை' கொண்டிருந்தால் அதன் பாதிப்பும், பாரம்பரியமும் அசாதாரணமான அளவில் நிலைத்து

நிற்கும். நிறுவனத்தின் காரணம் ஒரு கலங்கரை விளக்கத்தின் ஒளியைப் போல நிறுவனத்தின் கவனத்தை எது தேவையோ அதை நோக்கியே திருப்பிவிடும்"15

இப்படி அந்தப் புத்தகத்தில் சொல்லப்பட்டிருப்பதுதான் கான்செர்வில் நிகழ்ந்ததும். கான்செர்வின் சிந்தனைத் தலைமைப் பண்பு ஒரே ஒரு காரணத்தால் தூண்டப்பட்டு, ஊக்கப்படுத்தப்பட்டது. அந்தக் காரணம் இதுதான் – மக்கள், சமூகம், சுற்றுப்புறசூழ்நிலை ஆகியவற்றின் நலன்.

ஆகவேதான், அந்தப் பாரம்பரியத்தின் பெருமிதம் இன்றும் நீடித்து நிற்கிறது.

அத்தியாயம் 17

கான்செர்வைத் தாண்டி...

பாலிவுட்டின் நகைச்சுவை மிளிர நடிக்கும் சூப்பர் ஹீரோவான ரன்பீர் கபூருக்கும், ஹட்டங்காடி குடும்பத்தின் வாழ்க்கைக்கும் என்ன பொதுவான ஒற்றுமை இருக்க முடியும்?

மேலோட்டமாகப் பார்த்தால் அப்படி ஒன்றும் இருக்க வாய்ப் பில்லைதான். ஆனால், சற்று ஆழமாகப் பார்த்தால் சில ஒற்றுமைகள் இருப்பது தெரியும். குறிப்பாக ரன்பீர் சிங் நடித்த ராக்கெட் சிங் திரைப்படம் இருதரப்புக்கும் இடையே உள்ள ஒற்றுமையை விளக்குவது போல இருப்பதை ஹட்டங்காடி குடும்பத்தின் மகன் ராகவ்வுடன் நடந்த பொதுவான உரையாடலின்போது உணர்ந்தேன். அந்தத் திரைப்படத்தில் ஒரு நிறுவனம் தன் பணியாளர்களை வெறும் எண்ணிக்கை எனும் அளவில் மட்டுமே கையாளும். அப்பணியாளர் களிலிருந்து ஒருவர் வெளியே வந்து இன்னொரு நிறுவனத்தைத் துவக்கி இதற்கு நேர்மாறான அணுகுமுறையைப் பணியாளர்கள் விஷயத்தில் மேற்கொள்வார். அதாவது அவர் நிறுவனத்தில் தேநீர் கொடுக்கும் பணியில் இருப்பவர்கூட தொழிலில் சமபங்கு உள்ள கூட்டாளி.

“தொழிலில் இருக்கும் மனிதர்களை எப்படி நடத்தவேண்டும் என்ற ஆழமான உணர்வு தனக்கு எப்படி இருக்கிறது என்று என்னிடம் அம்மா சொல்லியிருக்கிறார். நான் எவ்வாறு அவர்களிடம் நடந்துகொள்ள வேண்டுமென்றும் சொல்லியிருக்கிறார். பணிபுரிபவர்களை குடும் பத்தில் உள்ளவர்களைப் போல நடத்த வேண்டும் என்பதன் மதிப் பீடுகளை எனக்குப் புரிய வைத்திருக்கிறார். எனக்கு நன்றாக நினைவில் இருக்கிறது- என் அம்மாவின் அறைக்குள் சென்று வெறும் இரு நிமிடங்கள் மட்டும் கூட பேசி விட்டு வரும் பணியாளர்களைக் கூட பேசி முடித்து அனுப்பும்போது “உங்கள் அத்தை எப்படி இருக் கிறார்?” என்றோ “இப்போது அவர் நலமாக இருக்கிறாரா?” என்றோ கேட்பதை ஒவ்வொரு முறையும் கவனித்திருக்கிறேன். என் பெற்றோர் இப்பழக்கத்தை ஒரு வணிக வழக்கமாகச் செய்யவில்லை. அவர்கள்

நிஜமான அக்கறையுடன் மனதிலிருந்துதான் பேசுகிறார்கள். இப்படிக் காட்டப்படும் உண்மையான அக்கறையிலிருந்துதான் தொழிலின் வெற்றிகள் வருகின்றன" என்றார் ராகவ்.

ராகவ்வின் இந்தக் கூற்றுக்குப் பின்னால் இப்போது இரு ஹட்டங் காடிகளும் என்ன செய்துகொண்டிருக்கிறார்கள் என்பதற்கான பெரிய விளக்கம் அடங்கியிருக்கிறது. நேசிப்பின் நிறுவனங்கள் எனப்படு பவை ஏன் நீடித்து வாழ்கின்றன என்பதற்கும், அந்த நீடித்த நிலைக்குக் காரணம் பணமல்ல, மனமே என்பதையும் செயல்விளக்கமாக இவர்களது செயல்பாடுகள் நிரூபித்திருக்கின்றன (நேசிப்பின் நிறு வனங்கள் என்ற தலைப்பிலேயே ராஜேந்திர ஸிசோடியா, டேவிட் ஒல்ஃப், ஜகதீஷ் என். ஷேத் ஆகியோர் எழுதிய புத்தகமும் இடையே சொல்கிறது).[16]

அஷோக் மற்றும் ஹேமா ஹட்டங்காடிகளின் மனதில் தோன்றும் நல்லெண்ணங்களுக்கும் ஆப்பிரிக்காவின் பழமை வாய்ந்த ஞானத் திலிருந்து வந்த சொல்லான 'உபுண்டு' என்பதற்கும் நெருங்கிய தொடர்பு உண்டு. உபுண்டு எனும் சொல்லைக் கிட்டத்தட்ட இப்படிச் சொல்லலாம் – "உயர்தரமான மனித விழுமியங்களான கருணை மற்றும் மனிதாபிமானம் ஆகியவற்றை உள்ளடக்கிய சிந்தனை." ஆப்பிரிக்காவின் மானுடத் தத்துவச் சிந்தனையிலிருந்து வேர் கொண்டு எழுந்த சொல் இது. சிறு சமூகங்கள் ஒவ்வொன்றுமே பெரும் சமுதாயத்தின் ஒரு பகுதியே என்பதை உணர்த்தும் சொல் இது. ஒரு சமூகம் நிலைத்திருக்க அடிப்படைக் கொள்கையாக இந்த ஞானம் முன்வைக்கும் வரி இது – "நான் இருக்கிறேன், நீ இருப்பதால்". கான்செர்விலும், அதைத் தாண்டியும் தான் அடைந்த அனுபவங் களிலிருந்து ஹேமா சொல்வது:- "நாங்கள் வாழ்க்கையின் முக்கிய மான பாடத்தைக் கற்றுக்கொண்டோம்: உலகின் மிக மதிப்பு வாய்ந்த விஷயம் சகமனிதர்கள் மீதான மதிப்புதான்... நீண்ட கால அளவில் மனிதர்கள் மீதான மதிப்பு நமக்கு அனைத்தையும் அளிப்பதைப் பார்க்க முடியும், பணத்தால் அது முடியாது."

அஷோக் ஹட்டங்காடி சொன்ன ஒரு விஷயத்தை பல கான் செர்வியன்களும் மறுப்பின்றி ஒப்புக்கொண்டார்கள். அது – கான் செர்வின் துரிதமான வருவாய் மற்றும் லாப வளர்ச்சி, அதனுடைய பிரம்மாண்டமான ஆகிருதியைக் கட்ட முடிந்தது ஆகிய அனைத்துமே பெருமிதமான கான்செர்வியன் எனச் சொல்லிக்கொள்ளும் கௌதம் ஜிண்டாலிடமிருந்து வாங்கிக்கொண்ட ஒரு வரியால்தான் சாத்திய மானது –"கான்செர்வ் என்றழைக்கப்படும் ஒரு சமூகம்".

உலகத்தரம் வாய்ந்த வடிவமைப்பாளர் மற்றும் புதிய விஷயங் களைக் கண்டறிவதில் திறன் படைத்தவருமான அஷோக் அப்புள்ளி யிலிருந்து மாறுபட்ட ஒரு சிந்தனையைக் கொண்டிருக்கிறார்:- "இந்தத் தொழில்நுட்பம், ஆணி, திருகு, மறை, பொறிகள் என அனைத்துமே ஏதோ ஒரு நாளில் வழக்கொழிந்து போய்விடும். ஆகவே சமூக அணுகுமுறையே நீடித்து நிலைப்பதற்கான முக்கியமான அடிப் படை."

ஏழு வருடங்களில் இரு ஹட்டங்காடிகளும் தங்களது அடையாளங் களில் தேர்ந்தெடுத்து தொகுக்கப்பட்ட பல ஆர்வங்களையும், திட்டங் களையும் இணைத்துக் கொண்டிருக்கிறார்கள்.

வழக்கமாக ஒரு நிறுவனத்தைத் தொடங்கி, நடத்தி அதில் உள்ள தன் பங்குகளை நல்ல விலைக்கு விற்றுவிட்டவர்கள் என்ன செய் வார்கள்? ஏஞ்சல் இன்வெஸ்டர் ஆவது, இம்பாக்ட் இன்வெஸ்டர் ஆவது, பயிற்சியாளர் ஆவது, இயக்குநர் குழுவில் இணைவது, லாப நோக்கற்ற அமைப்புகளின் ஆலோசகராவது போன்ற பல முயற்சிகளில் ஈடுபடுவார்கள். ஆனால், அஷோக் மற்றும் ஹேமா ஹட்டங்காடிகள் இவை ஏதுமில்லாத பல அவதாரங்களை எடுத் துள்ளார்கள். அனைத்துக்கும் மேலாக இவர்களை உற்சாகமூட்டு வதும், உத்வேகமூட்டுவதும் பல நூறு குடும்பங்களில் ஒரு மாற்றத்தைக் கொண்டுவரும் வாய்ப்புகளைக் காணும்போதுதான். அடிப்படையான தேவைகளான கல்வி, சமூக அங்கீகாரம் போன்ற எதுவும் கிடைக்காத பல நூறு குடும்பங்களுக்கு உதவுவதில் முதலீடு செய்ய இவர்களுக்குத் தயக்கமேதுமில்லை. சமூக நிறுவனமாக இயங்கி செயல்படுவதிலோ, அவர்கள் வீடு, அலுவலகத்திற்கு அருகில் இருக்கும் குடிசைப் பகுதி களில் 'களத்தில் இறங்கி' வேலை செய்வதிலோ அவர்களுக்கு எந்த வேறுபாடும் கிடையாது.

கல்வி, ஆரோக்கியம், விளையாட்டு ஆகிய வசதிகளை ஏற்படுத்தித் தருவது, குடிசைப் பகுதி மக்களிடையே உரையாடி விழிப்புணர்வு ஏற்படுத்துவது ஆகியவையே இன்று ஹட்டங்காடிகளின் வாழ்க் கையில் பெருமை சேர்க்கும் விஷயங்களாக நடந்து கொண்டிருக் கின்றன. இந்த முன்னெடுப்புகள் உற்சாகமூட்டுபவையாகவும் தூண்டு பவையாகவும் இருக்கும்போதிலும் அவர்கள் கான்செர்வ் நாட்களைத் தாண்டியும் இருக்கும் ஒரு உலகைப் பிரதிபலிக்கிறார்கள்.

இரு ஹட்டங்காடிகளின் உடன் கான்செர்வில் பணிபுரிந்தவர்களான சுனிதாவும், சரவணாவும் ஹட்டங்காடிகளின் கான்செர்வுக்குப் பிறகான வாழ்க்கையில் தங்களையும் இணைத்துக்கொண்டிருக்கிறார்கள்.

சரவணா கான்செர்வின் தயாரிப்புப் பிரிவு, தரக்கட்டுப்பாட்டுப் பிரிவு ஆகியவற்றின் தலைமைப் பொறுப்பில் இருந்தவர். பெங்களூரு, டாமன், பர்வானூ ஆகிய மூன்று இடங்களில் இயங்கிய கான்செர்வ் தயாரிப்புத் தொழிற்சாலைகளுக்கு அவர்தான் தலைமைப் பொறுப்பில் இருந்தார். TQM, ரூட்-காஸ் அனலைசிஸ், டிஃபெக்ட் ப்ரிவென்ஷன் அண்ட் டாகுமெண்டேஷன் ஆகிய சிறப்புப் பணித் தகுதிகளில் முழுமையான ஈடுபாடும், ஆர்வமும் கொண்டு உயர் தகுதிகளை அடைந்தவர். தற்போது பெங்களூருவில் இருக்கும் அல்சூர் பகுதி யில் உள்ள வசதியற்ற குடும்பங்களின் முன்னேற்றப் பணிகளில் ஈடு பட்டுள்ளார். நான் ஹட்டங்காடிகளின் அலுவலகத்துக்குச் சென்றிருந்த போது அவர் அல்சூரில் உள்ள அரசு தெலுங்குப் பள்ளிகளில் ஹட்டங் காடிகள் செய்யும் வளர்ச்சிப்பணிகளை ஒருங்கிணைத்து விட்டு அப் போதுதான் உள்ளே நுழைந்தார். அங்கு அவர்களால் அப்பள்ளிக்காக உருவாக்கப்பட்டிருந்த முழுமையான கற்பித்தல் மற்றும் மேம்பாட்டு மையத்தில் குழந்தைகள் மலர்ச்சியுடன் மகிழ்ந்து படிக்கும், விளை யாடும் படங்களைக் காட்டினார். அதைப் பார்க்கும்போதுதான் உங்க ளுக்கு கடந்தகாலத்திலிருந்து இன்றைய காலம் எப்படி இணைக்கப் பட்டு வடிவெடுத்திருக்கிறது என்பது புரியும்; முக்கியமான நாம் ‘பிரம்மாண்ட ஆளுமைகளை’ உருவாக்குதல் என்ற கான்செர்வின் கடந்தகால செயல்பாட்டின் மதிப்பை இப்போதுதான் புரிந்துகொள்ள முடிகிறது.

கடந்தகாலத்துக்குச் சென்று அப்போது கான்செர்வில் மனித வளப் பிரிவில் பயிற்சிப் பணியாளராகத் தன் பணிவாழ்க்கையைத் துவக்கிய மிஷயில் போப்பன் உடன் உரையாடியபோது அவர் சொன்னது:- “நாங்கள் மிஷனரீஸ் ஆஃப் சாரிட்டீஸுக்குச் சென்று அவர்கள் செய்வ தென்ன எனப் பார்த்ததும்தான் எங்களுக்கு நன்றியுணர்வு ஏற்பட்டது. ஹேமா எங்களைப் பார்க்கும்படி செய்தார். நீங்கள் அங்கு பார்க்கும் ஒவ்வொரு காட்சியும் உங்கள் வாழ்நாள் முழுவதும் உங்களுடன் இருக்கும். வாழ்க்கையில் எதுவுமே இல்லாத மனிதர்களைப் பார்த்தது தான் நமக்கு இருப்பதை நினைத்துப் பாராட்ட நாம் கற்றுக் கொள்வோம். ஹேமா எங்களை அங்கு சென்று நாள் முழுவதும் இருக்குமாறும், திரும்பி வந்து அந்த அனுபவத்தை அனைவருடனும் பகிர்ந்துகொள்ளுமாறும் சொல்லுவார். அவை எப்போதும் நம் மனதில் நீடிக்கும். இது உருவாக்கிய விளைவு ஆழமாக இருந்தது. நாங்கள் புதிதாகப் பணியில் சேருபவர்களை எங்களது சேவைப் பணிகளில் ஈடுபடுமாறும், முதல் நாளே எங்கு சென்று வருமாறும்

கூட சொல்லியிருக்கிறோம். கான்செர்வின் முக்கியமான ஐந்து மதிப்பீடுகளில் ஒன்றான அக்கறை என்பது இப்படித்தான் கற்பிக்கப்படுகிறது. இன்று ஒரு இளம் தாயாக நான் என் குழந்தைகளுக்குப் பிறரது நிலையைப் புரிந்துகொள்வதை பற்றி சொல்லிக் கொடுக்க முடிகிறது...”

ஹேமாவின் சமூக மேம்பாட்டுப் பணிகளுக்கான தூண்டுதல் மே 2015இல் நியூயார்க் டைம்ஸில் வெளிவந்த ஒரு கட்டுரையை வாசித்ததிலிருந்து ஆரம்பமானது. அக்கட்டுரை அமெரிக்காவைச் சேர்ந்த நன்கொடையாளரான ஹாரிஸ் ரோசென் என்பவரைப் பற்றியது. அமெரிக்காவின் ஃப்ளோரிடா மாகாணத்தில் இருக்கும் டாங்கெலோ பூங்காவை ஹாரிஸ் எப்படி மாற்றியமைத்தார் என்பதை அக்கட்டுரை பேசியது. அப்பகுதி அவரது செயல்பாடுகளைத் துவக்கு முன்னர் போதைபொருள் பயன்படுத்துவோரும், வறுமையால் பீடிக்கப்பட்டவர்களும் நிறைந்து படிப்பை முடிக்காதவர்கள் கூட்டம் கூடி கட்டுப்பாடில்லாத குற்றங்கள் நிகழும் மையமாக ஆகியிருந்தது. ஹாரிஸ் ரோசெனின் பெரும் முதலீடும் (11 மில்லியன் டாலர்கள்), தொடர்ச்சியான 20 ஆண்டு இடைவிடாத முயற்சிகளும் இன்று டாங்கெலோ பார்க்கை ஒரு முன்னுதாரணமான வாழிடமாக மாற்றியுள்ளது. அங்கிருக்கும் சமூகத்தினர் மிக்க நன்றியுடன், “நாங்கள் இப்போது தங்கத்தின் மீது அமர்ந்திருப்பது போல உணர்கிறோம்” என நன்றியுடன் சொல்கிறார்கள்.[17]

டாங்கெலோ பார்க் விஷயத்தில் கவனிக்க வேண்டிய அம்சம் அங்கு பின்பற்றப்பட்ட விஷயங்களின் எளிமை. வழக்கமான சமூக மேம்பாட்டுத் திட்டங்களில் பல விதங்களிலும் செய்யப்படும் சேவை செய்தல், பொருட்களை உதவியாக வழங்குதல் போன்றவற்றை ஹாரிஸ் செய்யவில்லை. மாறாக சமுதாய மாற்றத்தை விதைக்கும், நல்வாழ்க்கைக்கு உதவும் விஷயங்களில் அக்கறை செலுத்தினார். மொத்த சமூகமும் அதில் பங்கேற்று அனைவருக்கும் அதில் உரிமை இருப்பதை அவர்கள் உணருமாறு செய்தார். அங்கிருந்த 18 வயதுக்குட்பட்ட 900 சிறார்களுக்கு முறையான பள்ளிப்படிப்பு கிடைக்கவில்லை. பெரும் அரசாங்க நடைமுறைகளோ, பணவேட்டையோ, அதைப் பற்றி பேசும் பணியாளர்களோ எதுவும் கிடையாது. சமுதாயத் தலைவர்கள் அதிகமாகவும், பிற தன்னார்வலர்கள் இணைந்தும் குழந்தைகளுக்குக் கல்வி கற்றுத் தர முன்வந்தார்கள். அப்படிச் செய்வதன் மூலமாகத்தான் நீடித்த நிலைத்த மாற்றத்துக்கான நம்பிக்கை விதைக்கப்பட்டது.

ஹாரிஸ் ரோசென் சொல்கிறார்:- "நீங்கள் இனி அந்த சமூகத்திற்குத் தேவையில்லை என்று ஆகும்வரை நீங்கள் அங்கே நிற்க வேண்டியிருக்கும்."

ஒடுக்கப்பட்ட மக்களின் குடியுரிமைக்காகப் போராடி தன்னுயிரை ஈந்த டாக்டர் மார்டின் லூதர் கிங்கின் மகளும், கிங் மையத்தின் இயக்குனருமான பெர்நீஸ் கிங் டாங்கெலோ பார்க் மீட்பைப் பற்றி இப்படிச் சொன்னார்:- "மற்ற சமூக மேம்பாட்டு பணிகளைவிட இது மிகவும் வேறுபட்டது. ஏனென்றால் இது இரு கைகளையும் விரித்து அந்தச் சமூகத்தை அணைத்துக்கொண்டு உங்களுக்கு உதவ நாங்கள் இருக்கிறோம் என்றும் உங்களால் முடிந்ததை விடவும் உங்களை நாங்கள் மேலும் சிறப்பானவர்களாக்குகிறோம் என்றும் சொன்னது."[18]

ஹேமாவிற்கு இந்த விஷயம் பிடித்துப்போனது. அருகிலிருக்கும் ஒரு சமூகத்திற்குப் பெரும் அளவில் உதவி செய்வதும், உறுதியாக முடிவெடுக்கப்பட்ட தினத்தில் அதிலிருந்து வெளிவருவதும். ஏனென்றால் அது ஆரோக்கியமற்ற விதத்தில் சார்ந்திருப்பதைத் தவிர்க்கும் வழி. ஹேமா தன்னுடன் இணைந்து பணியாற்ற மூன்று லாப நோக்கற்ற நிறுவனங்களின் தலைவர்களுக்குக் கடிதம் எழுதினார். அஸ்வினி சாரிடபிள் ட்ரஸ்ட், மக்கள ஜாக்ருதி மற்றும் கன்ஸர்ன்ஸ் ஃபவுண்டேஷன்ஆகிய மூன்று சேவை நிறுவனங்கள் பெங்களூரு எம்.வி. கார்டன் பகுதியில் சமூக மேம்பாட்டுப் பணியில் ஈடுபட்டிருந்தன. ஹேமா இவர்களுக்கு எழுதிய கடிதத்தில் ஒரு குடிசைப் பகுதியை மேம்படுத்த பொதுவான நோக்கத்தோடு நாம் அனைவரும் ஒன்றிணைந்து நமது திறன்களை, கற்றுக்கொண்டவற்றைப் பகிர்ந்து கொண்டு பொதுவான லட்சியத்தை அடையலாமா எனக் கேட்டிருந்தார்.

அதற்கு முன்பு வரை இருந்த நிலையைக் குறித்து ஹேமா சொல்வது:- "பல வருடங்களாக இந்த அமைப்புகளுக்கு நான் பணம் வழங்க காசோலையில் கையெழுத்து போட்டுக்கொண்டே இருந்தேன். குழந்தைகளுக்குக் கல்வி கற்பிக்க, அவர்களது தேவைகளை நிறைவேற்ற என பல காரணங்களுக்காகப் பணத்தைச் செலவழித்தேன். ஆனால், டாங்கெலோ பார்க் விஷயத்தைப் படித்த பின்னர் காசோலையில் கையெழுத்திடுவதையும் தாண்டி அந்தச் சமூகத்திற்கு உண்மையிலேயே பயனளிக்கும் ஒன்றை நாம் தேவைப்படாத காலம் அவர்களுக்கு வரும்வரையில் செய்ய வேண்டும் என்ற ஏக்கம் உருவானது."

இந்தக் கடிதம் கிடைத்ததும் மூன்று சேவை நிறுவனங்களிலும் என்ன நடந்தது? மக்கள ஜாக்ருதியின் நிறுவனரான ஜோய் ஸ்ரீநிவாசன் கையில் ஹேமாவின் கடிதத்துடன் அவர் வீட்டின் உணவுமேசையில் பிற இரு நிறுவனங்களின் தலைவர்களுடன் உட்கார்ந்து பேசியதை நினைவு கூர்கிறார்:- "நாங்கள் எப்படி இணைந்து செயல்பட முடியு மென பேச ஆரம்பித்தோம். விஷயம் சிறப்பாகவே முடிந்தது... நாங்கள் ஒருவரோடொருவர் தொடர்புகொண்டு, இணைந்து பணி செய்ய ஆரம்பித்ததும் அதன் விளைவுகள் ஆழமாகவும், அதிக பலனளிக்கும் விதத்திலும் இருந்தன."

இந்த நிறுவனங்கள் அனைத்திற்கும் ஒரு பொதுவான நோக்கம் இருந்தது – சமூக மேம்பாட்டிற்கு அந்தச் சமூகத்தின் பங்கேற்பு மிக அவசியமான ஒன்று என்பதில் இவர்கள் நம்பிக்கை கொண்டிருந்தனர். அஸ்வினி சாரிடபிள் ட்ரஸ்டின் நிறுவனரான சுஜாதா முகர்ஜி 'சேவையின் ஆத்ம சக்தி' எவ்வளவு முக்கியம் என விளக்கினார். அக்குடிசைப் பகுதி குழந்தைகளுக்காக நடத்தப்படும் பள்ளியின் முதுகெலும்பே, அங்கு பணியாற்றும் தன்னார்வலர்கள்தான். அவர் களில் பலரும் படித்துக்கொண்டிருக்கும் மாணவர்கள். சுஜாதா சொல்கிறார்:- "ஒரு மாணவன் பத்தாம் வகுப்பு முடித்துவிட்டு பதினோராம் வகுப்புக்குச் சென்ற உடனேயே நாங்கள் அவனிடம் சொல்வோம்:- வாரத்துக்கு ஒரு மணிநேரமாவது நீ கற்றுக் கொடு. நீ பெற்றதற்கான நன்றிக்கடனைத் திரும்பச் செலுத்துவது போல உணர்வாய். அப்படிச் செய்வது ஏதோ கடனுதவி வாங்கியதைப் போன்ற உணர்வு உனக்கு வராமலாக்கும். இப்படிச் சொல்லி அந்த மாணவனை இளைய மாணவர்களுக்குச் சொல்லிக்கொடுக்கச் செய் வோம். இப்படியாகத்தான் சமூகப் பங்கேற்பை ஒவ்வொரு கட்ட மாகக் கட்டமைத்தோம்".

கன்சர்ன் ஃபவுண்டேஷனின் சித்ரா லான்ஸ்லாட் எம் வி கார்டன் உட்பட ஐந்து சிறார் மையங்களும் அப்பகுதி சமூகத்தினராலேயே நடத்தப்படுவதாகத் தெரிவித்தார். "நாங்கள் அந்தச் சமூகத்தின் வசிப் பிடமான குடிசைப்பகுதிகளுக்குள் நுழைந்த போது அங்கு பலரும் செய்வதற்கு வேலை எதுவும் இல்லாமல் சும்மா இருந்தார்கள். சிறு வயதுத் திருமணம், வறுமை காரணமாகத் தொடர்ந்து படிக்கும் வாய்ப்பை இழந்தவர்கள். ஆகவே, நாங்கள் முதலில் ஒரு சமுதாயக் கல்லூரியை அங்கு தொடங்கினோம். 500 பெண்கள் வரை அங்கு பயிற்சி அளித்தோம்" என்றார் சித்ரா.

பெற்றோருக்கு விழிப்புணர்வு ஏற்படுத்துவதிலிருந்து குழந்தைகள் கவனிப்பில் சமூகப் பணியாளர்களுக்குப் பயிற்சி அளிப்பது வரை பலவிதங்களிலும் மக்கள ஜாக்ருதி சேவைப்பணி புரிகிறது. அவர்களது உரைகல் போன்ற ஒரு முக்கியமான முன்னெடுப்பு – யுவா கஃபே. இளைஞர்களுக்குரிய, இளைஞர்களுக்காக, அப்பகுதி இளைஞர் களால் நடத்தப்படும் கஃபே. அதனுடைய அமைப்பை விளக்கும் போது ஜோய் ஸ்ரீநிவாசன் சொல்வது யுவா கஃபே அக்குடிசைப் பகுதி இளைஞர்கள் ஒன்றுகூடும் இடம். அவர்கள் சேர்ந்து கற்பது, அரசின் நலத்திட்டங்கள் குறித்த தகவல்களைப் பெற்று பகிர்வது ஆகியவற்றை செய்வதோடு அது ஆற்றுப்படுத்தும் இடமாகவும் இருக்கிறது. பெங்களூரு நகருக்குள் இப்போது நான்கு யுவா கஃபேக்கள் இயங்கிக்கொண்டிருப்பதாக நினைக்க முடியும்.

சமூகப் பங்கேற்பு, உரிமை கொண்டாடுதல் ஆகியவற்றில் என்ன தான் பெரிதாக இருக்கிறது? அவை எப்படி லாபத்தை அதிகரிக்க முடியும்? வளர்ச்சி என்பதையும் பெருகி உயர்வதையும் எப்படி இங்கு யோசிக்க முடியும்? இதிலிருந்து கார்ப்பரேட் உலகம் அறிய வேண்டிய செய்திகள் ஏதேனும் இருக்கிறதா? – இக்கேள்விகளுக் கான விடை விரைவிலேயே கிடைத்தது.

எம்.வி. கார்டன்ஸ் பகுதிக்குச் சென்றோம். செழுமையான வீடு களும், அலுவலகங்களும் நிறைந்த சாலையின் முடிவுப் பகுதியி லிருந்து கிட்டத்தட்ட அரை கிலோ மீட்டருக்குக் கொஞ்சம் அதிகமாக நடக்க வேண்டும். அப்பகுதியின் தோற்றம், சப்தங்கள், வாசனைகள் என அனைத்துமே அப்படியே வேறு உலகம். அங்குள்ள அரசுப் பள்ளியின் சுவரை ஒட்டி உறவாடியபடி இருக்கிறது ஒரு இறைச்சிச் சந்தை (குடலைப் புரட்டும் எல்லா நாற்றங்களும் அங்கே கிடைக்கும்). கைவிடப்பட்டு, பாழடைந்த ஒரு சமூக அரங்கம். அதற்கு மாறாக சற்றுத் தள்ளி கலகலப்பான ஒரு பொது விளையாட்டு மைதானம். தெருக்கள் என்று இருப்பவை எல்லாமே குறுகிய சந்துகள். ஒருவரை ஒருவர் நெருக்கியபடி எல்லா அளவுகளிலும் நிறைந்த மனிதர்கள்.

எம்.வி. கார்டனின் மையப் பகுதியான அங்கு இருக்கும் ஒரு சந்துக்குள் பொதிந்து வைக்கப்பட்டது போல இருக்கிறது கன்சர்ன் ஃபவுண்டேஷனின் குழந்தைகள் நல மையம். சரவணா என்னை அந்த மையத்தின் மாடிக்கு அழைத்துச்சென்றபோது உற்சாகமான குழந்தைகளின் உரத்த சிரிப்பொலிகளாலும், குரல்களாலும் வர வேற்கப்பட்டேன். ஒரு ஓரத்தில் நாற்காலியில் அமர்ந்துகொண்டு எனக்கு அளிக்கப்பட்ட இனிமையான தேநீரை நான் ரசித்துப்

பருகிக்கொண்டிருந்தபோது, சரவணா விரைவில் தொடங்க இருக்கும் பெற்றோருக்கான கோடை விடுமுறைக்கால சிறப்புப் பயிற்சி வகுப்பைப் பற்றி அங்குள்ள தன்னார்வல ஆசிரியர்களுடன் பேசிக் கொண்டிருந்தார். அவையெல்லாம் மக்களை ஜாக்ருதியின் சமீபத்திய முன்னெடுப்புகள். தன்னார்வலர்களின் பேச்சிலிருந்து ஏற்கனவே பெற்றோர்கள் தரப்பிலிருந்து அதற்கு பெரும் ஆதரவும், எதிர்பார்ப்பும் இருப்பதாகத் தெரிந்தது.

அந்த நொடியில்தான் தலைக்குள் ஒரு மின்னலடித்தது போல என் கேள்விகளுக்கான விடைகள் கிடைத்தன. இதோ இதுதான், என் முன்னால் நடந்துகொண்டிருக்கும் இவைதான் பங்கேற்பு, உரிமை கொண்டாடுதல், மிக முக்கியமாக நீடித்து நிலைப்பது – அனைத்தும் கலந்து ஒன்றாய் நிகழ்ந்துகொண்டிருக்கிறது. புதிய முறைத் தொழில் துவக்குவது, ராக்கெட் வேக வளர்ச்சியை அடைவது, பெருகி உயர்ந்த பிரம்மாண்ட வளர்ச்சி ஆகியவற்றால் தலைதெறிக்கும் வேகத்தில் இயங்கும் இன்றைய உலகில் அதுவே எல்லாமுமாக இருப்பது வளர்ச்சி என்றாகிவிட்டது. ஆனால், பங்கேற்பு இல்லாத பிரம்மாண்ட வளர்ச்சி என்பது பார்க்க கவர்ச்சிகரமாக இருக்கும் சீட்டுக்கட்டு வீட்டைப் போல- இன்று பல புதிய முறைத் தொழில்களும் நேருக்கு நேராக சந்திக்கும் உண்மை இது.

லாபம் சாரா மூன்று சேவை நிறுவனங்களின் தலைவர்களும் ஹேமாவின் பணிகள் எவ்வாறு வித்தியாசமான முறையில் பலனளித்தன என்பதைப் பற்றிய ஆழமான விஷயங்களைச் சொன்னார்கள்.

லேபர் நெட் (நகர்புற, கிராமப்புற வாழ்க்கை மேம்பாட்டிற்காகச் செயல்படும் சமூக நிறுவனம்) அமைப்பின் இணை நிறுவனரான காயத்ரி வாசுதேவன், ஹேமாவின் திறனுக்கு “தனது நோக்கங்களை தனது தனிப்பட்ட வாழ்க்கையின் ஒரு பகுதியாக்கிக் கொள்ளும்” குணமே காரணம் என நம்புகிறார். மேலும் ஹேமாவின் முன் னெடுப்புகள் பிறரிடமிருந்து வித்தியாசப்படும் இடமும் இதுவே என்கிறார்.

காயத்ரி மேலும் சொல்வது:- “கல்வி, தொழில் பயிற்சி, பொருளாதார வலுவூட்டல், விளையாட்டு, ஆற்றுப்படுத்துதல் என பலவகை முன் னெடுப்புகள் மூலம் தனக்கு அருகிலிருக்கும் மக்களின் வாழ்க்கையை முன்னேற்ற ஹேமா முயற்சிக்கிறார். இது சற்று அசாதாரணமானது தான். ஏனென்றால் பயனாளிகள் அனைவருமே வீட்டிற்கு மிக அருகில் இருப்பதால் அவர்களிடம் நேரடியான உரையாடல்களும்,

சந்திப்புகளும் அடிக்கடி நிகழும் வாய்ப்பு உருவாகும். என்னைப் பொறுத்தவரை, அதைச் சந்திக்க மெய்யாகவே பிறரைப் புரிந்து கொள்ளும் மனநிலையும், மிகப் பரந்த இதயமும் இருக்க வேண்டும். இன்று பெரும் பணக்காரர்களுக்கும், வெற்றிகரமான தனித்தொழில் நிபுணர்களுக்கும் சமூகத்திற்காக ஏதாவது உதவி செய்வது என்பது ஒரு நடைமுறை நாகரிகமாகிவிட்டது. அவர்களில் பெரும்பான்மையான ஆட்களுக்கு உதவி செய்வது அவர்கள் செய்ய வேண்டிய வேலைகளின் பட்டியலில் ஒன்று மட்டுமே. பணத்தைக் கொடுத்து விட்டு ஒரு டிக் அடித்து வேலையை முடித்தாயிற்று என விட்டு விடுவார்கள். ஆனால் ஹேமாவைப் பொறுத்தவரை அவரது எந்த நோக்கத்தையும் அவர் செயல்படுத்துவது, அவர் தன் நிறுவனத்தை நடத்தும் அதே உற்சாகத்துடன்தான் இருக்கும். பிரச்சினை தீர்க்கப் பட்டதா என்பதை தனிப்பட்ட முறையில் இறங்கி உறுதிசெய்து கொள்ளாமல் இருக்க முடியாது ஹேமாவால்."

ஜோய் ஸ்ரீநிவாசன் பேசும்போது ஹேமாவை வேறுபடுத்திக் காட்டுவது ஹேமாவின் மூளைக்கும், இதயத்துக்குமான சரிவிகிதக் கலவையே என்கிறார் – "எந்தத் தொழிலும் உங்களது மூளையின் பணியையே அதிகமும் கேட்கும். ஆனால் லாப நோக்கற்ற பணிகளில் உங்கள் இருதயம்தான் அதிகமும் பயன்படுத்தப்பட வேண்டும். ஹேமாவின் அசாத்திய வலிமையே இரண்டையும் கையாள முடியும் என்பதும் இரண்டையும் தேவையான பொழுது இணைத்து செயல்பட முடியும் என்பதும்தான். பலரிடமும் பணம் இருக்கிறது நிறைய. ஆனால் தாராளமாகக் கொடுக்கும் மனம்தான் இல்லை. ஹேமாவால் இருதயத்திலிருந்து மூளைக்கு, மூளையிலிருந்து இதயத்திற்கு என விரைவாக மாற்றிக் கொள்ள முடியும் – மிக அபூர்வமான திறன்தான் இது" என்கிறார் ஜோய் ஸ்ரீநிவாசன்.

மும்பையின் குடிசைப் பகுதி ஆரோக்கிய மேம்பாட்டிற்கு சேவைப் பணி ஆற்றும் ஸ்வஸ்த் இந்தியா சர்வீஸஸ் பிரைவேட் லிமிடட் (அஷோக்கும், ஹேமாவும் இந்த நிறுவனத்தில் முதலீட்டாளர்கள்) நிறுவனத்தின் இணை நிறுவனரான அங்கூர் பேகு பேசும்போது "ஹேமா தன்னுடைய நோக்கத்தில் தெளிவாக உறுதியாக இருப்பார். அவரது நோக்கத்தின்படி ஸ்வஸ்த் இந்தியா நிறுவனம் தனது செயல் பாடுகள் மூலம் சமூக மாற்றத்தைக் கொண்டுவரும் அதே நேரம் அதன் வணிக வாய்ப்புகள் மூலம் வருவாயையும் கொண்டுவர வேண்டும். சமூகத்திற்கு நல்ல மாற்றத்தையும், வணிகரீதியில் நல்ல லாபத்தோடு கூடிய வளர்ச்சியையும் கொண்டிருப்பதே நீடித்து நிலைக்கும் வழி என்பார் ஹேமா" என்றார்.

குடிசைப்பகுதியிலுள்ள பெண்களுக்குப் பயிற்சி அளித்து அவர் களைக் குழந்தைகள் நல ஒருங்கிணைப்பாளர்களாக ஆக்குவது குறித்த ஒரு விவாதத்தின்போது ஹேமா ஒரு சம்பவத்தைச் சொல்லிப் பேசினார் - "ஒவ்வொரு வீடு,வீடாகச் சென்று நாங்கள் ஆய்வு செய்தோம். அதில் பல அம்மாக்களும் தங்கள் குழந்தைகளை, அவர்களது சிக்கல்களை எப்படிச் சமாளிப்பது என புரியாமல் இருந்தார்கள் என்பது தெரிய வந்தது. எம்.வி. கார்டனில் அவர்களுக்கான சந்திப்புகள் முடிந்ததும் ஒரு அம்மா என்னிடம் வந்து சொன்னார்: என்னைக் நெகிழச் செய்த விஷயம் நீங்கள் எங்களுக்காக யோசித்து உங்கள் வீட்டை விட்டு இறங்கி வந்து எங்கள் வீடுகளுக்கு வந்து உங்கள் பிரச்சினைக்கு நான் என்ன விதத்தில் உதவி செய்ய முடியும் எனக் கேட்டீர்களே, அந்தக் கேள்வி ஒன்றே போதும். எனக்கு அது பெரிய விஷயம்."

"ஹேமாவுக்கு அவர் மனம் யோசிப்பது தெரியும்" என்று சொல்லும் காயத்ரி வாசுதேவன் கூடவே இன்னொன்றையும் சொல்கிறார்:- "ஆனால் அவர் இன்னும் கூடுதலாகத் தன் இதயத்தையும் அறிவார். அதில் மிக அழகான விஷயம் என்னவென்றால் அவர் எதை ஆழமாக உணர்கிறாரோ அதையே செயலாக்குவார்". அவரது செயல்கள் உடனடியாக இருப்பதை பல சமயங்களிலும் பார்க்க முடியும்.

இதற்குப் பிறகு நான் குல்தீப் தந்தேவாடியாவை சந்தித்தேன். அவர் அசோகா அமைப்பின் சிறப்பு உறுப்பினராகவும், பெங்களூரு வைச் சேர்ந்த ரீப் பெனிஃபிட் எனும் புதிய முறை தொழில் நிறு வனத்தின் இணை நிறுவனருமான குல்தீப் ஒரு இளைஞர். இந்த நிறுவனத்தின் செயல்நோக்கம் என்னவென்றால் இந்தியா முழுவதும் ஒரு மாணவர் படையை உருவாக்குவது. 'ஸால்வ் நிஞ்சாஸ்' என்று அழைக்கப்படும் இவர்கள் உள்ளூர் அளவிலான காற்று மாசு, குப்பைகள், சுகாதாரம் போன்ற பிரச்சினைகளை கையாளுவார்கள். குல்தீப்பும் அவர் அணியினரும் ஒபாமா ஃபவுண்டேஷன், யுனிலீவரின் பன்னாட்டு தலைமைச் செயல் அதிகாரியான பால் போல்மன், ஸ்வச் பாரத் திட்டத்திற்கு பங்களித்ததால் இந்தியா அரசு ஆகியோர்களால் பாராட்டப்பட்டவர்கள்.

"இதுவரை நாங்கள் 400 பள்ளி, கல்லூரிகளில் 23000 இளைஞர் களிடம் பணியாற்றியிருக்கிறோம். அவர்கள் மூலம் இதுவரை 44 மில்லியன் லிட்டர் தண்ணீர் சேமிக்கப்பட்டிருக்கிறது; 500 டன் குப்பைகள் பூமியை நிரப்பாமல் அவர்களது புதுமையான முயற்சி களால் மறுஆக்கம் செய்யப்பட்டிருக்கிறது" என்கிறார் குல்தீப்.

குல்தீப் தந்தேவாடியாவிற்கு கான்செர்வின் ஆற்றல் சேமிப்பு மாற்று மேம்பாடு குறித்த செயல்பாடுகள் மீது ஆர்வம் அதிகம். அதிலும் இளைய தலைமுறையினரிடம் அதனை 'கான்செர்வ் மை கேம்பஸ்' மூலமாக கொண்டுசேர்ப்பதால் கூடுதல் ஆர்வம். 2012இல் அவர் ஷ்நீய்டர் எலக்ட்ரிக் நிறுவனத்தில் அந்த நிகழ்ச்சியை குறித்து தெரிந்துகொள்வதற்காக வந்து அதன் மூலம் மிகவும் கவரப்பட்டார். "இங்கே இணைப்புப் புள்ளி என்பது ஒரு மதிப்பீடுதான். உள் நோக்கம் ஒரே மாதிரியானதுதான். கான்செர்வ் ஆற்றல் மற்றும் மின் சாரம் முதலியவற்றில் குறிப்பான நோக்கம் கொண்டிருந்தது போலவே நாங்களும் கொண்டிருந்தோம். நாங்கள் அப்போதுதான் தொடங்கி யிருந்தோம். அந்த நிலையில் முன்பே சாதித்தவர்களைச் சந்திப்பது மகிழ்ச்சி அளிப்பதோடு வாழ்க்கையில் நான் சரியான பாதையில்தான் போய்க்கொண்டிருக்கிறேன் எனக் காட்டுவது போலிருந்தது."

ஆனால், மிகப் பெரிய மதிப்பீடாக குல்தீப்புக்கு கிடைத்த விஷயம் என்னவென்றால் அவர் வீட்டிற்குத் திரும்பியதும் அவருடைய மரு மகன் ஆவலுடன் அவரிடம் சொன்னான்:- "உனக்குத் தெரியுமா? எங்கள் பள்ளியில் மிக சுவாரசியமான ஒரு நிகழ்ச்சியில் நான் பங் கேற்றுள்ளேன். அதன் பெயர் கான்செர்வ் மை கேம்பஸ்."

குல்தீப் சொல்கிறார்:- "அவன் என்னிடம் க்ரீன் பாஸ்போர்ட் ஒன்றைக் காட்டினான். அதில் நாம் செய்யும் சிறப்பான செயல் களுக்கேற்ப புள்ளிகள் கொடுக்கப்படும். இந்த புள்ளிகள் கொடுக்கப் படும் விஷயம் என்னை மிகவும் கவர்ந்தது. ஏனென்றால் புள்ளி களுக்காக மாணவர்கள் பள்ளியில் மட்டுமல்ல வீட்டிலும் அதைத் தொடர்வார்கள். அங்கிருந்துதான் உண்மையான மாற்றம் துவங்கும். கான்செர்வ் நான் எப்போது பற்றிக்கொள்ளும் ஒரு நங்கூரம். நான் தொடர்ந்து என்னை கேட்டுக்கொண்ட கேள்வி: பள்ளியில் படிக்கும் சிறுகுழந்தைகள் ஏன் வீட்டிற்கும் போய் இதைபோன்ற விஷயங்களில் ஈடுபட வேண்டும்? பதில் இதுதான். அதுதான் மங்கலான கீற்றாகத் தெரியும் நம்பிக்கையின் ஒளி; அதிலிருந்துதான் நாம் தொடங்க முடியும்."

'ஐடெண்டிட்டி அண்ட் வயலன்ஸ்: தி இல்லூஷன் ஆஃப் டெஸ்டினி' எனும் நூலில் அமர்தியா ஸென் சொல்கிறார்:- "இன்றைய உலகில் நமக்கு அவசியத் தேவை பொருளாதாரம், உலகமயமாக்கலின் அரசியல் குறித்து மட்டும் கேள்விகள் கேட்பதல்ல. மதிப்பீடுகள்,

நெறிமுறைகள், தன்னுரிமையான விஷயங்கள் ஆகியவை குறித்தும் கேள்விகளை எழுப்புவதே ஒன்றேயான உலகைக் குறித்த நம் புரிதலை சரியான வடிவத்திற்கு கொண்டு வரும்..."[19]

என் மனதைப் பொறுத்தவரை கான்செர்விலும் சரி, அதைத் தாண்டி செய்யும் பணிகளாலும் சரி, அஷோக் மற்றும் ஹேமா ஹட்டங்காடி இருவருமே மேலே சொல்லப்பட்ட வரிகளின் வாழும் உதாரணங்கள்.

முடிவுரை

குடும்பத் தலைவியும், குழந்தைகளுக்கு இனிய அம்மாவும், நாட்டிய ஆசிரியையுமான என்னுடைய தோழியுடன் பேசிக்கொண்டிருந்தேன். நமது குழந்தைகளுக்கு வாழ்க்கையில் ஒரு நோக்கம் இருக்க வேண்டியதைப் பற்றி சொல்லிக்கொடுப்பது, வெவ்வேறு பணிகள் இருப்பதை அறியச் செய்வது என ஆரம்பித்த பேச்சு அப்படியே கார்ப்பரேட் நிறுவனங்களின் பேராசை எனும் தலைப்பில் போய் நின்றது. தோழி சொன்னார்:- "ஒரு நிறுவனத்தை உருவாக்குவது என்பதும் ஒரு குடும்பத்தையே உருவாக்குவது போலத்தானே? நாம் அனைவருக்கும் நன்மை கிடைக்கும் வகையில்தானே குடும்பத்தைச் செயல்படுகிறோம், நமக்கு மட்டுமாக இல்லையே..."

இந்த வரிகள்தான் நாங்கள் கான்செர்வை எப்படி உருவாக்கினோம் என்பதைச் சொல்லும் பொருத்தமான வரிகள். ஒரு குடும்பத்தைப் போல.

ஷ்நீய்டர் நிறுவனத்துடன் கான்செர்வை இணைத்து விட்டு வெளியே வந்து எட்டு ஆண்டுகளுக்குப் பிறகே கான்செர்வைக் குறித்து இணைந்து ஒரு புத்தகத்தை எழுதும் அறிவுரையைச் செயலுக்குக் கொண்டுவந்தேன். எனக்கு அவ்வாறு அறிவுரை சொன்னவர்கள் அனைவருமே என்னைவிடக் கனிந்த அறிவு கொண்டவர்களாக இருந்தார்கள், எங்கள் நிறுவனத் தலைவராகவும், என் நலம் விரும்பியாகவும் இருந்த டி.தாமஸ் உட்பட (துரதிர்ஷ்டவசமாக இந்தப் புத்தகம் அச்சில் வெளிவருவதைப் பார்க்க அவர் இல்லை). இந்தப் புத்தகம் தொழில்முனைவோர், மேலாண்மை பயிலும் மாணவர்கள், புதிய முயற்சித் தொழில் துவங்கியோர், கார்ப்பரேட்களில் இருக்கும் துடிப்பு மிக்க செயல் அதிகாரிகள், பெண்கள் என அனைவருக்கும் பிடித்த விதத்திலும், பயனுள்ள விதத்திலும் இருக்கும் என நம்புகிறேன். கான்செர்வைப் பற்றி ஹாவர்ட் பிஸினஸ் ஸ்கூலில் வைக்கப்பட்டிருக்கும் மாதிரி செயல் அறிக்கை அந்த நிகழ்வுகளைப் புதுமையும், படைப்புத்திறனும் கொண்டவை என்கிறது.

இன்று கான்செர்விலிருந்து வெளிவந்து எட்டு ஆண்டுகள் ஆகின்றன. புதுமையான செயல்பாடுகளே தொழிலின் முக்கிய

இயக்குவிசை என இன்றும் உணர்கிறேன். அதோடு கூடவே நிறுவனத்தின் கலாச்சாரத்தை உருவாக்கியது, மனிதவளப் பிரிவில் செய்தவை, மார்க்கெட்டிங்கில் செய்தவை, வணிக நற்பெயர் உருவாக்கத்தில் செயல்படுத்தியவை, ஆகியவற்றில் செய்து பார்த்த பரிசோதனைகளும், நீடித்த நெறிமாறாத நிறுவனமாகக் கட்டமைத்ததும், அவற்றில் கிடைத்த அனுபவங்களுமே நாங்கள் இணைப்பிற்குப் பின் ஒரே வருடத்தில் வெளியே வந்துவிட்டாலும் செய்தவற்றை மீண்டும் நினைத்துப் பார்ப்பதை அர்த்தமுள்ளதாக ஆக்குகின்றன.

இந்தப் புத்தகத்தை எழுதுவது பெரும் திருப்தி தருவதாகவும், உற்சாகமூட்டும் அனுபவமாகவும் இருந்ததற்கு முக்கியக் காரணமே நாங்கள் எங்களது பழைய சகபணியாளர்கள், ஆலோசகர்கள், வாடிக்கையாளர்கள், நலம் விரும்பிகள் என அனைவரையும் மறுபடியும் சந்திக்கவும், அவர்களைப் பற்றி சிந்திக்கவும் முடிந்ததுதான். எல்லாவற்றையும்விட மீண்டும் ஒரு முறை அனைத்தையும் முதலிலிருந்து நினைத்துப்பார்த்து எவ்வளவு அருமையான, சிறப்பான வாழ்நாள் உறவுகளைப் பெற்றிருக்கும் அதிர்ஷ்டம் எங்களுக்கு வாய்த்திருக்கிறது என உணர முடிந்தது.

இரு நிறுவனங்களின் இணைப்புப் பணிகள் கிட்டத்தட்ட முடிந்து இணைப்பு நெருங்கிவருகையில் ஷ்நீய்டரின் பன்னாட்டுத் தலைவர் ஹென்றி லாக்மென் உடன் சில மணி நேரம் பேசிக்கொண்டிருந்தேன். அவரிடம் கேட்டேன்- உலகத்தின் மிகப் பெரிய நிறுவனத்தை வெற்றிகரமாகத் தலைமையேற்று நடத்துவதைத் தாண்டி நீங்கள் வேறெதை மிகவும் மதிக்கிறீர்கள்? அவர் சொன்னார்:- நல்ல ஆரோக்கியம், நல்ல குடும்பம், நல்ல நண்பர்கள்.

அவர் கூறியது சரியாக இருக்குமானால் (சரிதான் என நான் உறுதியாகச் சொல்வேன்) நானும் அஷோக்கும் உறுதியாகச் சொல்ல முடியும் – எங்களுக்கு வயதாக வயதாக மிக்க நன்றியுடன் கான்செர்வ் மூலமாக எங்களுக்குக் கிடைத்த நூற்றுக்கணக்கான நண்பர்களின் கததப்பான அன்பில் திளைத்திருப்போம்.

ஷ்நீய்டர் நிறுவனத்தில் உலக அளவில் பல நண்பர்களைப் பெற்றுள்ளோம். இன்றும் தொடர்பில் இருக்கிறோம். அவர்களது பன்னாட்டுப் பிரிவுகளின் தலைவர்களான ஜீன்-பாஸ்கல் டிரெகொய்ர் – தலைவர் மற்றும் தலைமைச் செயல் அதிகாரி, எரிக் பிலாவ்ட், ஒலிவியர் ப்ளூம், ரஸ்ஸல் ஸ்டாக்கர், ஃபிலிப்பி டெலோர்ம் மற்றும் பலரையும் அவர்கள் வெளிப்படுத்திய அதிகபட்ச தொழில்நேர்த்தி, புரிந்து

கொள்ளும் தன்மை, நுண்ணுணர்வு ஆகியவற்றுக்காக எப்போதும் மனதில் அன்புடன் நினைத்திருப்போம். மூன்று வருடங்களுக்குப் பதிலாக ஒரே வருடம் மட்டுமே, அதுவும் செயல்பணி அல்லாத பொறுப்பில் என்று சொன்னதை அவர்கள் ஏற்றுக்கொண்டதால்தான் நான் வெளியே வருவது சுலபமாக இருந்தது. எல்லாவற்றையும்விட, பல கான்செர்வியன்களை இன்று அவர்கள் உலக அளவில் உயர்த்தி பன்னாட்டுப் பதவிகளிலும் நியமிப்பது எங்களுக்கு நெஞ்சம் கொள்ளா பெருமிதத்தைத் தருகிறது. இன்றைக்கு இருக்கும் சமூக ஊடகங்களுக்கு நன்றி சொல்ல வேண்டும். ஏனென்றால் நாங்கள் கவனித்து வளர்த்தெடுத்த திறமையாளர்கள் ஒவ்வொருவரும் எங் கிருந்தாலும் சரி, அவர்களது வளர்ச்சியை, உயர்ந்த பதவிகளில் அவர் களுக்குரிய இடத்தை அடைவதை சமூக ஊடகங்கள் வழியே எங்க ளால் உடனே தெரிந்துகொள்ள முடிகிறது.

கான்செர்வியன்ஸ், ஷ்நீய்டரின் பணியாளர்கள், டீலர்கள், ஆலோ சகர்கள், வாடிக்கையாளர்கள், கொள்கை வடிவமைப்பாளர்கள், சிந்தனைத் திறனாளர்கள், அரசாங்கத்தின் உயர் அதிகாரிகள், மிக முக்கியமாக போட்டியாளர்கள் ஆகிய அனைவருக்கும் நான் என் நன்றியைத் தலைவணங்கி தெரிவித்துக்கொள்கிறேன். ஏனென்றால் இந்த புத்தகத்துக்காகப் பேட்டிகள், குறிப்புகள், நினைவுகள், ஆவணங்கள் என எந்த உதவியைக் கேட்டாலும் அவர்கள் செய்து கொடுத்த விரைவும், காட்டிய பிரியமும் அப்படிப்பட்டவை.

நாங்கள் சம்பவங்களைத் தொகுத்து எழுதியதில் அடைந்த மகிழ்ச்சியை, இதை வாசித்த நீங்களும் அடைந்திருப்பீர்கள் என நம்புகிறேன்.

எண்ணற்ற நண்பர்களுக்கும் நன்றியும், அன்பையும் தெரிவிக்க வேண்டியிருக்கிறது. அவர்களது ஆதரவுக்கும், உற்சாகத்துக்கும், வழிகாட்டுதலுக்கும் நான் என்றும் நன்றி சொல்வேன்.

ஆஷிஷுக்கும் முனிராவுக்கும் என் சிறப்பு நன்றிகள்: பல ஆண்டு களாக என்னை எழுதச்சொல்லித் தூண்டியதற்காக முனிராவுக்கு, எழுதுவதில் உதவி செய்தற்காக ஆஷிஷுக்கு.

இப்புத்தகத்தைக் கையில் இருக்கும் வடிவில் சாத்தியமாக்கிய வெஸ்ட்லேண்ட் நிறுவனத்தின் கார்த்திக் வெங்கடேஷுக்கும் அவர் அணியினருக்கும் என் சிறப்பான நன்றிகள்.

ஹேமா ஹட்டங்காடி

பின்னிணைப்பு 1

*கா*ன்செர்வின் நோக்கம், செயல்நோக்கம், மதிப்பீடுகளைக் கட்டமைத்ததில் கற்றுக்கொண்ட பாடங்கள்

1. நோக்கம்

1.1 நிறுவனத்தின் நோக்கம் மற்றும் செயல் நோக்கத்தை விளக்கும் வரிகளை ஒவ்வொரு பணியாளரும் அதன் முழு அர்த்தத்துடன் இணைத்துப் புரிந்துகொள்ள உதவி செய்யப்பட வேண்டும். மதிப் பீடுகளின் அடிப்படையில் நெறிப்படுத்தப்பட்டிருக்கும் நடத்தை முறைகளையும் அவர்கள் ஆழ உணர்ந்துகொள்ள உதவி செய்யப்பட வேண்டும்.

1.2 உங்களது வணிகம்/தொழில்/சூழ்நிலை ஆகியவற்றின் நடை முறைகளுக்கு ஏற்றவாறு அல்லது இரண்டு ஆண்டுகளுக்கு ஒரு முறை அல்லது தேவைப்படும்போதெல்லாம் நோக்கம் மற்றும் செயல் நோக்கங்களைப் பணியாளர்களுக்கு மீண்டும், மீண்டும் கற்றுக் கொடுத்து நினைவில் நிறுத்த வேண்டும்.

1.3 எவ்வளவு சிறிய கருத்தாக இருந்தாலும் சரி, நிறுவனத்துக்கும் அதன் நோக்கத்திற்கும் ஏற்ற மாற்றத்தை பணியாளர்கள் சொல் வதற்கான வாய்ப்புகள் வெளிப்படையாகத் தரப்பட வேண்டும். நிறுவனத்தின் நோக்கங்களைக் குறித்த சீராய்வுக் கூட்டங்களின் போது ஒவ்வொரு பங்கேற்பாளரும் நிறுவனத்தின் நோக்கத்தை அடைவதில் தன்னுடைய அர்ப்பணிப்பை அளிக்கிறாரா என்பதை உறுதி செய்து கொள்ள அவரிடம் மூன்று கேள்விகளை முன்வைப்போம்.

1.3.1 நிறுவனத்தின் நோக்கத்தை அடைவதில் என் பங்குப் பணி என்ன?

1.3.2 அந்தப் பாதையில் நான் எதிர்கொள்ள வேண்டியவை எவை?

1.3.3 அவற்றை வென்று தாண்டிச் செல்ல எனக்கு எவையெல்லாம் உதவும்?

கூட்டம் முடிந்ததும் அவர்களது விடைகள் ஆராயப்பட்டு ஒவ் வொருவருடனும் தனித்தனியே விவாதித்து அவர்களுடைய தனிக் கோப்பில் பதிவிட்டு வைக்கப்படும். அவர்கள் தம் பணியில் கூடுதல் பொறுப்புகளை/வித்தியாசமான பணிகளை விரும்புகிறார்களா என புரிந்துகொள்ள இது உதவும். ஒருமுறை இளைஞரான ஒரு சர்வீஸ் இஞ்சினியர் தலைமை அலுவலகத்துக்கு இப்படி எழுதியிருந்தார்:- "நான் நிறுவனத்தின் நோக்கத்தை அடைய ஒரு மின்னாற்றல் திறன் மேம்பாட்டு ஸாஃப்ட்வேர் எழுதுவதன் வழியே உதவ விரும்புகிறேன். ஒரு மீட்டர் பழுது பார்க்கும் வேலையையும் தாண்டிச் செல்ல விரும்புகிறேன்".

அந்த இளைஞர் ஸாஃப்ட்வேர் எழுதுவதில் போதுமான கல்வித் தகுதிகள் உள்ளவராகவும் இருந்ததோடு மட்டுமல்லாமல் ஸாஃப்ட் வேர் குழுவில் இணைந்து பணியாற்றுவதில் மிகவும் ஆர்வம்முள்ள வராகவும் இருந்தார் என்பதைப் புரிந்துகொண்டோம். வழக்கமான நடைமுறையில், எப்போதும் நடப்பது போல நடக்கும் பணிச் செயல் பாட்டு ஆய்வுகளில் இதைப் போன்ற கோரிக்கைகள் கவனிக்கப் படாமல் தாண்டிப் போய்விடும். அதன் விளைவுகள் பல நேரங் களிலும் மோசமானதாகவே அமைந்துவிடும். அடுத்த பணிச் செயல் பாட்டு ஆய்வு வரை காத்திருக்க முடியாத நிலையில் தனக்கு ஆர்வம் உள்ள பணிக்குப் போவதற்காக இப்போதுள்ள பணியை விட்டு விடுவதில் போய் முடியும். நாங்கள் அந்த இளைஞர் விரும்பிய படியே உடனடியாக ஸாஃப்ட்வேர் குழுவில் அவரை இணைத்துக் கொண்டோம். எங்களது ஸாஃப்ட்வேர் ஆலோசனைக் குழுவில் பல முக்கியமான பங்களிப்புகளை அவர் செய்தார். இக்கூட்டத்தில் ஒவ்வொரு படிவத்திலும் நிரப்பப்பட்டிருக்கும் விஷயங்கள் ஏதேனும் ஒரு விதத்தில் நிறுவனத்தின் நோக்கத்தோடு கான்செர்வியன்களின் 'விருப்பத்தையும், ஆர்வத்தையும்' இணைக்கும் என்றால், நாங்கள் அந்த இணைப்பை உருவாக்கி செய்யும் பணியை நிறைவுள்ளதாக ஆக்குவோம். பணியாளர்களது கருத்தை ஆராய்ந்து, அதைச் செயல் படுத்தும் கால அளவு மிகக் குறைந்ததாக இருப்பதில் கவனம் செலுத்தி னோம். ஒரு படிவத்தை நிரப்ப பணியாளருக்கு சில நிமிடங்கள், அதில் உள்ளவற்றை விவாதிக்க சம்பந்தப்பட்டவர்களுக்கு ஒரு மணி நேரம், அதில் எடுக்கப்பட முடிவுகளைச் செயல்படுத்த சில நாட்களிலிருந்து சில வாரங்கள் என்ற வகையில்தான் செயல்பட்டோம்.

2. செயல் நோக்கம் – சரியான சொற்களில்

செயல் நோக்கத்தை விளக்கும் வரிகள் வெறும் தொழிலை மட்டும் உள்ளடக்கியதாக இருக்கக் கூடாது. நாங்கள் ஒரு விஷயத்தை கண்டறிந்தோம் – செயல் நோக்கத்தை விளக்கும் வரிகள் நமது நிறுவனத்திலுள்ளோர் நமக்கு என்னவாக இருக்கிறார்கள் என்பதையும் நாம் அவர்களுக்கு என்னவாக இருக்கிறார் என்பதையும் உலகுக்குச் சொல்லும் விதத்தில் இருக்க வேண்டியது அவசியம். அந்த அடிப்படையில் நாங்கள் மாற்றியமைத்த செயல் நோக்கம் இந்த வரிகளாக இருந்தது:

'மின் செலவைக் குறைப்பதன் மூலமாக வாடிக்கையாளர்களின் செயல்திறன் மேம்பட உதவி செய்வது;'

'உற்சாகம் ததும்பும், செயல்துடிப்புள்ள, மிகச் சிறப்பான கவனம் கொண்ட தொழில் வல்லுநர்களைக் கொண்ட ஒரு நிறுவனத்தைக் கட்டமைப்பு செய்வது'

எங்களது மனிதவளக் கொள்கைகள் மூலமாக பணிச் செயல் பாட்டு சீராய்வு மற்றும் செயல்முறை விதிகளில் இந்த இரு செயல் நோக்கங்களில் சொல்லப்பட்டவைக் கலந்தே இருக்குமாறு பார்த்துக் கொண்டோம். எங்களது உள்தணிக்கைக் குழு இதற்கான சான்றுகளைத் தேவையானபோது பரிசோதித்து வந்தது.

3. மதிப்பீடுகள்/விழுமியங்கள்

3.1 நாங்கள் எங்கள் நிறுவனத்தின் மதிப்பீடு முறைமைகளை வரையறுக்கும் பணியை 1997இல் ஒரு பயிற்சிப் பட்டறை மூலம் துவக்கினோம். இதில் மிக முக்கியமான அம்சமே ஒரு குழுவாக இணைந்து நடத்தை/மதிப்பீடுகள் ஆகியவை தனிநபராக ஒவ்வொருவருக்கும் எப்படிப் பொருள்படும் என விவாதித்து முடிவு செய்தோம். தொடர்ந்து பேசிப்பேசி நாங்கள் எங்களது மதிப்பீட்டு நடத்தை விதி களை IPACT -ஐபேக்ட் எனும் சொல்லால் குறிப்பிட்டுக் கொண்டோம்.

I - நேர்மையான அணுகுமுறை (intergrity)

P - தொழிலில் நேர்த்தியும் நிபுணத்துவமும் பெற்றிருத்தல் (Professionalism)

A - உற்சாகத்துடன், தீர்க்கமாகக் கவனித்தல் (Active Listening)

C - அக்கறை (Caring)

T - குழு செயல்பாடு (Teamwork)

3.2 நாங்கள் கற்றுக்கொண்ட இன்னொரு விஷயம் என்ன வென்றால் இந்த ஒவ்வொரு மதிப்பீட்டிற்கும் ஒற்றை வரி விளக்கத்தை உருவாக்கி, வாய்ப்பிருக்கும் ஒவ்வொரு சந்திப்பிலும் சலிப்பின்றி சொல்லி வருவது நல்ல பலனளிக்கும்.

இண்டக்ரிட்டி – யாரும் கண்காணிக்காதபோதும்கூட சரியான வற்றையே செய்தல்

ப்ரோஃபஷனலிசம் – "முடியாது" என சொல்ல நினைக்கும்போது "சரி" என்று சொல்லாமலிருப்பது

ஆக்டிவ் லிஸனிங் – காதில் வாங்குவதைவிட கவனம் குவித்துக் கேட்பது லிஸனிங்; ஆக்டிவ் என்பது திறந்த மனதுடன், பிறர் நிலையை உணரும் மனப்பான்மையுடன் கேட்பது

கேரிங் – துயரத்தில், அழுத்தத்தில் இருக்கும் ஒரு ஆன்மாவுக்கு உதவுதல்

டீம் வொர்க் – உனது பங்கைச் செய், அதே நேரம் அடுத்தவர் அவர் பங்கைச் செய்ய உதவி செய்

3.3 இந்த நடத்தை விதிமுறைகள் நிறுவனத்தில் மேலிருந்து கடைப்பிடிக்கப்பட்டு கீழே வரவேண்டியது மிக முக்கியம். வாய்ப்பிருக்கும் ஒவ்வொரு சந்திப்பிலும் மூத்த உயர் அதிகாரிகள் அவர்கள் சந்தித்த சிக்கலான தருணங்களை, அதை அவர்கள் கையாண்ட விதத்தினை அதில் தவறாகப் போனவற்றால் ஏற்பட்ட விளைவுகளை விளக்கிச் சொல்ல வேண்டும். புதிதாகப் பணியில் சேருபவர்களுக்கு வெவ்வேறு துறைகளிலிருந்தும் வரும் மூத்த கான்செர்வியன்கள் தாங்கள் எப்படி மதிப்பீடு நடத்தை விதிமுறைகளைக் கடைப்பிடிக்கிறோம் என்றும் அப்படிச் செய்வதன் அவசியம் பற்றியும் விளக்கமாகப் பேசுவார்கள்.

பின்னிணைப்பு 2

நிறுவனத்தை ஒருங்கமைப்பதில் கற்றுக்கொண்ட பாடங்கள்

ஒரு நிறுவனத்தை, அதன் வெவ்வேறு பிரிவுகளின் செயல் பாடுகளை ஒருங்கமைத்து ஒற்றை நோக்கில் பணியாற்ற வைப்பது குறித்து பி.பி.ஆர். ராவ் பொதுவாக சில விஷயங்களைச் சொன்னார், கூடவே அவரது கான்செர்வ் அனுபவங்களையும்; இனி ராவ் அவர்கள் சொல்வது:-

எந்த நிறுவனமும் அதற்குள் நான்கு விதமான உலகங்களைக் கொண்டிருக்கும். நான்கையும் ஒருசேர கையாள வேண்டும்; ஒன்றை அல்லது இரண்டை மட்டும் கவனித்து மற்றவற்றை அப்படியே விட்டுவிட முடியாது.

முதல் உலகம் என்பது நிறுவனத்திற்குள் கடைப்பிடிக்கப்படும் பழக்கங்களால் ஆன உலகம்:

- பகிர்ந்துகொள்ளத்தக்க நோக்கம், செயல்நோக்கம், மதிப்பீடுகள் ஆகியவற்றில் ஒவ்வொருவரின் ஆர்வம் மற்றும் அர்ப்பணிப்பு ஆகியவற்றை உள்ளடக்கியது இது. ஒவ்வொருவரும் நிறு வனத்தின் நோக்கத்திற்குத் தத்தம் பங்கை செலுத்தும் விதத் திலான அர்த்தமுள்ள செயல்பாடுகளின் பட்டியலை வைத்திருக்க வேண்டும். என்னால் இப்போதும் ஹேமா நடத்திய தொடர் சந்திப்புகளை நினைத்துப் பார்க்க முடிகிறது:- அவர் தான் நடத்திய சந்திப்புகள் வழியே விஷயங்களைச் செய்து முடிக்கும் ஒரு சூழலை உருவாக்க கடும் முயற்சிகள் மேற்கொண்டார். அது பலனளித்தது மட்டுமல்லாமல் அந்த உத்வேகம் தொடர்ந்து செயல்படக்கூடிய ஒன்றாக இருந்தது.
- அவர்கள் வெல்லக்கூடிய வணிகச் செயல்பாடுகளின் தொகுப்பை உருவாக்கித் தருவது, சந்தை நிலவரத்தைப் பரிசீலித்து நடவடிக் கைகள் எடுப்பது, நிறுவனத்தின் பலம், வளம், எல்லைகள் ஆகியவையும் இந்த உலகில் அடங்கும். நான் இந்தப் பிரிவில் நேரடியாகப் பணி செய்யாமலிருந்தாலும் இந்த விஷயங்களில்

முழுவதுமான மாற்றங்களைத் தான் பொறுப்பேற்றதும் ஹேமா எப்படி கொண்டுவந்தார் என உணர்ந்திருக்கிறேன்.

- என்னென்ன யுக்திகளைக் கையாண்டு தங்களை மேம்படுத்திக் கொள்கிறார்கள்; எவ்வாறு பிறரிடமிருந்து வேறுபட்டு வெற்றி அடைகிறார்கள் என்பதும் முதல் உலகின் விஷயங்களே.
- நிறுவனத்தின் தொழிலில் ஏற்பட வாய்ப்புள்ள ஆபத்துகள் அனைத்திற்குமான மீளுருவாக்கத் திட்டம் கையில் இருப்பது ஆகியவையே முதல் உலகம் என்பதில் அடங்குபவை.

இரண்டாம் உலகம் என்பது நிறுவனத்திற்கு வெளியே உள்ள சூழ்நிலைகளால் ஆன, ஆனால் நிறுவனத்தைப் பாதிக்கும் உலகம்:

- வெளியுலகுடன் தொடர்புடைய, பரிமாற்றம் செய்யக்கூடிய விஷயங்களால் ஆன உலகம். வாடிக்கையாளர்கள் (இப்போது இருப்பவர்களும், இனி வர இருப்பவர்களும்), சந்தை, போட்டி யாளர்கள், தேவையான மூலப்பொருட்களை வழங்குபவர்கள், தொழில் கூட்டாளிகள், முதலீட்டாளர், திறன்மிகு வருங்காலப் பணியாளர்கள், அரசாங்கம் போன்றவை அடங்கியது இரண்டாம் உலகம்.

- நிறுவனம் தன்னால் எவற்றையெல்லாம் மாற்ற முடியும், எவற்றையெல்லாம் மாற்ற முடியாது என்பதைத் தீர்மானிப்பதில் நடைமுறை யதார்த்தத்தோடு செயல்பட வேண்டும். நடை முறையைக் கருத்தில் கொண்ட செயல்பாட்டுத் தொகுப்புகளை செயல்நோக்கத்தின் வெற்றிக்கு என உருவாக்க வேண்டும். மேலே சொன்ன அனைத்துத் தரப்புகளையும் நாம் அறிவோம் என நினைத்து செயல்படக் கூடாது. அந்தச் சூழல்களில் நிகழும் சிறு மாற்றங்களையும் உள்வாங்கி அதற்கேற்பவும், முன்கூட்டியே செயல்படும் விதத்திலும் இயங்குமாறு நாம் திட்டமிட வேண்டும். கான்செர்வ் வாடிக்கையாளர் திருப்தி, விநியோகஸ்தர்கள் திருப்தி, பணியாளர்கள் திருப்தி ஆகியவற்றை அறிந்துகொள்ளும் கணக் கெடுப்பைத் தகுந்த இடைவெளிகளில் தொடர்ந்து செய்தது. அன்றைய சூழலில் இதைப் போன்ற எந்த நிறுவனங்களும் இம்முயற்சியைச் செய்ததில்லை. மேலும் கான்செர்வின் சமூகப் பொறுப்பு செயல்பாட்டுக்கான முன்னெடுப்புகளும், சிந்தனைத் தலைமை மேம்பாட்டு நிகழ்ச்சிகளும் கான்செர்வின் அளவில் இருக்கும் எந்த நிறுவனமும் எப்போதும் சிந்தித்துக்கூடப் பார்த் திருக்காத அளவுக்குச் செயல்பட்டன.

மூன்றாவது உலகம் என்பது ஒரு நிறுவனத்தின் பணியாளர்களும், அவர்களது திறமைகளும். இதுதான் ஒரு நிறுவனத்தின் அடிப்படை அஸ்திவாரம். நிறுவனம் இதை வலுவாக அமைத்தால்தான் நிறுவனத்தின் வளர்ச்சிக்குச் செய்யப்படும் பிற அனைத்து திட்டங்களையும் சிறப்பாக நிறைவேற்ற முடியும்:

- ஒரு நிறுவனத்தின் மிக முக்கியமான சொத்து என்பது அதனுடைய மனிதவளமே. அவர்களது உத்வேகமும், செயல்திறனும் தான் நிறுவனத்தின் வெற்றிக்கான அடிப்படை உந்துவிசைகள். நிறுவனத்தின் பணித் தொகுப்பை நிறைவேற்றத் தேவையான திறன்களைத் தொடர்ந்து மேம்படுத்திக்கொண்டே இருப்பதுதான் அவர்களது செயல்திறனை செம்மையாக வைத்திருக்கும். கான்செர்வின் வெற்றிக்கான மிக முக்கியக் காரணி அதன் மனித வளமும், அவர்கள் பெற்ற உத்வேகமும்.

- முக்கியமான திறமைகளை அடையாளம் கண்டு, அதனை மேம்படுத்திக்கொண்டே இருப்பது ஒரு நிறுவனத்தைப் பொறுத்தவரை அதன் அடுத்த சில ஆண்டுகளுக்கான இலக்கை அடைவதற்கான மிக அவசியமான பணி. கிரிக்கெட்டில் உலகக் கோப்பையை வெல்ல வேண்டுமானால் அணியில் சிறப்பான பேட்டிங், சிறப்பான பந்துவீச்சு, சிறப்பான ஃபீல்டிங் என அனைத்துமே இருக்க வேண்டும். அவ்வளவுதான்.

- மேலே சொன்னபடி அடையாளம் காணப்பட்ட திறமைகளை 'அளக்க/கணக்கிட' தகுந்த கணக்கீட்டு முறையை உருவாக்க வேண்டும். இந்தத் திறன்களை எவ்வித சமரசமும் இல்லாமல் வளர்த்தெடுக்க, அதற்கான திட்டமிட, தொடர்ந்து மேம்படுத்த இந்த அளவீடு அவசியமாகிறது. TQM எனப்படும் ஒட்டுமொத்த தர மேலாண்மை நிகழ்ச்சிக்காகத் திறன்கள்/தகுதிகளை அடையாளம் கண்டு அதை மேம்படுத்தும் பணிக்கான முயற்சிகள் கான்செர்வில் விரிவாகச் செய்யப்பட்டன. அனைத்துப் பிரிவுகள்/துறைகளிலும் இம்முயற்சிகள் மேற்கொள்ளப்பட்டன.

நான்காவது உலகம் எனப்படுவது அமைப்பு மற்றும் செயல்முறைகளால் ஆனது:

- ஒரு நிறுவனம் உருவாக்கும் அமைப்பு முறைகள், செயல்வழி முறைகள் ஆகிய அனைத்துமே வாடிக்கையாளர் தொடங்கி, அந்த நிறுவனத்தோடு தொடர்புடையவர்கள் அனைவருக்கும் நிறுவனம்

அளிக்கும் உறுதிப்பாடு (தரம், அடக்க விலை, விநியோகம்) ஆகும். கான்செர்வைப் பொறுத்தவரை அதன் உச்சபட்ச முன்னுரிமையை அதன் தயாரிப்புகள் மற்றும் சேவைகளின் தரத்தை உயர்த்துவதில் வைத்திருந்தது. இதனைக் கண்காணித்து உறுதிசெய்ய தரக் கட்டுப்பாட்டுத் துறையில் மிக மூத்த, அனுபவம் மிக்க எஸ்.கே. மஞ்சுநாத் அவர்களை முழுநேரப் பணியில் அமர்த்தியிருந்தது. பல நிறுவனங்கள் தங்கள் நேரத்தையும், பொருட்களையும் செல விட்டுத்தான் தயாரிப்பை மேற்கொள்கின்றன. ஆனால், அதில் முக்கியமான விஷயம் என்னவென்றால் துறையிலிருக்கும் சிறந்த செயல்முறைகளுடன் தங்களது செயல்முறைகளை ஒப்பிட்டு தம்மை மேம்படுத்திக்கொள்வது. தொடர்ந்து மேம்படுத்தி செயல் முறைகளை எளிமையாகவும், திறன் மிக்கதாகவும் ஆக்கிக் கொள்ளவில்லையென்றால் போட்டிகள் மிக்கச் சூழலில் தாக்குப் பிடிப்பது கடினம். ஐ.எஸ்.ஓ. தரக்கட்டுப்பாட்டு முறைமைகளைப் பின்பற்றுவதோடு மட்டுமல்லாமல் கான்செர்வ் தங்களது செயல் முறைகளையும், அமைப்பு முறைகளையும் திறன் மிக்கதாக ஆக்க வேறு சில செயல்பாடுகளையும் பின்பற்றின. இன்புட் அவுட்புட் பிராஸஸ் சார்ட், மேலாண்மை கொள்கை செயல்வழி, வாடிக்கை யாளர் சேவை இஞ்சினியர்களை வலுவாக்குதல் போன்ற செயல் பாடுகளை கான்செர்வ் கையாண்டது. கான்செர்வ் தனது வருவாய் வெறும் 70 கோடி ரூபாயாக இருந்த நிலையில்கூட SAP முறை களை நிறுவனத்தில் செயல்படுத்துவதில் கடும் பிடிவாதம் காட்டியது.

இந்தச் சிறப்பான அலசலின் மூலம் நமக்கு ஒன்று தெளிவாகத் தெரிகிறது:- கட்டற்ற ஆர்வமும், அர்ப்பணிப்பு உணர்வும் படைப்புத் திறனுடம், கற்பனையுடனும் இணைந்துகொண்டு தொழிலுக்குத் தேவையான வளங்களைவிடச் சிறப்பாகப் பங்களித்தன. கான்செர்வ் உடன் ஒப்பிட்டுப் பார்க்க அதைவிடப் பெரிய நிறுவனங்களில் நாம் மேலே பேசிய விஷயங்களை நடைமுறைப்படுத்த எடுத்த முயற்சிகளைப் பார்த்திருக்கிறேன். அவை எல்லாமே வெகு விரைவில் சோர்வடையச் செய்வதாக மாறி தானாகவே நடைமுறையிலிருந்து மறைந்துபோய்விடும். இந்த நான்கு உலகங்களையும் சிறப்பாகக் கையாண்ட பெருமை எனும் அளவில் ஒப்பீட்டளவில் சிறிய நிறு வனமாக இருந்தாலும் நாம் கான்செர்வ் வுக்குத்தான் முதலிடம் தரமுடியும்.

ஒத்து வராத விஷயங்கள்

1. ஒரு புள்ளியைப் பிடிக்கும் நேரம் இன்னொரு புள்ளியை விட்டு விடக் கூடாது. ஒரு தொழிலைப் பொறுத்தவரை நாங்கள் எங்கள் வாடிக்கையாளர்களை மட்டுமே முக்கியமாகக் கருதுகிறோம், வேறு எவரையும் அல்ல என்று சொல்ல முடியாது என்பது என் நம்பிக்கை. அவ்வாறே நிறுவனத்தின் நோக்கம், அதை அனைவருக்கும் சொல்வதை முக்கியமாகக் கருதிக்கொண்டு நிறுவனத்தின் மூல திறமைகளை வளர்த்தெடுப்பதையோ, கட்டமைப்பு முதலீடுகளில் கவனம் செலுத்தாமல் இருப்பதோ சரியான அணுகுமுறையே அல்ல.

2. ஒரு யோசனையோ, கருத்தோ வந்தவுடன் முகவும் உணர்ச்சி வசப்பட்டு அதைப் பற்றி பேசுவதிலேயே நேரத்தை ஒதுக்கி விட்டு 'செயலாக்கத்தில்' கவனமில்லாமல் இருப்பது. நமக்கு தேவைப்படும் கருத்தை/யோசனையை நாம் புத்தகங்கள், ஆலோசகர்கள், போட்டியாளர்கள் என எங்கிருந்து வேண்டுமானாலும் பெற்றுக்கொள்ள முடியும். ஆனால், விடாமுயற்சியுடன் உறுதியாக அவற்றை செயல்படுத்துவதுதான் முக்கியமான, சவாலான காரியம்.

3. குளிரூட்டப்பட்ட சந்திப்பு அரங்குகளில் அமர்ந்து கனவு கண்டு பேசி, கள யதார்த்தத்தைப் புரிந்துகொள்ளாமல் விடுவது வேலைக்கு ஆகாது. மனித உடலோ அல்லது வேறெந்த உடலுமோ வலுவாக இருக்க அதன் 'செல்கள்/திசு அணுக்கள்' வலுவாக இருப்பதுதான் காரணம். அதைப்போலவே நிறுவனம் அதன் ஒவ்வொரு அணுவிலும் வலுவாக இல்லையென்றால் அந்த நிறுவனம் வலுவான நிறுவனமாக இருக்க முடியாது. துவக்க நிலையிலிருக்கும் ஒவ்வொரு சிறு பிரிவையும்கூட நாம் கவனித்து வர வேண்டும்; தயாரிப்பில் தொழிற்கூடத்தின் வரிசைகள்/வேலைத் தொகுப்புப் பிரிவுகள், வாடிக்கையாளரை நேரில் சந்திக்கும் விற்பனை அணியினர், தொலைபேசி இணைப்புகளை கையாள்பவர், வாங்குபவர், பண்டகசாலை பாதுகாப்பாளர் எனப் பலரும் முக்கியமானவர்களே.

4. அணியினருடன் ஒரு வழித் தொடர்பு மட்டுமே கொண்டிருப்பது. நிறுவனம் வெளிப்படையாகவும், திறந்த மனதுடனும் அனைத்துத் தரப்பிலிருந்தும் வரும் கருத்துகளைக் கேட்டு பொருத்தமானவற்றை ஏற்றுச் செயல்பட வேண்டும். மாறாகத் தகவலாக

மேலிருந்து சொல்லப்படுவது மட்டுமே கீழிருப்போருக்கு தகவல் தொடர்பாக இருப்பது நிறுவனத்தின் நோக்கங்கள் நிறைவேறு வதில் தடைகளை ஏற்படுத்தும்.

5. வீணாக்குதல்: மூலப் பொருட்களை சிரமப்பட்டு சேகரிக்கும் சிறு நிறுவனங்கள் அவற்றை வீணடிப்பது ஒரு குற்றம் என்றே சொல்லலாம். தொடக்க நிலையிலேயே வீணடிப்பதைக் குறித்த கடுமையான நடவடிக்கைகளை வழக்கமான செயல்முறையாக அனைத்துப் பிரிவுகளிலும் கொண்டுவந்து விட வேண்டும்.

6. ஒப்படைப்பு: சிறு மற்றும் நடுத்தர தொழில் நிறுவனங்களை நடத்தும் சில தொழில்முனைவோரைக் கவனித்திருக்கிறேன். அவர்களுக்குப் பிறரிடம் கட்டுப்பாட்டை, அதிகாரத்தை, முடி வெடுப்பதைப் பகிர்ந்து ஒப்படைப்பதில் தயக்கம் இருக்கிறது. அதனாலேயே அனைத்துப் பணிகளையும் தன் தலை மேல் போட்டுக்கொண்டு சிரமம் அடைகிறார்கள் நிறுவனம் வளர்ந் தாலும் இக்குணம் மாறுவதில்லை. பணியைச் செய்ய தேவைப் படும் அதிகார அளவு, முடிவெடுப்பதன் வரையறுக்கப்பட்ட அளவு ஆகியவற்றைத் தன் கட்டுப்பாட்டை மீறாத வகையில் பிறரிடம் ஒப்படைப்பதைக் கற்றுக்கொள்ள வேண்டும். அது நிறுவனத்தை தொழில்முறையில் செயல்படும் ஒன்றாக ஆக்கும். அதே நேரம் ஒப்படைப்பு என்பது பொறுப்புத் துறப்பு அல்ல என்பதையும் நினைவில் கொள்ள வேண்டும்.

7. நிறுவனத்தின் வெவ்வேறு பிரிவுகள்/துறைகளுக்கிடையே உரசல்கள்: இவற்றைக் கட்டுப்படுத்துவதும், குறைப்பதும் முக்கியம். இதில் ஒரு செயல் உதாரணமாக இருக்குமாறு மூத்த உயர் அதிகாரிகள் இருப்பதை உறுதிப்படுத்திக் கொள்ள வேண்டும்.

கான்செர்வின் ஒட்டுமொத்த ஒருங்கமைப்பின் வெற்றிக்கான காரணிகளாக இவற்றைச் சொல்லலாம்:

1. இளமையான, வெளிப்படையான, செயல்துடிப்புள்ள நிறுவனம்
2. ஆண்கள், பெண்கள் என இருதரப்புக்குமே வசதியான பணிச் சூழல்
3. சரியான அளவிலான நிறுவனத்தின் உள்தொடர்பு முறைகள்
4. உத்வேகம், ஏற்புத்தன்மை, நெறிகள் பொருத்தமான விதங்களில்
5. சமூக பொறுப்பு செயல்பாடுகளில் அர்ப்பணிப்பு உணர்வு

6. சரிவிகித அளவில் அமைந்த நிறுவனக் கட்டமைப்புக்கள் (செயல்முறைகள், அறிவு-சார் சொத்துரிமைகள்), மனிதவளம் (நிர்வாகம், பணியாளர்கள்) மற்றும் தொடர்புறவுகள் (வாடிக்கை யாளர், தொழில் கூட்டாளிகள், வநீக்க நற்பெயர்), முதலீடு ஆகியவை.

7. பெரிதாகச் சிந்திப்பதும், அதை செயல்படுத்துவதை லட்சியமாகக் கொள்வதும்

8. தொழிலின் முக்கிய அடிப்படைத் திறமைகளை உறுதியாகப் பாதுகாத்தல்

9. மிகத் துல்லியமான தொழில்நுட்பங்களைப் பயன்படுத்தி சொந்த அறிவு-சார் சொத்துகள் மூலம் பொருட்களைத் தயாரித்தல்

பின்னிணைப்பு 3

மனரீதியிலான ஒப்பந்தம்

மனரீதியிலான ஒப்பந்தம் என்பது ஒரு நிறுவனத்துக்கும், அதன் பணியாளர்களுக்கும் இடையே செயல்பாட்டில் இருப்பது. ஒரு பணி ஒப்பந்தத்திலிருந்து மாறுபட்டது. ஆனால், இந்த இரண்டுக்கும் இடையே இருக்கும் வேறுபாடு என்பது உடலுக்கும், ஆன்மாவுக்கும் இடையே இருக்கும் வேறுபாட்டைப் போலவேதான். உடலைப் போல இல்லாமல் ஆன்மாவுக்குக் குறிப்பிட்ட ஆயுள் என எந்த எல்லைகளும் இல்லை. ஆன்மா எப்போதும் நிலைத்திருக்கக் கூடியது. எனக்குத் தெரிய பதினைந்து வருடங்களாக எனக்குத் தெரிந்து கான்செர்வ் ஒரு மக்களின் நிறுவனம் என்பதைவிட ஆன்மாவை உடைய ஒரு நிறுவனம் என்பேன்.

ஆக, ஒரு மனரீதியிலான ஒப்பந்தத்தை எப்படி உருவாக்கி செயல் படுத்துவது?

ஒரு நிறுவனத்தில் அதன் உறுப்பினர்களும், அதன் நோக்கமும் ஒன்றாகச் சேர்ந்து ஒன்றிணையும்போதுதான் மனரீதியிலான ஒப்பந்தம் உருவாகிறது. நிறுவனத்தில் இருக்கும் ஒவ்வொருவரின் தனி நோக்கமும், நிறுவனத்தின் பொது நோக்கமும் ஒன்றாக ஒத்திசைந்து வருகையில்தான் ஒரு உணர்வு திரண்டு வருகிறது. அந்த மனநிலையின் பேச்சு இப்படி இருக்கும்:- "பாருங்கள், நான் வெறும் பணத்துக்காக இங்கு பணிபுரியவில்லை... ஒரு சாதாரண ஒப்பந்தத்துக்காக நான் இங்கே இருக்கவில்லை, அதைவிடவும் பெரிய இணைப்பைக் குறிக்கும் மனதளவிலான ஈடுபாட்டுடன் நான் இங்கே இருக்கிறேன்."

ஒருவரது தனிப்பட்ட மதிப்பீடுகளும், நிறுவனத்தின் மதிப்பீடு களும் ஒத்திசைவாய் அமைந்து வரும்போது அந்தச் சூழல் ஆரோக் கியமான மனநிலையைக் கொண்டுவருகிறது. அந்த மனநிலையின் பேச்சு இப்படி இருக்கும்:- "கான்செர்வுக்காகப் பணிபுரிவதில் எனக்கு மிக மகிழ்ச்சி. ஏனென்றால் அவர்கள் நேர்மையாகவும், வெளிப்படைத்

தன்மை உடையவர்களாகவும் இருப்பதை நான் பார்க்கிறேன். என் மதிப்பீடுகளும் நிறுவனத்தின் மதிப்பீடுகளும் ஒன்றுபோலத்தான் இருக்கின்றன."

உங்களது கனவுகளை உங்கள் நிறுவனத்தில் இருக்கும் ஒத்த கருத்துடையவர்களுடனும், செயல்திறன் வாய்ந்தவர்களுடனும் இணைந்து பகிர்ந்துகொள்ள முடிவது உங்களை நிறுவனத்துடன் மனதளவில் ஒன்றச் செய்கிறது. அந்த மனநிலையின் பேச்சு இப்படி இருக்கும்:- "நான் என் நிறுவனத்தில் பிறருடன் சேர்ந்து இருப்பதை, சேர்ந்து வேலை செய்வதை பெரிதும் விரும்புகிறேன்."

நாம் அறிவுக்கூர்மை மிக்க திறமையாளர்களைத் தேர்ந்தெடுத்து நம் நிறுவனத்தில் பணிக்கு சேர்த்துக்கொண்டால் அவர்கள் ஒருவரோடு ஒருவர் சேர்ந்து பணிபுரிவதிலும், ஒருவரிடமிருந்து மற்றவர் கற்றுக்கொள்வதையும் விரும்புவார்கள். இந்த விஷயம்தான் அவர்களுக்குள் ஒரு ஆழமான தோழமை உணர்வு ஏற்பட வழிவகுத்து, மனரீதியிலான ஒப்பந்தத்தைஸ் செயலுக்குக் கொண்டு வருகிறது. சமூக நோக்கிலான ஒரு சாத்தியத்துடன் ஒற்றைச் சமூக உணர்வுடன் இணைந்து மகிழ்வுடன் இருப்பது மனிதர்களை மேலும் நெருக்கமானவர்களாக்கி அவர்களுக்கிடையே உணர்வுப்பூர்வமான பிணைப்பை ஏற்படுத்துகிறது.

மிகச் சரியான ஆளுமைகளை நிறுவனத்திற்குள் கொண்டு வந்தது, சமூக ஒருங்கிணைப்பை நிறுவனத்திற்குள் உருவாக்கி ஒற்றுமையுடன் இணைந்திருப்பதன் உத்வேகத்தை கட்டமைத்தது, ஆழமான தோழமைகளை ஏற்படுத்தியது, சமூகச் சிறப்புத்தன்மையை சாத்தியப்படுத்தியது, நாமனைவரும் ஒன்றே எனும் உணர்வை நிலைநிறுத்தியது என அனைத்துமே ஹேமாவின் நெறிமாறா நிர்வாகத்திறனாலும், உறுதியான அதே சமயம் அக்கறை கொண்ட முயற்சிகளாலும் தான் சாத்தியமாகின. அந்த மனநிலையின் பேச்சு இப்படி இருக்கும்:- "நாமனைவரும் பொதுவான காரணத்துக்காக ஒன்றாக இணைந்திருக்கிறோம்; ஒன்றாகவே அக்கனவை நோக்கி பயணிப்போம்."

பின்னிணைப்பு 4

இண்டெலக்சுவல் கேபிடல் ரேட்டிங் (அறிவுசார் முதலீட்டு மதிப்பீடு)

1) இந்த மதிப்பீட்டின் மையக்கருத்து அடிப்படையிலான கட்டமைப்பு கீழ்க்கண்ட வரைபடம் மூலம் விளக்கப்படுகிறது.

IC Rating™ Conceptual Framework

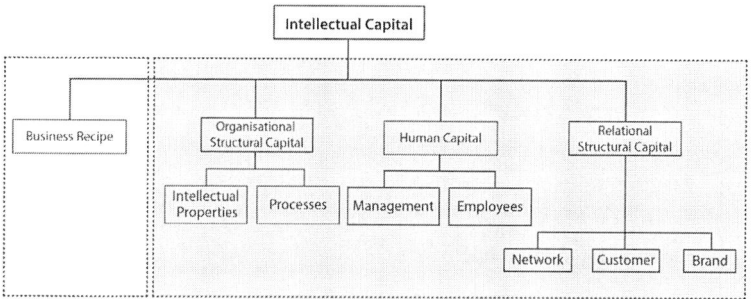

CONZERV © Bizworth

2) மதிப்பீடுகள் கீழ்க்கண்ட வரைபடத்தில் காட்டப்படும் மூன்று காரணிகளின் அடிப்படையில்தான் கொடுக்கப்படுகின்றன:

1. *எதிர்கால நிதி மதிப்பை (திறனை) உருவாக்கப்போகும் அறிவு-சார் முதலீட்டின் நிகழ்கால திறனின் மதிப்பு*
2. *நிகழ்காலத் திறனைப் பாதிக்கும் வாய்ப்புள்ள சிக்கல்கள் (சாத்தியமுள்ள இடர்ப்பாடுகள்)*
3. *நிகழ்காலத் திறனைப் புதுப்பித்து, மேம்படுத்துவதற்கான முயற்சிகள் (மீளுருவாக்கம்)*

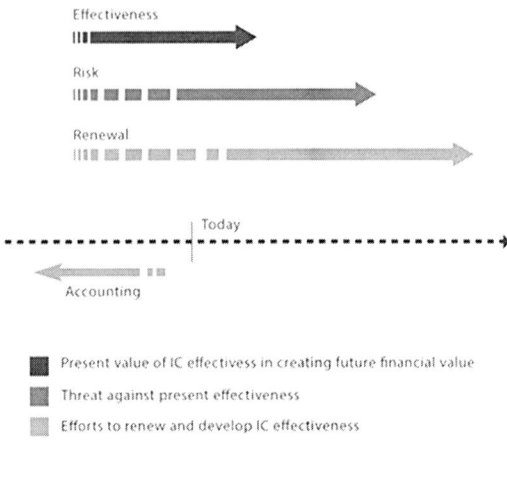

IC Rating™ – Three perspectives

Effectiveness
Risk
Renewal

CONZERV © Bizworth

3) மதிப்பீட்டு அளவுகோல்கள் ஸ்டாண்டர்ட் & புவர் ரின் முறைகளை ஒத்தவையே:

IC Rating™ Scales

Effectiveness

AAA	Extremely high effectiveness
AA	Very high effectiveness
A	High effectiveness
BBB	Relatively high effectiveness
BB	Average effectiveness
B	Relatively low effectiveness
CCC	Low effectiveness
CC	Very low effectiveness
C	Extremely low effectiveness
D	Absence of effectiveness

Renewal

AAA	Extremely strong efforts of renewal
AA	Very strong efforts of renewal
A	Strong efforts of renewal
BBB	Relatively strong efforts of renewal
BB	Average efforts of renewal,
B	Relatively weak efforts of renewal
CCC	Weak strong efforts of renewal
CC	Very weak strong efforts of renewal
C	Extremely weak strong efforts of renewal
D	Lacking efforts of renewal

Risk

-	Negligible risk of decline in effectiveness
R	Moderate risk of decline in effectiveness
R	High risk of decline in effectiveness
RRR	Very high risk of decline in effectiveness

CONZERV © Bizworth

4) இண்டெலெக்சுவல் கேபிடல் ரேட்டிங்கின் உள்ளீடுகள்

1. தொழில் செய்முறை

இந்த அளவீட்டுக் காரணி நிறுவனத்தின் சூழ்நிலையில் இருக்கும் வளர்ச்சி, லாப மேம்பாடு மற்றும் சாத்தியமுள்ள இடர்ப்பாடுகள் ஆகியவற்றைக் கவனிப்பது. நிறுவனத்தின் வணிகச் சூழ்நிலையுடன் நிறுவனத்தின் வணிக அடிப்படை மற்றும் யுக்திகளின் வலு ஒப்பிட்டுப் பார்த்து ஆராயப்படும்.

2. நிறுவன கட்டமைப்புக்கான முதல்

2.1 அறிவு-சார் சொத்து எனப்படுவது நிறுவனத்திற்குப் போட்டியில் சமாளிக்கும் ஒரு தனித்த சிறப்பை அளிக்கக் கூடிய தொகுக்கப்பட்ட, பாதுகாக்கப்பட்ட அறிவினைக் குறிக்கும். உதாரணமாக லைசென்ஸ்கள், பேட்டண்ட்கள், காப்பிரைட் உரிமைகள் போன்றவை.

2.2 செயல்முறைகள் எனப்படுபவைப் பணியாளர்களின் நிபுணத்துவத்தை நிறுவனத்துக்கு மாற்றுவதன் விளைவுகளைக் குறிக்கிறது. இதனால் நிறுவனம் ஒரு தனிமனிதரை நம்பியிருக்கும் நிலை குறைக்கப்படுகிறது, உதாரணமாக, பணிச் செயல்முறைகள், தகவல் தொழில்நுட்ப உதவி, முன்வரையறை செய்யப்பட அச்சு/பணி நிரல்கள் ஆகியவை.

3. மனிதவள முதல்

மனித வள முதல் என்பது நிர்வாகம் மற்றும் பணியாளர்களின் நிபுணத்துவம், செயல்திறன், உத்வேகம், விசுவாசம் ஆகியவற்றையும், இவை அனைத்தும் எவ்வாறு பின்பற்றப்பட்டு நிறுவனத்தின் வணிக அடிப்படை மற்றும் யுக்திகளின் வெற்றிக்குப் பயன்படுகின்றன என்பதைக் குறிக்கும்.

இந்தக் காரணியில் அடங்குபவை:

3.1 நிர்வாக மேலாண்மை (மாற்றத்தை கையாளும் திறம், அணியாக இணைந்து பணியாற்றுதல், விமர்சனங்களை ஏற்றுக்கொள்ளும் பக்குவம், பிரச்சினைகளைத் தீர்க்கும் திறன், உத்வேகமூட்டும் விசை, வாடிக்கையாளர் நலம் நாடும் மனப்பாங்கு, முடிவெடுக்கும் திறன்/தரம், தொழில்முறை செயல்பாடுகள்)

3.2 பணியாளர்கள் (பிரச்சினைகளைத் தீர்க்கும் திறன், வணிக நற்பெயரை கட்டமைப்பதில் பங்களிப்பு, செயல்முறை முதலீட்டு உருவாக்கத்தில் பங்களிப்பு)

4. தொடர்புறவு கட்டமைப்பு முதல்

தொடர்புறவு கட்டமைப்பு முதல் என்பது வெளிச் சூழ்நிலைகளில் இருக்கும் சேர்ந்து செய்யும் பணிகள் மற்றும் தொடர்புகள் ஆகியவற்றையும் விழிப்புணர்வு, மரியாதை, வாடிக்கையாளர் நல்லுறவு, மற்றும் வாடிக்கையாளர் தகுதி ஆகியவற்றைக் குறிக்கும். இதை மூன்று கட்டங்களாகப் பிரிக்கலாம். அவை:

4.1 வலைப்பின்னல்: இங்கு வலைப்பின்னல் என்பது நிறுவனத்தின் செயல்பாடுகளுக்கு அவசியமான அனைத்து நேரடித் தொடர்பு வலைப்பின்னல்களையும் குறிக்கும். கூட்டாளிகளுடனான தொடர்புறவு, மூலப்பொருட்களை அளிப்பவர்களுடனான தொடர் புறவு, விற்பனை மற்றும் பணியமர்த்துதலில் உள்ள தொடர்புறவு, தகுதி வாய்ந்த வாடிக்கையாளர்களுடனான தொடர்புறவு, நிதி மற்றும் விநியோக தொடர்புறவு ஆகியவை இதற்கான உதாரணங்கள் ஆகும்.

4.2 வணிக நற்பெயர்: இங்கு வணிக நற்பெயர் என்பது குறிப்பிட்ட வரையறுக்கப்பட இலக்காக இருக்கும் மக்களிடையே நிறுவனத்தின் பெயருக்கு இருக்கும் ஏற்பும், மரியாதையும் ஆகும். மேலும் இது போட்டியாளர்களிடையே தன்னை வேறுபடுத்திக் காட்டும் அம்சமாகவும் இருக்கிறது. முக்கியமாக நிறுவனத்தின் வணிகக் கருத் தாக்கம், யுக்திகளைச் செயல்படுத்துவதில் எவ்வளவு தூரம் வணிக நற்பெயர் உதவுகிறது என்பது இதில் அடங்கும். உதாரணமாக, புதிய வாடிக்கையாளர்களைக் கவர்வதில், புதிய பணியாளர்களை வரவைப்பதில், ஒரு மதிப்பூட்டப்பட்ட விலையை ஏற்க வைப்பதில் வணிக நற்பெயர் முக்கியப் பங்கு வகிக்கிறது.

4.3 மதிப்பு: வாடிக்கையாளர்களின் அடிப்படையிலான மதிப்பு என்பது புதிய வாடிக்கையாளர்களை உருவாக்கவும், முந்தைய வாடிக் கையாளர்களைத் தக்க வைக்கவும், பயன்படுகிறது. அதைப்போல அது உருவாக்கும் 'தோற்றம்' என்பது நிறுவனத்தின் புதிய வாடிக்கை யாளர்களை உருவாக்கும் திறனை மேம்படுத்துகிறது. இதில் மேலும் சேர்க்கக்கூடிய விஷயங்கள்: வாடிக்கையாளர்களின் எண்ணிக்கை அடிப்படை, வாடிக்கையாளர் நல்லுறவு, வாடிக்கையாளர் அதிருப்தி யைக் குறைப்பதற்கான முயற்சிகள், புதிய, பழைய வாடிக்கையாளர் களின் சரிவிகிதக் கலவை, வாடிக்கையாளர்களின் செயல்பாட்டை விரிவும், ஆழமும் உள்ளதாக மாற்றும் முயற்சிகள், மூலப்பொருட் களை அளிப்பவர்களுக்கான யுக்திகள் ஆகியவற்றையும் இதனுடன் சேர்க்க முடியும்.

பின்னிணைப்பு 5

ஐலேப்ஸ்- ஆராய்ச்சி & மேம்பாட்டுப் பிரிவை மறுகட்டுமானம் செய்தல்

- எக்ஸ்ப்ளோரர்ஸ் – இவர்களது பணி சிறந்த/புதிய/நுணுக்கமான "நாளைய தயாரிப்புகளை" உருவாக்குவது; தயாரிப்பு நிபுணர் களை வியப்படைய வைக்கும் வடிவமைப்புகளை உருவாக்குதல், முன்கூட்டியே நுட்பத்தைப் பயன்படுத்துதல், மிகச் சமீபத்தைய நுணுக்கங்களைக் கையாளுதல் ஆகியவையும் இவர்களுக் குரியதே. (சிக்கலான அம்சங்கள், கூடுதலான விலைப் புள்ளிகள், குறைந்த பட்ச ஆவணப்படுத்துதல், ஆபத்தில்லாத வகையில் நடுத்தரமான ஃபர்ம்வேர் தவறுகள், கடினத்தன்மையின் அதீத அளவுகளைப் பரிசோதித்தல், பாதுகாப்பு மற்றும் நம்பகத்தன்மை).
- பயோனீர்ஸ் - இவர்களது பணி மின்திறன் மேலாண்மைக்கான 'இன்றைய தயாரிப்புகளில்' கவனம் செலுத்துவது (மேம்படுத்தப் பட்ட ஹார்ட்வர், ஃபர்ம்வேர், தயாரிப்பின் அம்சங்களை ஒருங் கிணைத்தல், தகவல் தொடர்பு சாதனங்கள் வழியே சேவை அளித்தல்; குறைக்கப்பட்ட விலைப் புள்ளிகளைத் தெரியப் படுத்துதல், ஆவணங்களைப் புரிந்துகொள்ளும் விதத்தில் எளிமையாக்கல்)
- க்ரியேட்டர்ஸ் - இவர்களது பணி தற்போதைய தேவைகளையும், குறிப்பிடப்படும் அம்சங்களையும் 'நேற்றைய தயாரிப்புகளில்' கொண்டுவருவதற்கு முந்தைய தொழில்நுட்பத்தின் அடிப் படையில் புதிய யோசனைகளைக் கொண்டுவருதல், அதாவது, நேற்றைய தயாரிப்புகளை இன்றைய தேவைக்கேற்ப மாற்றங்கள் செய்து மறுஉருவாக்கம் செய்தல் (கட்டாயமாக்கப்பட்ட சூழலில் எளிமைப்படுத்தல், அடக்க விலைக் குறைப்பு, மேம்படுத்தப் பட்ட சிறப்பம்சங்கள்)

- சேவைப் பணியாளர்கள் இரு பிரிவுகளாகப் பிரிக்கப்படுவார்கள்:
  - இன்வெண்டர்ஸ் - இவர்கள் புதிய தொழில்நுட்பங்கள், வடிவமைப்புக் கட்டுமானம் ஆகியவற்றில் ஆராய்ச்சி செய்து புதிய தயாரிப்புகளை உருவாக்குவதற்கான அடிப்படைகளை செய்வார்கள்
  - வேலிடேட்டர்ஸ் - இவர்களது பணி தயாரிப்புப் பொருளின் குறிப்பிடப்பட்ட அம்சங்கள் அதன் வடிவமைப்பில் குறிப்பிடப்பட்டது போலவே அதன் தயாரிப்பிலும் இருக்கிறதா, குறிப்பிடப்பட்டுள்ளதைப் போலவே அந்த அம்சம் செயல்படுகிறதா என பரிசோதித்துப் பார்ப்பது; முக்கியமாக, ஒரு தயாரிப்பின் அறிமுகத்தின் போது இவர்கள் பணி முக்கியமானது.

பின்னிணைப்பு 6

தயாரிப்புப் பிரிவில் பிற முன்னெடுப்புகள்

நிறுவனத்தின் அனைத்துக் கிளைகளிலும், அனைத்து பிரிவுப் களிலும், அனைத்து அணிகளிலும் 5S எனும் ஜப்பானிய பணியிடத் தரக் கட்டுப்பாட்டு முறைமையை பின்பற்றினோம்.* பெயருக் கேற்றவாறு இருக்கும் 5 அம்சங்களை நாங்கள் பள்ளி அல்லது வீட்டில் நமக்குச் சொல்லப்பட்ட பொது வாக்கியங்களால் மாற்றி அமைத்துக்கொண்டோம்:– "அனைத்துப் பொருட்களுக்கும் ஒரு இடமும், ஒவ்வொரு பொருளும் அதற்குரிய இடத்திலும்." இந்த வரிகள் பல மொழிகளிலும் மொழியாக்கம் செய்யப்பட்டு நிறு வனத்தின் அனைத்துப் பணியிடங்களிலும் காட்சிப்படுத்தப்பட்டன. முக்கியமான பணியிடங்களை மக்கள் சுத்தப்படுத்தியதும் அவர்கள் வேண்டாதவற்றைக் கொண்டு குவித்த இடங்களைச் சென்று பார்ப்பது என் வழக்கம். ஒருமுறை ஜெனரேட்டர் அறையிலிருந்து 200 மீட்டர் பின்னால்கொண்டு சென்று குவித்திருந்தார்கள், அவ்வளவு ஒதுக்குப் புறமாக இருந்தால் யாராலும் கண்டுபிடித்துவிட முடியாது எனும் நம்பிக்கையில். தொடர்ந்து நடந்த பயிற்சிகளின் விளைவாக பணி யிடங்கள் கண்ணில் ஒற்றிக்கொள்ளும்படியான சுத்தத்துடன் இருந்தன. நானும் சுற்றிச்சுற்றி அனைத்து இடங்களிலும் குப்பைக் குவியலைத் தேடிப் பார்த்தேன், மொட்டை மாடியின் மூலைகளைக்கூட விடாமல். என் கண்களை என்னாலேயே நம்ப முடியவில்லை. 5S செயலமைப்பின் கடுமையான நடவடிக்கையில் எதுவுமே தப்பா முடியாது. அது எளிமையானது, பின்பற்ற சுலபமானது என்பதால் தவறுகள் களையப்பட்டே ஆக வேண்டும்.

---

* 5S என்பது பணியிடத்தை ஒழுங்குபடுத்தி வைத்துக்கொள்வதன் விளை வாகப் பணித்திறனை முழுத்திறனுடனும், சரியான விதத்திலும், பாது காப்பாகவும் மேம்படுத்தும் செயல்முறை. பணிக்குத் தேவையான பொருட் களை அதற்குரிய இடங்களில் வைத்து பணியை விரைவாகவும் நேரத்தை வீணாக்காமலும், காயப்பட்டுக்கொள்ளாமலும் இதன் மூலம் செயல்பட முடியும். 5S என்பது 5 ஜப்பானிய சொற்களைக் குறிப்பது: ஸீய்ரி - வகைப்படுத்து, ஸீய்டன் - வரிசைப்படுத்து, ஸீய்ஸோ - சுத்தமாக்கி பள பளப்பாக்கு, ஸீய்கெட்ஸூ - தரமுறைப்படுத்து, ஷிட்ஸுக்கே -தொடர்ந்து நீடிக்கச் செய் ஆகியவையே 5S ஆகும்.

உற்பத்திப் பிரிவின் பணியிடத்தில் இத்தரப்பயிற்சியின் விளைவாகத் தாங்களே அதிகப் பலனடைகிறோம் என்பதை உணர்ந்ததும் அவர்கள் தாங்களாகவே இம்முறைகளைப் பின்பற்ற ஆரம்பித்துவிட்டார்கள். இன்னும் சிலர் தங்களது வீட்டு உறுப்பினர்களுக்கு 5S விஷயத்தை விளக்கி வீட்டிலும் அதனைப் பின்பற்ற ஆரம்பித்தார்கள். சமையலறையில் இருக்கும் மிக்சி/கிரைண்டர், வீட்டிலிருக்கும் மோட்டார் வண்டி, கடிகாரம் ஆகியவற்றுக்கு அருகே அவற்றின் பழுதுபார்ப்புக்கான அடுத்த தவணைத் தேதி, பாட்டரி மாற்ற வேண்டிய தேதி ஆகியவற்றைக் குறிப்பிட்டு எழுதி ஒட்டியிருக்கும் படங்களைப் பகிர்ந்துகொண்டனர்.

ஸ்கில் மேட்ரிக்ஸ் – இது ஒவ்வொரு பொறுப்பிலும் இருக்கும் ஒவ்வொரு ஆப்ரேட்டருக்கும் முன்பாக எழுதி ஒட்டப்பட்டு அதை புதுப்பித்துக்கொண்டே இருக்க வேண்டிய ஆவணம். இதிலிருக்கும் வரைபட விளக்கம் ஒவ்வொரு ஆப்ரேட்டரின் பன்முகத் திறனை அவர்களுடைய புகைப்படம், பெயர்களோடு அனைவருக்கும் காட்சிப்படுத்தும். இது “காட்சிக்குகந்த பணியிடம்” என்பதற்கு ஒரு உதாரணம். பின்னர் இது ஒவ்வொரு கான்செர்வியன்களும் கடைப்பிடிக்கும் முறைமையாக மாறியது.

ஸ்காலர்ஷிப் - தேவை, மதிப்பெண் தகுதி அடிப்படையில் தொழிற்சாலைப் பணியாளர்களின் குழந்தைகளுக்குக் கல்வி உதவித்தொகை வழங்கப்பட்டது.

வொர்க்ஸ் கவுன்சில் – நிறுவனத்தில் தொழிற்சங்கங்கள் எதுவும் கிடையாது. ஒவ்வொரு ஆண்டுக்கும் அல்லது இரண்டு ஆண்டுகளுக்கு ஒரு முறை இரு பிரதிநிதிகள் (ஒருவர் ஆண், ஒருவர் பெண்) தொழிற்கூடத்தில் பணியாற்றும் பணியாளர்களிலிருந்து நியமிக்கப்படுவார்கள். நிர்வாகத்தின் சீராய்வுக் கூட்டங்களிலும், மேலாண்மைக் குழு சந்திப்புகளிலும், முக்கியக் கொள்கை முடிவு ஆலோசனைகளிலும் அவர்கள் பங்கேற்பார்கள். அந்தக் கூட்டத்தில் வெறும் பார்வையாளர்களாக மட்டும் இல்லாமல் தங்களது தரப்பு, யோசனை, செய்திகள், திரும்பப் பெற்றுக்கொள்ளவேண்டிய முடிவுகள் ஆகியவற்றைக் குறித்து அவர்களும் பேசி முடிவெடுக்கலாம்.

ஹையர் எஜுகேஷன் சப்போர்ட் – தொழிற்கூடத்தின் பணியாளர்கள் மேற்படிப்புக்கு விரும்பினால் அதற்கான உதவிகள் செய்யப்படும் (பிற பிரிவு பணியாளர்களுக்கும் உண்டு)

ஜோஷ் & ஜாய் (ஜோஷ் எனும் ஹிந்தி வார்த்தையின் பொருள் பேரார்வம்) – வெவ்வேறு இடங்களில் இருக்கும் அனைத்துத் தொழிற் கூடங்களிலும் ஒவ்வொரு வியாழக்கிழமை காலையிலும் குறிப்பிட்ட நேரம் ஒதுக்கப்படும். அனைத்துப் பணியாளர்களும் தொழிற்கூடத்துக்கு வெளியே வந்து அவர்களாகவே உருவாக்கிக்கொள்ளும் பொழுதுப் போக்கு கலை நிகழ்ச்சிகளை நடத்திக்கொள்ளலாம். திரும்பி வரும் போது அவர்கள் உற்சாகத்தால் நிறைந்து வழிந்தபடி இருப்பார்கள். முக்கியமாக இந்தப் பொழுதுப்போக்கு அலுவலக வேலை நேரத்தில் நடைபெறுவது என்பதும், இந்த நேரத்தை ஈடு செய்ய கூடுதல் நேரம் பணி செய்ய வேண்டியதில்லை என்பதும் அவர்களுக்கு இன்னும் ஆவலூட்டும் விஷயங்கள்.

ரிவார்ட்ஸ் & ரிகக்னிஷன் – ஒவ்வொரு மாதமும் ‘டாப்பரேட்டர்’ எனும் பெயரில் சிறந்த பணியாளர் தேர்ந்தெடுக்கப்படுவார். பணியில் செயல்திறனும், பிறருடன் பழகும் திறனும் தான் தேர்வுக்கான அடிப் படைக் காரணிகள். ஒரு பணியாளர் தொடர்ந்து மூன்று முறை டாப்பரேட்டராகத் தேர்ந்தெடுக்கப்பட்டால் அது ஒரு கொண்டாட்ட மாக இருக்கும். அனைத்துப் பிரிவுகளின் தலைவர்களும் அவரைப் பாராட்டிவிட்டு வருவார்கள். அவரது தனிக் கோப்பில் இந்தச் சாதனைப் பதியப்பட்டு அந்த ஆண்டின் பணிச் செயல்பாட்டின் போது ஒரு சிறப்புத் தகுதியாகக் கணக்கில் கொள்ளப்படும்.

பின்னிணைப்பு 7

(இந்தச் சிறுகதை ஒரு உண்மையான மனிதரைக் கொண்டு எழுதப்பட்டது. இதில் வரும் மையக் கதாபாத்திரம் இப்போதும் பெங்களூருவில் இருக்கும் ஒரு பெரிய ஏரியின் வாசலில் அமர்ந்து காய்கறி வியாபாரம் செய்துவருகிறார். அவரை வாரத்திற்கு 3, 4 முறை களாவது கடந்த 18 ஆண்டுகளாக நான் கவனித்துவருகிறேன்...)

கேரட், புத்தம்புதிய கேரட்....

இந்த இடத்திலிருந்து வண்டியைத் தள்ளிக்கொண்டு செல்ல வேண்டியது என் முறை. சற்று மேடான இடம் என்பதால் சற்று சிரமப்பட்டுத்தான் தள்ளிக்கொண்டு போனேன். லேசாக மூச்சு வாங்கியது. நெற்றியில் முத்து, முத்தாக வியர்வை அரும்பியது. தள்ளு வண்டியின் இடப்பக்க சக்கரம் சற்று வளைந்து கடகடத்துக்கொண் டிருந்தது. என் கணவர் முருகுவுக்கு அதைச் சரி செய்ய நேரமும் இல்லை, பணமும் இல்லை. பதினைந்து நிமிட நடையில் நாங்கள் 19 ஆண்டுகளாக வழக்கமாகக் காய்கறி விற்கும் வழக்கமான நேரமான காலை 7.30க்கு வழக்கமான இடத்திற்கு வந்துசேர்ந்தோம். என் மகன் ராஜு பிறப்பதற்கு முன்பிருந்தே, நான் அவனை கர்ப்பமாக இருக்கும் முன்பிருந்தே, உடல்நலனில் அக்கறை உள்ள அம்மாவாக இருக்கும்போதிலிருந்தே அங்கே காய்கறி விற்றுக்கொண்டிருக் கிறேன். வெள்ளிக்கிழமை ஒரு நாள் தவிர வாரத்தின் எல்லா நாட் களிலும் என்னை நீங்கள் அங்கு பார்த்திருக்கலாம். வெள்ளிக்கிழமை தான் நான் குடியிருக்கும் குடிசைப் பகுதிக்குத் தண்ணீர் வரும். வாரம் ஒரு முறை. அன்று மட்டும்தான் தலைக்குக் குளிப்பேன். எங்களுக்கு வரும் தண்ணீருடன் சமயங்களில் சாக்கடை நீரும் கலந்துவிடும். அந்தத் தண்ணீரில் தலையை அலசினால் முதலில் இருப்பதைவிட இன்னும் மோசமாகத்தான் நாறும். ஆனாலும், தலையில் இதமான சூட்டில் வெந்நீர் ஊற்றிக் குளிப்பதில் கிடைக்கும் ஆறுதலுக்காக அதைப் பொறுத்துக்கொள்ள வேண்டியதுதான். குளித்து முடித்ததும் அருகில் இருக்கும் அம்மன் கோவிலுக்குப் போவதும் வழக்கம். என் மகன் ராஜு பி.காம்., படிப்பை நல்லாவிதமாகப் படித்து முடிக்கவும்,

கல்யாணம் ஆன 25 ஆண்டுகளாக நல்ல மனிதராக என்னுடன் வாழும் கணவர் முருகு அவ்வாறே தொடர்ந்து இருக்கவும் அம்மனிடம் பிரார்த்தித்துக் கொள்வேன். அதோடு சேர்த்து குடிசைகளை இடித்து வரும் ஜே.சி.பி. இயந்திரம் அங்கிருக்கும் மண்டியை எதுவும் செய்து விடக் கூடாது என்றும் வேண்டிக்கொள்வேன். ஏனென்றால் அதிகாலை 5 மணிக்கு ஆரம்பித்து எங்களுக்குத் தினசரி புத்தம்புதிய காய்கறி களை, பூக்களை விற்பனைக்குக் கொடுக்கும் அந்த மண்டிதான் நாங்கள் தினம் சாப்பிடும் ரொட்டி அல்லது கேப்பைக் களி உருண்டைக்கான ஆதாரம்.

வழக்கமாக வரும் வாடிக்கையாளர்கள் வர ஆரம்பித்தனர். ஒருவரை ஒருவர் இடித்துக்கொண்டும், தள்ளிக்கொண்டும். நானும்கூட குனிந்து நல்ல காய்கறிகளைத் தேர்ந்தெடுப்பதில் அவர்களுக்கு உதவி செய் தேன். ஒருமுறை சற்று பருமனான பெண்மணி என்மீது விழுந்து விட்டார். எனக்கு முழங்காலில் நல்ல சிராய்ப்பு. எழுந்து தட்டி விட்டுக்கொண்டு வேலையைத் தொடர்ந்து பார்க்க ஆரம்பித்தேன். ஒவ்வொரு நாள் இரவும் அனைத்து வேலைகளையும் முடித்துவிட்டு வீட்டிலிருக்கும் பாயை விரித்து, ஒட்டுப்போட்ட போர்வையுடன் உறங்கச் செல்லும்போது என் நினைவில் வருவது அன்று வந்து கூச்சல் போட்ட, இடித்துத் தள்ளிய, ஒரு ரூபாய்க்கு விடாமல் பேரம் பேசிய வாடிக்கையாளர்கள் அல்ல. மகிழ்ச்சியான, சிரித்த முகத்துடன் கூடிய, அக்கறை கொண்ட வாடிக்கையாளர்களையே நினைவில் கொண்டு வருவேன். மொத்தவிலை மண்டியிலிருந்து கொண்டுவரப்பட்ட புத்தம் புதிய, சுத்தமான, நியாயமான விலையில் காய்கறிகளைத் தினசரி தாம் நடக்கும் வழியில் வாங்க முடிந்ததைக் குறித்து அவர்கள் அடையும் மகிழ்ச்சியை நினைத்தபடியேதான் உறக்கத்திற்குள் போவேன்.

சற்று வெயிலாக இருந்த இன்றைய காலையில் நிறைய காய்கறி களை என் உதவியுடன் முருகு வண்டியில் அடுக்கியிருந்ததைப் பார்க்கவே பெருமிதமாக இருந்தது. அழகாகக் கட்டப்பட்ட முருங்கைக் காய்கள் வலப்புறம், பக்கத்தில் வெள்ளைப்பூசணிக்காயும், மஞ்சள் பூசணிக்காயும், நேரெதிராக கத்திரிக்காயும், வெண்டைக்காயும். கீரைகள் கண்ணைப் பறிக்கும் செழுமையுடன் இருந்தன. எங்களது சுத்தமான கீரைகளைக் குறித்து எங்களுக்குப் பெருமைதான். இப்படி இருந்தால்தான் விலை உயர்ந்த ட்ராக் சூட் அணிந்து வரும் வாடிக்கை யாளர்கள் மீது கீரையில் இருக்கும் சேறு படியாது. கீரைகளில்தான் எத்தனை வகை: பசலைக்கீரை, வெந்தயக்கீரை, புதினா, கொத்த மல்லி, அரைக்கீரை , இவற்றோடு மூச்சை நிறைக்கும் வாசனையுடன் சோம்புக் கீரை.

நடைபாதையின் ஓரத்தில் வைக்கப்பட்டிருந்த மூட்டையிலிருக்கும் செவ்வந்திப்பூ மாலைகளை சரிசெய்து விட்டு நிமிர்ந்து பார்த்தால் ஒரு குள்ளமான பெண் அவசரமாகக் கீரைக்கட்டை எடுத்துக்கொண்டு வேகமாகத் திரும்பி நடக்க ஆரம்பித்தார். பணம் எதுவும் கொடுக்க வில்லை. மறுபடியுமா? நான் பெருமூச்சு விட்டபடியே முருகுவைப் பார்த்தேன். அவரும் என்னைப் பார்த்தார். இருவரும் சட்டென பெரி தாகச் சிரித்தோம். வேறென்ன செய்வது நாங்கள்? ஓடிப்போய் அந்தப் பெண்மணி அமர்ந்திருக்கும் மாருதி ஆல்டோ காரின் கதவைத் திறந்து கேட்பதா, அவர் காரைத் துரத்துவதா? ஏற்கனவே வார மாமூலைத் தராததால் மிரட்டிக்கொண்டிருக்கும் காவல்துறையினரிடம் போய் புகாரளிப்பதா? எங்களைப் போன்றவர்களிடம் போய் திருடும்படி ஆகிவிட்டதே அவருக்கு என அப்பெண்ணை நினைத்து வருத்தப் பட்டோம். எங்களுக்குள்ளேயே சொல்லிக்கொண்டோம் - பாவம், ஒரு வேளை நிறைய கடன்கள் இருக்கும் போல, இப்படி சேமித்துதான் கடன்களை அடைக்க வேண்டிய நிலையோ என்னவோ...

அவரை மறந்துவிட்டு வியாபாரத்துக்குத் திரும்பினேன். ஓய்வு பெற்ற வெள்ளை நிற நறுக்கு மீசை கர்னலுக்குக் காய்கறிகள் எடுத்துக் கொடுப்பதில் உதவி செய்தேன். சடாரென திடுக்கிடச் செய்யும் வேகத்தில் வந்த இன்னொரு வாடிக்கையாளரைப் பார்த்தேன். வழக்கமாக வருவதைப் போலவே பரபரப்புடன், பதற்றத்துடன் காய் கறிகளை அள்ளித்திணிக்க ஆரம்பித்தார். எப்போதுமே இப்படித் தான். தனக்கு முன் காத்திருப்பவர்களைப் பற்றியோ, அவர்கள் கோபத்தில் பேசுவதையோ பற்றி எந்தக் கவலையும் படாமல் அவர் களை இடித்துத் தள்ளிக் கொண்டு வந்து நான் எடை போடும் வரை கூட பொறுமை இல்லாமல் தானே அள்ளி எடுத்து தானே எடை போட்டு பையில் திணித்துக் கொள்வார். ஆனால், கட்டாயம் 200,300 கிராம் அதிகமாகவே எடை போட்டிருப்பார். அவர் வழக்கமான வாடிக்கையாளர் என்பதால் தனக்கு அந்த உரிமை இருப்பதாக அவரே நினைத்துக்கொண்டு அப்படிச் செய்வார். பிறர் சொல்லும் எந்த கோப வார்த்தைகளும் அவர் காதில் விழாதது போலவே இருப்பார். நான் முருகுவிடம் சொல்வேன், இவரிடமிருந்து நிச்சயம் கற்றுக் கொள்ளத்தான் வேண்டும். மற்றவர்கள் சொல்வதிலிருந்து காதில் விழுந்தது இதுதான் – என்ன இருந்தாலும் காரில் வருகிறார்; அவருக்கு நீதான் அதிமுக்கியமான ஆள், உடனே திரும்பி வா என கல்லூரி யிலிருந்தே பாடமாகச் சொல்லியிருக்கிறார்கள் போல. அவரைப் போன்றவரிடம் பொறுமையுடன் வரிசையில் உங்கள் முறை வரும்

வரை காத்திருக்கவும் என்று சொல்ல நாங்கள் யார்? வெறும் காய்கறி விற்பவர்கள்தானே?

அடுத்த இரண்டு மணி நேரம் பெரிதாக எந்த சம்பவமும் நிகழாமல் வழக்கம் போல கழிந்தது. அதே மக்கள் வந்து ஒன்றுபோல பேசி (விலை கூடுதல், வெரைட்டியே இல்லை) சென்றார்கள். சிலர் உள்ளூரச் சிரித்துக்கொண்டே எல்லாவற்றையும் குறை சொல்லி விட்டு, கடுமையாகப் பேரம் பேசி பிற வாடிக்கையாளர்களைப் பார்த்து கண்சிமிட்டிப் போவார்கள், ஏதோ அவர்களெல்லாம் இவர்களது நகைச்சுவையில் மயங்கிவிட்டதுபோல. அப்போதுதான் எங்களிடம் ஒரு புது வாடிக்கையாளர் வந்தார் – "உனக்குத் தெரியுமா? மாநகராட்சியிலிருந்து இந்த சாலையின் அனைத்து மரங்களைச் சுற்றியும் புதினா, கொத்தமல்லி நடப்போகிறார்கள். யார் வேண்டுமானாலும் எவ்வளவு வேண்டுமானாலும் பறித்துக்கொள்ளலாம். அப்படி ஆனால், இப்போது ஒரு கட்டு பத்து ரூபாய்க்கு விற்கிறாயே இந்தக் கீரைகளை என்ன செய்வாய்? "புன்னகையுடன் கேட்டவாறே அவரது காய்கறிப் பையை எடுத்துக்கொண்டு அவர் நகைச்சுவைக்கு அவரே மகிழ்ந்து கொண்டு போனார். நானோ படிக்காதவள். அவர் கையிலிருந்த வாட்ச் மிக விலை உயர்ந்தது எனத் தெரிந்தது. ஆனால், அதன் பெயரைப் படிக்கத் தெரியவில்லை. அவர் போட்டிருந்த ஷூ நிச்சயம் பாட்டா ஷூ அல்ல, விளம்பரப்பதாகையில் ஹிர்த்திக் ரோஷன் போட்டிருக்கும் ஷூ அது; சொன்னேனே, எனக்கு அதன் பெயர்தான் தெரியவில்லை. பாவம், அதையெல்லாம் வாங்குவதற்குத்தான் இப்படி எங்களிடம் கீரைகூட வாங்காமல் சேமிக்கிறார் போல.

அடுத்த முப்பது நிமிடங்கள் வேகமாக ஓடியது. கனவுத்தொகையான 500 ரூபாய் சேர்ந்துவிட்டதா என மனதில் உறுத்திக்கொண்டே இருந்தது. அந்தத் தொகை இருந்தால்தான் வட்டிக்கு தினமும் கொடுக்க வேண்டிய 300 ரூபாயைக் கொடுத்தது போக மீதி இருப்பதில் மகனுக்கு மருந்து (அவனுக்கு 15 நாட்களாக டெங்குக் காய்ச்சல்) வாங்கவும், மகளுக்கு வாட்டர் பாட்டில் (தனியார் பள்ளியில் ஆங்கில மீடியம் படிக்கிறாள்) வாங்கவும், சமையலுக்குப் பலசரக்கு வாங்கியும் சமாளிக்க முடியும். நாள் முழுவதும் வண்டி நிறைய வாங்கி அடுக்கி கிட்டத்தட்ட 20 கிலோமீட்டர் தொலைவுக்கு நாள் தோறும் வண்டியைத் தள்ளி களி உருண்டை தின்று தண்ணீர் குடிக்கும் நேரம் தவிர எல்லா நேரமும் பாடுபட்டும் இந்தத் தொகை கிடைக்கவில்லையானால் என்ன செய்ய?

இந்த வெள்ளிக்கிழமையும் அம்மனிடம் உருகி பிரார்த்திப்பதைத் தான் செய்ய முடியும். அப்பிரார்த்தனையில் என் எல்லா வாடிக்கையாளர்களின் நல்ல ஆரோக்கியத்திற்கும், அவர்கள் தொடர்ந்து என்னிடம் வியாபாரம் செய்யவும் அம்மனிடம் வேண்டிக்கொள்வேன். என்ன சொன்னாலும், அவர்களை விட்டால் நாங்கள் எங்கே போவது? டாக்டர்கள், வக்கீல்கள், ராணுவ அதிகாரிகள், கல்லூரி பேராசிரியர்கள், உள்ளூர் அரசியல்வாதிகள் என அனைவருக்குமான தினசரி ஊட்டச்சத்தை நாங்கள் வழங்குகிறோம் என்பதில் எங்களுக்குப் பெருமைதான். அந்த உணர்வுதான் ஒவ்வொரு நாள் காலையிலும் என்னை எழுப்பி, தினமும் அந்த மேட்டில் தள்ளுவண்டியைத் தள்ள வைக்கிறது...

ஆளுமைத் தகுதிகள்

டி. தாமஸ்

டி. தாமஸ் கெமிக்கல் இஞ்சினியரிங் பட்டதாரி. 1954ஆம் ஆண்டு ஹிந்துஸ்தான் லீவரில் பணிக்குச் சேர்ந்த அவர், படிப்படியாக உயர்ந்து 1973ஆம் ஆண்டில் ஹிந்துஸ்தான் லீவரின் தலைவராக உயர்ந்தார். அவர் தலைமைப் பொறுப்பில் இருக்கும்போது நிறுவனத்தின் முன் னேற்றத்துக்காகச் செய்த இரு முக்கிய முன்னெடுப்புகள்:

a) சோப் மற்றும் வனஸ்பதி (தாவர எண்ணெய்) விலைகளில் கட்டுப்பாட்டைத் தளர்த்தியது; நஷ்டமாகிவிடும் என்பதற்கு மாறாக நிறுவனத்துக்கு நல்ல லாபம் கிடைத்தது

b) ஃபெரா சட்டத்திற்கு உட்பட்டு ஹிந்துஸ்தான் லீவர் நிறுவனம் யூனிலீவர் நிறுவனத்தில் 51% பங்குகளை வாங்க இந்திய அரசாங்கத்தின் ஒப்புதலைப் பெற்றது.

யுனிலிவரின் இயக்குநர் குழுமத்தில் இணைந்துகொள்ள 1979இல் லண்டனுக்கு அழைக்கப்பட்ட அவர் 1989இல் ஓய்வு பெறும் வரை அப்பதவியில் இருந்தார். மேலும் இண்டர்நேஷனல் அட்வைசரி போர்ட் ஆஃப் லாஃபார்ஜில் உறுப்பினராக இருக்க பாரிஸுக்கு அழைக்கப்பட்டார்.

ஓய்வுக்குப் பின் 1990இல் இந்தியா திரும்பிய அவர் உலக அளவில் பலரையும் ஒருங்கிணைத்து வென்ச்சர் கேபிடல் நிறுவனத்தைத் தொடங்கினார். அதன் மூலமாகப் பல மத்திய தர நிறுவனங்களுக்கு முதலீட்டு உதவி புரிந்த அவர் பங்கேற்பாளர்களுக்கும் நல்ல லாபத் தைப் பெற்றுத் தந்தார்.

செயல்பாட்டுப் பொறுப்பு அல்லாத தலைவராக க்ளாக்ஸோ இந்தியா, லாஃபார்ஜ் இந்தியா லிட் ஆகிய நிறுவனங்களிலும் பணி புரிந்தார். நிறுவிய தலைவராகவும், முதன்மை பங்குதாரராகவும் இருந்து இரு மத்திய தர தொழில்நுட்ப நிறுவனங்களை நடத்தி வந்தார். ஃபினான்ஷியல் டைம்ஸ் ஆஃப் லண்டன் நிறுவனத்தின் துணை நிறுவனமான பிஸினஸ் ஸ்டாண்டர்ட் எனும் நிதி சார் வணிக இதழுக்கும் தலைமைப் பொறுப்பில் இருந்தார்.

அவரது தொழில்-சார் பணிகளைத் தவிர்த்துப் பார்த்தால், தாமஸ் அன்னை தெரசாவின் ஆதரவற்றோர் மற்றும் ஏழைகளுக்கான நலப் பணிகளில் ஈடுபாட்டுடன் இணைந்து உதவி வந்தார். தெரசாவுடன் இணைந்து மும்பையில் ஆஷா தான் எனும் அமைப்பை நிறுவினார். இன்று ஆதரவற்ற ஆண்கள், பெண்கள், குழந்தைகள் என 350 பேரின் வாழ்க்கையை அந்த அமைப்பு பொறுப்பேற்று நடத்துகிறது.

சர்ச் ஆஃப் நார்த் இந்தியாவின் (ஆங்லிக்கன் சபை) கதீட்ரல் ஆஃப் பாம்பே ட்ரஸ்டீஸ் குழுவின் தலைவராகவும் இருந்தார். மேலும் போர்ட் ஆஃப் கவர்னர்ஸ் ஆஃப் தி கதீட்ரல் ஸ்கூல் எனும் மும்பையின் புகழ்பெற்ற, நாட்டின் சிறந்த பள்ளிகளில் ஒன்றான அப்பள்ளிக்கும் தலைவராக இருந்தார்.

இந்தியத் தொழில் துறையில் ஒரு மாபெரும் சாதனையாளராக மதிக்கப்பட்டவர் டி. தாமஸ். மார்ச், 2018இல் தனது 90ஆவது வயதில் அவர் இயற்கை எய்தினார்.

ஆர். ஆர். நாயர்

ஆர்.ஆர். என அழைக்கப்படும் ஆர்.ஆர். நாயர் மனிதவள யுக்தி ஆலோசகர், நிறுவன இயக்குநர் குழுக்களில் குழுமம் சாரா தனி இயக்குநர், சி.இ.ஓ/சி.எக்ஸ்.ஓ. ஆகியோருக்குப் பயிற்சியாளர், ஃபார்சூன் நிறுவனங்களில் அறிவுரை மற்றும் ஆலோசனையாளர். அவரது ஆலோசனைப் பணிகளில் முக்கியமானவை – மாற்றி யமைக்கப்படும் தலைமைப்பண்பு மேம்பாடு, உயர் மட்ட நிர்வாகக் குழு ஒருங்கமைப்பு, அதிகபட்ச செயல்திறன் கொண்ட நிறுவன கலாச்சாரத்தை உருவாக்குதல், பொருத்தமான கலாச்சார யுக்திகளைக் கண்டறிதல், குறிப்பாக இருநிறுவனங்களின் இணைப்பின்/கையகப் படுத்தலின்போது. இந்திய அளவிலும், பன்னாட்டு அளவிலும் பல நிறுவனங்களுக்கு அவர் தலைமைப் பயிற்சியாளராகவும், தலைமைப் பண்பு மேம்பாட்டு ஆலோசகராகவும் பணியாற்றியிருக்கிறார்.

முப்பது ஆண்டுகளுக்கும் மேலாக யுனிலீவரில் கார்ப்பரேட் அனு பவம் மிக்க ஆர்.ஆர். யுனிலீவரின் இந்திய, அயல்நாட்டு துணை நிறுவனங்களின் இயக்குநர் குழுக்களில் பணியாற்றியவர். தேசிய மனிதவள மேம்பாட்டு வலைப்பின்னல் அமைப்பின் சார்பில் மனித வளத் துறைக்கு மகத்தான பங்களிப்பை வழங்கியமைக்காக தேசிய விருது பெற்றவர் ஆர்.ஆர். நாயர். சி.என்.பி.சி. – கே.பி.எம்.ஜி.யின் சார்பில் மனிதவளத் துறையைத் தொழில்முறையில் அணுகுவதில்

கொண்டிருந்த தொலைநோக்குப் பார்வைக்காக விருது தரப்பட்டு பாராட்டப்பட்டவர்.

கோச்சிங் ஃபவுண்டேஷன் ஆஃப் இந்தியாவின் 'ஹானரரி ஃபெல்லோ சி.எஃப்.ஐ.' எனும் மரியாதையைப் பெற்றவர். ஒரு பயிற்சியாளராகவும், நலம் நாடுபவராகவும் இந்தியாவில் மனிதவளத் துறையின் எதிர்காலத் திறன் மேம்பாட்டிற்கு தன் வாழ்நாள் முழுவதும் சிறப்பான பங்களித்தமைக்காக இந்த மரியாதை அவருக்கு வழங்கப்பட்டது.

குறிப்புகள்

1. Robert Chambers, *Whose Reality Counts?: Putting the First Last* (Practical Action Publishing, 1997).
2. Michael Tushman and David Kiron, 'Hema Hattangady and Conzerv' (Harvard Business School, 2009).
3. https://www.brainyquote.com/quotes/andy_grove_764837.
4. T. Thomas had introduced me to R.R. Nair when he was transitioning from a full-time role in HLL. From 2000, he became Advisor, Organisation Development and Leadership Coach for Asia Business Group of Unilever, with the flexibility to consult with others.
5. The HBS Case study on Conzerv chronicles how I was sometimes met with ridicule and suffered condescension at the hands of male buyers not expecting a female MBA schooled in marketing.
6. Tim Arango, 'How the AOL-Time Warner Merger Went So Wrong', New York Times, 10 January 2010, https://www.nytimes.com/2010/01/11/business/media/11merger.html.
7. George Bradt, 'The Root Cause Of Every Merger's Success Or Failure: Culture', Forbes, 29 June 2015, https://www.forbes.com/sites/georgebradt/2015/06/29/the-root-cause-of-every-mergers-success-or-failure-culture/#2527f727d305.
8. https://www.transparency.org/cpi2018.
9. T.J.S. George, Askew: *A Short Biography of Bangalore* (Aleph Book Company, 2016).

10. A. Parasuraman & Charles L. Colby, *Techno-Ready Marketing: How And Why Your Customers Adopt Technology* (Simon&Schuster, 2007).

11. International Organisation for Standardisation. Derived from Greek A word 'iso' meaning equal. A company certified to an ISO standard is seen to be capable of delivering product/ quality/service or maintain a standard *equal to that of an international standard.*

12. Megan McArdle, 'The disdavantages of working from home' 2 June 2017, https://www.livemint.com/Opinion/ ZwGXwplM39J3YQY229LkaM/The-disadvantages-of- working-from-home.html

13. Excerpt from Hema Hattangady's case study analysis 'Step Up, Be Counted', *Business World, 1 June 2015,* http://www.businessworld.in/article/Step-Up-Be-Counted/12-05-2015-81065/.

14. http://www.aeee.in/about-aeee/history-and-role-of-founders/.

15. Clayton M. Christensen, James Allworth, Karen Dillon, *How Will You Measure Your Life* (Harper Collins, 2012).

16. *Firms of Endearment: How World-Class Companies Profit from Passion and Purpose,* Pearson FT Press, 2014.

17. Lizete Alvarez, 'One Man's Millions Turn a Community in Florida Around', *New York Times,* 25 May 2015, https:// www.nytimes.com/2015/05/26/us/tangelo-park-orlando- florida.html.

18. 'Harris Rosen: Leading the remarkable resurrection of a community', 18 August 2015, http://kazantoday.com/ WeeklyArticles/harris-rosen.html.

19. Amartya Sen, *Identity and Violence: The Illusion of Destiny* (UK: Penguin, 2007).